மார்க்ஸின் கொடுங்கனவு
தனியுடமையென்பது தொடர்கதையா?

மார்க்ஸின் கொடுங்கனவு
தனியுடைமையென்பது தொடர்கதையா?

டெனிஸ் கொலன் (பி. 1952)

மெய்யியல் ஆசிரியர். மார்க்ஸியச் சிந்தனையில் விற்பன்னர். மெய்யியலிலும் மார்க்ஸியச் சிந்தனை சார்ந்தும் இவர் எழுதிவரும் கட்டுரைகள் உலக அளவில் கவனத்தைப் பெற்றவை. இதுவரை இருபதுக்கும் மேற்பட்ட நூல்கள் மெய்யியல் சார்ந்தும் மார்க்ஸியத்தை முன்வைத்தும் இவரது உழைப்பில் வெளிவந்துள்ளன. 2009ஆம் ஆண்டு வெளிவந்த 'மார்க்ஸின் கொடுங்கனவு' என்ற இந்நூல் முதலாளித்துவத்தின் தொடர்வெற்றிக்கான காரணங்களை விளங்க உரைப்பதோடு அதை மார்க்ஸியம் வெல்வதற்கானப் புதிய யோசனை களையும் முன்வைக்கிறது.

நாகரத்தினம் கிருஷ்ணா (பி. 1952)
மொழிபெயர்ப்பாளர்

புதுச்சேரியைப் பூர்வீகமாகக் கொண்ட நாகரத்தினம் கிருஷ்ணா கடந்த இருபத்தைந்து ஆண்டுகளாக பிரான்சு நாட்டின் கிழக்கில் ஸ்ட்ராஸ்பூர் நகரில் வசிக்கிறார். சமூகவியலில் முதுகலைப் பட்டம் பெற்ற இவர் சொந்த மாக வணிகம் நடத்துவதோடு ஆங்கிலம் – ஃபிரெஞ்சு மொழிபெயர்ப்பாள ராகவும் செயல்பட்டுவருகிறார். நவீன ஃபிரெஞ்சு இலக்கியத்தைத் தமிழுக்கு அறிமுகப்படுத்துவதில் ஆர்வம்கொண்டவர். தமிழில் நான்கு நாவல்கள், ஐந்து சிறுகதைத் தொகுப்புகள், ஒன்பது கட்டுரைத் தொகுப்புகள் வெளிவந்துள்ளன. மொழிபெயர்ப்புகள்: ஃபிரெஞ்சிலிருந்து தமிழில் மூன்று நாவல்கள், மூன்று சிறுகதைத் தொகுப்புகள், ஒரு கட்டுரை நூல்; தமிழிலிருந்து ஃபிரெஞ்சுக்கு அம்பையின் சிறுகதைகளை மொழி பெயர்த்துள்ளார்.

முகவரி : 10, Rue Herschel,
                67200 - Strasbourg, France.

மின்னஞ்சல் : nakrishna@live.fr

டெனிஸ் கொலன்

மார்க்ஸின் கொடுங்கனவு
தனியுடைமையென்பது தொடர்கதையா?

தமிழில்
நாகரத்தினம் கிருஷ்ணா

காலச்சுவடு பதிப்பகம்

அன்பார்ந்த வாசகருக்கு,

வணக்கம்.

காலச்சுவடு நூலை வாங்கியமைக்கு நன்றி.

நூலின் உள்ளடக்கம், உருவாக்கம், அட்டைப்படம் இன்ன பிற அம்சங்கள் பற்றிய உங்கள் கருத்துகளையும் ஆலோசனைகளையும் காலச்சுவடு வரவேற்கிறது. தகவல், எழுத்து, வாக்கியப் பிழைகள் தென்பட்டால் கட்டாயம் தெரிவித்து உதவுங்கள். நூல் தயாரிப்பில் கடும் குறைபாடு இருப்பின் மாற்றுப் பிரதி உங்களுக்குக் கிடைக்கக் காலச்சுவடு ஏற்பாடு செய்யும்.

மின்னஞ்சல்: publisher@kalachuvadu. com

காலச்சுவடு நாகர்கோவில் அலுவலகத்திற்குக் கடிதம் அனுப்பலாம்.

தங்கள்
எஸ். ஆர். சுந்தரம் (கண்ணன்)
பதிப்பாளர் —நிர்வாக இயக்குநர்

"Published with the support of the Institut Français en Inde / Ambassade de France en Inde"

Titre original: Le cauchemar de Marx
1ère édition en France en 2009 aux Éditions Max Milo.

Copyright © Denis Collin, 2009
Tous droits réservés

மார்க்ஸின் கொடுங்கனவு • கட்டுரைகள் • ஆசிரியர் : டெனிஸ் கொலன் • தமிழில்: நாகரத்தினம் கிருஷ்ணா • முதல் பதிப்பு: டிசம்பர் 2011, இரண்டாம் பதிப்பு: செப்டம்பர் 2023 • வெளியீடு: காலச்சுவடு பப்ளிகேஷன் (பி) லிட்., 669 கே.பி. சாலை, நாகர்கோவில் 629 001

maarksin koTunkanavu • Tamil Translation of 'Le cauchemar de Marx' • Author: Denis Collin • Translated by: Nagarathinam Krishna • Language: Tamil • First Edition: December 2011, Second Edition: September 2023 • Size: Royal • Paper: 18.6 kg maplitho • Pages: 272

Published by Kalachuvadu Publications Pvt. Ltd., 669 K.P. Road, Nagercoil 629 001, India • Phone : 91 - 4652 - 278525 • e-mail : publications@kalachuvadu.com • Printed at Clicto Print, Jaleel Towers, 42 KB Dasan Road, Teynampet Chennai 600018

ISBN : 978-93-81969-02-1

09/2023/S.No. 447, kcp 4718, 18.6 (2) r1

மொழிபெயர்ப்பாளர் முன்னுரை

புதிய சித்தாந்தத்திற்கான நேரம்?

மார்க்ஸை மறுவாசிப்பு செய்ய இதைக்காட்டிலும் உகந்த தருணம் இருக்க முடியாது. 1989ஆம் ஆண்டு பெர்லின் சுவர் இடிந்ததும், கிழக்கு ஐரோப்பாவைப் பொறுத்தவரை பொதுவுடமையும் உடன் இடிந்ததெனச் சொல்ல வேண்டும். குடியில்லாத வீட்டில் குண்டு பெருச்சாளி உலாவும் என்பதுபோலப் பாசாங்குகாட்டிப் பொதுவுடமையைச் சுற்றி வருகிற நாடுகளும் ஒன்றிரண்டு இருக்கத்தான் செய்கின்றன. இவற்றுக் கெல்லாம் மார்க்ஸைக் குறை சொல்ல முடியுமா? சோவியத் நாட்டில் காம்ரேட்டுகள் தோற்றதற்கு சோவியத் மார்க்ஸிஸம் (லெனினிஸமும், ஸ்டாலினிஸமும்) காரணமேயன்றி கார்ல் மார்க்ஸின் மார்க்ஸிஸம் காரணமல்ல என்பதை நினைவுகூர்தல் வேண்டும். இன்றைக்கும் எதிர் கால வல்லாதிக்க நாடுகள் எனத் தீர்மானிக்கப்பட்டிருக்கிற இந்தியா விலும் சீனாவிலும் என்ன நடக்கிறது, ஏன் இந்த நாடுகளைத் தேடி மேற்கத்திய நாடுகளின் மூலதனம் வருகிறது? மார்க்ஸிடம் கேட்டால் காரணம் சொல்வார். தொழிலாளிகளின் ஊதியத்தை முடிந்த மட்டும் குறைத்து உபரி மதிப்பை அதிகரிப்பதென்ற விதிமுறைக்கொப்ப முதலாளியியம் தொழிற்பட இங்குச் சாத்தியக்கூறுகள் அதிகமுள்ளன என்பதுதான் உண்மை.

ஆக மார்க்ஸின் தீர்க்கதரிசனம் சாகாவரம் பெற்றது, ஆனால் பாதி கிணறு மட்டுமே அது தாண்டுகிறது. முதலாளியியமோ நெருக்கடி யிலிருந்து மீளும் சாமர்த்தியம் பெற்றதாக உள்ளது. எனவே யோசிக்க வேண்டியிருக்கிறது. இவ்வுண்மைகளின் அடிப்படையில் மார்க்ஸ் அன்றைய காரணகாரியங்களின் அடிப்படையில் கட்டமைத்த கருத்தாக் கத்தை மாறுபட்ட இன்றைய சூழலில் மறு ஆய்வு செய்வது அவசிய மாகிறது. அவர் கருதுகோள்களில் சில இன்றைக்கு ஒத்திசைவானவை அல்ல. உ.ம். மார்க்ஸ் காலத்தில் ஓரிடத்தின் இயற்கை மூலக்கூறு களைச் சரக்காக மாற்றும் போக்கு உற்பத்தி நிகழ்முறையாக இருந்தது. உலகமயமாக்கல் என்ற பெயரில் இன்று உற்பத்தி நிகழ்முறையில் பங்கெடுப்பவர்களையும், இறுதியில் இலாபம் பார்ப்பவர்களையும் அத்தனை சுலபமாக அடையாளப்படுத்திவிட முடியாது. தொழிலாளி களுக்கு எதிராக முதலாளிகள் என்ற வரிசையில் இடைத்தரகர்களாகச்

செயல்படும் அரசியல்வாதிகள் போன்றோரையும் கணக்கிற்கொள்ள வேண்டும். அதுவன்றி ஆயிரத்தெட்டு காரணங்கள் இருக்கின்றன.

பொதுவுடமையை வீழ்த்தியதாகப் பரணிபாடும் முதலாளியியம் வென்றிருக்கிறதென்று உறுதியாய்ச் சொல்வார்களா என்றால், இல்லை. எதைத் தின்றால் பித்தம் தெளியலாம் என்ற நிலைமை. மேற்கத்திய நாடுகளும்; தன்னை வெல்வார் இல்லையென இறுமாந்திருந்த அமெரிக்காவும் தலையில் கை வைத்துக்கொண்டு உட்கார்ந்திருக்கின்றன. சீனாவும் இந்தியாவும் பிரேசிலும் ரஷ்யாவும் அவர்களுக்குக் கைகொடுத்து கரையேற்ற வேண்டிய கட்டாயம் நாளை நிகழலாம். ஆக மார்க்ஸை மறுவாசிப்பு செய்து மாற்று வழிமுறைகளைக் கண்டெடுத்தாக வேண்டிய சூழலில் உலகம் இன்றிருக்கிறது. நூலாசிரியர் டெனிஸ் கொலன் தன் பங்கிற்குச் சிலவற்றை முன்வைக்கிறார்.

தத்துவப் பேராசியராகப் பணியாற்றிவரும் டெனிஸ் கோலன் (Denis Collin). கார்ல் மார்க்ஸ் சிந்தனையில் தோய்ந்தவர். மார்க்ஸியச் சிந்தனையைப் பழமைவாதிகளிடமிருந்து விடுவித்து நவீனக் காலத்திற்கொப்ப மாற்றங்களைக் கொண்டுவர நினைக்கும் சிந்தனாவாதி. பதினைந்துக்கு மேற்பட்ட அவரது நூல்கள் (தத்துவம் மற்றும் மார்க்ஸியச் சிந்தனையை மையமாகக் கொண்டவை) அனைத்துமே உலகின் கவனத்தைப் பெற்றவை, விவாதத்திற்குரியவை.

மார்க்ஸின் கொடுங்கனவு – தனியுடமையென்பது தொடர்கதையா (Le Cauchemar de Marx Le capitalisme est-il une histoire sans fin? Max Milo ùditions, 2009) என்னும் இந்த நூல் நிச்சயம் வரவேற்பைப் பெறுமென்பதில் அய்யமில்லை. இந்திய மொழிகளில் ஏனைய மொழிகளுக்குக் கிடைக்காத வாய்ப்பு தமிழுக்குக் கிடைத்திருக்கிறது. நூலுக்காகத் திரு. தியாகுவின் மொழிபெயர்ப்பில் வெளிவந்த தமிழ் 'மூலதனம்' நூலையும் பிரெஞ்சு மொழிபெயர்ப்பில் வெளிவந்த 'Le Capital' நூலையும் படிக்க வேண்டியிருந்தது. நூலின் வெற்றிக்குத் தியாகுவும் மறைமுகமாக உதவியிருக்கிறாரெனச் சொல்ல வேண்டும். அவருக்கு நன்றிகள். இந்நூலின் பதிப்பிற்கு வழிவகுத்த காலச்சுவடு பதிப்பகத்திற்கும் நண்பர் கண்ணனுக்கும் வழக்கம்போல அரிய யோசனைகளை வழங்கி மொழிபெயர்ப்பு சிறப்பாக அமையக் காரணமாகவிருந்த மரியாதைக்குரிய திரு.எம்.எஸ் அவர்களுக்கும் நன்றிகள் பல.

"மனிதன் என்பவன் இயல்பிலேயே தனித்தவன், பிறருடனான சூழலில் மகிழ்ச்சிகொள்பவனல்ல" என்ற ரூஸ்ஸோவின் வரிக்கும் இந்நூலுக்கும் நிறையவே தொடர்புள்ளது. அன்னாருக்கு இம்மொழிபெயர்ப்பு சமர்ப்பணம்.

ஸ்ட்ராஸ்பூர், **நாகரத்தினம் கிருஷ்ணா**

5.10.2011.

முன்னுரை

சிந்தனைக்கு நாங்கள் ஏகபோக உரிமையாளர்களெனச் சொல்லிக்கொள்கிறவர்கள் கார்ல் மார்க்ஸ் சவப்பெட்டியின் எஞ்சிய ஆணிகளை இறுக அடித்துக்கொண்டிருக்கிற காலமிது. புதைத்த ஆண்டைக் கணக்கிற்கொண்டால் அவரது மரணம் உறுதிசெய்யப் பட்ட ஒன்று. ஆனாலும் சிற்சில சமயங்களில் செத்த உடல் அசைந்து கொடுக்கிறது. நான் இறக்கவில்லை என்கிறது. இன்றளவும் அவரைத் துரத்துகிற ஏச்சும் பேச்சும் அல்லது இனி அவரை நினைத்து என்ன ஆகப்போகிறதென்கிற பாசாங்குகளும் மார்க்ஸ் இறப்பை நம்ப மறுப்பதற்கான சான்றுகள். பிரான்ஸ் நாட்டின் பெரும் முதலாளிகள் தங்கள் சங்கத்தின் ஊடாகப் பள்ளிப் பாடத்திட்டங்களில் கார்ல் மார்க்ஸை ஒரு பொருளியல்வாதியாகச் சித்தரிக்கும் போக்கைக் கைவிட வேண்டுமென வற்புறுத்துவதேகூட இன்றைக்கும் பல கேள்வி களை உள்ளடக்கிய மார்க்ஸியச் சிந்தனை குறித்த நினைப்பை நம்மால் தவிர்க்க முடிவதில்லை என்பதற்கான நல்ல உதாரணம்.

மார்க்ஸியம் முடிந்ததா?

பங்குச்சந்தை முகவர்கள் ஒருசிலரின் பேராசை காரணமாக 2007ஆம் ஆண்டு கோடைக்காலத்தில் குடியிருப்பு அடமானக் கடன் திட்டத்தின் வகைமையொன்றால் *(Subprime)* வங்கிகள் முறிந்து நிதி மூலதனம் பெருஞ்சரிவைச் சந்தித்தபோது, மார்க்ஸியம் மீண்டும் உயிர்த்தெழுவதற்கான அறிகுறிகள் தெரிந்தன. எனினும் இனிச் சமூகப் பிரச்சினைகளுக்கு மார்க்ஸியத்தால் ஆவதொன்றுமில்லை யென்பதுபோல அவ்வறிகுறிகள் எழுந்த வேகத்தில் அடங்கியும் போயின. உண்மைகள் தெளிவாக இருக்கின்றன, நிர்வாகம் மற்றும் பொருளாதார அமைப்புகளின் செயல்பாடுகளைப் பார்க்கும்போது மார்க்ஸியத்தின் பெருமைகள் கொண்டாடும் நிலைமையில் இல்லை. மார்க்ஸியமே அனைத்திற்கும் தீர்வெனப் பிரகடனப்படுத்திய அரசுகள் வீழ்ந்தன அல்லது முதலாளித்துவத்திற்கு அனுகூலமாகத் தங்கள் கொள்கைகளை வகுத்துக்கொண்டன. உதாரணமாக 'வடகொரிய அரசாங்கத்தின் கொள்கை மார்க்ஸியமல்ல' 'இரண்டாம் கிம்' முடைய *(Kim 11 Sung)* சிந்தனைகள். அடுத்து வந்த கிம் யொங்-

11ம் *(Kim Jong 11)* தந்தையின் கொள்கைகளையே பின்பற்றுகிறார். சீனா, வியட்நாமென்று பிறருங்கூடத் தொடக்கநிலை மூலதனக் குவிப்பென்ற *(primitive accumulation of capital)* தனியுடைமை வகைமைக்குள் தங்களைக் குறுக்கிக்கொண்டனர். மார்க்ஸியச் சித்தாந்தத்தில் நம்பிக்கைகொண்ட அரசியல் கட்சிகளும் சிறுத்துப்போயின. பிரான்ஸ், ஸ்பெயின் முதலிய நாடுகளின் பொதுவுடைமைக் கட்சிக்காரர்கள் மார்க்ஸியச் சங்கார்த்தமே வேண்டாம் என்பதுபோலச் 'சமூகக் குடியரசுவாதிகள்' *(Social democrats)* எனத் தங்களைக் கூறிக்கொண்டனர். பல்கலைக்கழக மட்டத்திலேனும் நிலைமை மெச்சும்படி இருக்கிறதாவென்றால் இல்லை. அங்கும் மார்க்ஸியத்திற்கு ஜீவிதத்திற்கான சூழ்நிலைக்கூறுகள் உள்ள இடத்தில் பிழைத்திருக்கிற ஓர் உயிரியின் நிலைமையே.

மார்க்ஸியவாதிகள் மார்க்ஸியத்தை முற்றாகத் துறந்திருப்பதுபோன்ற சூழல் எங்கும் நிலவுகிறது. நேற்றுவரை 'மக்கள் குடியரசுவாதிகளாக' இருந்த லெனினியத்தின் ஆதரவாளர்கள் சமூகக் குடியரசுவாதிகளாகவும் முற்போக்காளர்களாகவும் மாறினர். இப்போக்குக் கேலிக்கூத்தானது மட்டுமல்ல, அபத்தமானதுங்கூட. இத்தாலியப் பொதுவுடைமைக் கட்சித்தலைவர்கள் (மஸ்ஸிமோ தலிமா, ஃபாஸ்ஸினி, வெல்ற்றோனி, இன்னும் பலர்) தொடக்கத்தில் தங்கள் கட்சிக்கு 'இடதுசாரிக் குடியரசு' என்று பெயர் வைத்தனர். பின்னர் அதைக் 'குடியரசு கட்சி' எனச் சுருக்கிக்கொண்டனர். தீவிர வலதுசாரியான பெர்லுஸ்கோனியுடன்[1] இணைந்து நாளைக்கு 'வலதுசாரிக் குடியரசுகட்சி' என்று பெயர் சூட்டிக்கொண்டாலும் ஆச்சரியப்பட ஒன்றுமில்லை. வெல்ற்றோனி என்ற இத்தாலியப் பொதுவுடைமைவாதியிடம் இதுபற்றிக் கேட்டதற்கு அவர் 'கடந்த காலத்தில் தாம் அங்கம் வகித்த கட்சியும் இத்தாலியப் பொதுவுடைமைக் கட்சியின் அழிவுக்குத் தாமும் காரணமாக இருக்கக்கூடும் என்பதும் சுத்தமாக மறந்துபோயிற்று என்பதுபோலப் பாவனை செய்கிறார். பிற நாடுகளிலும் இதுதான் உண்மை. மார்க்சியத்தை மிக மோசமாகச் சீரழித்திருக்கின்றனர். பிரெஞ்சுப் பொதுவுடைமைவாதிகள் பாட்டாளி வர்க்கத்தின் கட்சி என்று ஆரம்பித்து, மக்கள் கட்சி என்றாகி, இன்றைக்கு வெகுசனக் கட்சி என்கின்றனர். பல்கலைக்கழக மார்க்ஸியமும் மார்க்ஸியவாதிகளும் உயிர் பிழைத்திருக்க, டன்கணக்கிலான தத்துவக் குவியல்களிடை மார்க்ஸ் புதையுண்டிருப்பது தொடர வேண்டும். அறுபதுகளில் கொண்டாடப்பட்ட தத்துவாதிகளான ஃபூக்கோ, தெரிதா போன்றவர்களைச் சக கல்லறைவாசிகளாக அங்கே கொண்டிருப்பது கவர்ச்சிகரமான விடயம். இச்சூழல் மார்க்ஸியத்திற்கு மரியாதைக்குரியது மாத்திரமல்ல, ஓரளவிற்குப் பாதுகாப்பானதுங்கூட. மைய நீரோட்டத்தைச் சேர்ந்தவர்களிடம் ஏற்பட்டுள்ள மாற்றத்தைக் கண்டோம். பிற மார்க்ஸிய அபிமானிகளின் நிலைமை என்ன? மார்க்ஸியத்தை வேதவாக்கென நினைத்து ஒழுகியவர்களும், மார்க்ஸியத்தின் தாசாதிதாசர்களாக இருந்தவர்களுமான ட்ராஸ்கிஸ்டுகள் இன்றைக்குத் தங்களை அப்படி அழைப்பதை விரும்புவதில்லை. சிலர் குடியாட்சியின் நெறிமுறைக்கு உகந்த வகையில் கடந்த காலத்திய தீவிர சமூக உடைமை நெறியை மீட்டெடுக்க முனைந்தவர்கள்போலத் 'தொழிலாளர் கட்சி' என்ற வேடம் தரிக்க, வேறு சிலர் செகுவாராக்களாக அவதாரம் எடுத்திருக்கின்றனர் – உதாரணம் தனியுடைமைக்கு எதிரான இயக்கத்தைக் கண்டுள்ள ஒலிவியே பெசான்ஸ்னோ[2].

இதுதவிர ஆங்காங்கே உள்ள சிறு சிறு குழுக்கள் காலத்துக்குப் பொருந் தாத மார்க்ஸிய வேதமந்திரங்களைச் சுரத்தின்றி உச்சரித்துக்கொண்டிருக் கின்றனர். இந்த உதிரிகளின் செயல்பாடுகளை யாருமிங்கே பெரிதாக எடுத்துக்கொள்வதில்லை. எனினும் மிஷெல் பூக்கோ *(Michel Foucault)* 'சொற்களும் பொருட்களும்' *(The Order of Things)* என்னும் நூலில் பகடி யாகக் குறிப்பிடுவதுபோல இன்றைக்கு மார்க்சியத்தின் கதி 'கடலை யொட்டிய மணல்முகம்' போன்றது, எந்த நேரமும் 'இல்லை' என்றாகலாம்.

. . . ஆனாலும் மார்க்ஸ் கூற்றில் நியாயங்கள் இருக்கின்றன !

எனினும் இச்சூழல் மிக மோசமான முரண்களைக் கொண்டுள்ளது. உண்மையில் காலாவதியான மார்க்ஸியத்தின் தந்தையாக மார்க்ஸ் இருப்பாரெனில் சமூக அறிவியல் மற்றும் வரலாற்றுப் புலத்தின் எதிர் காலத்தை அதாவது நமது இன்றைய உலகைக் குறித்து மிகுந்த தீர்க்க தரிசனத்துடன் சரியாகத் தெரிவித்த சிந்தனையாளராக அவர் இருந் திருப்பாரா என்பதை யோசிக்க வேண்டும். அதற்கான தருணமிது. அறிவியல் சிந்தனையென்பது கோட்பாட்டைத் தவிர்த்த சோதனைகள் அடிப்படை யில் கண்டறியப்படுகிற முடிவுகள் சார்ந்த உண்மையெனில், மார்க்ஸ் வெற்றிபெற்றவராகிறார். அவரின் கை ஓங்கியிருக்கிறது. மார்க்ஸியக் கோட் பாடான முதலாளித்துவப் பொருளுற்பத்தி நிகழ்முறையானது சமுதாய வரலாற்றுக் கோட்பாடுகளிலேயே மிகவும் அறிவியல்பூர்வமான சிந்தனை யென்பதில் எள்ளளவும் ஐயமிலை. மார்க்ஸை வாசிக்காமலேயே மார்க்ஸியச் சிந்தனையில் ஒன்றுமில்லையெனத் திரும்பத் திரும்பத் குறைகூறிக்கொண் டிருக்கிறவர்களுக்கு மாறாக அவரது மூலதனப் பகுப்பாய்வுகள் தவிர்த்த தீர்க்கதரிசனங்கள் இன்றைக்கு உறுதிசெய்யப்பட்டுள்ளன. மார்க்ஸ் தீட்டிய உலகம் இன்றைய நிதர்சனம் அல்லது நமது கண்ணெதிரே உருவாகிக் கொண்டிருக்கும் உண்மை.

கனவுகள் கொடுங்கனவுகளாக மாறும் அவலத்தை அடிக்கடி சந்திக்கிறோம். முதலாளிய உற்பத்தி நிகழ் முறையின் இயங்கமைப்புத் தம்மைத் தாமே அழித்துக்கொள்ளும் பண்பைக் கொண்டிருக்குமென்று கருதிய மார்க்ஸ் அதன் விளைவாக 'உடைமை பறிப்போரின் உடைமை பறிக்கப்படக்கூடும்' எனத் தெரிவித்தார். இப்புதிய சூழல் உற்பத்தியாளர் களை ஒன்றிணைக்குமென்றும் அதுவே பொதுவுடைமை எனவும் அறிவித்தார். விளக்கமாக அறிவதற்கு முன்பாக, சுற்றிவளைக்காமல் நேராகப் பிரச்சினைக்கு வந்தோமெனில், முதலாளித்துவ உற்பத்தி நிகழ்முறையின் இன்றியமையாத நடவடிக்கைகள் அனைத்துமே மார்க்ஸ் சித்தரித்ததைப் போலவே மிகத் தீவிரமாகச் செயல்பட்டவை. ஆனாலும் அது அடைய வேண்டிய பொதுவுடைமையை அடையவில்லை, அதற்கு இன்னும் பல காததூரம் போக வேண்டும்போலிருக்கிறது. மாறாக முதலாளித்துவப் பொருளுற்பத்தி நிகழ்முறையில் முற்றிலும் புதிய மாற்றத்தை ஏற்படுத்தியது தான் கண்ட பலன். முதலாளித்துவத் தனியுடைமைப் பறிப்புக்கு மாறாக உற்பத்தியில் நேர்ந்த சமுதாயவழிப்படுத்துதலின் *(Socialisation)* அபார வளர்ச்சி, புரட்சியைத் தூண்டாமல் சமூக வரிசைமுறைகளைக் கேள்விக் குட்படுத்துகிற பலவீனமாக முயற்சிகளைக் கைகழுவவே உதவியது.

ஆகையினால்தான் பன்னாட்டு வணிக நடவடிக்கைகளின் மாற்று இடத் தேர்வுகளும், பாரிய வளர்ச்சியும்; தேசியப் பொருளாதாரத்தின் ஒருங் கிணைந்த வளர்ச்சியும்; உழைப்பின் வழிப்பட்ட பிரிவினையில் நிகழ்ந்த முன்னேற்றமும் உலகளவில் தொழிலாளர்களை ஒருங்கிணைக்கத் தவறி யிருக்கின்றன.

வரையறுக்கப்பட்ட நிறுவனங்களின் நடவடிக்கைகள், நிறுவன முதலீட்டில் அதிகரித்துவரும் வங்கிகளின் தேவையற்ற தலையீடு ஆகிய வற்றை முதலாளித்துவப் பொருளுற்பத்தி நிகழ்முறை, தனியுடைமை உற்பத்திச் சாதனத்தின் பிரத்தியேக எல்லைக்குள் பிரவேசிக்கின்ற முயற்சி யாக மார்க்ஸ் கருதினார். இப்பிரவேசம் காலப்போக்கில் பொதுவுடைமைக்கு வழிகோலுமென்பது அவரது கணிப்பு. மாறாகச் சமுதாய வழிப்படுத்தலில் முனைப்புடன் செயல்பட்ட முதலாளித்துவம், மார்க்ஸின் பொதுவுடைமை தீர்க்கதரிசனத்திற்கு உதவ முற்றாக மறந்துபோனது.

மார்க்ஸுக்குக் கனவுலகில் ஆர்வமில்லை. எதிர்காலப் பாத்திரத்தில் வெற்றுக் கற்பனைகளைச் சமைக்கும் எண்ணமுமில்லை. பொதுவுடைமை மதிப்பு மிக்கது, அதை எட்டுவதற்கென்று வழிமுறைகளிருக்கின்றன. அசலான சில நகர்வுகள் வேண்டும், அவை நம் கண்முன்னே நிகழ்ந்தாக வேண்டும், நிகழ்வின் முடிவில் தனியுடைமை தன்னைப் பலிகொடுக்க வேண்டும். மார்க்ஸின் பகுப்பாய்வு இவற்றின் அடிப்படையிலேயே கட்டமைக்கப்பட்டது. தவிர்க்கவியலாத மூலதனக் குவிப்பு நடவடிக்கையில் இறங்குவதால் மூல தனத் திரட்சியின் மேம்பாடு என்ற பேரில் தனியுடைமை வேலியைப் பிடுங்கி எறிந்தாக வேண்டிய நிர்ப்பந்தம் முதலாளித்துவச் சமுதாயத்திற்கு நேருமென்று மார்க்ஸ் நினைத்தார்.

எனினும் ஒருசில சமிக்ஞைகள் கண்ணிற்படாமலில்லை. பாரிய பொருளாதார நடவடிக்கைகளும் சிறிய அளவு திட்டங்களும் தனியு டைமை வரலாற்றில் பதிவுசெய்யப்பட்டுள்ள கடந்தகால முக்கிய நிகழ்வு களும் மார்க்ஸின் பகுப்பாய்வோடு ஒத்துப்போகின்றன. குறிப்பாகச் சமூக – பொருளாதாரக் கட்டமைப்புகளைக் கணக்கிற்கொண்டால் அவை முற்று முதலாக மார்க்ஸின் எதிர்பார்ப்பை உறுதிசெய்கின்றன. மூலதனத்தை மையப் படுத்துதல் அல்லது ஒருமுகப்படுத்துதல், பன்னாட்டு வணிகம், உலகள வில் நிகழ்ந்துவரும் உழைப்புப் பிரிவினை, பசிபிக் பெருங்கடல் இருகரை களிலும் அமைந்திருக்கும் நாடுகளிடையே பொதுச்சந்தைக்கான மையக் கூடத்தின் தேவை, சீனாவின் அபரிமிதமான வளர்ச்சி என அனைத்துமே மார்க்ஸின் பகுப்பாய்வுக்குள் வருகின்றன. உலகமயமாக்கல் கோட்பாட்டாளர் களின் அறியாமையை உறுதிப்படுத்தும் வகையில் இருபதாம் நூற்றாண்டின் இறுதிக்காலத்தில் பொருளாதாரத் துறையில், முற்றிலும் எதிர்பாராததொரு காட்சி அரங்கேறியுள்ளது.

நிறுவனங்களின் பங்குமுதலீடு, முதலீட்டு நிதிகள், சந்தைச்செயல் பாட்டைப் பெரிதும் நம்புகிற முதலீட்டு நிதிகள் *(Hedge funds)*, கற்பனை யான எதிர்கால லாபத்தைக் கணக்கிற்கொண்டு செயல்படும் பொருளற்ற நிதி ஆவண முதலீடுகள் *(Junk bonds)* என மொத்தத்தில் தனியுடைமை யின் அத்துமீறல்கள் அனைத்துமே புதியவை அல்ல. மூலதன நூலில்

பாகம் மூன்றில் தெளிவாகச் சற்று வார்த்தை அலங்காரங்களுடன் அவை சொல்லப்பட்டிருக்கின்றன.

மூலதன உடைமையையும் – நிர்வாகத் தலைமையையும் பொருளாதார நடவடிக்கைகளில் இன்று பிரித்துப் பார்க்கிறோம். பல வருடங்களாகவே வேறுபட்ட தன்மைகளும் முரண்பாடுகளும் கொண்டவையாக இவ்விரு துறைகளையும் அறிந்துள்ளோம். 'புகழ்பெற்ற 30 ஆண்டுகள்'[3] காலத்து மேலாண்மைத் தனியுடைமைக்கும்; ஓய்வூதிய வைப்புத் தொகை, பொது மக்கள் வைப்பு நிதி என்ற நிதி ஆதாரங்களை அடிப்படையாகக்கொண்டு இயங்கிய பாதுகாப்பான தனியுடைமைக்குமிடையில் செயல்பாட்டளவில் பேதங்களில்லை. எனவேதான் தூய்மை புனிதமென்று சொல்லிக்கொண்ட நேற்றைய தனியுடைமையையும்; இலாபம் குவிப்பதை மட்டுமே நோக்க மாகக் கொண்ட நிதி ஆதாரத்தின் அடிப்படையிலான இன்றைய தனி யுடைமையையும் ஒப்பிட்டு விவாதிப்பதால் ஆவதொன்றுமில்லை.

மாற்றங்களுக்கான அனைத்துக் காரணிகளும் இருந்தன. ஆனால் பொதுவுடைமைச் சமூகத்தைக் கொண்டுவந்து சேர்த்ததா? என்றால் இல்லை. அதாவது மார்க்ஸ் தவிர்க்க முடியாதென்று அறிவித்த 'முதலாளித்துவ நிகழ்முறை இயங்கமைப்பின்' 'உடைமை பறிப்போரின் உடைமை பறிக்கப்படுதல்' அவர் நினைத்த வகையிலில்லை. மாறாகத் தனது சொந்த அழிவுக்கு உதவக்கூடிய முற்றிலும் புதியதொரு சமுதா யத்தைத்தான் மனிதன் அடைந்துள்ளான். இப்புதிய சமுதாயத்தை வழி நடத்துவது சுதந்திரமல்ல அவ்விடத்தைப் பறித்துக்கொண்ட 'தேவை'. முதலாளித்துவம் அதன் உச்சத்தில் இருப்பதைக் காண்கிறோம். முன் னெப்போதும் கண்டிராத வகையில் மனிதரினம் ஒரு குருட்டுப் பரிவர்த் தனைக்குத் தம்மை ஒப்படைத்துவிட்ட இச்சூழல் உண்மையில் மார்க்ஸ் நியாயப்படுத்திய பொதுவுடைமைப் பிறப்பிற்கான சூழல். ஹெர்டெர் – எகெல் போன்று அறிவொளி இயக்கத்தின் நன்நம்பிக்கைத் தத்துவப் பரம்பரை யைச் சார்ந்த மார்க்ஸும் இத்தருணத்திலேயே மனிதரினம் தமக்கான பெரும் வல்லமைப்பண்புடன் இயங்குமென்றும் அதன் பயனாக மானுடம் தாம் இதுவரை கண்டிராத பேருன்னதத்தை எட்டுமென்றும் கணித்திருந்தார்.

சமுதாயத்தை வழிநடத்தும் இருபெரும் சூத்திரதாரிகளான அரசும் அரசியலும் இன்றைக்குச் சீரழிந்த நிலையிலுள்ளன. அவற்றோடு சுதந்திர மும் சீர்கெட்டிருக்கிறது. மனிதர்கள் தங்கள் வசமிருந்த ஆட்சி அதிகாரத் தைப் பருப்பொருட்கள் வசம் ஒப்படைத்துவிட்டனர். சேன் சிமோன்[4] வார்த்தைகளில் சொல்வதெனில் மார்க்ஸ் தமது கொள்கையைப் பருப் பொருட்களுக்குக் கையளித்ததுபோல. காரணம் மனிதர்கள் இன்று உயி ருள்ள ஜீவன்களாக இல்லை. அவர்கள் பருப்பொருட்கள். மனித சக்தி யெனத் தங்களைக் குறுக்கிக்கொண்டு ஊடகங்களின் பிரச்சாரங்களால் கையாளப்படுகிறவர்கள். மார்க்ஸ் அறிவித்தது ஒளிவுமறைவற்ற ஒரு சமுதாயம். அங்குச் சொந்த வாழ்க்கையும் பொதுவாழ்க்கையும் வேறு வேறு. நாம் காணும் வாழ்க்கை அரசியல் வேறு விதமானது. ஒரு தரப்பில் தலைப்புச்செய்திகளில் இடம்பெறும் நட்சத்திர மனிதர்களின் அவ தூறுகள் சம்பந்தமானது, மறுதரப்பில் மனிதர்களின் அந்தரங்க வாழ்க்கை

முடிவுக்கு வந்திருப்பது. அதாவது நடைபெற்றுக்கொண்டிருக்கும் எந்திரப் பண்புடனான அரசியலுக்கு எதுவும் தப்ப முடியாதென்கிற உண்மை.

எவற்றையும் அடக்கியாளும் நுணுக்கமான ஆற்றலுங்கூட மானுடத்திற்கு எதிராகத் திரும்பியிருக்கிறது. அறிவியல் வளர்ச்சியையும் உற்பத்தியில் அவற்றுக்குள்ள பயனையும் மனிதர் வழிப்படுத்தலின் *(humanisation)* இயற்கையான நிகழ்வாகவும் மனிதரை 'இனப்பெருக்கி'யாக மாற்றும் இயற்கைப் போக்காகவும் மார்க்ஸ் காண்கிறார். இன்றைக்கு இம்மனிதரின இயற்கைப் பண்பின் எதிர்காலம் குறித்தும் கவலைகொள்ள வேண்டியிருக்கிறது.

கேடுகள் விடயத்தில் மார்க்ஸின் தீர்க்கதரிசனங்கள் பொய்க்கவில்லை. அவரால் வேறு எப்படிக் கணித்திருக்க முடியும்? அவ்வகையில் மார்க்ஸின் கோட்பாட்டின்படி வரலாற்றில் முக்கிய நிகழ்வுக்குக் காரணியென நம்பப்பட்ட 'புரட்சிவர்க்கமொன்றைப் படைத்தல்' என்கிற ஆக்கக்கூற்றை மறுவாசிப்புக்கு உட்படுத்த வேண்டும். மார்க்ஸ் செய்த தவறு அக்காரணியைக் கர்த்தாவாகக்கொண்டு கோட்பாட்டை நகர்த்தியது. பத்தொன்பதாம் நூற்றாண்டின் இறுதிக்கும் இருபதாம் நூற்றாண்டின் தொடக்கத்திற்கும் இடைப்பட்ட காலத்தில் பேதமற்ற சமுதாயத்திற்கு – வெகுசனத்திற்கெனச் சொல்லப்பட்டபோதும் ஆட்சியாளர்களையே நம்பியிருந்த – இதுவொன்றே அசலான மெய்மையியல் என எங்கெல்ஸ், கோட்ஸ்கி போன்றவர்களால் முன்வைக்கபட்ட மார்க்ஸிய வரலாற்றுவரைவு *(Marxist Historiography)* ஒருவகையில் கட்டற்ற விடுதலையை மையமாகக்கொண்ட தத்துவநெறியாகும். இச்சிந்தனை மார்க்ஸியத்தை அடிப்படைக்கூறாகக்கொண்டதென்பதும் வெளிப்படை. வரலாறென்பது இறந்தகாலத்தில் சொல்லப்பட வேண்டியதென்பதும் எதிர்காலத்தை வரலாற்றில் பதிவுசெய்ய முடியாதென்பதும் மறுக்கவியலாத உண்மைகளாயினும் வரலாற்றில் இடம்பெற்ற பொதுவுடைமைக்கு நேர்ந்த பேரிடர்க்கான காரணங்களை அறிவதில் நமக்கு எவ்விதத் தடையுமில்லை. மார்க்ஸியச் சிந்தனையை மறு ஆய்வுக்கு உட்படுத்த வேண்டிய நிர்ப்பந்தமிருப்பினும் அல்லது அதுவொரு முற்றுப்பெறாத சிந்தனையாக இருப்பினும் இப்பேரிடரைக்கொண்டு அதைக் கவைக்கு உதவாததெனத் தீர்மானித்துவிட முடியாது. மனிதகுலம் வரலாற்றின் இறுதிக்கட்டத்திலொன்றுமில்லை. எத்தனையோ நிகழ்வுகளைச் சந்திக்கவிருக்கிறோம். பொருளாதாரச் சக்கரத்தின் சுழற்சிக்கும் உழைத்துச் சீரழிந்துள்ள தொழிலாளர் வர்க்கத்தை மேம்படுத்தவும் இரட்சகர்கள் கிடைப்பார்களென நம்மை நாமே தேற்றிக்கொள்ளவியலாது. சமுதாயப் பிரிவுகளிலும், பண்பாட்டிலும் ஆதிக்க அரசியல் களத்திலும் நாம் காண்கிற கீழறுப்பு வேலைகளும் மோசமான நிலைமையும் கடக்க முடியாதவையல்ல. குழிபறிப்பு வேலைகள் தொடர்கின்றன. உலகமனைத்தையும் ஒரு குடையின் கீழ் கொண்டு வரும் முயற்சியில் மூலதனக் குவிப்புக்கான அனைத்துக் களங்களையும் வளைத்துக்கொண்டு கோடிக்கணக்கான இந்தியர்களையும் சீனர்களையும் ஆப்பிரிக்கர்களையும் பாட்டாளிவர்க்கப் பட்டியில் அடைக்கத் தொடங்கியுள்ளனர். முதலாளித்துவம் மீண்டும் தமக்கான வெளியையும் தருணத்தையும் கட்டமைப்பதில் மும்முரமாகவுள்ளது, "சூழல்களின் குரல்களும் ஆதரவாக ஒலிக்கின்றன": *Hic Rhodus, hic salta!*

மகிழ்ச்சிக்கான தருணமிது, வாருங்கள் கொண்டாடுவோம்!⁵ உண்மையில் அப்படியொரு கொண்டாட்டத்திற்கான வாய்ப்பை உறுதிப்படுத்துவது இன்றைக்குச் சாத்தியமல்ல.

பிற்குறிப்பு

இந்நூல் செப்டம்பர் 2008க்கு முன்பாக எழுதப்பட்டது, மிகப்பெரிய இப்புதிய நெருக்கடியைச் சந்திப்பதற்கு முன்பாக, அதாவது கணிசமான அளவீட்டில் பொதுத்துறையின்கீழ் கொண்டுவருவதற்கு முன்பாக, அதாவது முதலாளித்துவத்தில் நாம் தீர்மானித்திருக்கும் மாற்றங்களைச் செயல்படுத்துவதற்கு முன்பாக, நடந்துள்ள நிகழ்வின் அடிப்படையில் நூலில் எழுதப்பட்டுள்ளவற்றை மாற்றத்திற்கு உட்படுத்துவதென்பது இயலாது. முதலாவதாக உண்மைகள் நிரூபணம் ஆகியிருக்கின்றன. அடுத்தது நூலில் எடுத்தாண்டுள்ள கூறுகளை மறு ஆய்வுக்கு உட்படுத்தி ஏற்கனவே காலக்கெடுவுக்குள் கொண்டுவருவதற்கான நேரமின்மை. இன்றைய சூழலுக்குப் பொருந்துமாறு சில குறிப்புகளைச் சேர்த்துக்கொண்டு குறையை நிவர்த்திசெய்துள்ளோம். ஒன்றரை நூற்றாண்டைக் கடந்துள்ள நிலையிலும் முதலாளித்துவ உற்பத்தி நிகழ் முறையின் அறிவியல் கோட்பாடு இன்றைக்கும் பொருந்துவது உண்மையென்றபோதிலும், மார்க்ஸின் எதிர்பார்த்த பேரிடர்களுக்கு மாறாக முதலாளித்துவம் வரலாற்றிலிருந்து தொலைந்துபோவதற்கு அதாவது அப்படியொரு சம்பவத்திற்கு வேண்டிய வல்லமையை அதுவாகப் பெறாதவரை ஒருபோதும் வாய்ப்பில்லையெனத் திடமாக நம்பலாம்.

அடிக்குறிப்புகள்

1. Silvio Berlusconi – இத்தாலி நாட்டின் அதிபர், வலதுசாரிக் கட்சி யொன்றின் தலைவர், தொழிலதிபர்.

2. Olivier Besancenot – பிரான்ஸ் அஞ்சல் துறையில், அஞ்சலாளாகப் பணிபுரியும் இவர் தொடக்கத்தில் புரட்சிப் பொதுவுடைமை இயக்கம் என்ற கட்சியை நிறுவியவர். இவரது கட்சியின் புதிய பெயர் 'தனி யுடைமையின் புதிய மாற்றணி' (New Anticapitalist Party)

3. Trente Glorious என்பது பொருளாதாரத்தில் அபரிமிதமான வளர்ச்சியை வளர்ந்த நாடுகள் கண்ட காலமென நம்பப்படும் 1945 - 1974க்கு இடைப்பட்ட 30 ஆண்டுக்காலம் (உண்மையில் 28 ஆண்டுகள்).

4. Claude Henri de Rouvroy de Saint-Simon (1760-1825) – பிரெஞ்சுத் தத்துவவாதி மற்றும் பொருளியல் அறிஞர்.

5. Le 18 Brumaire de Louis Bonaparte - Karl Marx

முதல் பாகம்

முதலாளித்துவம் இன்று

அத்தியாயம் 1

வேறு தீர்வுகளில்லை

There is no alternative (வேறு தீர்வுகளில்லை) : முன்னாள் இங்கிலாந்து பிரதமர் திருமதி தாட்சர் உபயோகித்த வாக்கியம், கூடவே அவர் தொடர்பான கசப்பான அனுபவங்களும் நமக்கு நினைவுக்குவருகின்றன. பலரும் அடிக்கடி உபயோகிக்க அவ்வாக் கியம் பின்னாளில் *TINA* வென்று சுருங்கிப்போனது. தனியுடைமையை விமர்சிக்கிறீர்களா? *TINA!* பெருகிக்கொண்டிருக்கும் வளத்திற்கும் ஏழைகளின் பெருக்கத்திற்கும் இடையில் முரண்பாட்டைக் காண்கிறீர் களா? *TINA!* காலைவேளைகளில் அரசு வானொலிகளின் செய்தி நேரத்திலும், மாலைத் தினசரிகளில் பொருளாதார வல்லுநர்களின் பத்திகளிலும் உபயோகிக்கிற சொல் *TINA!* புகழ்பெற்ற கல்விமான் கள், தொழிலதிபர்கள், ஆளுங்கட்சியினர், எதிர்க்கட்சியினர் இவர் களுக்கெல்லாங்கூடத் தெரிந்த ஒரே பதில் : *TINA!* ஜெர்மானிய சோஷலிஸ்டுகள், சீன அரசாங்கத்தை நடத்துபவர்கள், கடந்தகால இத்தாலி நாட்டின் பொதுவுடைமைக்கட்சியின் தலைவர்கள், அல்ஜீரிய நாட்டின் ராணுவ நிர்வாகம் . . . என எவருக்கும் எதற்கும் *TINA*! இவை அனைத்திலும் ஒருவகையான தாரக மந்திரம் இருக்கிறது. அதிகாரத்திலுள்ளவர்கள் அவர்கள் நம்புவது மாத்திரமல்ல பிறரிடமும் 'கடைசியில் எங்கு போய்ச் சேரவேண்டுமோ அதை அடைந்திருக்கிறோமென்றும், தனியுடைமை தவிர்த்து நமக்கு வேறு நாதியில்லை'யெனவும் கூறி நம்பவைக்கிறார்கள்.

அறுபதுகள் – திருப்பங்களைச் சந்தித்த காலம்

உண்மை என்னவென்றும் பார்க்க வேண்டும். அறுபதுகளும் எழுபதுகளும் பல மோதல்களுக்குக் காரணமாக இருந்திருக்கின்றன. தனியுடைமை, பொதுவுடைமை என்ற இரு அரசியல் கோட்பாடுகளுக் கிடையேயான மோதலாகவே பலரும் கருதும்படி, அரசியல் பொரு ளாதாரத் துறைகளில் அவ்வப்போது ஏற்பட்ட மாற்றங்களுக்கேற்ப வல்லரசுகள் அக்காலக்கட்டங்களில் மோதிக்கொண்டன. இவ்விரு அணிகளிலும் சாராது தங்கள் நாடு, தங்கள் சமூக உடமைநெறி எனத் தங்களுக்கான பாதையைச் சுதந்திரமாக வகுத்துக்கொண்ட நாடுகளும் உண்டு. அவர்கள் தங்களை அணிசேரா நாடுகளென

அழைத்துக்கொண்டனர். 1975ஆம் ஆண்டு வியட்நாம் யுத்தத்தில் அமெரிக்காவுக்கு ஏற்பட்ட மோசமான தோல்வி சோவியத் யூனியன் வட்டாரத்திற்குச் சாதகமாக அமைந்தது. தெற்கு ஐரோப்பாவிலும் அமெரிக்க ஆதரவு சர்வாதிகாரிகள் ஒருவர் பின் ஒருவராக அதிகாரத்தை இழக்க, மக்கள் வீதியில் இறங்கியதையும் இங்கே நினைவு கூர்தல் வேண்டும். உ.ம்: 1974ஆம் ஆண்டு போர்ச்சுகல் நாட்டில் ஏற்பட்ட புரட்சி.

எழுபதுகளின் ஆரம்பத்தில் முதலாளித்துவத்திற்கு ஏற்பட்ட நெருக்கடி தெளிவானது. 1971ஆம் ஆண்டு ஆகஸ்டு மாதம் டாலரைத் தங்கமாக மாற்ற இயலாதென நிக்ஸன் அறிவித்தார். சட்டமுறை நாணயமாற்றைக் *(legal tender)* கொண்டிருந்த அமெரிக்கப் பொருளாதாரம், தேவையைச் சரிக்கட்ட அதிக நாணயத்தை அச்சடித்தது. தங்கத்திற்கு ஈடானது டாலரென்பதை ஏற்றுக்கொண்ட பன்னாட்டு நாணய அமைப்பின் பிரெட்டன் வுட்ஸ் *(Bretton Woods-USA)* ஒப்பந்தம் பொருளற்றதானது. அதில் பங்கேற்ற நாடுகளிடையே அபத்தமான போட்டிகளைத் தவிர்க்க முடியாதென்ற சூழல். 1973ஆம் ஆண்டு அக்டோபரில் நடந்த அரபு நாடுகளுக்கும் இஸ்ரேலுக்குமான யுத்தம் முதன்முதலாக எரிசக்தி எண்ணெய் விவகாரத்தில் நெருக்கடியைச் சந்தித்தது. முதலாளித்துவ நாடுகள் அனைத்திலும் இம்முறை பொருளாதார வளர்ச்சியில் மிக மோசமான மந்த நிலை, முன்னெப்போதும் அறிந்திராத அளவிற்கு வேலையில்லாத் திண்டாட்டம். காலனி நாடுகளின் விடுதலைகளால் ஏகாதிபத்திய நாடுகளுக்குச் சரிவு; 1968இல் அரசியல் மற்றும் சமூக மாற்றங்களால் பொருளாதார நெருக்கடிகள், உள்நாட்டு அரசியலில் குழப்பங்கள். இந்நிலையில் சந்தர்ப்பமும் சூழலும் தங்களுக்குச் சாதகமாக இருக்கிறதென நம்பிய மார்க்ஸிய ஆதரவாளர்கள் “இதோ புரட்சிக்கான நேரம் வந்துவிட்டது” எனத் தெம்பாக அறிவித்தனர். உலகமே நிரந்தரப் புரட்சிக்குத் தயார் நிலையில் இருப்பதைப்போலத்தான் சம்பவங்கள் நடந்தன.

முதன்முறையாக எழுபதுகளில் தள்ளாடுகிறதென்று நினைத்ததற்கு மாறாகத் தமக்கான இடத்தை உறுதிப்படுத்திக்கொண்டு பலரையும் முதலாளித்துவம் வியப்பிலாழ்த்தியது.

1. உலக நாடுகளிடையே இதுவரை ஆதிக்கம் செலுத்திவந்த சமூகப் பொருளாதார உறவுகளில் மறுசீரமைப்பு மேற்கொள்ள இப்பொருளாதார நெருக்கடி உதவியது. தொழிற்சங்கங்களுடன் செய்துகொண்ட ஒப்பந்தங்கள் முக்கியத்துவத்தை இழந்தன. சமூக அமைதிக்கு உத்தரவாதத்தைத் தர முடிந்தால் போதும் என்ற வகையில் ஊதியக் கொள்கையில் அரசு தலையிட்டது. தொழில்துறையில் நிலவிவந்த ஒழுங்குகளும் தொழிலாளர் நலன்களும் எழுபதுகளின் இறுதிக் காலங்களில் புறக்கணிக்கப்பட்டன. தாட்சரும் ரீகனும் கொண்டாடப்பட்டனர். ஃபோர்டிஸம்[2] ஆதரவிழந்தது. விடுதலைப் புரட்சிகளாலும் உலகப்போருக்குப் பின்னர் ஏற்பட்ட இணக்கமான முடிவாலும் கினேசியப் பொருளாதாரக் கொள்கை *(Keynesian economics)* வழங்கிய தொழிலாளர் நலன்கள் கனவுகளாயிற்று.
2. சோவியத் யூனியன் என்னும் பிம்பம் ஆட்டம் கண்டது. யுத்த நடவடிக்கைகளிலும் ராணுவத் தளவாடங்கள் குவிப்பிலும்

அமெரிக்காவுடன் போட்டியிலிறங்கி சோவியத் யூனியன் அவதிப்பட நேர்ந்தது இக்காலக்கட்டத்தில்தானென்று சொல்ல வேண்டும். சோவியத் யூனியன் அதிகாரப்பூர்வமாகத் தெரிவித்த தகவலடிப்படையிலன்றி, சோவியத் மக்களின் சமூகப் பிரச்சினைகளை ஆதாரமாகக்கொண்டு மிக நுணுக்கமாக ஆய்ந்து இம்மானுவெல் டோட் எழுதிய 'வீழ்ச்சியின் இறுதிக்கட்டம்' *(La Chute Finale-1976)* என்னும் நூலை இங்கே நினைவு கூர்தல் வேண்டும். *1980*இல் ஆப்கானிஸ்தானை ஆக்கிரமித்ததன் மூலம் அமெரிக்கா விரித்த வலையில் சோவியத் நிர்வாகிகள் விழுந்தார்கள். ஆப்கானிஸ்தானை ரஷ்யர்களின் வியட்நாம் என்றார்கள். தவிர வியட்நாம் யுத்தத்திலிருந்து அமெரிக்கா மீண்டுவந்ததற்கு மாறாக சோவியத் யூனியன் என்றைக்குமே மீளமுடியாது என்பதுபோலத்தான் அனுபவங்கள் அமைந்தன.

3. வெகுகாலமாக மறந்திருந்த போராட்ட உணர்வு மீண்டும் எழுபதுகளில் தலைதூக்கியதெனலாம். உ.ம். *1968*இல் பூர்ஷ்வாக்களின் பூர்வீகப்பெருமைகளைச் சிதைக்க முடிந்த இளைஞர்கள் நிகழ்த்திய போராட்டம். தொழிலாளர்கள் பின்தள்ளப்பட்டார்கள். இத்தனைக்கும் பிரான்ஸ் நாட்டில் மே மாதத்தில் போராட்டத்திற்கு வித்திட்டு முதலில் வீதியில் இறங்கியவர்கள் அவர்களே. அறிவொளிக் காலம் ஏற்படுத்திய உத்வேகத்திலிருந்து விடுபடாத இத்தாலியர்கள் *1968*ஆம் ஆண்டு இலையுதிர்க் காலத்தில் 'சமூகத்தின் நன்மைகருதி' *(societal)* எனப் போராட்டக்களத்தில் இறங்கியவர்கள் ஸ்டாலினிஸத்தைக் கேள்விக்குட்படுத்தினார்கள். கூடிய விரைவில் மார்க்ஸியத்திலும் அவர்கள் கைவைக்கக் கூடும். புதிய சித்தாந்தத்திற்கான நேரம் போலும், அதை இடதுசாரிகள் காலத்தில் கணிக்கத் தவறிவிட்டனர். *1981*ஆம் ஆண்டு பிரான்ஸ் நாட்டில் நடந்த தேர்தலில் விழித்துக்கொண்டு இடதுசாரிகள் ஒன்றிணைந்து வெற்றிபெற்றும் காலம் கடந்திருந்தது; அது தேர்தலை அடிப்படையாகக்கொண்ட கூட்டேயன்றி வேறு முகாந்திரமில்லை. *1981*ஆம் ஆண்டு பிரெஞ்சுப் பொதுவுடைமைவாதிகள் தங்களுக்குள் சண்டையிட்டுக்கொண்டு, 'பிரெஞ்சு மக்கள் நலம்', 'சந்தர்ப்பச் சூழலுக்கொப்ப' என்பன போன்ற சொற்களால் தங்கள் சமூக உடைமைநெறிக்குப் புதிய வடிவம் கொடுத்ததோடு, கட்சியின் சரிவுக்கும் காரணமாயினர்.

எண்பதுகள்: தாக்குதலில் முதலாளித்துவம்

எழுபதுகளில் முதலாளித்துவ உற்பத்தி நிகழ்முறை புதிய மாற்றங்களைக் கண்டதெனில் அதற்கடுத்த இருபது ஆண்டுகள் அமெரிக்க வல்லதிகாரத்தின் ஒத்துழைப்புடன் முதலீட்டு நிதி *(Financial capital)* தங்குதடையின்றி வேகமாக முன்னேறியது. அதே சமயம் புராதன அரசியலுக்கு எதிரணியினர் எனச் சொல்லிக்கொண்டவர்கள் மோசமான வீழ்ச்சியைச் சந்தித்துக்கொண்டிருந்தனர். கடந்தகால 'சோவியத் அணி'யினர் முணுமுணுப்புகள் எவையுமின்றி முற்போக்குத் தனியுடைமைவாதிகளாக ஒன்றுதிரண்டனர். *1991*ஆம் ஆண்டு காலாவதியான ஸ்டாலினியத்தில்

நம்பிக்கைகொண்ட இரு கிழங்களைக்கொண்டு நடத்தப்பட்ட ராணுவத்தின் ஆட்சிக் கவிழ்ப்பு நடவடிக்கை நாடகத்திற்குப் பின்னர், சோவியத் யூனியன் சிதைந்தது. தம் மனிதர்களையும் தமது அதிகாரத்தையுங்கொண்டு அமெரிக்கா நேரடியாகவே ரஷ்ய நாட்டு விவகாரத்தில் தனது செல்வாக்கைப் பிரயோகித்துக் கொண்டுவந்த பொருளாதாரச் சீர்திருத்தங்கள் ரஷ்யாவைச் சீரழித்தன. 1997ஆம் ஆண்டு வாஷிங்டனின் ஆசியுடன் தேர்தலில் மிகப்பெரிய அளவில் தில்லுமுல்லு செய்து போரிஸ் எல்சின் வெற்றி பெற்றார். மனிதர் சுயநினைவுடன் ஆட்சியிலிருந்திருப்பாரா? என்ற ஐயம் பலருக்குமுண்டு. சீனா, அமெரிக்கரின் விளையாட்டில் கலந்துகொண்டு வெகுகாலமாயிற்று. தம் வெளியுறவுச் செயலர் ஹென்றி கிஸ்ஸிஞ்சரின் புத்திசாலித்தனமான யோசனையைக்கேட்டு நிக்ஸன் மாவோயிஸ்டுகளின் அரசாங்கத்தை அங்கீகரித்தார். அதுமுதல் வாஷிங்டனும் பெய்ஜிங்கும் தென் கிழக்கு ஆசிய விவகாரங்களில் வினைமுறைத் திறன்கொண்ட *(strategic)* இணக்கத்தைப் பேணிவருகின்றன. உலக வரலாற்றில் மிகக் கொடூரமான படுகொலைகளை மனிதச் சமுதாயத்திற்கெதிராக நடத்தியவர்கள் போல்போட் தலைமையிலான கம்போடியப் பொதுவுடைமைவாதிகளான கேமர் ரூழ்கள் *(Khemers Rouges)*. வியட்நாமிய ரஷ்யக் கூட்டு உறவால் ஏற்படுகிற சங்கடங்களைத் தவிர்க்க, அவர்களை அமெரிக்காவும் சீனாவும் பயன்படுத்திக்கொண்டன. தவிர போனம் பென் *(Phonom Penh)* கைவிட்டநிலையிலும் இறுதிவரை அக்கொலைகாரக் கூட்டத்திற்கு ஆதரவாகச் சீனாவும் அமெரிக்காவும் இருந்தனவென்பது சரித்திரம் தெரிவிக்கும் உண்மை. அமெரிக்க ஏகாதிபத்தியத்துடனான முரண்பாட்டைத் தம்முடைய செம்படைப் பயிற்சியாளர்களுக்களித்த கையேட்டில் *(On Contradiction)* வற்புறுத்திய மாவோ, அமெரிக்காவுடனான மோதலைப் பின்னுக்குத்தள்ளி, தங்களுக்கான முதலெதிரி சோவியத் யூனியன் என்பதுபோல நடந்துகொள்ள ஆரம்பிக்க அவர் காலத்திலேயே அதாவது அறுபதுகளிலேயே எதிர்காலச் சீனாவின் பரிணாமத்தையும் அது உலக முதலாளிகளின் தொழிற்கூடமாக மாறவிருக்கும் அறிகுறிகளையும் பலரும் உணர்ந்தார்கள்.

தனியுடைமையில் பழுத்த அனுபவம் பெற்றிருந்த நாடுகளிலும், தொழிற்சங்க நடவடிக்கைகளில் பின்னடைவென்பது தவிர்க்க முடியாததாயிற்று. நீறுபூத்த நெருப்பாக எழுந்தடங்கிய கிளர்ச்சிகள், பொதுவுடைமைத் தோழர்களின் அச்சுறுத்தல்கள் ஆகியவற்றிற்குப் பதிலளிக்கும் வகையில் இரண்டாம் உலகப்போருக்குப் பின்பு ஏற்படுத்தியிருந்த சமூகப் பாதுகாப்புத் திட்டங்களை அந்நாடுகள் ஒன்றன்பின்னொன்றாகக் கைகழுவின. இங்கிலாந்து நாட்டில் சுரங்கத் தொழிலாளர்களின் பதினெட்டு மாத வேலைநிறுத்தத்தைத் திருமதி தாட்சர் ஒடுக்கிய விதத்தை உச்சக்கட்ட நடவடிக்கையெனச் சொல்ல வேண்டும். இடதுசாரிகளான சோஷலிஸ்டுகளால் நிர்வகிக்கப்பட்ட பிரான்ஸ் நிலைமையும் அப்போது ஓகோவென்றில்லை. முதலில் பியர் மொருவா, பின்னர் லொரான் ஃபபியஸ் எனப் பிரதமர் பதவிவகித்த சோஷலிஸ்டுகள்தான் லொரேன் பிரதேசத்திலிருந்த இரும்பு எஃகுத் தொழிற்சாலையை மூடச் செய்தார்கள். 'தப்பான காரியத்தை நாங்கள் செய்ய வேண்டியிருந்தது' எனப் பின்னாளில் லொரான் ஃபபியஸ் வருத்தம் தெரிவித்தார்.

சமூக உடைமைநெறியின் வீழ்ச்சி

'உண்மையில் சமூக உடைமைநெறி இருக்கிறது' என்ற நம்பிக்கைக்கு ஏற்பட்ட துவழ்ச்சியும் 'பிரெஞ்சுப் பாணியிலான சமூக உடைமைநெறி' என வர்ணிக்கப்பட்ட மித்தராண்டிஸம் *(Mitterandism)*[2] ஊரறியக் கைவிடப் பட்டதும் வியப்புக்குரியவையே அல்ல. சோவியத் யூனியனிலோ ஏகதேச சமூக உடைமைநெறி *(Socialism in One Country - Stalin)* என்ற சிந்தனை ஒரு புதிய சமூக வர்க்கத்தை உருவாக்கியிருந்த நிலையில் *1989 – 1991* ஆண்டுகள், தொழிலாளர் தோழர்கள் சோர்ந்திருந்த காலம். மோசமான மாற்றங்களுக்குப் பின்னரும் சோவியத் யூனியன் 'பாட்டாளி வர்க்கத்தின் அரசாங்கமாக இருக்கக்கூடும்' என நினைத்தவர்களை இது யோசிக்க வைத்திருக்க வேண்டும்

மித்தரான்[3] போன்றவர்களால் மறுவாழ்வளிக்கப்பட்ட சமூகக் குடியரசிலும் *(Social democracy)* பெரிதாக நம்பிக்கைகொள்ள ஒன்றுமில்லை என்றானது. 'ஞாயிற்றுக்கிழமைகளிலும், பிற முக்கியத் தினங்களிலும் பேருரைகளாற்றுவதற்கெனத் தயாராகவிருந்த 'சமூகக் குடியரசு' குறைந்த பட்சம் *1914*ஆம் ஆண்டிலிருந்தே 'தனியுடைமை' சேவகத்திற்குத் தம்மை ஒப்படைத்தாயிற்றென்று ரியோம் வழக்கின்போது[4] நீதிபதிகளுக்கு முன்பாக லெயோன் ப்ளம் *(Leon Blum)* தெரிவித்தார். *1914*ஆம் ஆண்டு நாட்டின் நலன் கருதி என்ற போர்வையில் போர்ச் செலவுக்கான கடன் மசோதாவை நிறைவேற்ற ஐரோப்பிய சமூகவுடைமைவாதிகளில் ஏறக்குறைய அவ்வளவு பேரும் வாக்களித்ததன் மூலம் உலகில் முன்னெப்போதும் கண்டிராத படுகொலைக்குக் காரணமானார்கள். இரண்டாம் உலகப்போர் என்ற பெயரில் பதுங்கு குழிகளில், விஷவாயுவின்கீழ் பிரக்ஞையை இழக்க மனித இனம் பழகிக்கொண்டது. ஜெர்மனியில் வில்லியம் கெய்சர் ஆட்சி வீழ்ந்தது. ஜெர்மன் சமூகக் குடியரசுவாதிகள், அமெரிக்கப் பிரதிநிதிகளின் கருத்தின்படி மாக்ஸ் வொன் பாடன் *(Max von Baden)* தலைமையில் அமைந்த புதிய அரசாங்கத்தில் பங்கேற்றனர். *SPD* என்ற 'சமூகக் குடியரசு' கட்சியின் தலைவர் ஈபட் *(Ebert)* முடியாட்சியைக் காப்பாற்ற யோசனைகள் தெரிவித்தார். அடுத்த சில கிழமைகளில் சோஷலிஸ்டு நிர்வாகிகள் ஈபட் *(Ebert)*, நோஸ்க் *(Noske)*, ஷைடமன் *(Scheidemann)* ஆகியோரின் ஆசீர்வாதத்துடன் தங்களிடம் முரண்பட்ட நேற்றைய நண்பர்களும் மார்க்ஸிய ஆதரவாளர்களுமான *The Spartacus League* அமைப்பினரின் புரட்சியை ஒடுக்கினர். மேற்கண்ட அமைப்பைச் சார்ந்த ரோஸ லக்ஸம்பூக்கும் *(Rosa Luxembourg)*, கார் லிப்னெஷ்ட்டும் *(Karl Liebknecht)* பிற்காலத்தில் நாஜி இயக்கம் உருவாகக் காரணமாகவிருந்த சுதந்திரப் படையினரால் *(Free Corps)* கொலைசெய்யப்பட்டனர். இவ்வமைப்பின் வன்முறைகளைக் கண்டும் காணாதவர்கள்போல ஜெர்மானியச் சமூகவுடைமைவாதிகள் (குறிப்பாக நோஸ்க்) நடந்துகொண்டனர். சமூகவுடைமைவாதிகளின் மௌனத்திற்கு நன்றிக்கடனாக, நாஜிகள் வசம் ஜெர்மன் வந்ததன் பிறகு, ஹனோவர் *(Hanovre)* பிரதேசத்துக்கு நிர்வாகத் தலைவராக நோஸ்க் தொடர்ந்து நீடிக்க வேண்டுமென்று நாஜித் தலைவர்களுள் ஒருவரான கோரிங் *(Goring)* கேட்டுக்கொண்டார்.

1936இல் பிரான்ஸ் நாட்டிலும் *SFIO (Section Francaise de l'Internationale Ouvriere)* என்ற பெயர்கொண்ட சமூகவுடைமைவாதிகள் நாட்டில் ஏற்பட்ட நெருக்கடிகளை முன்னிட்டு நிலைமையைச் சமாளிக்க நிர்வாகத்தை ஏற்குமாறு வற்புறுத்தப்பட்டனர். தொழிலாளர்கள் சார்பாகப் பல சீர்திருத்தங்களைக் கொண்டுவந்தபோதிலும் நாட்டின் பொருளாதார நிலைமை கவலையளிக்கும் நிலையிலிருந்தது, எனவே தங்கள் சீர்திருத்தங்களைத் தற்காலிகமாக நிறுத்திவைக்க முடிவுசெய்ததோடு நாஜிகள் மற்றும் இத்தாலிய பாசிஸ்டுகளின் ஆதரவுடன் நடந்த ராணுவப் புரட்சியில் ஸ்பெயின் குடியரசு அரசாங்கம் வீழ்ந்தபோது பிரெஞ்சு சமூகவுடைமைவாதிகள் தலையிடவில்லை. பிரிட்டிஷ் அரசாங்கத்தால் பிரகடனப் படுத்தப்பட்ட தலையிடாக் கொள்கைக்கும் SFIO கட்சியின் கொள்கையே காரணம். அதன் பிறகு நடந்ததனைத்தும் பலரும் எதிர் பார்த்ததுதான். 1940ஆம் ஆண்டு பிலிப் பெத்தென் *(Philipe Petin)*[5] கணிசமான பாராளுமன்ற உறுப்பினர்களின் ஆதரவைப்பெற்று அசுரபலத்துடன் விஷியைத் *(Vichy)* தலைமைக் கேந்திரமாகக்கொண்டு அதிபர் பொறுப்பேற்கிறார். SFIOவை – காலனிய நாடுகளில் சந்திக்கக்கூடிய அனுபவங்களுடன் சூயஸ் மற்றும் அல்ஜீரிய யுத்தத்தில் மீண்டும் பார்க்கிறோம். வெகுகாலமாக முன்மாதிரியாகவிருந்த ஸ்காண்டிநேவியா சமூகவுடைமைவாதிகளும் பிரச்சினைகளிலிருந்து தப்பவில்லை. சுவீடன் இரண்டாம் உலகப்போரின் போது நடுநிலைமை வகித்தபோதிலும் ஜெர்மனுக்கு அனுசரணையாக நடந்துகொண்டதைக் குறிப்பிட வேண்டும். 1940ஆம் ஆண்டு சுவீடன் ஜெர்மனுடன் செய்துகொண்ட ஒப்பந்தம் நாஜிகளின் ராணுவ இரயில்கள் தடையின்றி சுவீடன் எல்லைகளை உபயோகித்துக்கொள்ள அனுமதி வழங்கியது. சுவீடனுக்கு நாஜிகளிடம் உண்டான நெருக்கத்திற்குரிய காரணத்தை அறியக் கொஞ்சம் பின்னோக்கிச் செல்ல வேண்டும். ஹிட்லர் வெளியிட்டிருந்த இனவாதப் பட்டியலில் சுவீடனை அவர்கள் ஆரியர்களாக ஏற்றுக்கொண்டிருந்தனர்.

முதலாளித்துவ அணிக்குத் தாவிச்செல்லச் சமூகவுடைமைவாதிகள் விழைந்தது; தொடக்கக் காலத்திய தங்கள் தொழிலாளர் சார்பு அடையாளத்தை மெல்லமெல்ல இழந்தது; கிளிங்டன் தலைமையிலான அமெரிக்க ஜனநாயகக் கட்சியுடன் ஏற்படுத்திக்கொண்ட நெருக்கம்; நிதிக்குழுக்களின் நலன், பத்திரிகை அதிபர்களின் நலனென்று இயங்கும் அரசியல் கட்சியாக மாறிப்போன இங்கிலாந்து நாட்டின் தொழிற்கட்சி இவை அனைத்துமே சற்றேறக்குறைய ஒரு நூற்றாண்டிற்கு முன்பாகவே இடதுசாரிகளிடம் தொடங்கிவிட்ட மாறுதல்களின் உச்சக்கட்ட நிகழ்வுகளாகும். பெரும்பான்மையான பணக்கார நாடுகளில் அரசியற் சலசலப்புகள் அடங்கிப்போயின. அரசியலில் புரட்சியையும் சமூக அமைப்பில் தலைகீழான மாற்றத்தையும் வற்புறுத்தும் கலகக்குரல்கள் உதிரிக்கட்சிகளுக்கென்றானது. அவர்களுக்குத் தேர்தலில் நிற்கவும் வென்று பாராளுமன்றத்திற்குள் நுழையவும் போதுமான மக்கள் ஆதரவு இல்லை. இந்நிலையில் அத்தியாவசியப் பிரச்சினைகளில் ஒருமித்த வழிமுறைகளைக் கொண்ட இருகட்சிகளுக்கே அதிகாரப் பகிர்வு என்பதும், ஜனநாயகம் என்ற கேலிக்கூத்தின் பேரால் அவர்கள் இருவரும் மாறிமாறி ஆட்சியைப் பிடிப்பதும் தொலைக்காட்சியில் நாம் காண்கிற பொழுதுபோக்கு நிகழ்ச்சிகளின் சுவாரஸ்யத்திற்கு எவ்விதத்

திலும் குறைந்தவை அல்ல. அவ்வகையில் அமெரிக்காவிற்கு ஜனநாயகக் கட்சி, குடியரசுக் கட்சி; இங்கிலாந்திற்குப் புதிய தொழிற் கட்சி பழமைவாதக் கட்சி; ஜெர்மனிக்கு *CDU, SPD;* இத்தாலிக்கு நடுநிலையான வலதுசாரிகள், நடுநிலையான இடதுசாரிகளென்ற பெயர்கொண்ட கட்சிகள்; பிரான்ஸ் நாட்டிற்கு *U.M.P., P.S.* இப்பட்டியலை இன்னும் தொடர்ந்து சொல்லிக் கொண்டு போகலாம். வழக்கமாக இடதுசாரிச் சிந்தனைகள் கொண்ட நாட்டில்கூட வாக்காளர்கள் இரண்டு வலதுசாரிக் கட்சிகளுள் ஒன்றையோ நவீன வலதுசாரிகள் அல்லது வலதுசாரிகளென்ற இருகட்சிகளில் ஒன்றையோ; தீவிரத் தேசியவாதம் பேசும் கட்சியினரையோ அல்லது அவர்களின் மாற்று வடிவத்தினரையோ தேர்வுசெய்ய வேண்டிய நிர்ப்பந்தம். ஒருசில நாடுகளில் அத்தகைய வாய்ப்பைக்கூட இழந்துநிற்கிற வாக்காளர்களுண்டு. உதாரணத்திற்கு ரஷ்ய நாட்டைக் குறிப்பிடலாம். வலிமையான எதிர்க் கட்சிகளென்று எதுவுமில்லாத நிலையில் புட்டினும் மெட்வெடெவ்வும் ஜனநாயகக் காவலர்களாகத் தங்களை அறிவித்துக்கொண்டு குபேரர்களுக்கு ஆதரவான நிர்வாகத்தை அளித்துவந்தபோதும் பெரும்பான்மையான ரஷ்ய மக்கள் அவர்களிருவரையும் ஆதரிக்கிறார்கள்.

எல்லா முனைகளிலும் முதலாளித்துவத்துக்கு வெற்றி, அதற்கு மாற் றென்று சொல்லிக்கொள்கிற ஐரோப்பிய இடதுசாரிகளும் தற்போதைக்கு முதலாளித்துவ ஆதரவாளர்களே. மீண்டும் *TINA!* தனியுடைமையின் இவ் வெற்றி அரசியல் களத்திற்கு மட்டும் சொந்தமல்ல, தொழிலாளர் வர்க்கத் தின் தலைமைகள் என்றைக்கு அதிகார மையங்களாக மாற்றி அமைக்க பட்டனவோ அன்றைக்கே உயர் வர்க்கத்துடனான அவர்களது இணக்கம் தவிர்க்க முடியாததென்றாயிற்று. காலனிய நாடுகளின் உபரிலாபங்களால் பயனுற்ற 'மேல்தட்டுத் தொழிலாளர்கள்' *(Labour aristocracy)* என அவர் களை நிராகரித்த லெனின் பின்னாளில் சொந்த நாட்டில் பூர்ஷ்வாக் களுடன் இணங்கிப்போனதையும் இங்கே குறிப்பிட வேண்டும். ரொபெர் மிஷெல்ஸ் *(Robert Michels)* என்ற சமூகவியலாளர் தமது நூலில் இப் புதுவகை மேட்டுக்குடித் தொழிலாளர்களைக் குறித்து எழுதியுள்ளார். ஆனால், இன்று பிரச்சினை தீவிரமடைந்து தனியுடைமை எதிர்ப்பென்ற உயிர்ச் சிமிழுக்கு ஆபத்து நேர்ந்துள்ளது. பிரெஞ்சு வலதுசாரியான நிக்கோலா சர்க்கோஸி 2007 அதிபர் தேர்தலில் பெற்ற வெற்றி செயலற்றுப் போன பொதுவுடைமைக் கட்சியை ஏற்கனவே நிராகரித்திருந்த தொழி லாளர்கள் தந்த வெற்றி. தீவிர பாசிச ஆதரவாளர்களின் பங்களிப்பும் இதிலுண்டு. இத்தாலியிலும் வலதுசாரியான பெர்லுஸ்கோனி ஆட்சியைப் பிடிக்க 'லெகா நோர்ட்' *(Lega Nord)* என்ற பாசிஸ்டுகளுடன் அவர் ஏற் படுத்திக்கொண்ட கூட்டணி உதவிய கடந்தகாலத்தில் எங்கெல்லாம் கம்யூனிஸ்டுகள் செல்வாக்கைப் பெற்றிருந்தார்களோ அங்கெல்லாம் இக் கட்சி தொழிலாளர்களின் ஆதரவைப் பெற்று வளர்ந்திருக்கிறது – பிரெஸ்ஸியா போன்ற தொழில் நகரங்களை உதாரணமாகச் சொல்லலாம். எமிலி ரோமாஜ்ன் *(Emilie Romagne)* பிரதேசம் ஒருகாலத்தில் சிவப்புப் பிரதேச மாக அறியப்பட்ட பகுதி, அங்கிருந்த வாக்காளர்களில் பெரும்பாலோர் பொதுவுடைமைக் கட்சியின் அனுதாபிகளாக அறியப்பட்டவர்கள், இன்றைக்கு அங்குங்கூட பாஸிஸ்டுகள் வென்றிருக்கிறார்கள். 'வெளிநாட்டினர்', 'பாதுகாப்பின்மை' என்ற கொடிய இணைச்சொற்களும் இன்றைக்குச்

'சமதர்மம்', 'எதிர்வினை' என்று வாழ்ந்துவந்த பிரதேசங்களையும் விட்டு வைக்கவில்லை. காரணகாரியங்களில் தெளிவின்மை இருக்கிறபோதிலும் தேர்தல் முடிவுகளைத் தீர்மானிப்பதில் தொழிலாளர்களுக்குள்ள பங்கை அலட்சியப்படுத்துவதற்கில்லை. அக்காரணங்களில் தெளிவை பெறுவதும் தொழிலாளர்களுள் ஒரு பகுதியினர் இப்படித் தங்களுக்கு முற்றிலும் எதிரான திசையில் செல்ல நேர்ந்ததன் பின்னணியை அறிவதும் இன்றி யமையாதவை. இந்நிலையில் அரசியலிலும் நடமுறைவாழ்க்கையிலும் ஏற்பட்டுள்ள சீரழிவுகளை ஒப்புகொள்ளத்தான் வேண்டும்.

சிதறுண்ட சமூக அமைப்பு

விளைவுகள் தெளிவாக உள்ளன. முதலாவதாகச் சிதறுண்டுபோன கூட்டுப்பொறுப்புணர்வு. பணி நிர்ப்பந்தங்கள் தரும் மன உளைச்சலும் சோர்வும் தற்கொலைக்குத் தூண்டுகிற நிலையிலும் குறிப்பிடத்தக்க வகை யில் தொழிலாளர்களிடத்தில் சலசலப்புகளில்லை. மாறாகக் கனவு களுக்குப் பழகிக்கொண்டிருக்கிறார்கள். இத்தற்கொலை விபரீதங்களும் ஒருசில நிறுவனங்களில் மட்டுமே தொடர்ந்து நடக்கின்றன என்பதும், அவை சில்லறை ஸ்தாபனங்களல்ல கட்டுக்கோப்பான பாரம்பரியத் தொழிற்சங்க அமைப்புகளைக்கொண்ட 'பிரான்ஸ் டெலிகாம்' (தொலைத் தொடர்பு நிறுவனம்); பி.எஸ்.எ., ரெனோ (மோட்டார் வாகன தயாரிப்பு நிறுவனங்கள்) போன்ற பெரிய பிரெஞ்சு நிறுவனங்களென்பதும் அதிர்ச்சி தரும் உண்மைகள். கவலைக்கிடமான இத்தொழிற் சூழலிலும் பிழைத் திருந்தால் அடுத்தமுறை பார்த்துகொள்ளலாமென்கிற நம்பிக்கையில் தொழிலாளர் வர்க்கம் நமக்கேன் என்றிருக்கிறது.

எங்கும் எதிலும் நுகர்வுக் கருத்தியலின் *(Consumerist idealogy)* ஆதிக்கம். மனிதரினத்தின் இழிந்த பருப்பொருள் மோகத்தை எவர் மனமும் புண் படாமல் எப்படி விமர்சிப்பது என்பது என் நோக்கமல்ல. மாறாக மர்க்யூஸ் *(Marcuse)* என்பவரால் 'பாலியல் உந்துதலைத் திசைதிருப்புதல்' *(Repressive desublimation*[5] வகைசார்ந்ததென வர்ணிக்கப்படுகிற 'பருப்பொருள் மோக நுகர்வோர்' மனப்பாங்கை விளங்கிக்கொள்ள முயல்வது. பண்ணைமுறைச் சமூகத்திடமிருந்து இரவல் பெற்ற முதலாளித்துவம் தொழிற்கொள்கைகளாக நெறிகளையும் சேமிக்கும் பண்பையும் கொண்டிருந்தது. தூய நெறி *(Puritanism)* என்பது தனியுடைமைக்கான ஒழுக்கவியலாகச் சித்தரிக்கப்பட்டது. ஆனால் இது போன்ற தூய நெறிகளெல்லாம் பண்ணையாளர்களொருபக்கம் – சிறிய உற்பத்தியாளர்கள் பிறிதொருபக்கம் எனக்கொண்டிருந்த பண்ணை முறைச் சமுதாயத்தில், முதலாளிய உற்பத்திமுறை வேரூன்றிய காலத்தில் கடைப்பிடிக்கப்பட்டவை. நவீனத் தனியுடைமை இவை அனைத்தையும் வேண்டாமென்று சுத்தமாக ஒடுக்கிவிட்டது. மூலதனக் குவிப்பைத் தொடர் வதற்குத் தனிமனிதனின் தேவைகளைப் பெருக்க வேண்டும், ஆசைகளைக் கூட்ட வேண்டும். பொருள்களின்மீதான தாகவிடாய்த் தீர்ந்திடாமலிருக்கும் படி மனிதர்களை வைத்திருக்க வேண்டும். நவீனத் தொழில்நுட்பத்தைக் கொண்டு விளம்பரங்கள் திரும்பத் திரும்பக் குழப்பங்களின்றிச் செய்யப் படுகின்றன, அவை நுகர்வோரிடத்தில் ஆதிக்கம் செலுத்துகின்றன, விளைவாக நுகர்வோர் விடுவித்துக்கொள்ள இயல்வதில்லை. அதனுடைய தேவைக்கு

இணங்கிப்போகிறோம், விளம்பரத்தின் விருப்பம் நமது விருப்பம் என்றாகிறது. அடைந்த பொருள் திணிக்கப்பட்டதென்பதால் ஏமாற்றம் அடைகிறோம், விளைவாக உடைமையாக்கிக்கொண்ட மறுகணம் வேறு விருப்பங்களுக்கு அவை காரணமாகின்றன. விருப்பம் நமக்கானதல்ல விருப்பத்திற்காக நாம். முழுமையாகச் சரணாகதி. அறநெறிகள் ஒழுக்கங்கள் என்று பிதற்றுவதில் பொருளில்லை. பாலுணர்ச்சிக்கு அடிமையென்கிற போது கண்ணியமாவது ஒழுக்கமாவது, வெட்கக்கேடான முயற்சிகளில் கூச்சமின்றி இறங்குகிறோம். பிரான்ஸ் அதிபர் சர்க்கோசி வாடிகனுக்குச் செல்வது மரியாதை நிமித்தமாகப் போப்பாண்டவரைப் பார்க்க என்கிற போதும், பிகார் என்ற தொழிலதிபரை உடன் அழைத்துச் செல்கிறாரென்றால் எத்தகைய மாற்றத்திற்கு நாம் ஆட்பட்டிருக்கிறோமென யோசித்துப் பாருங்கள். அதே சமயம் இதுவொரு புதுவகையான அடக்குமுறை. நுகர்வோரைச் சுதந்திரத்தில் இருத்தியுள்ளதுபோலத் தோற்றம் தரினும் அதனூடாக முதலாளித்துவம் இலாபம் ஈட்ட வேண்டும். நுகர்வோர் வேட்கையைத் தணித்துக்கொள்ளக் கட்டணம் செலுத்த வேண்டும். பாலுணர்ச்சித் தொழில்கள் இன்றைக்கு இலாபகரமானவையாக நடப்பதுகூட, பாலியல் புரட்சியென்ற பேரால் பெறப்பட்ட சுதந்திரத்தின் பலன்.

இன்றுள்ள அத்தனைவகை விளம்பரத்திற்கும் அடிப்படை ஆதாரமாக இருப்பது பாலியல் உந்துதலைத் திசைதிருப்பும் கொள்கையே. முதலாளித்துவ உற்பத்திமுறையில் விளம்பரம் உபயோகமானது மட்டுமல்ல; உற்பத்தி, உற்பத்தி செய்தவற்றைச் சந்தைப்படுத்துதல், செலவினங்கள் ஆகியவற்றைப் பார்க்கிறபொழுது அதற்காக ஒதுக்கப்படும் தொகை மிகவும் குறைவு. உற்பத்தி, விற்பனை என்ற செயல்பாடுகளில் விளம்பரத்திற்குப் பிரதான இடமில்லை. விற்பனைக்கு விளம்பரங்கள் உதவக்கூடும், ஆனால் அது மட்டுமே வழிமுறையல்ல. முதலாளிய உற்பத்திமுறையில் அதன் பங்கு குறைத்தே மதிப்பிடப்படுகிறது. எனினும் தனியுடைமைச் சமுதாயத்தைத் தாங்கி நிறுத்தும் காரணிகளுள் விளம்பரம் அத்தியாவசியமானது மட்டுமல்ல அத்தனியுடைமைச் சமுதாயம் பொருள்குவிக்கவும் வகைசெய்கிறது. விளம்பரங்களைக் கலைப்பொருட்களாக ஏற்கப்பட்டதனூடாக அப்பணி இன்றைக்கு முழுமை அடைந்திருக்கிறது. கடந்த காலத்தில் விளம்பரங்கள் விளம்பரங்களாகவே மதிக்கப்பட்டன அவற்றின் எல்லைகள் சுருக்கமானவை. ஒளிவுமறைவின்றி நேரடியாகவே உரையாடின; இன்றைக்கு நிலைமை வேறு; அவை வாசனைத் திரவியங்களையோ கழிப்பிடத்திற்கான கிருமி நாசினிகளையோ விற்பதில்லை. அவை கருத்துகளை விற்கின்றன அதாவது திறமைவாய்ந்த படைப்பாளிகள் உருவாக்கித்தரும் ஜிகினாத் தாள்களால் பொதியப்பட்ட கருத்துகள்.

ஆக இன்றைக்கு நவீனத் தனியுடைமைச் சமுதாயம் என்பது ஒற்றை மனிதர்களாலானது, இவர்கள் மேலும் மேலும் தங்களிருப்பைப் பிறரிடமிருந்து அந்நியப்படுத்திக்கொண்டு கடந்த நான்கு நூற்றாண்டுளாக ஆதிக்கக் கருத்துகளைச் சுமந்து வாழ்க்கையை முன்நகர்த்துகிறவர்கள். முடிவுறாததும் தவிர்க்கமுடியாததுமான யுத்தத்தில் தன்னை ஈடுபடுத்திக்கொள்ள வேண்டுமென்பது இன்றைய தனிமனிதனுக்குள்ள நிர்ப்பந்தம், அவனது இயல்பு வாழ்க்கையென்பதும் அதுதானென்பது ஹொபெஸ் *(Hobbes)*[6] தரும்

விளக்கம் ... மனிதன் என்பவன் இயல்பிலேயே தனித்தவன், பிறருடனான சூழலில் அவன் மகிழ்ச்சிகொள்பவனல்ல என்பதன் மூலம் ரூஸ்ஸோவும் அதனை ஏற்கிறார். இக்கருத்துகள் விவாதத்திற்குரியவை அல்லது வீணான கற்பனைகளென ஒதுக்க முற்பட்டாலும் அதிலுள்ள உண்மையை மறுப் பதற்கில்லை. தனிமனிதனின் இருப்பென்பதே பிறருடனான உறவை அடிப் படையாகக் கொண்டது, காரணம் மனிதரின் வாழ்க்கை என்பது பிறர் சார்ந்தது. ஆனால் தனியுடைமையின் ஆதாரப்பூர்வமான சான்றுகளும் நெறிமுறைகளும் மனிதர் பொருளாதாரம் *(Homoeconomics)* என்ற பெயரில் ஹொபெஸ் தரும் மனிதர்பற்றிய புரிதலை நியாயப்படுத்துகின்றன. மாக்பெர்சன் *(McPherson)* இதையே தனிமனிதனின் உடைமை ஆதிக்க மென வரையறுக்கிறார் – ஆகக் கருத்தியல் ஆதிக்கத்திற்கு மீண்டும் வருகிறோம். தனியுடைமைப் பொருளாதாரத்தில் இலாபம் அடைகிறவர்களும் அவர் களால் பாதிக்கப்படுகின்றவர்களும் அதாவது ஆதிக்கச் சக்திகள், அடிபணி கிறவர்கள் என்ற இருபிரிவினருமே கருத்தியல் ஆதிக்கத்தின் விளைவுகள்.

ஆக மீண்டும் 'TINA (வேறு தீர்வுகளில்லை)! என்ற முழக்கத்திற்கு வருகிறோம். தனியுடைமை பெற்றிருக்கும் வெற்றி தெளிவானது. தனி யுடைமையென்பது வரலாற்றின் தீர்வு, மனிதர் வாழ்க்கையில் இயற்கை யான பொருட்கோட்பாடுகளால் தீர்மானிக்கப்பட்டது. பிரெஞ்சுத் தொழிலதிபர்கள் வகுப்பறைகளில் சமூகம் மற்றும் பொருளாதாரப் பாட வகுப்புகளில் தொழில் நிறுவனங்களையோ சந்தைப் பொருளாதாரத் தையோ விமர்சிக்கக் கூடாதென்கிறபோது ஜனநாயகத்தைக் காட்டிலும் சந்தைப்பொருளாதாரம் (தனியுடைமைக்கு எத்தனை அழகான பெயரைச் சூட்டியிருக்கிறார்கள் பாருங்கள்) விவாதத்துகுரியதல்ல என்கிறார்கள். அவர்களுக்குப் பங்குச்சந்தையை ஆட்டிப்படைக்கும் முகவர்களும் அவர்கள் பெறும் ஊதியங்களும் பங்கு முதலீட்டு நடவடிக்கைகளிலுள்ள பித்த லாட்டங்களும் நிறுவனத்தின் இலாப நட்டத்தைக் கணக்கிற்கொள்ளாது பெரும் தொகையுடன் ஓய்வுபெறும் நிர்வாகத் தலைமையின் யோக்கியதை களும் ஜனநாயகத்தின் அங்கங்கள், விவாதத்திற்குரியவையல்ல. அவர்கள் முன்வைக்கும் கோரிக்கை தெளிவாக இருக்கிறது, அதை முடிவாகப் பிரகடனப்படுத்தியுமாயிற்று : முதலாளித்துவத்தின் மாறாப் பண்பும் கட்டுப் பாடற்ற சந்தையும் கணக்குகளிலுள்ள தேற்றங்கள் போல, அவை திடமான உண்மை.

அடிக்குறிப்புகள்

1. நிதி நெருக்கடியும் பொருளாதார நெருக்கடியும் சர்வாதிகார நிதிக்கொள்கைகளால் நெஞ்சை இறுக்கிக்கொண்டிருக்க முதலாளித் துவத்திற்கு மறுவாழ்வு கொடுப்பது பற்றிய குரல்கள் எழுகின்றன. பொருளியல் அறிஞர்களைப் போலவே அரசியல் தலைவர்களும் மார்க்ஸியத்திற்கு மீண்டும் ஆதரவு என்கிற பேச்சுக்கே இடமில்லை யென்றும் முதலாளித்துவத்திற்கு எதிரான நிலையெடுத்து மீண்டும் நரகத்தில்விழத் தயாரில்லை எனவும் கூறிவருகிறார்கள்.
2. *Fordisme (1908)* – தொழிற்கொள்கை – உருவாக்கியவர் ஹென்றி போர்டு – உற்பத்திப் பணியைப் துண்டாடுதல் – தொடர்வரிசையில் உற்பத்திப் பகிர்வு – உற்பத்திக்குவிப்பு – கணிசமான ஊதியம்.

3. *Francois Mitterand 1981இலிருந்து – 1995வரை பிரான்ஸ் நாட்டின் அதிபராக இருந்தவர்.*

4. *Riom Trial (1942 – 1943) 1940இல் பிரான்ஸ் நாட்டில் Philippe Petain என்ற இராணுவ அதிகாரியின் கீழிருந்த ஜெர்மன் ஆதரவு விஷி அரசாங்கம் (Vichy France regime) 1940 போரில் பிரான்ஸ் ராணுவத்திற்கு ஏற்பட்ட தோல்விக்குப் பிரெஞ்சு இடதுசாரிகளைக் குற்றம் சுமத்தி நடத்திய வழக்கு.*

5. *பிராய்டின் (Freud) சிந்தனைப்படி கலை மற்றும் படைப்புச் சார்ந்த முயற்சிகளில் இறங்குவது பாலுணர்ச்சியிலிருந்து தப்பிக்கும் உபாயம். ஆனால் ஹெர்பெர் மர்க்யூஸ் (Herbert Marcuse) அதற்கெதிரான கருத்தியத்தை வைக்கிறார். அவருக்குப் பாலுணர்ச்சி சமகாலத்திய முதலாளித்துவத்தில் சமுதாயத்தைக் கட்டுக்குள் வைத்திருக்க உதவும் காரணி. பாலுணர்ச்சி நடப்புலகில் சிறந்ததொரு அடக்குமுறைச் சாதனம் (L'homme undimensionnel, editions de Minuit, 1968, Seuil 1970, collection "Points" p.111)*

6. *Thomas Hobbes (1588 – 1679) இங்கிலாந்தைச் சேர்ந்த தத்துவ அறிஞர்.*

சமுதாயமும் சமூகப் பிரச்சினைகளும்:

கடந்தகாலத்தில் மதத்தைப் புறக்கணித்துத் தனியுடைமை இயங்கியதில்லை. தமக்குள்ள ஆற்றலும் செயல்படுத்தும் திறனும் தம்மை நிலைநிறுத்த உதவாதென்பதைத் தனியுடைமை உணர்ந்திருந்தது. தமக்கான நெறிமுறைகளைச் சமுதாயத்திடமே கடன் பெற வேண்டியிருந்தது. தனியுடைமைக்கும் கிறித்துவ மதத்திற்குமிருந்த (குறிப்பாகப் புராட்டஸ்டண்ட்) பந்தத்தை மார்க்ஸ் கவனத்திற்கொண்டிருந்தார். இன்றைக்குத் தனியுடைமை தமது சொந்தக் கால்களில் நிற்கிறது. உற்பத்தியில் ஆதிக்கம் செலுத்திய சமுதாயப் பிரிவினரையும் அவர்கள் தலையீடுகளையும் அறவே ஒழித்தாயிற்று. செயலில் உயர்குணங்கள் தேவை என்பதுபோன்ற நிர்ப்பந்தங்களில்லை. அறிவுசார்ந்த பொருள்முதல்வாதம், திட்டமிடல், விழுக்காடுகள் ... ஒதுக்கீடுகளின் தாண்டவமென்ற பண்புகளால் வடிவமைக்கப்பட்ட இன்றைய முதலாளியம் நவீன அறிவியல் உபகரணங்களுள் மிகவும் மதிப்பு வாய்ந்ததென்பதோடு மதங்களின் இடத்தைக் கைப்பற்றிக்கொண்டுள்ள தேர்ந்த நியதிக்குட்பட்ட அமைப்பாகவும் உறுதிப்படுத்திக்கொண்டுள்ளது.

முதலாளியம் மதங்களைப் புறக்கணிக்க வேறு காரணங்களும் உள்ளன. அவை முதலாளித்துவத்தின் முன்னேற்றத்திற்குப் பல நேரங்களில் தடைக்கல்லாக இருக்கின்றன. மனிதர் கருவில் அறிவியல் தலையீடு கூடாதெனச் சமயத் தலைவர்கள் கண்டிப்பது துறையின் சுமுகமான முன்னேற்றத்திற்கு எதிரானது மட்டுமல்ல, மூலதனக் குவிப்புக்கான வாய்ப்பை அடைத்திட வேண்டுமென்ற அராஜகக் குணமும் கொண்டதென முதலாளியம் நினைக்கிறது. தீண்டத்தகாததென்ற ஓரினச்சேர்க்கைக் கருத்தியல் விலக்கிக் கொள்ளப்பட்டுத் தன்னினப் பாலுமை (Gay attitude) என்கிற ஒரு புதிய பொருளாதாரச் சந்தைக்கு வித்திடப்பட்டுள்ளது, மரணம் குறித்த பிரச்சினைகளில் எழுப்பப்பட்டுள்ள தேவையற்ற கேள்விகளுக்கு உரியவகையில்

பதிலளிப்பதன் மூலம் மனிதர் உயிர் வாழ்க்கையில் மதங்களின் குறுக்கீடு களைத் தவிர்ப்பது, அதனூடாகப் புதிய சந்தைக்கும் மூலதனக் குவிப்புக் கும் வாய்ப்புகளை அதிகரித்தல். பொதுவாகவே மரபுகள், விழுமியங்களில் அதிக நம்பிக்கை வைத்திராத நவீன அறிவியல், திறன் அதனூடாக அடைக் கூடிய பலன் ஆகியவற்றில் நம்பிக்கை வைப்பதும் நவீனச் சமுதாயத்தை வழிநடத்திச்செல்ல அவை மட்டுமே உதவுமென்பதும் இன்றைய நிலை. இப்புதிய யுத்தக்களத்தில் நேற்றுவரை நாமறிந்த மரபு, நெறிகளென்று சொல்கிற வலதுசாரிகளும்; மாற்றங்கள் வேண்டுமென்ற இடதுசாரிகளும் எதிரெதிர் அணியினராக இல்லை. தற்போதைக்குச் சமயங்கள் மட்டுமே தனியுடைமையை எதிர்க்கவல்ல ஒரு காரணி, அல்லது அதுபோன்றதொரு பொய்த்தோற்றத்தைக் கட்டமைத்து அதனை ஆற்றல் வாய்ந்த உண்மை எதிரியாகவும் சித்தரிக்கின்றனர். இஸ்லாமியத் தீவிரவாதத்தின் அபரிமிதமான அண்மை வளர்ச்சி மனிதரின வாழ்க்கை முறையிலும் அதன் விழுமியங் களிலும் முதலாளித்துவ ஆதிக்கத்தின் பரப்பு மெல்லமெல்ல விரிவானதன் எதிர் விளைவு. உருவ வழிபாட்டை மறுக்கும் இஸ்லாமியமும் கிறித்துவ மதத்தின் புராட்டஸ்டண்ட் பிரிவினரைப் போலவே சந்தைப் பொருட் களுக்கு மாற்றானதொரு ஆன்மீகத்தை முன்னிறுத்தமுடியுமென்றபோதி லும், இது கற்பனையில் மட்டுமே சாத்தியம்.

முன்னெப்போதும் கண்டிராத அளவிற்கு விளைவுகள் எதிர்மாறாக உள்ளன. இது தனியுடைமையின் காலம். உற்பத்தி, நுகர்வு என்கிற இரண்டைத் தவிர்த்துப் பிறவற்றை மானுட வாழ்க்கையிலிருந்து அகற்றும் முழுமுயற்சி யில் முதலாளித்துவம் இறங்கியிருக்கிற அதே நேரத்தில் சவுதி அரேபிய வஃகாபிகளில் *(Wahabists)* ஆரம்பித்து ராட்ஸிங்கர் *(Ratzinger)* கிறிஸ்துவப் பிரிவினர்வரையான பிற்போக்குச் சிந்தனைகளைக்கொண்ட மதப்பிரிவின ருக்கு ஊட்டமளிக்கும் காரியங்களில் முதலாளியம் இறங்கியிருக்கிறது. சூழல்கள் தெளிவாக இருக்கின்றன. சமூக அக்கறை குறித்த விவாதங்கள் நடபெறுகின்றன. அவ்விவாதத்தில் மனிதவாழ்க்கையின் மேம்பாட்டுக்குத் தங்களை ஒப்படைத்திருப்பதாகக் கூறிக்கொண்டு மனிதக் கருவை ஆய்வுக்கு உட்படுத்தவேண்டுமென்கிறவர்கள், ஒருபாலினத் திருமணம், கருணைக் கொலை என்று வாதிடுபவர்கள் ஆகியோர் ஓரணி; கடவுள் வகுத்துள்ள அற நெறிகளைக் கட்டிக்காப்பதாகக் கூறிக்கொண்டு விந்தணு சூல்வித்தை எப்பொழுது தொட்டதோ அப்போதே மனித உயிர் பிறப்பெடுத்தாயிற்று, ஒருபாலினம் என்பது இயற்கைக்கு முரணானது, கண்டிக்கப்பட வேண் டியது, கருணைக்கொலை கடவுள் விருப்பத்திற்கு எதிரான குற்றம் என்ப வர்கள் பிரிதொரு அணி. இந்நிலையில் இவ்விரு தரப்பிலும் சாராத முரண் களும் அரங்கேறுகின்றன. தன்பாலின விரும்பியும் சுதந்திரமான சமுதாயத் திற்கு உழைப்பதே தமது இலட்சியமென முழங்கும் இடதுசாரித் தலைவர் களில் ஒருவருமான பாரீஸ் நகர மேயர் பெர்த்ராண் தெலாநோயே *(Bertrand Delanoe)* பாரீஸ் நகர வீதியொன்றிற்குப் போப்பாண்டவர் இரண்டாம் ஜான் – போல் பெயரைச் சூட்டியிருக்கிறார். இந்நிலையில் மேலே குறிப்பிடப்பட்டுள்ள இருதரப்புவாதங்களுமே இல்லையென்றாகிறது. ஒருவிதமான செப்படிவித்தை அரங்கேறுகிறது. இவ்வித்தையில் இடது சாரிகளின் பங்களிப்பென்பது இன்றைக்கு ஆதிக்கக் குடியினரின் செயல் பாடுகளுக்குத் துணைபோவதன்றி வேறெதுவுமல்ல. இங்கே பாரீஸ் நகர

மேயரின் செயல்பாடு ஓர் உதாரணம்! வதைகளையும் வேதனைகளையும் நீட்டிப்பது மனிதப் பண்பு அல்லதான், படுத்த படுக்கையாய்க் கட்டிலிற் கிடக்கிற ஓர் உயிரின் ஆயுளை முடித்துவைப்பதும் நியாயமானதுதான். "பிறரைக்கொல்ல உனக்கு உரிமையில்லை" எனப் போதிக்கும் மதம், தனது உயிரைப் போக்கிக்கொள்ள ஒருவனுக்கு இருக்கிற நியாயத்தைக் கண்டிப்பது முரணானதுதான். ஆனால் கருணைக்கொலையை அனுமதிக்கச் சட்டவரைவு என்கிறபோது மேற்கண்ட நியாயங்களைக் காட்டிலும் பொருளாதாரரீதியில் ஏற்படும் இலாப நட்டங்கள் கணக்கில் கொள்ளப் படுகின்றன. உபயோகமற்ற ஓர் உயிரின் ஆயுளைக்கூட்டுவதால் அரசின் சமூக நலத்துறைக்கு ஏற்படும் உபரிச்செலவு எவ்வளவு? இதுபோன்ற உயிர்களைச் சாகாமல் தடுப்பதற்கான செலவு/வரவு ஒப்பீட்டு அறிக்கை யின் விவரணை என்ன? என்பவை இங்கே தவிர்க்கமுடியாதவை. 'பாசம்' அல்லது அன்பு இந்த இலாப நட்டக் கணக்கிற்கு உதவ முடியும். பாசத்தின் பேரால் முதலாளித்துவம் கருணைக்கொலைக்குச் சட்டவரைவு கொடுத்தால் பிரச்சினை முடிந்தது.

தனியுடைமைமீது வைக்கப்பட்ட காத்திரமான விமர்சனங்களெல் லாம் சமுதாய நலனென்ற பெயரில் பொருளிழந்து போயிருக்கின்றன. பிரான்ஸ் நாட்டில் 1968ஆம் ஆண்டு இடதுசாரித் தோழர்கள் ஆரம்பித்து வைத்த 'புதிய யுத்தத்தை' இங்கே நினைவுகூர்தல் வேண்டும். உழைப்பு மீதான முதலாளியத்தின் ஆதிக்கத்தை எதிர்ப்பதென்பது இரண்டாம் பட்சமாகத் தோன்றியது. உடனடியாக களத்திலிறங்கிப் போராட வேண்டியது உழைக்கும் வர்க்கத்தின் ஒரு பகுதியினரான புதிய பூர்ஷ்வாக்களை எதிர்த்து. அவ்வாறே இடதுசாரிகளுக்கு அப்போது மற்றொரு போராட்டக் களம் குடும்பம் : தந்தைவழி ஆதிக்கம் – ஆணாதிக்கம் – தங்கள் இருப்பைப் பிறர் ஏற்பதற்கான வழிமுறைகள் காண்பதென்று அங்கே அநேகப் பிரச்சி னைகள் அவர்களுக்கிருந்தன. மேதினம் என்பது தீவிரத் தொழிற்சங்க ஆர்வலர்கள் மட்டும் கலந்துகொள்கிற சிறு ஊர்வலங்களாகிப்போக பிரான்ஸ் நாட்டில் இன்றைய தினம் வசந்த காலத்தில் நடத்தப்படும் பெரிய ஊர்வலம் ஒருபாலின விரும்பிகளின் Gay prideக்குச் சொந்தமானது. ஓரினச்சேர்க்கையாளர்களான இருவரில் ஆண் பூர்ஷ்வா வகுப்பைச் சேர்ந்தவ னாக, பெண் தொழிலாளர் வகுப்பைச் சேர்ந்தவளாக இருக்கலாம். எனினும் அவ்விருவரும் சமூகத்தின் பெரும்பான்மையினரால் பாதிக்கப்படுவதாகக் கூறி இணைந்து போராடுகிறார்கள். மார்க்ஸியவாதிகளெனச் சொல்லிக் கொண்ட பல புரட்சிக்குழுக்கள் அல்லது அப்படிச் சொல்லிக்கொண்ட வர்கள் எழுபதுகளின் முதலாளித்துவப் பண்புகள், விக்டோரியா மகாராணி காலத்து ஒழுகலாறும், குடும்ப நெறிகளும் கொண்டவையென நினைத்தார்கள். தீவிர வலதுசாரி என்பதை நிரூபிக்கும் வகையில் பிரான்ஸ் நாட்டுக் கல்வி அமைச்சர் வேலைநிறுத்தப் போராட்டங்களுக்கு எதிராக இயற்றிய சட்டமும் 20000 ஆசிரியப் பணியிடங்களை ஒழித்ததும் பள்ளிகளில் ஓரினச்சேர்க்கையாளரை வெறுக்கும் மனோபாவத்திற்கெதி ராகச் செய்த வெற்றுப் பிரச்சாரங்களும் அவர்கள் நினைத்தது தவறு என்பதை நிரூபித்தன. நடைமுறைச் சமூகப் பிரச்சினைகளுக்குப் புரட்சி கரமான வழிமுறைகளில் தீர்வுகாண முடியுமென நேற்றுவரை பிரச்சாரம் செய்த இடதுசாரிகள் தனியுடைமைக்கு மாற்றாக வேறு தீர்வுகள் இல்லை

யென்பதுபோல நடந்துகொள்ள ஆரம்பித்தனர். அதுவன்றிப் பிரச்சினைகள் என்பது ஒட்டுமொத்தச் சமுதாயத்திற்கானது என்று நினைத்ததற்கு மாறாகச் சமூகத்தின் ஒன்றிரண்டு குழுக்களுக்கான பிரச்சினை என்பது போலத் தங்கள் பார்வையின் பரப்பைச் சுருக்கிக்கொள்ளவும் ஆரம்பித்தனர்.

பாட்டாளிகள் இடத்தில் குடியேற்றவாசிகள்

இடதுசாரிகளின் போராட்டக் களத்தில் கடைசியாக இடத்தைப் பிடித்திருப்பது வெளிநாட்டினர் பிரச்சினை. தொழிலாளர்களுக்குப் பதிலாக இவர்களுக்கு முக்கியத்துவம் தரப்பட்டது. எழுபதுகளில் அகதிகளாகவும் பிற காரணங்களுக்காகவும் குடியமர்ந்த வெளிநாட்டினர் ஐரோப்பிய எஜமானர்களுக்கெதிரான புதுவகைத் தொழிலாளர் வர்க்கமாக மாறியிருந் தனர். இப்புதுவகை கருத்தியத்தை உருவாக்கியதில் மாவோயிஸச் சிந்த னைக்குப் பெரும் பங்குண்டு. வெளிநாட்டினர் பிரச்சினையை நாட்டின் முக்கியச் சமூகப் பிரச்சினையாக இடதுசாரிகளில் ஒரு பகுதியினர் பார்க்கத் தொடங்கினர். குடியேற்றவாசிகளில் ஒரு பிரிவினரும் இரண்டாம் தலை முறைக் குடியேற்றவாசிகளும் 1983ஆம் ஆண்டு ‘சம உரிமைக்காகவும், இனவேற்றுமையை எதிர்த்தும்’ நடத்திய *“marche des Beurs”* ஊர்வலத்தின் முடிவில் எழுப்பிய கோரிக்கைகளுக்குப் பதிலளிக்கும் வகையில் இடது சாரிகள் “வேற்றுமையில் பலத்தைக் காண்போம்” எனக் கூறியதோடு, தனியுடைமையாளர்களைப்போல வாய்ப்பையும் வசதியையும் பெருக்கிக் கொள்ளுங்கள் என குடியேற்றவாசிகளுக்கு அழைப்பும் விடுத்தனர். வர்க்கப் பிரச்சினைக்காகப் போராடுவது மறைந்து இனப்பாகுபாடு அகற்றப் போராடுவது தலையாய பிரச்சினை ஆனது. குடியேற்றவாசிகள் புதிய வர்க்கப் பாட்டாளிகளாகப் பிரித்துணரப்பட்டனர். குடியேற்றவாசிகளும் நாட்டின் பிறமக்களைப்போலவே தனியுடைமைப் பலன்களைப் பெற உரிமையுண்டென இடதுசாரிகள் ஒன்றுதிரண்டு கருணையுடன் முன் வைத்த வேண்டுகோளை நினைவுகூர்தல் வேண்டும்.

இப்பிரச்சினையின் இறுதியில் நம்மால் புரிந்துகொள்ளவியலாதது ஆதிக்கச் சக்திகளின் முரண்பட்ட அல்லது இரட்டைவேடச் செயல் பாடுகள். ஒருபுறம் நாட்டில் ஏற்பட்டுள்ள சமூகப் பிரச்சினைக்குக் குடியேற்ற வாசிகளே காரணமெனத் திசைதிருப்பும் அவர்களின் வழக்கமான தந்திரம், அதாவது உள்நாட்டு மக்களுக்கு வேலை இல்லையா? அவ்வேலைகளை யெல்லாம் குடியேற்றவாசிகள் அபகரித்துக்கொண்டார்கள், சமூக நலத் துறையின் நிதிப்பற்றாக்குறையா? பிள்ளைகளை அதிகமாகக்கொண்ட குடியேற்றவாசிகளுக்கு அரசாங்கமளிக்கும் நிதியுதவி போன்ற குற்றசாட்டு களைக் கூறி, தப்பித்துக்கொள்ளும் தந்திரம். கள்ளத்தனமாகக் குடியேறிய வர்களின் பிரச்சினையும் இயற்றப்படும் சட்டங்களும் பிரச்சாரங்களில் மையப்பொருளாக இடம்பெற்றுத் தேர்தல் காலத்தில் கணிசமாக ஓட்டுக் களைப்பெற உதவுகின்றன. அதே நேரத்தில் குடியேற்றவாசிகளை வரவேற்றும் கொள்கைகள் வகுக்கப்படுகின்றன. 2008ஆம் ஆண்டு பிரான்ஸ் உள்ளிட்ட ஐரோப்பிய ஒன்றியம் கணிசமான துறைகளில் பணியிடங்களை நிரப்பக் குடியேற்றப் போக்கு *(Migration trend)* உதவ முடியும் என்று கருதி அதற் கான வழிமுறைகளை வகுத்தது. நெய்லி என்ற பிரான்ஸ் நாட்டு நகரொன் றில் (அதிபர் சர்க்கோசி உட்பட) முக்கியப் பிரமுகர்கள் வந்துபோகிற

உணவு விடுதியின் உரிமையாளர் தம்மிடம் பணியிலிருந்த வெளிநாட்டினருக்கு நாட்டில் தங்குவதற்கான உரிமையை உறுதிப்படுத்த வேண்டுமெனக் கேட்டுக்கொண்டார். இது தவிர அவ்விடுதியில் இன்னும் பலர் நாட்டின் சமூகநலத் துறைக்கும் வரித் துறைக்கும் அறிவிக்காமல் பணியில் அமர்த்தப்பட்டிருந்தனர். ஆக நாம் விளங்கிக்கொள்வது குடியேற்றவாசிகளுக்கு உதவுவது அவர்களுடைய பிரச்சினைகளுக்குப் போராடுவது என்ற இடதுசாரிகளின் அண்மைக் கால நடவடிக்கைகள் முதலாளித்துவத்திற்கு எதிரானவையல்ல. ஒருவகையில் ஒருசில ஆதிக்க வகுப்பினருக்கு இவர்களின் போராட்டம் உதவியது என்பதுதான் உண்மை.

ஒருசில வார்த்தைகள் : உற்பத்தி நிகழ்முறை பற்றிய புரிதல்

பிரான்ஸ், இத்தாலி போன்ற வளர்ந்த நாடுகளில் ஏற்பட்ட போராட்டக் களக் கட்டமைப்பு வர்க்கப்பிரிவுகளையோ அவற்றுக்கிடையான முரண்களையோ களைய உதவவில்லை. மாறாகச் சிக்கலை மேலும் கூட்டும் வகையிலும் உண்மைகளை மறைத்தும் கருணையாளர்கள் சிலர் ஒன்றுகூடி இப்புதிய சூழலுக்குப் பொருத்தமான ஓர் அரசியலைத் தேடினர், அவர்கள் நடுநிலையாளர்கள் என்று கூறிக்கொண்டனர். இத்தாலியில் *Centro sinistra* என்றும், பிரான்ஸ் நாட்டில் இடதுசாரிகள் நடுநிலையாளர்களோடு கூட்டணியமைக்கவும் முயல்கின்றனர். ஆக அரசியலில் முளைத்துள்ள இப்புதிய சூத்திரம் முன்னாள் பிரான்ஸ் அதிபர் ழிஸ்கார் என்பவர் தெரிவித்த "மூன்றில் இரண்டுபங்கு மக்கள் எங்கள் கொள்கைக்கு ஆதரவு தெரிவிக்கின்றனர்" என்ற பழைய கனவின் தொடர்ச்சி. தற்போதைக்கு இடதுசாரிகள் அடிப்படைக்கொள்கையை வலதுசாரிகளோடு பகிர்ந்து கொள்ளுதல், தனியுடைமை என்றும்போல நமது வரலாற்றுத் தொடுவானத்தின் விளிம்பு. நமது உலகம் குறைபாடுடையது. ஆதிக்க வர்க்கத்தின் குரலுக்கும், எழுத்துக்கும் ஒப்படைக்க வேண்டிய சந்தர்ப்பங்களும் ஏற்படத்தான் செய்கின்றன. தற்போதைக்கு அதைக்காட்டிலும் வேறு விமோசனங்களுமில்லை. குறைகளற்ற சமூகத்தை வேண்டி அடிப்படை நோக்கங்கள் எதுவாக இருப்பினும் இதுவரை எடுத்த முயற்சிகள் அனைத்துமே தோல்வியில்தான் முடிந்திருக்கின்றன. தவிரச் சமூக அநீதிகளை ஏற்றுக்கொள்கிற ஒருவகையான எதேச்சாதிகாரத்திற்குத்தான் அவை காரணமாக அமைந்தன.

மாற்றுலகு அணியினரின் *(Altermondialist)*, "இன்னொரு உலகத்திற்குச் சாத்தியமுண்டு" என்ற முழக்கத்தைச் செயல்படுத்துவதிலுள்ள சிரமங்களை அறிந்திருக்கிறோம். இன்னொரு உலகிற்கான சாத்தியமிருக்கிறதா? என்றால் இருக்கிறது, இல்லையெனச் சொல்வதற்கில்லை. ஆனால் அப்பட்டியல் நீளமானது; ஒன்றோடு நிறைவுபெறுவதல்ல. இன்றுள்ள தலையாய பிரச்சினை தற்போதைய நமது உலகத்தைக் காட்டிலும் மேலானதொரு உலகைப் பெறுவதற்கான வழிமுறைகளைத் தீர்மானிப்பது. அதாவது கற்பனையிலல்ல உண்மையில் முதலாளித்துவ உலகிலிருந்து விடுவித்துக் கொள்ள ஆகுமா? என்றறிவது. அதைத் தெரிந்துகொள்ள வேண்டுமெனில் நடைமுறை உலகையும், முதலாளித்துவ உற்பத்தி நிகழ்முறையின் காரண காரியங்களுக்குள்ள ஆற்றலையும் குறித்த புரிதல் வேண்டும்.

அத்தியாயம் 2

சந்தைப் பொருளாக மாறிவரும் உலகம்

“உலகமென்பது சந்தைப்பொருளல்ல!” என்ற கூக்குரல் கேட்கிறது. இக்கூக்குரலுக்குச் சொந்தக்காரர்கள் உலகமயமாக்கலுக்கு மாற்றுக் கருத்துக்கொண்டவர்களெனச் சொல்லிக்கொள்கிற நேற்றைய உலகமயமாக்கல் எதிர்ப்பாளர்கள். இக்குரல் விரக்தியின்பாற்பட்டதாகவும் வேடிக்கையானதாகவும் நமக்கு ஒலிக்கிறதில்லையா? உலகம் ஒரு சந்தைப்பொருளே! மறுக்கவா இயலும்? முதலாளியப் பொருளியலில் சரக்கு மட்டுமே மதிப்புக் கொண்டது. வேறு பொருளில் சொல்வதெனில் எது மதிப்புடையதோ அது சரக்காகிறது. சரக்கென்பது யாருக்கேனும் உடைமையாக இருக்க வேண்டும். அதாவது ஒரு சரக்கு அனைவரின் பாத்தியதைக்கும் உரியதென்றாலோ அல்லது ஒரு சரக்குக்குப் பாத்தியதைக்குரிய நபரென்று ஒருவரும் இல்லையென்றாலோ அது சரக்காகாது. ஒருவரும் உரிமைகோராத பொருளை உடைமையாக்கிக்கொள்ளும் முயற்சி திருட்டு அல்ல. ஏனெனில் எவரிடமிருந்தும் அப்பொருள் பறிக்கப்பட்டதல்ல. அவ்வாறே ஊருக்குப் பொதுவான மேய்ச்சல் நிலத்தில் வேலியிடுவதும் ஆட்சேபிக்கும் கிராமவாசிகளை வன்முறையைப் பிரயோகித்து அப்புறப்படுத்துவதும் குற்றமே அல்ல, லாக்குடைய *(J. Locke)* சொத்துரிமைச் சட்டத்தின்படி[1] அது முறையான நடவடிக்கை. ஆகத் தரித்திரர்கள் பொதுநிலத்திலிருந்து துரத்தப்பட்டனர். அவர்கள் விரும்பினால் தங்கள் பங்கிற்கு மேற்கிந்தியர்களைத் துரத்திவிட்டு அவர்கள் கைவசமுள்ள பொது நிலங்களை ஆக்கிரமித்துக்கொள்ளலாம். இந்நடவடிக்கைகளில் இரண்டுமே குற்றமல்ல. எங்கும் எவரும் பிறருடைய உடைமையைப் பறிக்கவில்லை. அப்பாவி கிராமவாசிகளைத் துரத்துவதில் ஆரம்பித்து காலனி ஆதிக்கம்வரை நடந்து முடிந்தது மேற்கத்திய முதலாளியத்தின் ஒரு சுற்றோட்டம்.

வரம்பற்ற சரக்குமயமாக்கம்

முதலாளித்துவம் இப்பண்பை இயல்பானதென்று தெரிவிக்கிறது. ஹோப்ஸ் அல்லது ஜே. லாக்கின் இயற்கைவிதியின்படி நவீன முதலாளித்துவத்தின் சொத்துரிமை என்பது ஏற்றுக்கொள்ளகூடிய வகையில் அரசாங்கத்தின் தலையீடோ உரிய சட்டங்களோ இல்லாதவரை

அனைத்துப் பொருட்களுக்குமானது. மோன்சான்ட்டோ நிறுவனம் தென் அமெரிக்க ஆதிகுடிகளின் உபயோகத்திலுள்ள சிலவகை தாவரங் களை மருந்தாளுமை நோக்கில் பயன்படுத்த உரிமைகோர உரிய வகையில் பதிவுசெய்து காப்புரிமை பெற்றால் போதுமானது. பழங்குடி மக்கள் தாங்கள் பயன்படுத்திவந்த தாவரங்களின் முதலாளித்துவப் பொருளியல் மதிப்பை அறிந்தவர்களல்ல, அதற்கான காப்புரிமை பெற வேண்டுமென்ற ஞானமும் அவர்களுக்குக் கிடையாது. ஆகக் காப்புரிமை பெற வேண்டு மென்ற ஞானத்தின் காரணமாகத் தாவரங்களை வியாபார நோக்கில் பயன்படுத்திக்கொள்வதால் மோன்சான்ட்டோ உரிமைபெற்றவர்கள் ஆகிறார்கள்.

அறிவியல் புனைகதைகளுக்கு ஈடான உதாரணங்களும் தரமுடியும். உதாரணமாக நாளைக்கே மனிதரின மரபணு மாற்றுத் தொழில்நுட்பத்தில் தனிக்கவனம் செலுத்தும் ஓர் உயிரியல் தொழில் நுட்ப நிறுவனம் – பெயர் *HGM-SA* என்று இருக்கட்டும் – மனிதரின மரபணுத்தொகுதியில் செய்யும் திருத்தம், புற்றுநோயிலிருந்து மனிதரைக் காக்க உதவுகிறதென்று கொள்வோம். நிறுவனம் இச்சிகிச்சைக்கான உரிமையை ஒரு மருத்துவ மனைக்கு விற்பனை செய்கிறது. மருத்துவமனையில் இப்புதிய மரபணு மாற்றுத் தொழில்நுட்பத்தால் பயன்பெற்ற மனிதன் இனி எவ்வகையிலும் புற்றுநோயால் பாதிப்படைய வழியில்லை என்ற நிலையில் ஒரு குழந்தைக் குத் தந்தையாகிறான். தந்தையூடாகப் புற்றுநோயை எதிர்க்கவல்ல புதிய மாற்று மரபணு இப்போது குழந்தைக்கு வருகிறது. முதலாளியப் பொரு ளியல் இயற்கை விதிப்படி மாற்று மரபணுக்கான உரிமத்தின் அடிப்படை யில் அக்குழந்தையின் தந்தையிடம் நேரடியாக உரிமை கோரும் உயிரியல் தொழில்நுட்ப நிறுவனம் *(HGM-SA)* இப்போது குழந்தையிடத்திலும் உரிமை கோரலாம். புற்றுநோயை எதிர்க்கவல்ல மாற்று மரபணுவைப் பெற்றிருக் கும் பெற்றோர்களும் அவர்களூடாக மாற்று மரபணுவைப் பெற்றுள்ள பிள்ளைகளும் காப்புரிமைக்கென வழங்க வேண்டிய உரியத்தை *(royalty)* *HGM-SA* நிறுவனத்திற்கு அவர்கள் உயிருள்ளவரை செலுத்த வேண்டியவர் களாகிறார்கள். தவறினால் ஒலி ஒளிவட்டுகள், கைக்கடிகாரங்கள், இதர ஆடம்பரப்பொருட்களின் போலிகளைத் தயாரிப்பவர்களுக்குரிய தண்ட னைக்கு அவர்களும் ஆளாவார்கள். மரபணுக் கட்டமைப்பை ஜேம்ஸ் வாட்சனுடன் இணைந்து கண்டறிந்த ஃபிரான்சிஸ் கிரிக், "புதிதாகப் பிறந்த குழந்தையை ஏற்பதென்பது அக்குழந்தையின் மரபணு ஆதாரத்தைக் கண்டறிவதற்காக மேற்கொள்ளப்படும் சோதனைச் சாலையின் முடிவு களைப் பொறுத்ததென்றும், சோதனைகளில் தேறாத குழந்தைகளுக்கு உயிர்வாழ்க்கைக்கான யோக்கியதை இல்லை" என்றும் அறிவித்தார். நாஸிச அடிப்படையிலான இம்மனிதரின் நல்லினவிருத்தியல் *(eugenics)* கூற்றும் முதலாளியப் பொருளுற்பத்தி நடவடிக்கைகளுக்கு உகந்ததே.

உற்பத்தியெனும் கண்கட்டுவித்தை

சரக்குவழிப்படுத்துதலைப் பிற துறைகளில் நிகழ்வதுபோன்றதொரு பரவலாக்கலெனத் தட்டையாகப் பொருள்கொள்ளலாகாது. மனிதர்

உயிர்வாழ்க்கைக்குள்ளும் நுழைந்திருக்கிறதென்பது தற்கால உண்மை. இரத்தமென்று ஆரம்பித்து, உடலுறுப்புகள், சூலகம், கருத்தரிப்புக்காக வயிற்றை வாடகைக்கு விடுவதென்று எங்கும் எதிலும் சரக்குவழிப்படுத்து தல். கடந்த காலத்திய அடிமை வணிகத்திற்கு மீண்டும் மறுவாழ்வு கொடுத் திருப்பதற்கு வயிற்றை வாடகைக்குவிடுவது நல்ல உதாரணம். மனிதர்களை ஜடமென்ற மெய்யியலாளர்களின் கருத்தை ஆமோதிக்கும் நடவடிக்கை. சரக்குமயமாக்கம் இன்றைக்கு ஒரு தீவிரச் செயல்பாடு. மனிதச்சமூகத்தில் இதுகாறும் பண்புகளாக நிலவிவந்த கூட்டுறவு, ஒத்துழைப்பு (குடும்ப வாழ்க்கை, பரோபகாரம்) ஆகியவை நிராகரிக்கப்பட்டு அவ்விடத்தைச் சரக்குகள் நிரப்பியுள்ளன. எது நிரந்தரமானதென நம்பப்பட்டதோ அது புறக்கணிக்கப்பட்டு எங்கும் எதிலும் சரக்கென்று புதிய உறவுக்கோட்பாடு வகுக்கப்பட்டுள்ளது. காலங்காலமாக நிறுவனங்களின் நடவடிக்கைளை அவதானித்து வருபவர்கள் அவை மூன்றுவகைப்படுமென்பதை உணர்ந் திருப்பார்கள்:

1. உற்பத்திமுறைக்குத் தேவையான மூலப்பொருட்கள், எந்திரங்கள் போன்ற மாறா மூலதனத்தை *(Constant Capital)* வாங்குவது.

2. உற்பத்திசெய்தவற்றைச் சரக்குகளாக விற்பது.

3. தொழிலாளர்களிடமிருந்து உழைப்புச் சக்தியை விலைக்குப் பெறுவது.

நவீன உலகில் நிறுவனத்தின் உள்கட்டமைப்பிலேயே பரிமாற்றங்கள் நிகழ்கின்றன. இப்பரிமாற்றத்திற்குப் பெரிதும் உதவுபவை நிர்வாகத்தின் கணக்கியல், தரக்கட்டுப்பாட்டுத் துறைகள். உதாரணத்திற்கு நிறுவனத் திற்குள் தொழில்நுட்பத் துறையைத் தனியாகப் பிரித்து, பழுதடைந்த எந்திரத்தை அவர்களைக்கொண்டு திருத்தும் செயல், வெளியிலிருந்து பிரிதொரு நிறுவனத்தின் சேவையை வேண்டிப் பெறுவதற்குச் சமமாகும். இங்குச் சந்தைப் பரிமாற்றமென்பது மேலாண்மை நிர்வாகத் துறையால் தீர்மானிக்கப்படுகிறது. கடந்த காலத்தில் உற்பத்தித் துறையென்பது பொறியாளர்களையும் உற்பத்தித் துறைப் பொறுப்பாளர்களையும் சார்ந் திருந்தது. மாறாக இன்று நிறுவனத்தின் பங்குதாரர்களால் ஆட்டுவிக்கப் படும் மேலாண்மையினரையே உற்பத்தித் துறை முழுவதுமாகச் சார்ந் துள்ளது. உற்பத்தித் துறையை முற்றாக நிராகரித்து உபரி – மதிப்பைக் கணக்கில் கொள்ள மறுக்கும் புதிய தொன்மப் பொருளியல் *(Neoclassical economics)* தமது கவனத்தை வாங்கல் – விற்றல் காரணிகளில் மட்டுமே செலுத்துவதென்பது நிறுவனங்களின் தற்போதைய மேலாண்மைக் கோட் பாட்டைப் பிரதிபலிப்பதன்றி வேறல்ல.

இச்செயல்பாட்டின் வேகம் இருவகைக் கூறுகளால் அதிகரித்துவரக் காண்கிறோம். பன்னாட்டு நிறுவனங்களைத் தோற்றுவித்தலும் அவற்றை ஒருமுகப்படுத்தலும் ஒன்றெனில், வெளியார்த் திறனைப் *(outsourcing)* பயன்படுத்திக்கொள்ளல் என்பது மற்றொன்று. முதலாளியப் பொருளிய லில் ஒருமுகப்படுத்துவதென்பது உற்பத்தித் துறையில் அங்கம்வகிக்கக்கூடிய

அனைத்தையும் ஓரணியில் திரட்டலென்ற பொருள்கொண்டதல்ல. மாறாக நிதிப்பரிமாற்றத்துடன் கூடிய வணிகப்பரிவர்த்தனைகளை நிறுவனத்தின் உட்கிளைகளுக்குள் நடைமுறைப்படுத்தலாகும். ஒரு நிறுவனத்தின் உட்கிளைகளின் எண்ணிக்கை அந்நிறுவனத்தின் பகுப்பாய்வுக் கணக்கியலால் தீர்மானிக்கப்படுவது. தமது சொந்த சுய ஆதிக்க நிறுவனங்களிடம் உற்பத்திச் செயல்பாட்டையும் பிறபணிகளையும் பிரித்து ஒப்படைப்பதால் பெரிய நிறுவனத்திற்கு இருவகையில் இலாபம். ஒன்று : தொழிலாளர்களைப் பிரித்துச் சிறுகுழுவினராக வைத்திருக்க உதவும். இரண்டு: சிறு நிறுவனங்களுக்கான நிதித்தேவையை உரிய வகையில் உரிய காலத்தில் கையாள முடியும். எனவே தமக்குக் கீழ் இயங்கும் சிறு நிறுவனப்பிரிவுகள் பெரிய நிறுவனங்களுக்குப் பாதுகாப்பானது மட்டுமல்ல இலாபகரமானதுங்கூட. நிறுவனங்களின் இப்புதிய வழிமுறை, உலகமயமாக்கல் சூழலால் இன்று மேலும் உற்சாகமடைந்துள்ளது. பன்னாட்டுவணிகம் வலுப்பெற்றுள்ள இன்றைய தினம் மூன்றில் ஒருபங்கு வணிகப்பரிவர்த்தனைகள் நிறுவனத்தின் உட்கட்டமைப்பிற்குள் நடைபெறுபவையெனக் கணிப்புகள் தெரிவிக்கின்றன. 2008ஆம் ஆண்டு பிரான்ஸ் நாட்டின் வாகன உற்பத்தித் துறை வாணிப இருப்பு நிலுவையில் *(Trade balance)* ஏற்பட்ட சரிவிற்குப் பிரெஞ்சு வாகன உற்பத்தி நிறுவனங்கள் தங்கள் தயாரிப்புகளில் ஒருசில வற்றைப் பிற நாடுகளுக்குக் கொண்டுசென்றதாலன்றிப் பலரும் நினைப்பது போல பிறநாட்டு வாகனங்கள் பிரான்ஸ் நாட்டுச் சந்தையில் அதிக எண்ணிக்கையில் நுழைந்தன என்பதாலல்ல.

Alcatel – Lucent நிறுவனத்தின் அதிபர் செர்ழ் சூருக் *(Serge Tchruk)* ஒரு நிறுவனத்திற்கு உற்பத்திப் பிரிவு தேவையற்றதென்கிற கருத்தை முன்வைத்தவர். பிற நிறுவனங்களைச் சரக்கு உற்பத்தியில் ஈடுபடவைத்து, அச்சரக்கைச் சந்தையில் விற்று நிறுவனத்தை வெற்றிகரமாக நடத்த முடியும் என்பது அவரது சிந்தனை. மனிதருக்கு இலட்சிய முதலாளியம் *(Ideal Capitalism)* என்பது உற்பத்தித் துறையைக் கைகழுவுவது ஆகும், அதாவது அவரைப் பொறுத்தவரை உற்பத்திப் பிரதிநித்துவமற்ற சந்தைப் பொருளாதாரமே அப்பழுக்கற்றது. சூருக்கும் *(Tchruk)* அவருடைய கூட்டாளிகளும் தங்கள் கனவின் அடிப்படையில் உருவாக்கிய *High-tech* நிறுவனத்தை மிகமோசமாகச் சீரழித்ததே இறுதியில் அவர்கள் கண்ட பலன். இவரது அல்காட்டெல் நிறுவனம் தமது தொலைபேசி உபகரண உற்பத்திப்பணியை வெளி நிறுவனத்திடம் ஒப்படைக்கிறதென்று கொள்வோம். இவ்வெளி நிறுவனம் பிறருக்குத் தயாரித்துக்கொடுப்பதை நாமே நேரடியாக விற்பனை செய்தாலென்ன என்று யோசிக்க ஆரம்பித்தால் என்ன ஆகும்? இப்புதிய நெருக்கடியில் 'சூருக்' முதலாளியம் தமது எண்ணத்தைச் சித்திபெறச் செய்வதற்கான ஒரே வழி, உபகரண உற்பத்தியில் ஈடுபடுத்தப்பட்ட நிறுவனத்தின் சந்தைப்படுத்தும் முயற்சியைத் தடுப்பது. அவ்வாறு தடுக்கச் சந்தையில் பொருளை விற்பதற்கான முழு உரிமையும் – அரசு ஆணையோ, சந்தைப்பிரதேசத்தில் பொருளின் பிரதான விற்பனை உரிமமோ இரண்டிலொன்று – அல்காட்டெல் வசமிருக்க வேண்டும். அதாவது சூருக் முதலாளியம் பெரிய நிறுவனம் – அதன் கீழ் உற்பத்தியில் ஈடுபட்டிருக்கும் சிறு நிறுவனங்களென்ற இருவருக்குமிடையே கட்டமைக்கும் சந்தை உறவு

புதியதல்ல, ஏகாதிபத்தியம் – பிரபுக்கள் என்றிருந்த காலத்தில் கண்டது தான். ஒருபக்கம் பொருளியல் வல்லுநர்களும் (பழமைவாதிகள்?), மறு பக்கம் சந்தை நாடகத்தின் மாந்தர்களான முதலாளிகள், நிர்வாகிகள், அரசியல் பொருளாதாரம் முதலானவர்களும் அரங்கேற்றும் காட்சி களைத் தற்போதைய பொருளியலின் பொதுப்படையான அம்சங்கள், புரிகைச் சுற்றோட்டம் *(spiral cycle)* ஆகியவற்றின் அடிப்படையில் பார்க்கிற பொழுது அவ்வளவும் கண்கட்டுவித்தை. மார்க்ஸ் தமது மூலதன நூலில் சித்தரிப்பதுபோலப் படம்பிடிக்கருவி உள்ளறை திரையில் விழும் உண்மை யின் தலைகீழ்ப் பிம்பம்.

உழைப்புச் சந்தை

சந்தைப் பரிவர்த்தனையில் மூன்றாவது நடவடிக்கை தொழிலாளர் களை ஆதாரமாகக் கொண்டது. இங்கும் குறிப்பிடத்தக்க வகையில் நீண்ட கால மாற்றங்களைச் சந்திக்கிறோம். ஒரு நிறுவனத்தின் நலன்கருதி அதனு டைய உற்பத்தி பிரிவுகள் (பொருளுற்பத்தி, தொழிற்சாலை) மூடப்படுகிற தெனில் சுற்றடியாக மூலதனம் – உழைப்பு என்ற காரணிகளுக்கிடையான உறவும் குறிப்பிடத்தகுந்த வகையில் மாற்றத்திற்கு உட்படுகிறது. பழங்கால முதலாளித்துவப் பொருளியலில் தொழிலாளர்களுக்குத் 'தன்னுரிமை பெற்ற தொழிலாளர்கள்' என்ற தகுநிலை *(status)* இருந்தபோதும் இன்னார் தொழிலாளி கள் என்ற அடையாளம் அவர்களுக்கிருந்தது. அத்தொழிலாளர்களின் முதலாளியும் 'எனது தொழிலாளிகள்' என்று உரிமையுடன் சொல்ல முடிந்தது. அங்கே உழைப்புச்சந்தை உறவென்பது (உழைப்பை விற்பவர் களும் அதனை விலைகொடுத்து வாங்குபவர்களும் கூடுமிடம்) பண்ணையார் – பண்ணையாள், உடையார் – குடிப்பிள்ளை பந்தமென ஒருவர் மற்றவருக்காக என்ற கடந்தகாலத்துக்கேயுரிய பண்பில் வார்க்கப்பட்டிருந்தது. உற்பத்திச் சாதனங்களின் நேரடி உடைமையாளர் என்ற வகையிலும், நிறுவனத்தின் உரிமையாளர் என்ற வகையிலும் சாத்தியப்படக்கூடிய தொழிலாளர் – முதலாளி உறவுகளை அவ்வமயம் முதலாளிகள் நடைமுறைப்படுத்தினர். தொழிலாளியை அடிமையாக நடத்திய ஆண்டானில் தொடங்கி சமூக உறவின் அடிப்படையில் அவருடன் கைகோத்ததுவரை, ஏன் அரை சோஷலிஸ்ட்டாக[2] அவதாரமெடுத்ததுவரை நடந்திருக்கிறது. அக்காலம் போனது போனதுதான். ஃபோர்டிஸ்டு *(Fordist)*, கினேசியன் *(Keynesien)* காலக்கட்டத்திலும் இதுதான் நடந்தது. மூலதனத்திற்கும் – உழைப்புக்கு மான மோதலைத் தவிர்ப்பதற்காக முதலாளியமும் தொழிற்சங்கங்களும் ஒப்பந்தங்கள் செய்துகொண்டன. ஒப்பந்தம் சமூகத்தின் பதற்றத்தைத் தணிக்குமென்றும், தொழிலாளர்கள் வாழ்வை மேம்படுத்த எதிர்காலத்தில் வகைசெய்யுமெனவும் நம்பப்பட்டது. அனைத்தும் கனவுகளாகவே முடிந்தன. இன்று முதலாளியத்தின் கவலைகளெல்லாம் வேலை; கல்வி, அனுபவம்; பதவி நியமனம்; பணிக்கான சூழல்கள் ஆகிய கருத்தியல்களிடத்தில் இடுபணி *(mission)* என்ற கருத்துபடிவத்தை எங்ஙனம் இட்டு நிரப்புவ தென்பதன்றி வேறல்ல. நெகிழ்வுத்தன்மைகொண்ட இப்புதுவகை உழைப்பை வழிநடத்தும் பணியில் குறுங்கால வேலைவாய்ப்புக்கென்று உள்ள நிறுவ னங்கள் இன்றைக்கு முதலாளியத்துக்கு முன்னின்று உதவுகின்றன. இம்

முறை மெல்லமெல்ல முதலாளித்துவ வளர்ந்த நாடுகள் அனைத்திலும் இடம்பிடித்துவிட்டதென்பதும் நிகழ்கால உண்மை. விளைவு தனிமனிதனும் இன்றைக்கு ஒரு நிறுவனம். எண்ணற்ற பெரிய நிறுவனங்கள் பொருளுற்பத்தியில் தங்கள் ஊழியரில் ஒருபிரிவினரை 'வெளியார்' உழைப்பின் கீழ் அந்நியப்படுத்தத் தொடங்கின. 1979ஆம் ஆண்டு டூரன் ***(Turan, Italy)*** நகரில் பியட் வாகன உற்பத்தித் தொழிற்சாலையில் ஏற்பட்ட வேலை நிறுத்தம் தோல்வியில் முடிய, நிர்வாகம் கணிசமான அளவில் ஊழியர்களின் எண்ணிக்கையைக் குறைத்தது. தொழிலாளர்கள் அவர்கள் சொந்தக் கணக்கில் பணிபுரிய ஊக்கப்படுத்தப்பட்டார்கள். பியட் தொழிற்சாலையில் தொடர்ந்து உழைக்கவிருக்கும் தொழிலாளிக்கு அவரே முதலாளி. அவ்வகையில் ஊழியர்களின் பத்தாண்டுக்காலப் போராட்டத்தை ஒருவகையான எதிர்ப்புரட்சியை வழிநடத்தி இத்தாலி நாட்டின் மிகப்பெரும் நிறுவனம் உழைக்கும் வர்க்கத்தின் முதுகெலும்பை உடைத்தது. தனியார் நிறுவனத்தின் இப்புதுவகை நடவடிக்கை உலகயுத்தத்தின் முடிவில் ஐரோப்பிய உலகில் தொழிலாளர்களுக்கு ஆதரவாக ஏற்படுத்தபட்ட சமூகநலத் திட்டங்களைக் கபளீகரம் செய்ய உதவியது. தவிர இத்தாலிய வலதுசாரி அதிபர் பெர்லுஸ்கோனி ***(Berlusconi)*** கெக்கலி கொட்டவும் இத்தாலிய இடதுசாரிகள் முகவரி இழக்கவுங்கூடக் காரணமாயிற்று.

மீண்டும் பொய்மையின் அரசாங்கம். சந்தைப் பரிவர்த்தனையின் நலனுக்கென்று உழைப்பும் உற்பத்திநலனும் காவுகொடுக்கப்படுகிற மாய்மாலத்தை நியாயப்படுத்தக் கடந்தகாலத்திய உழைப்புச் சந்தை உறவைச் சட்டப்படியாக மீட்டெடுத்திருக்கிறோம். உற்பத்திச்சாதனங்களின் உடைமையாளர்களுக்கும் தமது உடலை (கை, கால், மூளை) விற்பதற்கென்றே சந்தைக்கு வரும் தொழிலாளர்களுக்குமான உழைப்புச்சந்தை உறவு என்றும்போல ஆதிக்க அரசியல் சார்ந்தது. சுருக்கமாகச் சொல்வதெனில் தொழிலாளர்களின் நலன், பாதுகாப்பு ஆகியவற்றிற்காக வாதிடக்கூடியவற்றைச் சிறுகச் சிறுக இல்லாதொழித்தனர். 'நெகிழ்வுத்தன்மை', 'பாதுகாப்பு', 'பணிதரும் வருங்கால நம்பிக்கை' என்பவற்றின் அடிப்படையில் புதியவகை உழைப்புச் சந்தையில் தங்களையும் இணைத்துக்கொண்ட பிரான்ஸ் நாட்டு இடதுசாரித் தொழிற்சங்கமான CGTயையும் இப்பட்டியலில் சேர்க்க வேண்டும்.

'முதலாளி' என்ற சமூகத் தகுதிகொண்ட ஒன்றிரண்டு மனிதர்களுக்குப் பெரும் செலவினத்தைத் தரவல்லதாகவோ, செல்வத்தில் கணிசமான பகுதியைப் பணயம் வைக்கிற சூதாட்டமாகவோ இப்புதிய சந்தை உறவு அமையக்கூடும். எனினும் முதலாளி வர்க்கமென்ற அணியாகத் திரள்கிறபோது நிலைமை வேறு. அவர்கள் தங்கள் நலனில் கண்ணுங்கருத்துமாக இருப்பவர்கள். சட்டங்களும் அரசியல்களும் தமது இலாப விகிதாச்சாரத்தை அதிகரிப்பதற்கு எவ்வகையில் உதவுமெனச் சதா சிந்திப்பவர்கள். முதலாளிய வர்க்கமென்ற மனப்பாங்கு அவர்களை எப்போதும் பணத்தைக் குறியாக வைத்து இயங்கவைக்கிறது. பெறப்பட்ட உழைப்புக்கு ஊதியம் வழங்க வேண்டும் என்பதைச் சகித்துக்கொள்ள முடிவதில்லை. தவிர நிறுவனத்தின் வரவு செலவுக் கணக்கில் தொழிலாளர்கள் ஊதியம் வரவுக் கணக்கில் வராதென்ற உண்மை அவர்களைச் சங்கடப்படுத்துகிறது. எனவே உழைப்புச்

சந்தையில் வாங்குபவரான தங்களை விற்பவரைக்காட்டிலும் செல்வாக் குள்ளவர் என்பதைக் காட்டிக்கொள்ள வேண்டும். வாங்குபவர் பலம் குவித்துள்ள மூலதனத்தில் இருக்கிறது. விற்பவர் பலம் எண்ணிக்கையில் இருக்கிறது. இந்த எண்ணிக்கையைக் குறைப்பதும் அதைக் குறையாமல் பார்த்துக்கொள்வதிலும் உழைப்புச் சந்தையின் சூட்சுமம் அடங்கியுள்ளது. 1791ஆம் ஆண்டு பிரெஞ்சுப் புரட்சியின் போது இடைக்காலத்திய சமூக அமைப்புகளை ஷாப்லியே (Loi Chaplier) சட்டத்தின் மூலம் கலைக்க நினைத்தனர். அவ்வகையில் உழைப்பில் கட்டுப்பாடற்ற போட்டி வேண்டும் என்பதற்காகத் தொழிலாளர்கள் ஒன்றிணைவதற்கான வாய்ப்பைத் தடை செய்தனர். சமூகநல நிறுவனங்களின் தயவில் உயிருக்குப் பாதுகாப்பு இருக்கிறதெனில் நாளை பேச்சுவார்த்தையின்போது தொழிலாளர்கள் தங்கள் கோரிக்கைகளின் எண்ணிக்கையைக் கூட்ட நேரிடுமென்பதால் தொழிலாளர்களுக்குப் பாதுகாப்பைத் தருமென நம்பப்படும் சிறியதொரு சமூக நல நிறுவனங்கூட முதலாளித்துவத்திற்கு ஆபத்தானது, கட்டுப் பாடற்ற போட்டிக்கு எதிரானது. சமூக நல நிறுவனங்களே கூடாதெனில், தொழிற்சங்கங்களைப்பற்றிச் சொல்ல என்ன இருக்கிறது? அவை முற்றாக நிராகரிக்கப்பட வேண்டியவை. ஏனெனில் அவை உழைப்பின் விலையை மட்டுப்படுத்தக்கூடிய கட்டுப்பாடற்ற போட்டிக்குச் சாதகமான இயற்கை விதியையே தலைகீழாகப் புரட்ட நினைப்பவை.

அங்கத்தினர் நாடுகளின் இறையாண்மைக் கொள்கைக்கு மாற்றாக அரசியல் மற்றும் சட்டம் சார்ந்த கருத்தியல்களுக்கு வலுவூட்டுகின்ற வகையில் ஐரோப்பிய ஒன்றியத்தால் அறிமுகப்படுத்தப்பட்டதே 'குறைகாண முடியாத கட்டுப்பாடற்ற போட்டி' என்ற கோட்பாடு. ஐரோப்பிய ஒன்றியத் தின் இப்புதிய தொழிற்கொள்கையின்படி தொழிற்சங்கமும், தொழிலாளர் கூட்டு ஒப்பந்தமும் (Collective labour agreement) மோசமான தடங்கல்கள். உழைப்புச் சந்தை உண்மையிலே அதற்கான இலக்கணப்படி இயங்க வேண்டுமெனில் ஏனைய சரக்குகளைப் போல உழைப்புச் சக்தியும் 'சரக்காகக் கருதப்பட வேண்டும். வட ஐரோப்பிய நாடுகளில் ஒன்றான லாட்வியா (Latvia) நாட்டைச் சேர்ந்த தொழிலாளர்களைப் பணியில் அமர்த்தும் வழக்கத்தையும் அவர்களுக்கு லாட்வியன் பணமதிப்பில் ஊதியம் வழங்குவதையும் பழக்கப்படுத்திக்கொண்ட சுவீடன் நாட்டு நிறுவனங்களை எதிர்த்து அந்நாட்டுத் தொழிற்சங்கங்கள் ஐரோப்பிய நீதிமன்றத்தில் வழக்குத் தொடர்ந்தன. வழக்கின் முடிவில் சுவீடன் நாட்டுச் சட்டப்படி நிறுவனங் களின் நடவடிக்கையில் தவறேதுமில்லையென்றுகூறி வழக்குத்தொடர்ந்த தொழிற்சங்கத்தை நீதிமன்றம் கண்டித்தது. அங்கத்தினர் நாடுகளின் சமூக நலச்சட்டங்கள் மேலும் சில ஆண்டுகள் அனுமதிக்கப்பட வேண்டிய அவசியத்தை நினைவுகூர்ந்த தீர்ப்பு சுவீடன் நிறுவனங்களின் நடவடிக்கை களும் ஊதியக்கொள்கையும் ஐரோப்பிய ஒன்றியத்தின் கொள்கைக்கு முரணானதென்று தெரிவித்தது. பிரெஞ்சு முதலாளிகளின் அமைப்பைச் சார்ந்த டெனிஸ் கெஸ்லெர் என்பவர், 1944ஆம் ஆண்டிலிருந்து ஐரோப்பிய நாடுகளில் உள்ள தொழிற் சட்டங்களை மறுபரிசீலனைக்கு உட்படுத்த வேண்டுமென்றார். ஐரோப்பிய நீதிமன்றத்தின் தீர்ப்பின்படி நாளை BTP என்ற பிரெஞ்சு நிறுவனம் பல்கேரியா என்ற தொழிற்சாலைப் பிரிவு

ஒன்றை பிரான்ஸ் நாட்டில் ஏற்படுத்தி பல்கேரிய நாட்டுத் தொழிலாளர் களைத் தருவித்து, அவர்கள் உழைப்புக்கு பல்கேரிய மதிப்பீட்டில் ஊதியம் வழங்கலாம். முதலாளித்துவப் பொருளியலுக்குப் பணியிடங் களை மாற்றி அமைப்பதால் நன்மைகள் உண்டு. ரெனோல்ட் தயாரிப்பான டாசியா மோட்டார் வாகனங்களை ருமெனியா நாட்டில் தயாரிக்க அங்கு தொழிலாளர்களுக்குத் தரப்படும் ஊதியம் பிரான்ஸ் நாட்டில் அதே வாகனத்திற்குத் தரப்படும் ஊதியத்தைக்காட்டிலும் மிகவும் குறைவாகும். இந்நிலையில் பிரான்ஸ் தொழிலாளர்களுக்கு உழைப்புச் சந்தையின் நேரடிப் போட்டியாளர்கள் சக ருமேனியத் தோழர்கள். மோட்டார் வாகன உற்பத்தியையும் காலுறைத் தயாரிப்பையும் மாற்று இடங்களுக்குச் கொண்டுசெல்லலாம், ஆனால் கொத்தனார், குழாய்ப் பணியாளர், முடி திருத்துவோர் ஆகியோரை மாற்று இடத்திற்குக் கொண்டுசெல்ல இயலுமா என்ற கேள்வி இருந்தது. ஐரோப்பிய நீதிமன்றத்தின் அண்மைக்காலத் தீர்ப்பொன்று நுகர்வோரைத் தேடிச்சென்று அளிக்கும் சேவை என்ற நிலைப்பாட்டின் கீழ் அதற்கான உரிமையை வழங்கியுள்ளது. ஆக மொத்தத் தில் உழைப்புச்சந்தை உறவில் நெருக்கடி உள்ளது. இப்போதைய சூழலில் முதலாளிக்கு அவர் யாராக இருப்பினும் தொழிலாளர்களிடம் வேலைக்கு உத்தரவாதம் வேண்டுமெனில், மணிநேரம், ஊதியமென விவாதித்துக் கொண்டிருப்பதைத் தவிர்க்க வேண்டுமென நிர்ப்பந்திக்க முடியும்.

ஒவ்வொரு தொழிலாளியும் முதலாளி என்கிறபோது, கூட்டுறவுக்கு அங்கு வாய்ப்பில்லை. ஊழியர்கள் அவர்களே நிறுவனத்தின் அதிபர்க ளாகிறபோது, ஒருவர் மற்றவர்க்குத் தொழில்முறைப் போட்டியாளர். குடியேற்றவாசிகள் பிரச்சினையைச் சாடையாக ஏற்கனவே குறிப்பிட் டிருந்தோம். ஃபோர்டிஸ்டு வகைப் பொருளாதாரம் வளர்ந்த காலத்தில் உள்நாட்டுத் தொழிலாளர்களுக்கும் வெளிநாட்டுத் தொழிலாளர்களுக்கு மிடையில் பெரும் மோதல்களென்று எதுவுமில்லை. தொழிற்சங்கங்கள் வலுவாக இருந்த காரணத்தால் பல்வேறு நாட்டினரும் ‘தொழிலாளர் இனம்’ என்ற வகைமையின் கீழ் எளிதாக ஒன்றுதிரள முடிந்தது. என்றைக்கு ‘நாமனைவரும் ஓரினம்’ என்ற மனப்பாங்கு முடிவுக்கு வந்ததோ அதாவது தங்களை ஓர் அமைப்பின்கீழ் அடையாளம் காணவியலாத சூழல் உருவாக்கப் பட்டதோ அன்றே உழைப்பு முறைமை அதாவது உழைப்புச் சந்தை (உண்மையில் உழைப்புச் சக்திக்கான சந்தை) தொழிலாளர்க்குத் தனது விதிகளைத் தெளிவாக உணர்த்தியிருக்கிறது. அவற்றுள் தலையாயது: ஒரு உழைப்புச் சக்தி விற்பனையாளர் மற்றொரு உழைப்புச்சக்தி விற்பனை யாளரைப் போட்டியாளரராகவே பார்க்க வேண்டும், நேற்றுவரை வர்க்க நலனுக்குத் தம்முடன் கைகோத்துழைத்த சக தோழரென்று பார்த்தல் கூடாது. அனைவருக்கும் தெரிந்த இப்பிரச்சினையிலுள்ள முரண்பாடு: கட்டுப்பாடற்ற போட்டி என்ற இராச்சியத்தில் போட்டியாளன் ஓர் எதிரி, அவன் ‘இருத்தல்’ ஆபத்தானது. எதிரிகளை அழிப்பதற்கு அநேக வழிமுறைகளுள்ளன. அதிகமாக உபயோகிக்கப்படுபவையுள் *‘numerus clausus’* முதலாவது, அதன்படி உழைப்புச்சக்தியை விற்க வருபவர்களின் எண்ணிக்கையை மட்டுப்படுத்துவது, இரண்டாவது, விலையை ஒழுங்கு படுத்துவது (இன்ன பொருளுக்கு இதுதான் விலை), மூன்றாவது, அச்சுறுத்தல்

வகை (தாதாக்கள், கடத்தல்) போன்றவை. பிரான்ஸ் நாட்டில் அண்மையில் தொழிலாளர் வர்க்கத்தின் ஒருபிரிவினர் தீவிர வலதுசாரிக் கட்சியான *Front National*க்கு ஆதரவாகத் திரண்டனர். பின்னர்த் தங்கள் வாக்குகளை மிதவாதியான மற்றொரு வலதுசாரிக் கட்சியின் வேட்பாளரான சர்க்கோசிக்கு அளித்து *2007*ஆம் ஆண்டு அதிபர் தேர்தலில் அவரை வெற்றிபெறவும் செய்தனர். வெளிநாட்டிலிருந்து வந்துள்ள தொழிலாளர்களால் மேலும் பாதிக்கப்படலாம் என்ற அச்சம் முதலாளிகள் – தொழிலாளர்கள் யுத்தத்தில் களைத்துள்ள தொழிலாளர்களுக்கு இருக்கிறது. அவ்வச்சமே அவர்களை வலதுசாரிக் கட்சிகளின் ஆதரவாளர்களாக மாற்றியுள்ளது. அந்நியர்களை வெறுக்கும் வலதுசாரிக் கட்சிகளை ஆதரித்து தொழிலாளர்கள் வாக்களிக்கும் போக்கு அதிகரித்துவருவதற்கு வலுவற்ற தொழிற் சங்கங்கள் மட்டுமே காரணமல்ல. இத்தாலியில் உம்பெர்ட்டோ போஸ்ஸி *(Umberto Bossi)* என்பவரின் இனவாத அரசியல் கட்சியான லெகா நோர்து *(Lega Nord)* தொழிலாளர்கள் மத்தியில் நல்ல வரவேற்பைப் பெற்றது, குறிப்பாக *Brescia, Reggio Emilia* பகுதிகளில். இங்கே தொழிலாளர்களின் 'வெறுப்பு' என்பது சுவாரஸ்யமான நிலையை எட்டியிருந்தது. அவ்வெறுப்புத் 'தங்கள் சமூகத்தைச் சார்ந்திராத' குடியேற்றவாசிகள் மீதான வெறுப்பு அல்ல. மாறாக இத்தாலி நாட்டின் அரசுசார்ந்த நலத்திட்டங்களில் (அடித்தள மக்களுக்கான குடியிருப்புத் திட்டங்கள், நிதிஉதவிகள்) தென் பகுதி மக்களே அதிகம் பலன் பெற்றதால் விளைந்தது. பிரான்ஸ் நாட்டின் தென்பகுதியிலும் இத்தாலி மற்றும் போலந்து தொழிலாளிகளுக்கு எதிராக இருபதாம் நூற்றாண்டின் தொடக்கத்தில் உள்ளூர்த் தொழிலாளிகள் திரண்டதை இங்கே நினைவுகூர்தல் வேண்டும். ஆக மொத்தத்தில் தொழிலாளர்களுக்கிடையேயான இம்மோதலுக்கு 'இனவாதம்' காரணமல்ல, உழைப்புச் சந்தையில் ஏற்பட்ட குறைகாண முடியாத கட்டுப்பாடற்ற போட்டியே காரணம்.

மார்க்ஸின் பகுப்பாய்வு முடிவு முதலாளியப் பொருளுற்பத்தி நிகழ்முறையால் சமூகக் கட்டமைப்பில் ஏற்படும் மாற்றங்கள் பற்றியது. அதன்படி சமுதாயத்தின் ஒரு முனையில் வறுமையையும் தரித்திரத்தையும் மறுமுனையில் செல்வக் குவிப்பையும் பார்க்கிறார் : சமூகப் பிரிவுகளை எளிதாக வகைப்படுத்துவதெனில் இரண்டு வகுப்பினராகப் பிரிக்கலாம். எண்ணிக்கையில் குறைந்த முதலாளிகள் ஒரு பிரிவு, பெரும் எண்ணிக்கையாளர்களான பாட்டாளிகள் மற்றொரு பிரிவு. பாட்டாளிகள் தங்களுடைய பலத்தின் அளவை உணரத் தொடங்குகிறார்கள், 'வர்க்கக் கடப்பாட்டிற்கு' *(class consciousness)* களமேற்படுகிறது, இறுதியில் சமூகத்தை வழிநடத்தும் அதிகாரம் பாட்டாளிகளின் கைக்கு வருகிறது. அதாவது வரலாற்றில் முதன்முறையாக உழைக்கும் வர்க்கத்தின் பெரும்பான்மை சமூக அமைப்பில் கோலோச்சத் தொடங்குகிறது. எண்ணிக்கை அளவில் பாட்டாளிவர்க்கத்தினரின் பெருக்கத்தில் நம்பிக்கை வைத்தே மார்க்ஸ் வாக்குரிமைமூலம் தேர்லில் வென்று பாராளுமன்ற ஆட்சிமுறையை சோஷலிஸம் அமைதி வழியில் கைப்பற்றக்கூடுமெனவும் கருதினார். ஒரு வகையில் மார்க்ஸின் தீர்க்கதரிசனம் உண்மையாகியுள்ளது. உழைப்புச் சக்தியை விற்பவர்களெல்லாம் பாட்டாளிகளெனில் அவர்களோடு சமுதா

யத்தில் புதிதாக முளைத்துள்ள நடுத்தர வர்க்கமான ஊழியர்கள், நுட்பவல்லு நர்கள், நிர்வாகப் பேராண்மையில் அங்கம் வகிக்கிற இடைமட்ட அதிகாரி கள் ... ஆகியோரையும் இணைத்துக்கொண்டால் பாட்டாளிவர்க்கம் விஸ்வரூபமெடுத்துள்ளதென்பதை வளர்ந்த முதலாளித்துவ நாடுகளில் மட்டுமின்றி, வளர்ச்சியில் கணிசமாக முன்னேற்றம் கண்டுவரும் நாடு களான சீனா, இந்தியா, பிரேசில் போன்ற நாடுகளின் கோடிக்கணக்கான பாட்டாளிவர்க்கத்தினரின் எண்ணிக்கையாலும் அறிகிறோம். ஆனால் பாட்டாளிவர்க்கத்தினரின் நிலைமை மார்க்ஸ் குறிப்பிடுவதுபோன்று 'கூலியாள்' *(Salariat-Wage earners)* நிலைமைதான். மார்க்ஸ் தரும் பாட்டாளி யான 'கூலியாளுக்கு' உழைப்புச் சந்தையில் தன்னைப் போட்டியாளனாக நிறுத்திக்கொண்டு முடிந்தமட்டும் தனது உழைப்புச் சக்தியை நல்ல விலைக்கு விற்க வேண்டும். மார்க்ஸ் பொருளுற்பத்தித் திறனில் சமூக அமைப்பைத் துகளாக்கும்திறன் *(Social atomisation)* அடங்கிக்கிடப்பதை அறிந்தவரென்றபோதிலும் முதலாளியத் திறனில் *(Dynamic capitalism)* சமூக மயமாக்கத்தின் உந்துசக்திகளைப் பெரிதும் நம்பினார். மனிதர்கள் தமதிருப்பைத் தனித்தே காண்கின்றனர் என்னும் தனிமனித இன வரைவியல் *(Liberal anthropology)* சிந்தனையை நம்மால் மறுக்க முடியும், எதிர்வினை யாற்றவும் முடியும். மனிதர் வாழ்க்கையை அறிவியல்பூர்வமாகக் கற்றுணர்ந் தவர்கள் என்ற வகையில் தனிமனித இனவரைவியல் சிந்தனை அபத்த மானதென்கிற முடிவுக்கு வரவியலும். எனினும் பொருளுற்பத்திப் பங்களிப்புக் கூட்டுறவில் அவன் 'அயலான்' *(alien)* ஆக வடிவெடுப்பதைப் பார்க்கி றோம். அங்கே அவன் தன்னளவில் வேறுபாடுடையவன். பிரித் துணரும் குணங்கொண்டவன் – பிறரிடமிருந்து தன்னை வேறுபடுத்திக் கொள்ளக் காரணங்கள் உள்ளன என்று நம்புகிறான். இதனையே 'தன்னிலைத்துவம்' *(individualism)* என்கிறோம். தான் வேறானவன் என்ற அகப்பாட்டுடனான சமூகக் கடப்பாடு ஒருபுறம், சமுதாயத்தின் உண்மையான புறவயப்பாட்டு நிலைமை மறுபுறம். இவ்விரண்டு பண்புடனும் தொழிலாளி இருக்கவேண்டி யதற்கான காரணம் உள்ளது. அது பலரும் நினைப்பது போல ஊடகங்கள் மற்றும் ஊத்தைபிடித்த பிரச்சாரங்கள் உருவாக்கிய சிற்சில மாயைகள் சார்ந்தது அல்ல, அது இன்றைய சமுதாயம் சார்ந்தது. அச்சமுதாயத்தைத் தாங்கிப் பிடித்திருக்கிற பொருளியல் உற்பத்திமுறை நிகழ்வால் கட்ட மைக்கப்பட்டது.

அடிக்குறிப்புகள்

1. *1689*ஆம் ஆண்டு ஜான் லாக் *(John Locke) Two Treatises of Government.* என்ற பெயரில் உருவாக்கித் தந்திருந்த விதிகளின்படி ஆடுகளை வளர்க்க ஊர்ப்பொதுவிலிருந்த நிலங்களை யார் வேண்டுமானாலும் வளைத்து வேலியிடலாமென்றார்.
2. புரட்சி முதலாளிகளும் இருந்திருக்கிறார்கள். அமெரிக்காவில் ராபர்ட் ஓவன் *(Robert Owen)* ஆரம்பித்துவைத்த பொதுவுடைமை முதலாளிய நிறுவனங்கள் தொடங்கி, 'நிறுவனம் ஒரு குடும்பம்' *(Familistere)* என்ற கொள்கைசார்ந்து இயங்கிய கோதன் *(Godin)* என உதாரணங்க ளிருக்கின்றன.
3. *Free and undistorted competition.*

சரக்கும் சமயமும்

வாழ்க்கை சரக்கென்று மாற்றுவடிவம் பெற்றுள்ளது. சரக்கே எங்கும் வியாபித்துமுள்ளது. இந்நிலையில் ஒருவகையான தார்மீக எதிர்ப்பை மேற்கொள்ள வேண்டியவர்களாக மனிதர்கள் இருக்கிறார்கள். இங்கு அனைத்தும் விற்பனைக்குரியதென்றோ, வணிகப்பொருளென்றோ சொல்லப் படுவதை மனச்சாட்சி உள்ளவர்கள் எப்படி ஏற்பது? உயிர்வாழ்க்கையை ஓர் ஜடமாகப் பார்க்கும் பண்பை எங்ஙனம் அங்கீகரிப்பதாம்? இத்தகு பரஞானத்தை முற்றாக நிராகரிப்பது அவசியம். மார்க்ஸியச் சிந்தனைக்கு எதிர்வினை ஆற்றியவர்களுக்கு அவ்வகை மறுப்புக் கடமையானது. பிராங்பர்ட் சிந்தனாப்பள்ளியைச்சேர்ந்த அடோர்னோ *(Adarno)*, மார்க்யுஸ் *(Marcuse)* போன்றவர்களும், அவர்கள் வழிவந்த பிறரும் அதற்கொரு நல்ல உதாரணம். எனினும் சரக்கின் இயக்கத்தைப் புரிந்துகொள்ள, அவற்றின் நுணுக்கமான உட்கூறுகளைப் புரிந்துகொள்ள வேண்டும். நம்மைப் பொறுத்தவரை சந்தை யால் கட்டமைக்கப்பட்ட முதலாளித்துவ பொருளாதாரத்தில் சரக்கை இயக்குபவையென இரு பிரதானக் காரணிகளைக் கூறலாம்.

முதலாவது சந்தையும் சந்தையில் நிலவும் போட்டியும் (இங்கே போட்டி என்பது முதலாளித்துவத்திற்கேயுரிய பண்புடன் பிறவற்றை நிராகரித்துத் தன்னை முன்நிறுத்தும் போக்கு) வழங்கும் பிரத்தியேக நன்மைகள். இத்தகு நன்மைகள் மத்திய நிர்வாகத்தால் நடைமுறைப்படுத்தும் பொருளியல் திட்டங்களிலோ (உ.ம். சோவியத் யூனியனின் திட்டங்கள்), பாரம்பரிய முதலாளித்துவத்திலோ கிடைத்ததில்லை. ஆனால் பிரச்சினை என்னவெனில் மேற்குறிப்பிட்ட நன்மைகள் நிரந்தரமானவை எனச் சொல்வதற்கும் உத்தர வாதங்களில்லை. அதுவன்றி நன்மைகளைக் காட்டிலும், ஏற்படும் தீமைகளே அதிகமென்ற கட்டத்திற்கு அண்மையில் வந்திருக்கிறோம். தவிர நன்மை களென்று எவற்றைக் கருதினோமோ அவையுங்கூடத் தனிமனிதனை ஒருவிதப் பதற்ற வாழ்விற்குள் தள்ளியிருக்கிறதென்பதும் உண்மை. முதலாளித்துவ பொருளியலற்ற சமூகத்தை நிறுவுவதற்குள்ள சாத்தியக்கூறுகளைப் பற்றி இந்நூலில் பேசுவதற்கான சந்தர்ப்பங்கள் உள்ளன, அதுபோது இதுபற்றி விவாதிப்போம்.

இரண்டாவது 'சரக்குகளின் உலகம்' பற்றியது. மதங்களின் இயக்கச் சக்திகள் எங்கிருந்து பெறப்படுகின்றனவோ அங்கிருந்தே சரக்குகளின் இயக்கச் சக்திகளும் பெறப்படுகின்றன என்பதால் சரக்குகளின் உலகைச் சமயங்களின் உலகெனத் தாராளமாகக் கருதலாம். அவ்வகையில் இப்பிரச்சி னையைச் சற்று விரிவாகப் பார்ப்பதற்கு முன்பாக மார்க்ஸின் மூலதன நூலில் சரக்குகளின் மாயத்திறன் பகுதியில் வருகிற ஓரளவிற்கு அறியப் பட்ட ஆனால் மூலதன நூலில் சிலாகித்துச்சொல்லக்கூடிய பத்தியை வாசித்துவிட்டு மேலே போகலாம். ('மூலதனம்' முதல்பாகம் அத்தியாயம் 1, பிரிவு 4)

மார்க்ஸ்சுக்குச் சரக்கென்பது உண்மையில் "சிக்கலானது, எண்ணற்ற நுண்மங்களும் வேதாந்த நுட்பங்களும்" கொண்டது. ஆனால் 'பயன் – மதிப்பு' *(Use-value)* கொண்டதென்றவகையில் மனிதத் தேவைகளைப் பூர்த்திசெய்யப் படைக்கப்பட்டதாகச் சரக்கைப் பார்க்கிறபோது புதிரானதே

அல்ல. மனித உழைப்பால் விளைந்ததென்னும்போது அதைப் புரிந்து கொள்வதில் சங்கடங்களில்லை. பிரச்சினைக்கான இடங்கள் வேறு. சரக்குகள் அவ்வாறுதான் இருக்க முடியும். ஏனெனில் அவை மனித உழைப்பில் தயாரானவை, சந்தையில் மதிப்புச்சமதையின் அடிப்படையில் பரிவர்த் தனை செய்துகொள்ளப்படுபவை. 'A' என்ற சரக்கின் 'X' அளவு, 'B' என்ற சரக்கின் 'Y' அளவுடன் பரிவர்த்தனை செய்ய முடியும் என்கிற போது, உருமாற்றம் அங்கே நிகழ்கிறது.

> "உற்பத்திப் பொருட்களின் மதிப்பு வடிவம் *(Value form)* மனிதர் உழைப்புகளிலுள்ள சமதைப் பண்புகளால் தீர்மானிக்கப்படுகிறது; உற்பத்திப் பொருள் மதிப்பின் அளவு வடிவம் *(magnitude of value)* தனிப்பட்டவகையில் அப்பொருளை உருவாக்க ஒருவர் எடுத்துக் கொண்ட கால அலகால் தீர்மானிக்கப்படுகிறது; இறுதியாக வருவது உற்பத்திப் பொருட்களுக்கான சமூக வடிவம், இதைத் தீர்மானிப்பவை உற்பத்தியாளர்களுக்கென, உழைப்பின் அடிப்படையிலுள்ள சமூக மதிப்பீடுகளும் அவை சார்ந்த உற்பத்தியாளர்களுக்கிடையேயான பரஸ்பர உறவுகளுமாகும். ஆக உற்பத்திப்பொருட்கள் ஏன் சரக்கு களாக உருமாற்றம் அடைகின்றனவென்று புரிகிறது. சரக்குகளெனில் அவை புலன்களால் உணர முடிந்தவை, உணர முடியாதவையென்ற இரு பிரிக்கவியலாத பண்புகளைக்கொண்ட சமூகப் பொருட்கள் *(social things).*"

இங்கு மார்க்ஸ் 'சமூகப் பொருட்கள்' என்பதற்குப் பொதுவாகப் புலன்களால் உணர முடிந்தவை, உணர முடியாதவையென விளக்கம் தருகிறார். புலன்களால் உணரக்கூடியவை என்கிறபோது 'சமூகப் பொருட்கள்' பௌதிகப் பொருட்களாகின்றன. பௌதிகப் பொருட்கள் என்கிறபோதும் நேரடியாக அவை நம்மிடம் ஒப்படைத்துக்கொள்வதில்லை என்கிறார் மார்க்ஸ். பார்வை நரம்பின் அகத்தூண்டுதலே கண்ணுக்குப் புறத்திலுள்ள ஒரு பொருளை உணர்வடிவமாக நமக்கு அளிக்கிறது. வேறுவகையிற் சொல்வதெனில் அகத்தில் உணரப்படும் வடிவத்தைப் பொருளாகக்கொள்வதே புரிதலுக்கான நோக்கம். வெளியே அதாவது புறத்தில் அதன் இருப்பு நிலையில் உள்ள பொருளுடன் நேரடியாக நமக்குத் தொடர்பென்று எதுவுமில்லாதபோதும் அகத்தில் பிரதிபடுத்தி உணர வேண்டிய நிர்ப்பந்தம் நமக்கிருக்கிறது. பொருட்களைப் பௌதிகப் பொருட்களாகப் பார்க்கும்போது பொருந்தக்கூடிய இவ்விதி, அவற்றைச் சமூகப் பொருட் களென்ற தகுநிலையில் அணுகும்போது பொருந்தாது என்பது மார்க்ஸ் தரும் விளக்கம். காரணம் பயன்மதிப்பும், உற்பத்திப் பொருட்களுக் கிடையேயான ஒப்பீட்டுமதிப்பும் பொருட்களின் பௌதிக வடிவோடு எவ்விதத்திலும் தொடர்புகொண்டவையல்ல.

பொருட்களின் மதிப்புவடிவம் *(value form)* பௌதிக வடிவத்தைச் *(physical form)* சார்ந்ததல்ல என்றால் அப்பொருட்கள் புலனறிதலுக்கு உட்படாதவை என்றாகிறது. அதாவது உளச்சான்றுக்கு *(conscience)* அப்பாற்பட்ட புலன்களால் மட்டுமே அறியக்கூடிய வெளியுலகப் பொருட்கள் வகையல்ல அவை. மதிப்பு வடிவமென்பது முழுவதும் மனிதரின் உளச் சான்றால் தீர்மானிக்கப்படுதலேயன்றிப் 'பொருளாயத

உண்மை' (material reality) சார்ந்தது அல்ல. 'மதிப்பு வடிவம் பற்றிய பகுப்பாய்'வென்பது, மனிதரைச் சார்ந்திராத சுதந்திரத்தில் கோள்களின் இயக்கத்திற்கு ஒப்பான தொரு புறவயத்து (objective) வடிவை அகத்தில் கொள்ளும் செயல்பற்றிய தல்ல. மாறாக மனிதரைச் சார்ந்த, சுதந்திரத்தில் கோள்களின் இயக்கத்திற்கு ஒப்பானதொரு, உற்பத்தியாளரின் அகவய (subjective) வடிவத்தின் வெளிப்பாட்டுச் செயல் பற்றியது. அச்செயல் எண்ணற்ற தனிமனிதர்களின் பரஸ்பர உறவை அடிப்படையாகக் கொண்ட தென்பதையும் நினைவுகூர்தல் வேண்டும். மிதமிஞ்சிய கற்பனையில் மனிதமனம் சமுதாயத்தில் அழுத்தமாக முன்நிறுத்தும் தோற்றத்திரிபு புறவயப்படுத்தல் போன்றவை, மதங்களுக்குப் புறம்பான (Religious alienation) ஒழுங்குபடுத்தும் சமயங்களின் நடவடிக்கைகளிலும் செயல்பாடு களிலும் இருக்கின்றன. வேறு வகையிற் சொல்வதெனில் ஒரு 'சரக்கு' 'சரக்காக' வலம்வருவதற்கான இயங்கு நெறி மனிதரினத்திற்கு மதம் விதித்துள்ள கட்டுப்பாடுகளுக்குப் பொருந்தக்கூடியவை. ஆகவே 'சரக்கு' என்பது நுண்மத் தன்மைகொண்டதென்பது வெளிப்படை.

இந்நிலையில் மார்க்ஸ் மதத்தின் இயல்பைப் பகுப்பாய்வு செய்கிறார்:

சமய உலகம், எதார்த்த உலகின் பிரதி பிம்பமே. எதார்த்த உலக மென்பது உற்பத்திப்பொருட்கள் சரக்குகளாக வடிவம் பெறுகிற உலகம். அங்கு உற்பத்தியாளர்களுக்கிடையே உறவென்பது பொதுவாக அவரவர் உற்பத்திப்பொருட்களின் மதிப்பை ஒப்பிட்டுக் கிடைக்கும் முடிவைக் கொண்டு ஓர் உற்பத்தியாளரின் ஒரு பொருளுக்கான தனிப்பட்ட உழைப்பைப் பிறிதொரு உற்பத்தியாளரின் அதே பொருளுக்கான தனிப்பட்ட உழைப் போடு, அச்சமூகத்தின் மனித உழைப்பு நியமத்தின் அடிப்படையில் மீண்டும் ஒப்பிடுகிறார்கள். சரக்கு உற்பத்தியை அடிப்படையாகக்கொண்ட இச்சமூகத்தின் பிரதிபலிப்பை, சூக்கும மனித வழிபாட்டுக் கொள்கையைக் கொண்ட கிறிஸ்துவச் சமயத்திலும் குறிப்பாக அதன் முதலாளித்துவக் காலத்தில் அதன் வளர்ச்சிக்குத் துணையாய் நின்ற புராட்டெஸ்டெண்ட் மதம், ஆதி இறைமைவாதம் (Deism) ஆகியவற்றிலும் காண்கிறோம்.

பொருளாயத உண்மையின் பொய்த்தோற்றத்தைக் கொண்டு மதத்தை இயக்கும் 'பிரதிபிம்பமெனும்' தொன்ம விதிக்கு, தமது இயக்கம் நுண்மப் பண்புகளை வரித்துக்கொள்வது குறித்தும், அந்நுண்மப் பண்புகளின் தயவில் சமூக மனச்சான்று இயல்புகள் உருப்பெறுவது குறித்தும் பிரக்ஞையில்லை. இத்தகைய சிக்கலைச் சமூகத்தில் அந்நியப்படும் மனங்களைப் பற்றி விவாதிக்கிற சரக்குகளின் மாயத்திறன் குறித்த பகுப்பாய்வும் இறுதியில் சந்திக்கிறது. மார்க்ஸைப் பொறுத்தவரை மதம் என்பது இன்றோ நாளையோ என்றிருக்கிற ஓர் எச்சம், பொருட்படுத்தக்கூடியதல்ல.

"என்றைக்கு உழைப்புச் சூழலும் நடைமுறை வாழ்க்கையும் இயற்கை யோடும், சகமனிதரோடும் உள்ள உறவுகளில் ஒளிவு மறைவற்ற தன்மை யையும், பகுத்தறியும் ஞானத்தையும் ஏற்படுத்தித் தருகின்றனவோ அன்று தான் மத உலகில் எதார்த்த உலகின் பிரதிபலிப்பை முற்றாக ஒழிக்க

முடியும். அவ்வாறே என்றைக்கு மனிதர்கள் தன்னுணர்வுடன் சுதந்திர மாக ஒன்றிணைந்து தமக்கான சமூக இயக்கங்களுக்குத் தாமே எஜமானர் களாக மாற முடியுமென்னும் நிலைமை உருவாகிறதோ அன்றுதான் சமூக வாழ்நெறியும் தம்மீது கவிந்துள்ள மாயப் பனிமூட்டத்தை விலக்கிக் கொள்ள முடியும். ஆனால் அத்தகைய முன்னேற்றத்திற்கு நீண்டகாலம் பிடிக்கும், கடும் இன்னல்களையும் சமூகம் எதிர்கொள்ள வேண்டியிருக்கும்."

ஆக மதமென்பது சமூக வாழ்க்கையின் மற்றொரு முகம்; இரட்டை வேடம். முதற்பார்வைக்கு அடையாளம் காண முடியாதது, எனினும் அதன் சாயல் அடுத்த சில நொடிகளில் விளங்கிவிடும். சமூக வரைமுறை களில் மதத்திற்குள்ள செல்வாக்கு, சமூகத்தின் மனச்சாட்சி வடிவமாக எங்ஙனம் பிறப்பெடுத்தது போன்ற மதத்தின் பொதுவான தன்மைகளை விளக்கும் பகுப்பாய்வு, மதத்திற்கு மேற்கண்டவற்றின் தேவைகளென்ன என்பது பற்றி வாய் திறக்கவில்லை. அவ்வாறே சமயங்களின் சொந்த ஆற்றல் பற்றியும் மௌனம் சாதித்துவிட்டது.

'பிரதிபிம்பம்' *(reflect)* என்ற நிலைக்குத் தள்ளப்பட்டபின் மதத்திற்குச் சொந்த ஆற்றலென்று எதுவுமிருக்க முடியாது. எனவே அதன் இருப்பு எதார்த்த வாழ்விலிருந்து இரவல் பெற்றதாகிறது. அவ்வாறிருக்கையில் மனிதர்களுக்கு இப்பிரதிபிம்பத்தால் ஆவதென்ன? எதற்காகச் சமூகம் எல்லாவகையிலும் அதனை அண்டி, அதன் ஏவலுக்குக் காத்திருக்க வேண்டும்? இக்கேள்விகளுக்கு இயங்கியல்வாதிகளிடம் பதில்களிருக்கின்றன. அப்பதில்களை வழக்கிலுள்ள இருவகை முறைமைகளில் விளக்கலாம்.

முதலாவது : மனிதர்களை மூடநம்பிக்கைகளின் துணைகொண்டே கட்டுக்குள் வைத்திருக்க முடியும் என்பது. இச்சிந்தனையை 'இயலிறை அரசியல் குறித்த ஒரு பார்வை' *(Traité thélogique - politique)* என்ற நூலின் முன்னுரையில் ஸ்பினோஸா *(Spinoza)* ஆதரிக்கிறார்.

> "மூட நம்பிக்கைகளைக்காட்டிலும் மக்களை ஆளச் சிறந்த வழிகள் வேறில்லை என்கிறார் குவிண்ட் – கர்ஸ் *(Quinte-Curce) (Liv. IV, Chap.X)*. அவற்றைக்கொண்டு எளிதாக மதத்தின் பேரால் ஒருசமயம் கடவு ளென மன்னர்களைப் போற்றலாம் பிறிதொரு சமயம் அவர்களை மனிதரினத்தின் சாபக்கேடெனக் கூறித் தூற்றலாம்.
>
> தீங்கைத் தவிர்க்க வேண்டும். அதற்கு மிகுந்த எச்சரிக்கையுடன் காரியத்தில் இறங்க வேண்டியிருக்கிறது. மதத்திற்கு – அது உண்மையோ பொய்யோ – புனிதச் சடங்குகளும் வழிபாடுகளும் தேவைப்படுகின்றன. பிறவற்றைக் காட்டிலும் மேம்பட்டதென்னும் நம்பிக்கையைக் கட்ட மைக்க வேண்டும், மனித உயிர்களைப் பழிபாவங்களுக்கு அஞ்சுபவர் களாகவும், நெறிமுறைகளுக்கு அடங்கி நடப்பவர்களாகவும் மாற்ற வேண்டும். இந்நடவடிக்கைகள் பிற இனத்தைக்காட்டிலும் துருக்கியர் களிடம் அதிக விளைவுகளை ஏற்படுத்தின. அவர்களிடம் அதுபற்றிய விவாதமே கூடத் தெய்வக்குற்றம். தீர்ப்பு, முன்முடிவுகளால் ஆனது, நியாயத்திற்கு மட்டுமல்ல அங்கே கேள்விக்கே இடமில்லை *(TTP, preface s5-6, trad Chap Appun)*.

கூறப்பட்டுள்ள விளக்கம் இயங்கியல்வாதிகளுடையது மட்டுமல்ல, ஏனெனில் முந்தைய பத்திகளில் ஸ்பினோஸா இயல்பாகவே மனிதர்கள் மூட நம்பிக்கைளில் விழக்கூடியவர்கள் என்பதைக் கூறியிருந்தார். பிறப்பால் செப்பனிடப்படாத தன்மையதாய் அமைகிற மூடநம்பிக்கைகள் பின்னர்ச் செதுக்கப்பட்டு வடிவம் பெறுகின்றன, மத அரசியலுக்காக அவை அமைப்பு முறைக்கு உட்படுத்தப்படுகின்றன.

இரண்டாவது : 'மதம் என்பது மக்களுக்கு அபின் போன்றது' என்னும் மார்க்ஸின் புகழ்பெற்ற வாக்கியம் பெரும்பாலும் தவறாகவே புரிந்து கொள்ளப்பட்டு வந்திருக்கிறது. அவ்வாக்கியத்தோடு தொடர்புடைய பகுதியும் சூழமைவும் இங்கே சொல்லப்பட வேண்டும். 'மத வறுமை' *(Religious misery)* என்பது இரு வினைகளாலானது : ஒன்று 'உண்மை வறுமையை'த் தெரிவித்தல் *(expression)*, மற்றொன்று, 'உண்மை வறுமையை எதிர்த்தல்' *(protestation)*. இடர்ப்பாடுகளால் அவதியுறும் ஜீவனுக்கு மதம் ஒரு சுவாசம்; அரக்கமனம் படைத்தவர்களிடையே மதம் ஒரு கருணை உள்ளம். நடைப் பிணமான உயிர்களிடையே மதம் ஓர் உயிருள்ள ஜீவன். மக்களுக்கு அபின். இங்கே மார்க்ஸ் மதத்தை ஒரு சமூக நிறுவனமாக எடுத்தாளவில்லை, வறுமையின் மற்றொரு வகைமையாக – 'மத வறுமை யாகப்' பார்க்கிறார். மனிதர் வறுமை பயனற்ற அச்சத்திற்கு இடங்கொடுக் கிறது, ஆகவே மார்க்ஸுக்கு 'மத வறுமை' 'உண்மை வறுமைக்கு' எதிரான 'தெரிவித்தலும்' 'எதிர்த்தலும்' ஆகும்.

மதத்தின் வெற்றிக்கு ஒன்றையொன்று சார்ந்த இருகாரணிகள் ஆதார மானவை. வேதனைகள் பலவற்றுக்கும் கற்பனைத் தீர்வை அளிப்பதென்பது தொன்று, அதனை அடக்கி ஆளத் தெரிந்திருப்பதென்பது மற்றொன்று. இதைப் புரிந்துகொள்ளப் பகுப்பாய்வில் வேறு சில பக்கங்களுக்குச் செல்ல வேண்டும். 'சமய வாழ்க்கையின் தொடக்கக்கூறுகள்', என்ற நூலில் துர்க்கைம் *(Durkheim)*[1] மதத்தைச் சமூகத்தின் மெய்மை என்பதோடு அதுவே 'சமூகத்தின் முழுமையான மெய்மை' என்று சொல்லி நிறுத்துகிறார். கூட்டு உண்மைகளைத் தெரிவிக்கும் கூட்டுப் பிரதிநிதித்துவங்கள், மதங்களின் பிரதிநிதித்துவங்கள். சடங்குகள் என்பது மனிதரினத்தின் செயல் முறைமைகள். அவற்றின் பிறப்பு மனிதர்கள் குழுக்களாக ஒன்று கூடுமிடங்கள். அவற்றின் நோக்கம் மனித மனங்களுக்கிடையே நம்பிக்கை களை விதைத்தல், அவற்றைப் பராமரித்தல், சில நேரங்களில் குழுவினரின் மனநிலையைப் புனரமைத்தல். ஆகப் பலரும் நினைப்பதுபோல மதமென் பது சுவாரஸ்யமான கதையல்ல, அறிவியல் உண்மைகளின் அடிப்படை யில் வென்றாக வேண்டியவொன்று. சமூகத்தில் மதத்தின் இருப்பை அறிவதன்மூலமாக உண்மையில் சமூகம் எவ்வாறு கட்டமைக்கப்பட்டிருக்கிற தென்பதை அறிய முடியும். துர்க்கைம் மனிதரின் இயற்கைமதமென்று தொடங்குகிறார். மதத்தை ஒரு நிறுவனமாகக் கருத வேண்டுமென வற் புறுத்துகிறவர், ஏனைய மனித நிறுவனங்களைப்போலவே, மதமும் தவறுகளும் பொய்களும் கொண்டதென்றும், அவற்றின் அடிப்படையிலேயே நிறுவனத்தின் ஆயுளும் தீர்மானிக்கப்படுகிறதென்கிறார். மதங்களை இயற்கைக் கூறுகள் எதிர்ப்பதில்லை. காரணம் மதங்களின் பிறப்பிற்குத் தாமே காரண மென்ற உண்மையை அவை உணர்ந்திருக்கின்றன. ஆக இயற்கை விதிகளும்

தமக்கு ஆதரவாக இருக்கின்ற நிலையில் மதம் ஜெயிக்க முடிகிறது. விளைவாக எல்லா மதங்களும் 'அதனதன் முறையில் உண்மையானவை'. துர்க்கைமுடைய நேர்க்கருத்தின்படி கட்டுக்கதைகளையும் அற்புதங்களையும் அத்தியாவசியத் தேவையான 'தெய்வச்செயல்'களையும் மட்டும் நம்பி மதங்கள் திருப்தி அடைந்திட முடியாது, வேறு வழிமுறைகளையும் கையாள வேண்டும், எனவே மதங்கள் புனிதமானவை எனச் சொல்லப்படுகின்றன. அதை மறுப்பவர்கள் புனிதர்கள் அல்லர். ஆகப் புனிதத்தின் அடிப்படையில் மதங்கள் உலகைத் தரப்படுத்தத் தொடங்கிவிடுகின்றன. கடவுளும் தேவதைகளும் இது போன்று பிறவும் புனைவுருக்காட்சிகளே *(Phantasmagoria)* ஆனால் சமயமும் சமூகத்தில் அதற்குள்ள செல்வாக்கும் சமூக உறவுகளை அது வழிநடத்தும் விதமும் உண்மைக் காட்சிகள். சமுதாயத்தின் கூறுகள் என்பது மார்க்ஸ் கருத்துருவத்தின்படி புலன்களால் உணரமுடிந்தவை, உணர முடியாதவை – இருபிரிக்கவியலாத பண்புகளைக் கொண்ட சமூகப் பொருட்கள் *(social things)*.

மார்க்ஸுடைய 'சரக்கின் மாயத்திறன்' *(Fetishism of Commodities)* என்ற பகுப்பாய்வு இன்றைய வணிகச் சூழலுக்கு மிகச் சரியாகப் பொருந்துவதை வர்த்தக இலச்சினை, நிறுவனங்கள் ஏற்பாடு செய்யும் கலந்தாய்வுகள், மாநாடுகள், ஆண்டுக்கூட்டங்கள், நிறுவனங்கள் வாசிக்கும் அறிக்கைகள் ஆகியவற்றின் பேரால் நடக்கும் கூத்துகளைப் பார்க்கிறபோது புரிந்துகொள்கிறோம். லெழாந்துரு *(Legendre)*[2] 'உலகளாவிய ஆதிக்கத்தைக் *(dominium mundi)*'[3] குறிவைத்து இயங்கும் இன்றைய மேலாண்மையின் *(management)* முறைமைகளும் வகைப்பாடுகளும் கிறித்துவச் சமயத்திலிருந்து முழுவதுமாகப் பெறப்பட்டவை என்கிறார். மார்க்ஸின் பகுப்பாய்வு, முக்கியமான கட்டத்தில் மேலே தொடராமல் முடங்கிவிடுகிறது. அதாவது வர்த்தகமும் சமயமும் ஒன்றிணைந்து சரக்கையே ஊடுபாவாகக்கொண்டு சமூக உறவைக் கட்டமைக்கும் நேரத்தில், மார்க்ஸின் பகுப்பாய்வு விடைபெற்றுக்கொள்கிறது. மார்க்ஸின் காலம் வேறு. முதலாளித்துவம் பாய்ச்சலில் இருந்த காலம், யாரேனும் கைகொடுக்கமாட்டார்களா வென்று காத்திருக்கும் இன்றைய முதலாளியத்தின் காலமல்ல. சமகாலத்திய சமுதாயத்தைக் கணிக்க முதலாளிய விளைவுகளைப் புரிந்துகொள்ளல் ஒரு கடப்பாடென வற்புறுத்திய மார்க்ஸ் தமது ஆய்வை விளைவுகளின் இறுதிவரை கொண்டுசெல்லத் தவறிவிட்டார் என்பதுதான் உண்மை. சரக்கு மாயத்திறன் கொண்டதென்பதால் அதனை மதம் என்று கருதலாம். அதாவது சரக்கும் சமயம்போன்று ஒரு நுண்பொருள் – அபௌதிகம் – 'எவ்வளவு மன்றாடினாலும் இறங்கிவரமாட்டேன், எதற்காகவும் விட்டுக்கொடுக்கமாட்டேன்'[4] எனும் பிடிவாதம் கொண்டது.

சரக்கின் அதிகாரத்திடம் வாழ்க்கையை முற்றாக ஒப்படைப்பதென்பது சமுதாயத்தைத் தாங்கிப்பிடிக்கும் செயல், இதைத்தான் இதுவரை மானுடச் சமுதாயமறிந்த எல்லாச் சமயங்களும் செய்துவருகின்றன. பண்டைக்காலத்தில் வழக்கிலிருந்த 'பொற்பசு வழிபாட்டை *(Golden calf worship)*' இங்கே நினைவுகூர்தல் நல்லது. அமெரிக்க காகிதப் பணத்தில், *'In God We Trust'* என்று எழுதப்பட்டுள்ளது. அவ்வாக்கியத்தில் சொல்லப்படும் கடவுள் 'டாலர்' என்று புரிந்துகொள்வதில் நமக்கு சிரமங்களில்லை. புராட்டஸ்டண்ட்

மதத்தின் நுண்மத் தேவன் *(The Abstract God)* சிந்தனை, சந்தைப்பொருளாதாரத் தின் வெற்றிக்கு பொருத்தமானதும் சீர்மையானதுமானதொரு குறை நிரப்பி *(complement)*யெனக் கருதுகிறார் மார்க்ஸ். அதற்கு மேலானதென்று கருதவும் இடமுண்டு: அமெரிக்கர்களின் கடவுளைப் புனிதமற்ற டாலர் வழிபாட்டின் புனிதமான குறைநிரப்பியாகப் பார்த்தல் கூடாது. இங்கே டாலர் வழிபாடு புனிதமற்றதல்ல, புனிதமானது. ஆனால் அமெரிக்கர் களின் டாலர்களை வடிகட்ட நினைத்த ஸ்பானியர்களுக்குத் தங்கமே புனிதம். தங்கம் மாயத்திறன் கொண்டதாக வரலாற்றின் தொடக்கக்காலத் திய மக்களுக்கு இருந்திருக்கிறது. நிலப்பண்ணைமுறைக் காலத்தில் செல்வக் குவிப்பென்பது – பகைவரை வெல்வது, அவர் செல்வத்தை அபகரிப்பது, கொள்ளையடிப்பது – ஆகியவற்றைச் சார்ந்தது. டாலர் என்பது தங்கத்தின் மாயத்திறன்கொண்ட மாற்றத்தின் காகித வடிவமல்ல. டாலர் சரக்கின் உன்னத அவதாரம். ஆனால் தமது பௌதிக வடிவத்தை முற்றாகக் கட்டு டைத்துக்கொண்டு வெகு எளிமையானதுபோல வெளியில் காட்டிக்கொள் கிறது. சரக்கென்பது உண்மையில் நீர், நெருப்பு, ஆகாயம், பூமியென்ற நாற்பூதங்களும் கடந்த ஐந்தாவதான நுண்பொருட்கூறுகளாலான பௌதிக வடிவம்.

தங்கள் மதச் சடங்குகளில், பல தெய்வ வழிபாட்டினரின் பண்பாட் டின் அடிப்படையில் பல்வேறுவகையான துணைச்சடங்குகளைப் [புனித குருக்களுக்கான வழிபாடுகள், புனிதச் சின்னங்கள், கன்னி மரி, டூரன் நகரத்து (இயேசுவின்) பிரேதம் மூடிய துணி *(Turin Shroud)* முதலியன புகுத்திய] கத்தோலிக்கத் திருச்சபையினரைப்போலவே சரக்கின் நுண்ம வழிமுறையும் – அதாவது தமது பௌதிக வடிவத்தைக் கட்டுடைத்துக்கொண்ட சரக்காகிய பணமும் வங்கிகள், பங்குச்சந்தைகளென எல்லைகளின்றிப் பாய்ச்சலைத் தொடர, அதற்குதவச் சரக்குகளுக்கென்று கட்டமைக்கப் பட்டுள்ள சடங்குகளும் இருக்கின்றன. சரக்குகள் சடங்குகளைக் கையாளும் நேர்த்தியைக் கண்ணுறும்பொழுது நேபிள் நகரில் புனித ஜெனாரோவின் கட்டிப்போன ரத்தம் நீர்ப்பதை[5] முதன்முதலில் கண்டுபிடித்தவர்கள்கூடப் பொறாமைகொள்ள நேரிடும். விளையாட்டு வீரர்களின் உடைகள், தலைப்பட்டைகள், காலணிகள் ஆகியவற்றில் அச்சடிக்கப்பட்டுள்ள இலச்சினைகளெல்லாங்கூடத் துணைச் சடங்குகளின் வெளிப்பாடே.

சரக்குகளுக்கான சடங்குகளின் நெறிமுறைகளை உருவாக்குபவை விளம்பரங்கள் என்கிறார் பியர் லெழாந்துரு. சரக்கின் அரசாட்சிக்கு வேண்டியதென்ன என்பதைப் புரிந்து அதற்கேற்ப மனித மனங்களைச் சமைக்கும் விளம்பரங்கள் இன்று இல்லாத இடமேயில்லை. “சந்தை உலகின் தேவை அறிந்து மனித மூளைகளைத் தயார்படுத்துவதே, தமது தொழிலின் நோக்கம்” என்று தெரிவிக்கப்போய்த் திடீரென்று பிரபலமானவர் *TF1* என்ற பிரெஞ்சுத் தொலைக்காட்சி ஊடகத்தின் அதிபரான லெ லே *(Le Lay)*. விளம்பரத்தையும் பண்பாடென்று பேசும் நேரத்தில் தொலைக் காட்சி ஊடக அதிபர் தெரிவித்துள்ளது ஓர் அப்பட்டமான உண்மை. இன்றைக்கு எது கேள்விக்குரியதாக இருக்கிறதோ அதுபற்றிய உண்மை யைத் தடாலடியாகக் கூறியிருக்கிறார். இன்றைய உலகத்தில் மனிதர்கள் தனித்தும் சரக்குப் பரிவர்த்தனையின் பொருட்டுப் பிறரைச் சார்ந்தும்

உள்ளனர்; மனித மூளை ஒதுக்கக்கூடிய காலமென்பது, கணினிகளின் பட்டையகலத்திற்கு *(bandwidth)* ஈடானது. அதன் அளவீடுகளைத் தீர்மானிப்பதில் இரண்டுக்கிடையிலும் வேறுபாடுகளில்லை. நுட்பியல் செயல்பாட்டு உபகரணமான மூளை, நோக்கமொன்றிற்காக ஒதுக்கப்படுகிறபொழுது, இலாபப்பலன் அடிப்படையில் இயங்குகிறதேயன்றி, ஓர் உயிரின் தலைமைக்கேந்திரமென்ற அடிப்படையிலோ அல்லது கர்த்தாவிற்கடங்கிய உடற்கருவி என்ற வகையிலோ இயங்குவதில்லை. பிற எந்திரங்களைப் போலவே இங்கு மூளையும் ஓர் எந்திரம், செய்நிரல்களால் *(Programs)* தீர்மானிக்கப்பட்ட கடமையை நிறைவேற்றுவதே அதன் பணி. விளம்பரத்திற்கான உபயோகமும் அதுவே. மூளை நிறைவேற்ற வேண்டியவற்றை அது தரவிறக்கம் செய்ய வேண்டும் (இப்பொருளை வாங்கு, தொலைக்காட்சியில் இந்நிகழ்ச்சியைப் பார் . . .). விளம்பரங்களால் ஏற்படும் பிற மாற்றங்களோடு ஒப்பிடுகிறம்போது, எதனை எதிர்பார்த்து விளம்பரங்கள் செய்யப்பட்டதோ, அந்த இறுதிப்பலன் (உரிய பயன் மதிப்பைச் சரக்குக்குப் பெற்றுத்தரும் வகையில் நுகர்வைத் தூண்டுவதும் அதனூடாக மூலதனக் குவிப்பைத் தொடருவதும்) மிகவும் குறைவே. விளம்பரம் உலகைச் சரக்காக மாற்றியுள்ளது. இவைகளெல்லாம் சரக்கல்ல என்று சொல்லப்படுபவைகூட விளம்பரத் திறனால் சரக்கென்ற தகுதியைப் பெறுகின்றன. தொன்ம இசையின் அரிய படைப்புகளைக் கேட்கும்போதுகூட, பாட்டிலில் அடைத்த வாசனைத் திரவியமும், காப்பித் தூளும், காப்பீட்டு நிறுவனமும் நம் கண்முன்னே தெரிகின்றன, அவற்றைத் தவிர்த்து இசையைக் கேட்க முடியாது போலிருக்கிறது. உடல், பாலியல் விருப்பம், இயற்கைக் காட்சிகளின் அழகு, குடும்பம், மதங்களும் ஐதீகமும், பேரிலக்கியங்கள், புரட்சிகரமான கருத்துகளென்று எதுவும் இன்றைக்கு விளம்பரங்களைக் கடந்துதான் வர வேண்டும், அவ்வளவும் இன்று நுண்மச் சரக்கின் எண்ணற்ற குறியீடுகளாகப் பிறப்பெடுக்க வேண்டும். இதில் வியக்கவைக்கும் விடயம், சிற்சில விளம்பரங்கள் மிகவும் புதிராகவும் கவர்ச்சிகரமானதாகவும் அமைந்து, விளம்பரம் செய்யப்படும் பொருளையும், அப்பொருளின் 'இலச்சினையை'யுங்கூட நமது கவனத்திற்குக் கொண்டுவருவதில்லை. உண்மையில் சொல்லப்போனால் சரக்கல்ல, அதற்குத் தரப்படும் விளம்பரமே கடந்தகாலத்தைப் போலன்றி இன்று சரக்கின் பயன் மதிப்பை நோக்கமாகக் கொண்டிருப்பதால், விளம்பரங்களுக்குப் பொதுவாகத் தனிமனிதர்களிடம் உடைமையாக்கிக் கொள்வதற்கான இச்சையை, பரிவர்த்தனையால் மகிழ்ச்சியுறும் விருப்பத்தை, நுண்ம சந்தோஷத்தைத் தூண்டியாக வேண்டும். இத்தகு வினைப்பாடு புராட்டஸ்டண்டு மத அறநெறிக்கு ஒப்பானதொரு வினைப்பாடாகும்.

செய்தித்தாள் வாசிப்பை குடிமகனின் பிரார்த்தனையோடு ஒப்பிட்டு ஹெகெல் கூறியிருக்கிறார். அதுபோலவே துண்டு விளம்பரத்தை நவீனச் சரக்குப்பரிவர்த்தனையில் ஈடுபட்டுள்ள தனிமனிதனின் பிரார்த்தனையெனக் கூறலாம். பிரார்த்தனையென்பது, இறை நம்பிக்கையை வெளிப்படுத்தும் செயலல்ல, மாறாக அது மீஇறையியல் *(Transcendentalism)* கருத்தியல் உண்மையை உறுதிப்படுத்துவதாகும். பிரார்த்தனைகள், மனிதரின் நடவடிக்கைகள் எண்ணங்கள் ஆகியவற்றை நெறிப்படுத்தவும், நாட்டிய வழக்கு

களிலும் ராணுவப் பயிற்சிகளின்போதும் நடப்பதுபோன்று சரீரத்தையும் ஆன்மாவையும் ஒழுங்குபடுத்தவும் செய்கின்றன. விளம்பரங்களும் இவற்றையே செய்கின்றன. நுகர்வு, வரம்பற்ற உற்பத்தியெனக் கட்டமைக்கப்பட்ட வர்த்தக உலகம் தருவித்த சமூக அமைப்பை மறுப்பின்றி ஏற்கக்கூடிய மனித மூளைகள் விளம்பரங்களுக்கெனக் காத்திருக்கிற பொழுது, எதிர்காலத்தில் உடைமையை வாங்க இருப்போருக்குச் சரக்கின் தரம்பற்றிய உண்மையைத் தெரிவிப்பதென்பது அவற்றுக்கு (விளம்பரங்களுக்கு) இரண்டாம் பட்சம்.

அடிக்குறிப்புகள்

1. *Emile Durkheim* – (1858, - 1917, Paris) பிரான்ஸ் நாட்டைச் சேர்ந்த சமூகவியலாளர் – *Les Formes elementaires de la vie religieuse,* முதல் பாகம் முன்னுரை

2. *Adrien-Marie Legendre,* (1752 – 1833) பிரெஞ்சு கணக்கியல் அறிஞர்.

3. *Dominium mundi – Universal dominion* ரோமானியர்களிடமிருந்து பெறப்பட்ட இடைக்காலச் சிந்தனை.

4. *Qui se met a danser sur sa tete de bois*

5. *Januarius* – நேபிள்ஸ் (இத்தாலி) நகரக் கத்தோலிக்கத் திருச்சபையினரின் தலைமைக் குரு. இவர் உயிர் வாழ்ந்த காலத்தைப்பற்றிய தகவல்களில்லை, இவரது இறப்பின்போது பெண்மணியொருத்தியால் சேகரிக்கப்பட்ட உலர்ந்த குருதி ஆண்டிற்கு மூன்று முறை பண்டிகை நாட்களில் திரவநிலைக்குத் திரும்புவதாக நம்பப்படுகிறது.

தொடர் ஓட்டமும் – வலை அமைப்பும் : ழில் தெலெஸின் (Deleuze) உலகம்?

'உலகம் ஒரு சரக்கு' எனும் மெய்யியற் கூற்றை இங்கே மீண்டும் நினைவுகூர்வோம். இக்கூற்று சம்பிரதாய மெய்யியல் கருத்தியலில் உதித்ததோ அல்லது தாத்தாக்களின் தூசுபடிந்த பொருள்முதல் வாதமோ அல்ல. சிந்தனையில் புதுமையையும் முரணையும் விரும்பி அறுபத்தெட்டுகளிலும் அதற்குப் பின்னரும் தோன்றிய மெய்யியல் முன்வைத்த கருத்தியம். தாமஸ் ஹோப்ஸ்[1] முன்வைத்த சிந்தனை தனிமனிதர்களுக்கிடையேயான யுத்தக்கள மென்ற படிமத்தைச் சமூகத்திற்கு அளித்தது. பதினேழாம் நூற்றாண்டில் இங்கிலாந்து நாட்டில் முதலாளித்துவம் வேரூன்றிய காலத்துச் சமூகத்தை அடிப்படையாகக் கொண்டது அக்கருத்து. ழில் தெலெஸின்[2] சிந்தனை இருபதாம் நூற்றாண்டின் இறுதிக்காலத்தில் முதலாளியம் சோர்வுற்ற நிலைமைகண்டு முன்வைக்கப்பட்டதாகும். உண்மையியலின் (ontology) பேருண்மைகள் (entities) மற்றும் இருப்பின் படிநிலைகளுக்குத் (The Existence of hierarchies) தொடரோட்டங்களையும் (Flux), வலை அமைப்புகளையும் (Networks) மாற்றாக தெலெஸ் அறிவித்தார். வலைஅமைப்புகளுடன் வலம் வருகிற பணச்சுற்றோட்டங்களைக் கொண்ட சரக்குலகிற்கும் இது துல்லிய

மாகப் பொருந்தும். "சமுதாயத்தினுடைய உடலில் என்ன நடக்கிறது? நாள் முழுக்க அங்குத் தொடரோட்டம், தனிமனிதன் என்பவன் தொடரோட்டத்தின் குறுக்கீடு அதாவது இடையில் குறுக்கிட்டு ஓட்டத்தைத் தொடர்பவன். அவன் உற்பத்தியென்ற தொடரோட்டத்தின் ஆரம்பம், நுகர்வென்ற தொடரோட்டத்தின் முடிவு, அதாவது எவ்வகையான தொடரோட்டத்திலும் அல்லது தொடரோட்டங்கள் பலவற்றிலும் இடம்பெறுபவன்" எனத் தமது L'Anti-oedipe[3] என்ற நூலில் தெலெஸ் தெரிவிக்கிறார். மார்க்ஸ் வலியுறுத்துவதும் அதுவே. ஒரு சரக்குத் தனக்குத் தானே நெருக்கடியை ஏற்படுத்திக்கொள்ளக்கூடிய சாத்தியநெறியையும் உள்ளடக்கியதென்கிறார். அவ்வாறான நெருக்கடிக்குப் பணம் – சரக்காக மாற்றம் பெறுவதோ அல்லது சரக்குப் பணமாக மாற்றம் பெறுவதோ – நடைபெற வாய்ப்பில்லை என்னும் நிலைமை போதும். அப்படியொரு இக்கட்டு எப்போது நிகழ்கிறது? அதற்கான தாத்பரியங்களென்ன? என்பதை விளங்கிக்கொள்வது அத்தனை கடினமானதல்ல. அதற்கு விற்பனையாளரோ வாங்குபவரோ தொடரோட்டத்தைத் துண்டிக்க வேண்டும். விற்பவர் நல்ல விலை கிடைக்கும் வரை விற்கக்கூடாதென முடிவெடுத்துச் சரக்கை தம்மிடமே வைத்திருப்பது அல்லது வாங்குபவர் குறைவான விலை வாய்க்கும் வரை சரக்கை விலைக்குப் பெறுவதில்லை அல்லது தமக்கு அச்சரக்கே வேண்டியதில்லையெனத் தீர்மானிப்பதாகும். ஆனால் சமுதாயத்திற்கு ஓட்டம் இடையில் நிற்காமல் தொடர வேண்டும்.

தொடரோட்டங்கள் சுற்றிவரும் தன்மையால் வலை அமைப்புகள் (Networks) உருவாகின்றன. வலை அமைப்பு இயல்பில் படிநிலை தவிர்த்தது. அதாவது சரக்கைப்போல வலை அமைப்பும் சனநாயகநெறியால் கட்டமைக்கப்பட்டது. ஒரு சரக்கிற்கு முன்பாக அதாவது மதிப்பு விதிக்கு முன்பாக 'அனைத்தும் சமம்'. 1789ஆம் ஆண்டு பிரகடனப்படுத்தப்பட்ட மனிதர் உரிமைச் சாசனம் சட்டத்தின் முன் மனிதர் அனைவரும் சமமென கூறுவதுபோல. நவீனம் சட்டத்தில் மாற்றத்தை உருவாக்குகிறது, அவ்வாறே வலைஅமைப்பும் மாற்றத்திற்குட்படுகிறது. வலை அமைப்பென்பது ஓட்டங்களின் தொடர்ச்சி, சரக்கென்பது ஒரு தொடரோட்டம். அதாவது நிற்காமல் தொடர வேண்டிய ஓட்டம். அத்தொடரோட்டம் நின்றால் அல்லது அவ்வாறு ஏதேனும் நிகழ்ந்தால் அந்த வலை அமைப்புக்கே ஆபத்தாக முடியும். வலை அமைப்பில் கிடைக்கும் கால இடைவெளியில் சரக்கு உருமாற்றத்திற்கு உட்படுவதாலேயே தொடரோட்டத்தில் தனதிருப்பை நீட்டிக்க முடிகிறது.

சரக்குலகின் பாரிய வீச்சை மீண்டும் இங்கே சரியாகப் பொருள் கொண்ட மார்க்ஸ், அதன் உள்ளடங்கிய பேருண்மையையும் நன்கு விளங்கிக் கொண்டவர். சம்பிரதாயச் சந்தையில் உதாரணமாக இடைக்காலச் சந்தையில் சரக்கை விற்பவன் வாங்குவதற்காக விற்கிறான். குடியானவன் கோதுமையை விற்றது, ஆடை வாங்குவதற்காக. பசித்தவனுக்குக் கோதுமை கைவசம் இருக்கிறதென்றாலோ, குடியானவனுக்கு உடுத்துவற்கான ஆடையை வெளியில் வாங்க வேண்டிய அவசியமில்லை என்றாலோ பரிவர்த்தனைச் சுழற்சிக்கு வேலையில்லை. பண்டமாற்றுக்கு வெளியே தேவைகள் திருப்தி

யுறுவதால், அக்காரியம் முடிவுறுகிறது. இச்சாமானியப் பண்டமாற்றம் நகரப் பண்பாட்டை அடிப்படையாகக்கொண்ட உலகின் எல்லா நாகரிகங் களிலும் பொதுவாக இருக்கக் காண்கிறோம். இந்த எளிய பண்டமாற்று நடவடிக்கையைக் கிரேக்கர்கள் 'பொருளியல்' என அழைத்தனர், குறிப்பாக அரிஸ்டாட்டில். புரோடெல் ***(Braudel)***[4] மனித உயிர் வாழ்க்கையின் அடிப்படைத் தேவையான பொருளாயதப் பண்பாட்டிற்கு மாறாக அதனையே 'சிக்கனம்' எனக் கண்டார்.

மூலதனம் அல்லது நேர்மாறான உலகம்

மார்க்ஸ் அத்துடன் நிற்பதில்லை. அவருடைய மூலதனத்தைப் பற்றிய பகுப்பாய்வுகள் அனைத்துமே அதற்குச் சாதகமாக இல்லை, நேரெதிராகச் சொல்லப்பட்டவை. ஆனால் உண்மையில் முக்கியமானவை. அவை முக்கிய மானவை என்பதாலேயே அவற்றின் துளிகளை அவ்வப்போது பரிசீல னைக்கு எடுத்துக்கொள்ள வேண்டியுள்ளது. சாமானிய அல்லது எளிய சரக்குச் சுற்றோட்டம் என்பது அரிஸ்டாட்டில் தரப்பினர் உபயோகப் படுத்துகிற 'பொருளாதார' வகைமை சார்ந்தது. மார்க்ஸ் அதனை *C-M-C*[6] – சரக்கு – பணம் – சரக்கு – என்ற சுருக்கமான சூத்திரத்தால் குறிப்பிடுகிறார்: என்னிடத்தில் உபயோகமற்றிருக்கும் சரக்கைப் பணத்திற்காகப் பரிவர்த் தனை செய்துகொண்டு, கிடைத்த பணத்தில் எனது தேவைக்கு ஈடான மதிப்புள்ள சரக்கை வாங்குகிறேன். இச்சுழற்சியில் ஒரு குறிப்பிட்ட, திட்ப மான உழைப்பென்பது அடிப்படை. கோதுமையை உற்பத்திசெய்யும் உழைப்பிங்கே உதாரணம். அவ்வுழைப்பு மற்றொருவரின் தேவையைப் பூர்த்திசெய்யும் நோக்கமும், அதனூடாக எனது தேவையைப் பூர்த்தி செய்யவல்ல சரக்கைப் பெறுவதுமாகும். மிஷெல் ஹாரி[5]யின் சொற்களில் சித்தரிப்பதெனில் இச்சுற்றோட்டம் உண்மையில் உயிர்வாழ்க்கையின் 'ஆதாரமான சுற்றோட்டம்'. மூலதனத்தைக் குறிவைத்த சரக்கின் பாதை யைக் குறிக்க மார்க்ஸுக்கு வேறுவிதமான சூத்திரம் கைகொடுக்கிறது. அச்சூத்திரம் *M-C-M'* – பணம் – சரக்கு – கூடுதல்பணம். உண்மையில் இச்சூத்திரம் முதல் சூத்திரத்தின் மறுபக்கமாகும். சரக்கின் பொதுவான பரிமாற்றத்தைக் கீழ்க்கண்ட வகையில் எழுதலாம் : *C-M-C-M*. . . எனவே *M-C-M* என்பது பொதுவான சரக்குப் பரிமாற்றத்தின் ஒரு துண்டு நிகழ்வே; ஆனால் அது அவ்வாறு நிகழ்வதல்ல. இரண்டாவது சூத்திரத்தில் சரக்கு மூலதனம் என்கிற பண்பு வடிவத்தை எடுக்கிறது. *M-C-M'* என்ற சூத்திரம் எப்போது பொருள்பொதிந்ததாக அமையுமெனில் சுற்றோட்டத்தின் முடிவில் கிடைக்கிற பணம் *(M')* தொடக்கப் பணத்தைக்(M) காட்டிலும் அல்லது முன்னீடு செய்கிற பணத்தைக் காட்டிலும் கூடுதலாகக் கிடைக்கிற போது, அதாவது *M'= M+^M* (ஆரம்பத்தில் முன்னீடு செய்த தொகை+ ஒரு கூடுதல்). *C-M-C* என்ற சுற்றில் தொடக்கமும் முடிவும் உயிர்வாழ்க்கை யின் தேவைகளைப் பூர்த்திசெய்வதாகும். சரக்குகள் சுற்றோட்டத்தின் ஓர் சாதனமாக இருந்த பணம், பொருளியல் நடவடிக்கையின் முடிவாக மாற்றம் பெறுகிறது. மனிதர் தேவைகளைப் பூர்த்திசெய்யும் சாதனமான சரக்கு நாணயச் செல்வத்தைப் பெருக்கும் சாதனமாக மாற்றம் பெறுகிறது.

மூலதனமாக மாற்றம்பெறும் சரக்கின் இப்பண்பை, மார்க்ஸ் தெளி வாகவே அரிஸ்டாட்டில்வாதிகளின் பொருளாதாரம், செல்வக் குவிப்பியல்

(Chrematistics) ஆகிய சிந்தனைகளோடு ஒப்பிடுகிறார். சிக்கனம் என்பது வீடுசார்ந்த தேவைகளைப் பூர்த்திசெய்யும் கலை : oikos என்பது வீடும் சிக்கனமும் இணைந்தது. வீட்டை நன்கு நிர்வகிப்பதற்குப் பின்பற்ற வேண்டிய எல்லாவகையான நெறிமுறைகளும் nomos ஆகும். செல்வக்குவிப்பியல் என்பது அதற்கு நேர்மாறானது – செல்வத்தைப் பெருக்குவதும் அபகரிப்பது மான கலை. அரிஸ்டாட்டிலுக்குப் பொருளாதாரச் சிந்தனை இயல்பானது. ஏனெனில் அது மனிதர் தேவைகளோடு இணங்குவது. மாறாகச் செல்வக் குவிப்பியலென்பது 'இயற்கைக்கு எதிரானது'. இவ்வேறுபாட்டைத் தெளிவாகக் கையாளுவதோடு மார்க்ஸ் பல்வேறு கோணங்களில் பலமுறை இதைப் பகுப்பாய்வும் செய்கிறார். 'இலாபம் மட்டுமே குறிக்கோள்' – *'l'auri sacra fames'* – அதாவது 'அடங்காத ஆதாய வெறி' என்பது மட்டுமே முதலாளி யத்தின் பண்பு. அறம்சார்ந்து இப்பண்பை விமரிசிப்பதைக்காட்டிலும் உண்மையியலை முன்வைத்துக் கண்டிப்பதில் மார்க்ஸ் அரிஸ்டாட்டிலுக்குக் கிஞ்சித்தும் சளைத்தவரல்லரென்று தெரிகிறது : தம் வாழ்நாள் முழுக்கப் பணத்தைக் குவிப்பவன் இயற்கைக்கு மாறான நடத்தைகொண்டவன். மனித வாழ்க்கையின் இயல்புக்கு மாறாகச் செயல்படுபவன். ஆகவே மார்க்ஸுக்கு முதலாளி என்பவன் அந்நியன், ஏனெனில் அவனுடைய வாழ்க்கை மூலதனக்குவிப்புக்கென்று முற்றாக ஒப்படைக்கப்பட்டது, ஓயாமல் திரும்பத் திரும்ப மூலதனத்தைக் குவித்து இறுதியில் அவனே அவனுடைய உடைமைச் சாதனமாக மாற்றம்பெறுகிறான். 'புனிதத் தங்கத்தின் மீதான பெரும்பசி' என்பது மெல்ல மெல்ல அவனை உற்பத்தி ஈடுபாட்டைத் தணித்துக்கொள்ளவியலாத பைத்தியக்கார கர்த்தனாக மாற்றுகிறது. முதலாளித்துவ உற்பத்திமுறையில் தொழிலாளி எந்திரத்தின் சேவைக்கென்று அமைந்த ஊழியன், இறுதியின் தனக்குத் தானே அந்நியனாகிறான். ஆனால் சில கருத்தின் அடிப்படையில் பார்க்கும்பொழுது முதலாளி தரப்பில் சீரான செயல்பாட்டைக் கண்ணுற்றபோதிலும் வேறுபாடு என்பது தெளிவாக உள்ளது. முதலாளியின் வலிமைக்கு மூலாதாரமே அவருடைய அந்நியமாதல் ஆகும், மாறாகத் தொழிலாளியின் அந்நியமாதலோ அவனைச் சேவகன் நிலைமைக்குத் தள்ளுகிறது.

சரக்கு மூலதனமாக மாற்றம்பெறும் நிகழ்விற்கு வருவோம். சாதனங் களின் (சரக்கு, பணம் ஆகியவற்றின்) நேர்மாறான நிலை, முடிவுகள் மற்றும் ஆதாரச் சுற்றோட்டத்தில் நிகழும் தலைகீழ் மாற்றம் (அதாவது C-M-C என்பதற்குப் பதிலாக M-C-M) ஆகியவை மனிதரின் செயல்பாடு களில் சரக்குகளுக்குள்ள ஆதிக்கத்தைத் தெரிவிப்பதோடு, மனிதரினத்தின் சிறப்பியல்புகள் இழப்பையும் நமக்கு உணர்த்துகிறது. மனிதகுலம் ஒரு பொதுக்குழுமமாக உருவாகும்போது, சரக்கு அக்குழுமத்தின் மனிதத்தன் மையை இழக்கச் செய்வதுடன், அக்குழுமத்தில் இடம்பெறும் மனிதர்களைத் தீராத பரிவர்த்தனையில் ஈடுபடுத்தி அவர்களைத் தனிமைப்படுத்துவதன் மூலம், பிரிவினையையும் ஏற்படுத்துகிறது.

2006ஆம் ஆண்டு நவம்பர் மாதம் நடந்த பொதுக்கூட்டமொன்றில் வேட்பாளரான பிரான்ஸ் நாட்டு அதிபர் சர்க்கோஸி, தமது உற்சாகமான பேச்சுக்கிடையில் ஒரு வேதாந்திபோல "மனிதனைச் சரக்கென்றுகூறிப் பிறவற்றோடு ஒப்பிடக் கூடாது" என்றார். பிரான்ஸ் நாட்டின் எதிர்கால

அதிபராக வரக்கூடும் என்ற நம்பிக்கையில் நாட்டின் பொருளாதாரம், சமூகம், அரசியல், பண்பாடு அனைத்திற்கும் தாமே பாதுகாவலரென்ற எண்ணத்தில் தெரிவித்த கருத்து. முதலாளித்துவத்தில் மனிதன் ஒரு சரக்கு, ஆனால் அச்சரக்குப் பிறவற்றோடு ஒப்பிடக்கூடியதல்ல, ஏனெனில் மனிதச் சரக்குத் தந்திரம் நிறைந்தது, கையாளுவதில் சங்கடங்களதிகம். அவர் சொல்லவருவதென்ன, மனிதனை மொக்கையாகச் சரக்கென்று சொல்லிவிடக் கூடாதென்கிறார் அதாவது அவன் விசேடக் குணங்கள் கொண்ட சரக்கு. கடைசியில் எங்கே வரவேண்டுமோ அங்கே வந்திருக்கிறோம்.

அடிக்குறிப்புகள்

1. *Thomas Hobbes* *(1588 – 1679)* ஆங்கிலேயர், தத்துவவாதி.
2. *Gilles Deleuze* *(1925 – 1995)* பிரெஞ்சுக்காரர், தத்துவவாதி.
3. *L'Anti- oedipe (1973) – Capitalisme- Schizophrenie* என்ற வரிசையில் வந்த இரு நூல்களில் முதல் நூல். நூலாசிரியர்கள் *Gilles Deleuze and Felix Gottori- Edition-Minuit.*
4. *Fernand Braudel (1902 – 1985)* பிரெஞ்சு வரலாற்றறிஞர். முதலாளித் துவம் ஒரு சிந்தனையல்ல; அதிகார விளையாட்டில் விரிவாக்கம் பெற்ற பொருளியல் வழிமுறை என்ற கருத்தினை வைத்தவர்.
5. *Michel Henry (1922 – 2002)* தத்துவவாதி, நாவலாசிரியர் – பிரான்ஸ்.
6. *C- Commodity* – சரக்கு; *M-Money* – பணம்; *^M* – கூடுதல்பணம் அல்லது லாபம்.

அத்தியாயம் 3

மூலதனம் அல்லது நிரந்தரப் புரட்சி

வெகுதூரம் போவதற்கு முன்பாக உலகம் சந்தைமயமாக்கல் இந்த அளவிற்கு நன்றாக இயங்கக் காரணமென்ன என்பதை யோசித்துப் பார்க்கலாம். அதாவது மூலதனம் எதனால் வெற்றி (தற்காலிகமாக?) பெற்றது? ஃபூக்குயாமாவின் (Fukuyama) கூக்குரல் நியாயமானதுதான். குரலில் உண்மையின் மையக்கரு ஒளிந்துள்ளது. இதுவரை தாம் சந்தித்த போட்டியாளர்களையெல்லாம் மூலதனம் வென்று வந்திருக்கிறதென்பது வரலாறு தரும் செய்தி. உலகின் மிகப்பழைமையான நாகரிகங்களுக்குச் சொந்தக்காரர்களான சீனாவும் இந்தியாவும் தங்கள் தலைகளை உயர்த்த முடிந்ததற்கு மூலதனத்தின் உற்பத்திவிதிகளைக் கேள்வியின்றி ஏற்றுக்கொண்ட மையே காரணம். 1917ஆம் ஆண்டு அக்டோபர் புரட்சியின் பதற்றம் குறையாமலிருந்த தொடக்கக் காலங்களில், பிறந்துவிட்டதென முழங்கப்பட்ட 'அசலான சமூக உடைமை' இன்றில்லை, வரலாற்றி லிருந்து விடைபெற்றுக்கொண்டிருக்கிறது. விரைவார்ந்த நடவடிக்கை களை மேற்கொண்ட அன்றைய சோவியத் நிர்வாகத்தினரான பொதுவுடைமைவாதிகள் "முட்டைகளை உடைக்காமல் எப்படி ஆம்லெட் செய்வதாம்?" என்றார்கள். இருந்த முட்டைகளையெல் லாம் உடைத்தாயிற்று, ஆம்லெட்டைத்தான் காணோம். 'சமூகக் குடியரசுக்கும்' நிலைமை சரியில்லையென சொல்ல வேண்டும். புரட்சியென்ற பேரில் மீண்டும் பிரச்சினைகளைச் சந்தித்துவிடக் கூடாதென நினைத்துக் கொண்டுவரப்பட்ட சமூகச் சீர்திருத்தங்கள் களைத்துப் போயின. பன்னாட்டு வணிகத்தால் ஏற்பட்டுள்ள நிர்ப்பந்தங்கள் காரணமாக சோஷலிஸ அரசாங்கம் என்ற கருத்திய லுக்கு மாற்று வடிவம் கொடுக்க வேண்டியுள்ளது. நார்வே, சுவீடன், டென்மார்க், பின்லாந்து நாடுகளின் சமூக உடைமை நெறியும் தமது வீரியத்தையும் ஆற்றலையும் தொலைத்திருப்பதை வெளிப்படை யாகவே காண்கிறோம். பாதிப்பில்லை என்று நம்பப்பட்ட பொது வுடைமை நாடுகள், இன்று தனியுடைமை அதிகாரத்தைக் கையி லெடுத்துக்கொண்டுள்ளன. அவர்களுடைய பொதுவுடைமைக் கட்சி உண்மையில் கோடீஸ்வரர்கள் கட்சி. இன்றைய சீனா நமக்குத் தெரிவிக்கும் உண்மை இதுதான். இவ்வுண்மை நாளைக்குக் கியூபா விலும், நாளை மறுநாள் வியட்நாம் நாட்டிலும் என்றாகும்.

ஆகப் பல முனைகளிலும் மூலதனத்திற்கு வெற்றி. இவ்வெற்றிக் காக யாருக்கு அது கடமைப்பட்டிருக்கிறது. சில வெளிப்படையான காரணங்களையும் ஒருசில துணைக்காரணங்களையும் நம்மால் முன் வைக்க முடியும். தெளிவானவை என்ற வரிசையில் மூன்று உதாரணங்கள் இருக்கின்றன.

முதலாவது : வெற்றி நிரந்தரமல்ல, தற்காலிமானதுதான் என்னும்போதும், அவ்வெற்றிக்கு மனிதரினம் கடுமையானதொரு விலையைக் கொடுக்க வேண்டியிருக்குமென்னும் நிலையிலும், தமது வீரியம், ஆற்றல் அவ்வள வையும் ஒன்று திரட்டி மிக மோசமான நெருக்கடியையும் தம்மால் சந்திக்க முடியுமென்ற குணத்தைக் கொண்டதாக முதலாளித்துவம் இருப்பது.

இரண்டாவது : சொர்க்கபுரியென்று அல்லது அதற்கு ஈடானதொன் றெனத் தீர்மானித்து முதலாளித்துவம் பணக்கார உலகத்தை ஏற்படுத்தியது.

மூன்றாவது : சரக்கைச் சுதந்திரத்தோடு இணைத்துப் பார்க்கப் பழகியது. இக்கருத்தியத்திற்கு ஆபத்து வெறெங்குமல்ல சுதந்திரத்திலேயே இருக்கிறது. நீண்டகால அடிப்படையில் பார்க்கும்பொழுது பைத்தியக்காரத்தனமான இச்சுதந்திரம், எதிர்மறையான விளைவுகளை ஏற்படுத்தக்கூடியது, எனினும் தற்போதைக்குச் சரக்கோடு சுதந்திரத்தை சேர்த்தே பார்க்கிறோம்.

மூலதன இயங்கியல்

மூலதனத்தின் இயங்கியல் எண்ணற்ற ஆய்வுகளுக்கு உட்பட்டது; அவற்றையெல்லாம் இங்கே சொல்லிக்கொண்டிருப்பது தேவையில்லை. மாறாகப் 'பொதுவுடைமைக்கட்சியின் கொள்கைப் பிரகடனம்' என்ற நூலிலிருந்து ஆரம்பப் பக்கங்களில் இருப்பவற்றை மீள் பிரசுரம் செய்யலாம். இப்பிரதியில் கார்ல் மார்க்ஸ், பிரடெரிக் எங்கெல்ஸ் ஆகிய இருவரும் வாசிக்கிறவர்களை நெகிழவைக்கும் எண்ணத்துடன் முதலாளியத்தின் புரட்சிப் பங்களிப்பை ஒருவகையான தற்காப்புத் தொனியில் தெரிவிக் கிறார்கள்.

இதுநாள் வரையிலுமான சமுதாயங்களில் வரலாறு அனைத்தும் வர்க்கப் போரட்டங்களது வரலாறே ஆகும்.

"வரலாற்று அரங்கில் முதலாளித்துவ வர்க்கம் மிகவும் புரட்சிகரமான பங்காற்றியிருக்கிறது."

எங்கெல்லாம் முதலாளித்துவ வர்க்கம் ஆதிக்க நிலை பெற்றதோ, அங்கெல்லாம் அது எல்லாப் பிரபுத்துவ உறவுகளுக்கும் தந்தைவழிச் சமுதாய உறவுகளுக்கும் கிராமாந்திரப் பாரம்பரிய உறவுகளுக்கும் முடிவு கட்டியது. மனிதனை 'இயற்கையாகவே மேலானோருக்குக்' கீழ்ப்படுத்திக் கட்டிப்போட்ட பல்வேறு வகையான பிரபுத்துவப் பந்தங்களையும் ஈவிரக்க மின்றி அறுத்தெறிந்துவிட்டு, மனிதனுக்கும் மனிதனுக்கும் அப்பட்டமான தன்னலத்தைத் தவிர, பரிவு உணர்ச்சியில்லாப் 'பணப் பட்டுவாடா'வைத் தவிர வேறு ஒட்டுமில்லை உறவுமில்லை என்றாக்கிற்று. சமயத் துறை பக்திப் பரவசம், பேராண்மையின் வீராவேசம், சிறு மதியோரது உணர்ச்சிப்

பசப்பு ஆகிய புனிதப் பேரானந்தங்களை எல்லாம் தன்னலக் கணிப் பெனும் உறைபனிக் குளிர் நீரில் மூழ்கடித்துள்ளது. மனிதனது மாண்பைப் பரிவர்த்தனை மதிப்பாய் மாற்றியிருக்கிறது. சாசனங்களில் பிரகடனம் செய்யப்பட்ட விலக்கவோ துறக்கவோ முடியாத எண்ணிலடங்காச் சுதந்திரங் களுக்குப் பதிலாய், வெட்கங்கெட்ட வாணிகச் சுதந்திரமெனும் ஒரேயொரு சுதந்திரத்தை ஆசனத்தில் அமர்த்திவைத்திருக்கிறது. சுருங்கச் சொல்வதெனில் சமயத் துறைப் பிரமைகளாலும் அரசியல் பிரமைகளாலும் திரையிட்டு மறைக்கப்பட்ட சுரண்டலுக்குப் பதிலாய், முதலாளித்துவ வர்க்கம் வெட்க உணர்ச்சியற்ற அம்மணமான, நேரடியான, மிருகத்தனமான சுரண்டலை நிலைநாட்டியிருக்கிறது.

இதுகாறும் போற்றிப் பாராட்டப்படும், பணிவுக்கும் பக்திக்குமுரிய தாய்க் கருதப்பட்ட ஒவ்வொரு பணித்துறையையும் முதலாளித்துவ வர்க்கம் மகிமை இழக்கச் செய்துள்ளது. மருத்துவரையும் வழக்கறிஞரையும் சமயக் குருவையும் கவிஞரையும் விஞ்ஞானியையும் அது தனது கூலியுழைப்பாளர்கள் ஆக்கிவிட்டது.

குடும்பத்திடமிருந்து முதலாளித்துவ வர்க்கம் அதன் உணர்ச்சி நய முகத்திரையைக் கிழித்தெறிந்து, குடும்ப உறவைச் வெறும் காசு பண உறவாய் சிறுமையுறச் செய்துவிட்டது.

பிற்போக்கர்கள் போற்றிப் பாராட்டுகிறார்களே மத்தியக் காலத்துப் பேராண்மையின் முரட்டுக் கூத்து, அது எவ்வளவு மூடத்தனமான செய லின்மையைத் தனது உற்ற துணையாய்க் கொண்டிருந்தது என்பதை முதலாளித்துவ வர்க்கம் நிதர்சனமாக்கியிருக்கிறது. மனிதச் செயற்பாடு என்னவெல்லாம் செய்யவல்லது என்பதை முதன்முதலாய்த் தெரியப்படுத் தியது முதலாளித்துவ வர்க்கம்தான். எகிப்திய பிரமிடுகளையும் ரோமானியக் கட்டுக்கால்வாய்களையும் கோத்திக் தேவாலயங்களையும் மிஞ்சிய மாபெரும் அதிசயங்களை அது சாதித்திருக்கிறது; முற்காலத்துக் குடிப்பெயர்ச்சிப் பயணங்களும் சிலுவைப்போர்ப் பயணங்களும் அற்பக் காரியங்களாய்த் தோன்றும்படியான தீரப் பயணங்களை நடத்தியிருக்கிறது.

முதலாளித்துவ வர்க்கத்தால் ஓயாது ஒழியாது உற்பத்திக் கருவிகளி லும், இதன் மூலம் உற்பத்தி உறவுகளிலும், இவற்றுடன் கூடவே சமூக உறவுகள் அனைத்திலுமே புரட்சிகர மாற்றங்களை ஏற்படுத்தாமல் வாழ முடியாது. ஆனால் இதற்கு முந்திய தொழில் வர்க்கங்களுக்கு எல்லாம் பழைய உற்பத்தி முறைகளை மாற்றமில்லா வடிவில் அப்படியே பாதுகாத்துக் கொள்வதுதான் வாழ்வதற்குரிய முதலாவது நிபந்தனையாய் இருந்தது. ஓயாது ஒழியாது உற்பத்தியில் ஏற்படும் புரட்சிகர மாற்றங்களும் சமூக உறவுகள் யாவும் இடையறாது அமைதி குலைதலும் முடிவே இல்லாத நிச்சயமற்ற நிலைமையும் கொந்தளிப்பும் முதலாளித்துவ சகாப்தத்தை அதற்கு முந்திய எல்லா சகாப்தங்களிலிருந்தும் வேறுபடுத்திக் காட்டுகின்றன. நிலையான, இறுகிக் கெட்டிப் பிடித்துப்போன எல்லா உறவுகளும், அவற் றுடன் இணைந்த பழங்காலத் தப்பெண்ணங்களும் கருத்துகளும் துடைத் தெறியப்படுகின்றன, புதிதாய் உருவாகியவை எல்லாம் இறுகிக் கெட்டி யாவதற்கு முன்பே பழைமைப்பட்டுவிடுகின்றன. கெட்டியானவை யாவும்

கரைந்து காற்றிலே கலக்கின்றன, புனிதமானவை யாவும் புனிதம் இழக்கின்றன. முடிவில் மனிதன் தெளிந்த புத்தியுடன் தனது வாழ்க்கையின் மெய்யான நிலைமைகளையும் தனது சக மனிதர்களுடன் தனக்குள்ள உறவுகளையும் நேர்நின்று உற்று நோக்க வேண்டியதாகிறது.

முதலாளித்துவ வர்க்கத்தின் உற்பத்திப்பொருள்களுக்குத் தொடர்ந்து மேலும் மேலும் விரிவடைந்து செல்லும் சந்தை அவசியமாகும். இந்த அவசியம் முதலாளித்துவ வர்க்கத்தைப் புவிப்பரப்பு முழுதும் செல்லும்படி விரட்டுகிறது. அது எல்லா இடங்களுக்கும் சென்று ஒட்டிக்கொள்ள வேண்டியதாகிறது, எல்லா இடங்களிலும் குடியேற வேண்டியதாகிறது, எல்லா இடங்களிலும் தொடர்புகளை நிறுவிக்கொள்ள வேண்டியதாகிறது.

அனைத்து உலகச் சந்தையைப் பயன்படுத்திச் செயல்படுவதன் மூலம் முதலாளித்துவ வர்க்கம் ஒவ்வொரு நாட்டிலும் உற்பத்தியையும் நுகர்வையும் அனைத்துலகத் தன்மை பெறச் செய்திருக்கிறது. பிற்போக்கர்கள் கடுங்கோபம் கொள்ளும்படி அது தொழில்களது காலுக்கு அடியிலிருந்து அவற்றின் தேசிய அடிநிலத்தை அகற்றியுள்ளது. நெடுங்காலமாய் நாட்டிலே இருந்துள்ள தொழில்கள் யாவும் அழிக்கப்பட்டு விட்டன, அல்லது நாள்தோறும் அழிக்கப்பட்டுவருகின்றன. புதிய தொழில்களால் அவை அப்புறப்படுத்தப்படுகின்றன. இந்தப் புதிய தொழில்களைத் தோன்றச் செய்வது நாகரிக நாடுகள் யாவற்றுக்கும் ஜீவமரணப் பிரச்சினையாகி விடுகிறது. முன்பிருந்தவற்றைப்போல் இந்தப் புதிய தொழில்கள் உள்நாட்டு மூலப் பொருள்களை மட்டும் உபயோகிப்பவை அல்ல, தொலைதூரப் பிரதேசங்களிலிருந்து தருவிக்கப்படும் மூலப் பொருள்களை உபயோகிப்பவை. இவற்றின் உற்பத்திப் பொருள்கள் தாய்நாட்டில் மட்டுமின்றி, உலகெங்கும் எடுத்துச் செல்லப்பட்டு எல்லாப் பகுதிகளிலும் நுகரப்படுகின்றன. தாய்நாட்டு உற்பத்திப் பொருட்களால் பூர்த்திசெய்யப்பட்ட பழைய தேவைகளுக்குப் பதில், தொலைதூர நாடுகள், மண்டலங்களது உற்பத்திப் பொருட்களால் பூர்த்திசெய்யப்படும் புதிய தேவைகள் எழுகின்றன. வட்டாரங்கள், நாடுகள் இவற்றின் பழைய ஒதுக்க நிலைக்கும் தன்னிறைவுக்கும் பதில், எல்லாத் திசைகளிலுமான நெருங்கிய தொடர்பும் உலக அளவில் நாடுகளுக்கிடையிலான சார்புடைமையும் ஏற்படுகின்றன. பொருள் உற்பத்தியில் எப்படியோ அப்படியேதான் அறிவுத் துறை உற்பத்தியிலும் தனித்தனி நாடுகளுடைய அறிவுத் துறைப் படைப்புகள் எல்லா நாடுகளுக்குமான பொதுச் சொத்தாகின்றன. தேசிய ஒருதலைப்பட்சப் பார்வையும் குறுகிய மனப்பாங்கும் மேலும் மேலும் இயலாதனவாகின்றன. நாட்டளவிலும் மண்டல அளவிலுமான எத்தனையோ இலக்கியங்களிலிருந்து ஓர் அனைத்துலக இலக்கியம் உருவாகிறது.

அனைத்து உற்பத்திக் கருவிகளது அதிவேக அபிவிருத்தியின் மூலமும் போக்குவரத்துச் சாதனங்களின் பிரமாதமான மேம்பாட்டின் மூலமும் முதலாளித்துவ வர்க்கம் எல்லாத் தேசங்களையும் மிகவும் அநாகரிகக் கட்டத்தில் இருக்கும் தேசங்களையும்கூட நாகரிக வட்டத்துக்குள் இழுக்கிறது. தன்னுடைய பண்டங்களின் மலிவான விலைகளை அது சக்தி வாய்ந்த பீரங்கிகளாய்க் கொண்டு, சீன மதிலை ஒத்த எல்லாத் தடை

மதில்களையும் தகர்த்திடுகிறது; அநாகரிகக் கட்டத்தில் இருப்போருக்கு அந்நியர்பால் உள்ள முரட்டுப் பிடிவாத வெறுப்பைப் பணியவைக்கிறது. ஏற்காவிடில் அழியவே நேருமென்ற நிர்ப்பந்தத்தின் மூலம் அது எல்லாத் தேசங்களையும் முதலாளித்துவப் பொருளுற்பத்தி முறையை ஏற்கச் செய்கிறது; நாகரிகம் என்பதாய்த் தான் கூறிக்கொள்வதைத் தழுவும்படி, அதாவது முதலாளித்துவமயமாகும்படி எல்லாத் தேசங்களையும் பலவந்தம் செய்கிறது. சுருங்கக் கூறுமிடத்து, அப்படியே தன்னை உரித்து வைத்தாற் போன்றதோர் உலகைப் படைத்திடுகிறது அது.

முதலாளித்துவ வர்க்கம் நாட்டுப்புறத்தை நகரங்களது ஆட்சிக்குக் கீழ்ப்படச் செய்துள்ளது, மாபெரும் நகரங்களை அது உதித்தெழ வைத்திருக் கிறது; கிராம மக்கள்தொகையுடன் ஒப்பிடுகையில் நகர மக்கள்தொகையை வெகுவாய் அதிகரிக்கச் செய்திருக்கிறது; இவ்விதம் மக்களில் ஒரு கணிசப் பகுதியோரைக் கிராம வாழ்க்கையின் மடமையிலிருந்து மீட்டிருக்கிறது. எப்படி அது நாட்டுப்புறத்தை நகரங்களைச் சார்ந்திருக்கச் செய்துள்ளதோ, அதேபோல அநாகரிக நிலையிலும் குறைநாகரிக நிலையிலுமுள்ள நாடு களை நாகரிக நாடுகளையும், விவசாயிகளது நாடுகளை முதலாளிகளது நாடுகளையும், கிழக்கு நாடுகளை மேற்கு நாடுகளையும் சார்ந்திருக்கச் செய்துள்ளது.

மக்கள்தொகை, உற்பத்திச் சாதனங்கள், சொத்து இவற்றின் சிதறுண்ட நிலைக்கு முதலாளித்துவ வர்க்கம் மேலும் மேலும் முடிவுகட்டிவருகிறது. மக்கள்தொகையை அது அடர்ந்து திரட்சி பெறச் செய்திருக்கிறது, உற்பத்திச் சாதனங்களை மையப்படுத்தியிருக்கிறது, சொத்துகளை ஒருசிலர் கையில் குவியவைத்திருக்கிறது. இதன் தவிர்க்கவொண்ணாத விளைவு என்ன வெனில், அரசியல் அதிகாரமும் மையப்படுத்தப்பட்டது. தனித்தனி நலன் களும் சட்டங்களும் அரசாங்கங்களும் வரிவிதிப்பு முறைகளும் கொண் டனவாய் சுயேச்சையாகவோ, அல்லது தளர்ந்த இணைப்புடனோ இருந்த மாநிலங்கள் ஒரே அரசாங்கத்தையும் ஒரே சட்டத் தொகுப்பையும் தேச அளவிலான ஒரே வர்க்க நலனையும் ஒரே தேச எல்லையையும் ஒரே சுங்கவரி முறையையும் கொண்ட ஒரே தேசமாய் ஒருசேர இணைக்கப் பட்டன.

முதலாளித்துவ வர்க்கம் ஒரு நூறாண்டுகூட நிறைவுறாத அதன் ஆட்சிக் காலத்தில், இதற்கு முந்திய எல்லாத் தலைமுறைகளுமாய்ச் சேர்ந்து உருவாக்கியதைக் காட்டிலும் மலைப்புத் தட்டும்படியான பிரம்மாண்ட உற்பத்திச் சக்திகளைப் படைத்திருக்கிறது. இயற்கைச் சக்திகளை மனிதனுக்கு அடிபணியச் செய்தல், இயந்திரச் சாதனங்கள், தொழில் துறையிலும் விவசாயத்திலும் இரசாயனத்தைப் பயன்படுத்தல், நீராவிக் கப்பல் போக்குவரத்து, இரயில்பாதைகள், மின்விசைத்தந்தி, முழுமுழுக் கண்டங்களைத் திருத்திச் சாகுபடிக்குச் செப்பனிடுதல், ஆறு களைக் கப்பல் போக்குவரத்துக்கு ஏற்றனவாய் ஒழுங்குசெய்தல், மனிதன் அடியெடுத்து வைத்திராத இடங்களில் மாயவித்தை புரிந்தாற்போல் பெரும் பெரும் தொகுதிகளிலான மக்களைக் குடியேற்றுவித்தல் – இம்மாதிரி யான பொருளுற்பத்திச் சக்திகள் சமூக உழைப்பின் மடியில் சயனம்

புரியுமென இதற்கு முந்திய எந்த நூற்றாண்டாவது கனவிலும் நினைத் திருக்குமா?

ஆக நாம் காண்பது என்னவெனில்: முதலாளித்துவ வர்க்கம் உருப் பெற்று எழுவதற்கு அடிப்படையாய் இருந்த பொருளுற்பத்தி, பரிவர்த் தனைச் சாதனங்கள் பிரபுத்துவச் சமுதாயத்தில் ஜனித்தவை. இந்தப் பொருளுற்பத்தி, பரிவர்த்தனைச் சாதனங்களது வளர்ச்சியின் குறிப்பிட்ட ஒரு கட்டத்தில், பிரபுத்துவச் சமுதாயத்தின் பொருளுற்பத்தி, பரிவர்த் தனை உறவுகள், விவசாயத்துக்கும் பட்டறைத் தொழிலுக்குமான பிரபுத் துவ ஒழுங்கமைப்பு – சுருக்கமாய்ச் சொல்வதெனில் பிரபுத்துவச் சொத்துடமை உறவுகள் – வளர்ச்சியுற்றுவிட்ட உற்பத்திச் சக்திகளுக்கு ஒவ்வாதன வாயின்; அவை பொருளுற்பத்திக்குப் பூட்டப்பட்ட கால்விலங்குகளாய் மாறின. அந்த விலங்குகளை உடைத்தெறிய வேண்டியிருந்தது; அவை உடைத்தெறியப்பட்டன. அவற்றின் இடத்தில் தடையில்லாப் போட்டியும் அதனுடன் கூடவே அதற்குத் தகவமைந்த சமூக, அரசியல் அமைப்பும் முதலாளித்துவ வர்க்கத்தினுடைய பொருளாதார, அரசியல் ஆதிக்கமும் வந்தமர்ந்து கொண்டன."

முதலாளித்துவத்திற்காக இப்படி வக்காலத்து வாங்கக்கூடிய வேறு எழுத்தாளர்களை இன்றைய தினம் தேடிப்பிடிப்பது அவ்வளவு எளிதல்ல. அரசியல் மற்றும் நிதித்துறைச் சக்திகள்முன்னே எல்லையற்ற தங்கள் பணிவை நிரூபிக்கவல்ல பங்குச் சந்தைப் பத்தியாளர்களுக்கும் சீந்து வாரற்ற தினசரிகளில் பொருளாதாரப் பக்கங்களைக் கிறுக்கிக்கொண் டிருக்கிறவர்களுக்குங்கூட, இப்படி மூச்சுவிடாமல் முதலாளியத்தைப் புகழ்வதற்கு இயலாது. 1848ஆம் ஆண்டு, முதலாளியத்தின் படிப்படியான முன்னோக்கிச்செல்கிற பண்பு முடிவுக்கு வந்துவிட்டதாகவும் இனி வேறு செயல்பாடொன்றுக்கு அதாவது பிற அமைப்புமுறைகளுக்கு எதிராக என்னென்ன நடவடிக்கைகளை மேற்கொண்டதோ அவற்றையே தமக் கெதிராகக் கையாளும் புதிய செயல்பாட்டிற்குத் தயார்படுத்திக் கொள்ளும் நிலையில் முதலாளியம் இருப்பதாகவும் மார்க்ஸ் தெரிவித்தார். ஆனால் காலத்தைப் பற்றிய கணிப்பில் மிகப்பெரிய தவறு நேர்ந்துவிட்டதென மார்க்ஸின் பக்தர்கள் (இந்த உயிரினமும் அழிந்துவருகிறது) கூறுகிறார்கள். கூடிய சீக்கிரம் அல்லது தாமதமாகவேனும் அதுகுறித்து அவர் முன்னதாகவே தெளிவுபடுத்தியிருக்க வேண்டும். இருபதாண்டுகளுக்குப் பிறகு மார்க்ஸ், முதலாளிய உற்பத்தி நிகழ்முறையின் இயங்கமைப்பு தம்மைத் தாமே அழித்துக்கொள்ளும் பண்பைக் கொண்டிருக்குமென்றும் அதன் விளைவாக ‘உடைமைபறிப்போரின் உடைமை பறிக்கப்படக்கூடும்’ எனத் திரும்பவும் உறுதிப்படுத்தினார். இரட்சகரின் தீர்க்க தரிசனங்களென நம்பப்பட்ட இவ்வாசகங்கள் கூடிய விரைவில் உண்மையென நிரூபிக்கப்படுமென மார்க்ஸியவாதிகள் தொடர்ந்து கூறிவந்தார்கள் அதாவது ஆரம்பகாலக் கிறிஸ்துவர்கள் ‘இறுதித் தீர்ப்பை’ எதிர்பார்த்துக் காத்திருந்ததுபோல. பாரம்பரிய மார்க்ஸியத்தை *(Orthodox Marxism)* எதிர்க்கும் திரிபுக் கோட்பாடு *(revisionism)* பற்றிய விவாதத்தின்போது, பெர்ன்ஸ்டெய்னுக்கு *(Bernstein)* மாறாகக் கடுமையான நிலைப்பாட்டை எடுத்த ரோசா லக்ஸம்பூர்க்

(Rosa Luxemburg) முதலாளித்துவம் ஊன்றாத துறையில் தமக்கான வாய்ப்புகளைக் கண்டறிவதே மூலதனக்குவிப்புத் தங்குதடையின்றித் தொடர்வதற்கான வழிமுறை என்றார். 'இறுதி நெருக்கடி'க் கருத்தியலுக்குச் சாதகமாகவே அவரது கருத்தும் உள்ளது. அதற்கு அடுத்த சில வருடங்களில் *'ஏகாதிபத்தியம்' – முதலாளித்துவத்தின் உச்சக்கட்டம் (Imperialism, the Highest Stage of Capitalism – 1916)* என்ற நூலை லெனின் எழுதினார். நூலின் தலைப்பு இங்கே விவாதத்திற்குத் தேவையற்றது. 1914 – 1918 யுத்தக் காலத்திற்கென வடிவமைக்கப்பட்ட 'போர்க்கால பொருளாதார'க் கொள்கையைக்கொண்டு முதலாளிய அரசியல் ஒரு புதுவகையான நிர்வாக முறையை – அதாவது போட்டிகளற்ற ஒற்றை முதலாளிய அரசு என்ற ஒன்றை முன்வைக்கிறதென லெனின் நினைத்தார். இப்புதிய அரசாங்கம் அவரது கருத்தின்படி அடுத்து எட்டவிருக்கிற 'சமூக உடைமைநெறி'க்கான இறுதிக்கட்டம். ரஷ்யப் புரட்சியும் 1929ஆம் ஆண்டு ஏற்பட்ட நெருக்கடியும் இச்சிந்தனையை உறுதிசெய்தன. அச்சிந்தனையின்படி முதலாளித்துவம் தனது இறுதிநாளை எண்ணிக்கொண்டிருப்பதாக நம்பப்பட்டது. எஞ்சிய மார்க்சியப் புரட்சியாளர்களான ட்ராட்க்கிஸ்டுகள் (1938இல் அவர்கள் எண்ணிக்கையை விரல்விட்டு எண்ணிவிடலாம்) தங்களது ஆறாவது உலகளாவிய அமர்வின்போது ஏற்றுக்கொள்ளப்பட்ட தீர்மானம் : முன்னோக்கி வளர்ந்த உற்பத்தித் துறையின் பலம் முடங்கிவிட்டதெனவும், முதலாளியம் இனித் தலைதூக்க முடியாததொரு கட்டத்தை அடைந்துவிட்டதென்றும் தெரிவித்தது. அதற்குப்பின் நடந்தவை அனைத்தும் இத்தகைய ஆருடங்களை மறுக்கும் வகையில் இருந்தபோதிலும், இவர்கள் ஓயவில்லை. இடைக்கிடை தங்கள் இருப்பைத் தெரிவிக்கச் செயல்பட்டபடி இருந்தனர். 1968இல் இளைஞர்கள் மற்றும் தீவிர மாற்றத்தில் நம்பிக்கைகொண்டிருந்த உழைக்கும் வர்க்கத்தினரிடையே ஏற்பட்ட கொந்தளிப்பு அதன் காரணமாக வெடித்த கலவரம், அமெரிக்கப் பல்கலை வளாகங்கள் தொடங்கிப் பிராகு *(Pirague)* தெருக்கள் வரை, இடையில் பாரீஸ் ரோம் நகரங்களில் என்ன நிகழ்ந்ததென்பதையும் கணக்கிற்கொண்டால் மீண்டுமொரு புரட்சி நிகழவிருப்பதாகவே நம்பப்பட்டது. 'லீக் – கம்யூனிஸ்டு' என்றொரு அரசியலமைப்பைக் கண்ட டானியல் பென்சாயித் 1972ஆம் ஆண்டு "வரலாறு மீண்டும் அன்பாக நம் நெஞ்சில் பற்களைப் பதிக்கிறது"[2] என்றார். மிகப் பெரிய மார்க்ஸியப் பொருளியல் அறிஞரான எர்னெஸ்ட் மாண்டெல் முதலாளியத்தின் மூன்றாவது பருவகாலம் என்ற தலைப்பில் பிரெஞ்சு மொழியில் வெளிவந்த நூலில் விரிவாக இக்கருத்தை முன்வைக்கிறார். மூன்றாவது பருவகாலமென்பது முதுமைக்காலமாகும். முதுமைக்காலமென்பது ஓர் உயிரியின் செயலற்ற நிலையையும் நேரவிருக்கிற மரணத்தையும் குறிப்பால் உணர்த்தும் காலமாகும்.

'முதலாளியத்திற்கு இறுதிக்காலம் நெருங்கிவிட்டதென' முழங்கிய குரல்கள் தொடர்ந்து ஒலித்தபோதெல்லாம் அவை எள்ளி நகையாடப் பட்டன. கடந்த இருபது ஆண்டுகளாக மேற்கண்ட வகையில் மட்டுமல்ல வேறுவகையான குரல்களையும் கேட்கும்படி நேர்ந்திருக்கிறது. இம்முறை முதலாளியத் தரப்பிற்கு அக்குரல்கள் சொந்தம். அவற்றை ஒருவகையான தற்காப்புக் குரல்களெனலாம். முதலாளித்துவம் தமது செயல்பாடுகளால்

விளைந்த முரண்களைக் களைவதற்கான வழிமுறையைக் கண்டது. அவ்வழி முறை உற்பத்திமுறைக்குள்ளேயே இருப்பதாகவும், உற்பத்தியில் பங்களித்து உழைக்கும் வர்க்கத்தின் நிலையில் மேம்பாட்டைக் காண்பதூடாகப் பிரச்சினைகளுக்குத் தீர்வுகாண்பதே அவ்வழிமுறையெனவும் அது நம்பியது. பெர்ன்ஸ்டெய்னுடைய 'மறுபரிசீலைனைக்' கோட்பாடென்பதே, முதலாளித் துவத்தில் ஏற்பட்ட வளர்ச்சியால் நீண்டகால அடிப்படையில் அதன் கொள்கையில் ஏற்பட்ட சீர்திருத்தங்கள் பற்றியதும், நிகழாத 'இறுதி நெருக்கடி'யை ஆதாரமாகக் கொண்டதுமாகும். 1914ஆம் ஆண்டு ஆகஸ்டு மாதத்திய பிரளயத்திற்கு முன்பாகவே பெர்ன்ஸ்டெய்ன் இது குறித்து விரிவாகப் பதிந்திருக்கிறார். பொருளாதாரத்தில் அபரிமிதமான வளர்ச்சியை வளர்ந்த நாடுகள் கண்ட காலமென நம்பப்படும் 1945 – 1974க்கு இடைப் பட்ட முப்பதாண்டுக்காலத்தின்போது (உண்மையில் 28 ஆண்டுகள்) இரண்டு வல்லரசு நாடுகளிடையே கடுமையான பகையுணர்வு நிலவியபோதும் முதலாளித்துவமும் சோவியத் 'பொதுவுடைமையும்' அமைதி வழியில் உடன்பாட்டை எட்ட முடியுமென ஆருடங்கள் சொல்லப்பட்டன. ஒருபக்கம் மக்கள்நல அரசுகள் *(Welfare state)* சமூகப் பிரச்சினைகளைத் தீர்ப்பதில் ஆர்வம் காட்டின. மற்றொரு பக்கம் சோவியத் யூனியன் முறைமையில் இயங்கிய அரசுகள் ஜனநாயகப்படுத்துவதில் ஆர்வம்காட்ட, பிரச்சினை களுக்கான தீர்வு இனிக் கொள்கை சார்ந்ததல்ல, காலம் சார்ந்தது என்றார்கள். ரீகன் – தாட்சர் காலம் தொடங்கி, 1999வரை முதலாளித்துவத்திற்கு இனிப் பிரச்சினையில்லை, வரலாற்றில் நிரந்தரம்பெற்றுவிட்டதென் றார்கள். 2000ஆம் ஆண்டில் என்ன நடந்தது. *'Dot-com bubble'* என்ற தகவல் தொழில்நுட்பத் துறைத் திடீர்ப்பங்குச்சந்தைச் சரிவு மீண்டும் முதலாளி யத்தின் ஆயுளுக்கு நாள் குறித்தது.

முதலாளித்துவம் முடிந்ததெனக் *(apocalyptic)* கொக்கரித்தவர்கள் ஒரு புறம், முதலாளித்துவத்திற்கு ஆபத்தில்லை நெருக்கடிகளிலிருந்து மீள்வதற்கான சக்தி அதனிடம் உள்ளதென்று தற்காப்புவாதத்தை *(apologetic)* முன்வைத்தவர்கள் மறுபுறமென ஒரே தன்மையனதான இருவகைக் குரல்களை உலகம் கேட்க நேர்ந்தது. சீர்மைவகை முதலாளியம் *(Ideal type capitalism)* இயங்கும்வகைக்கான கருத்துருவத்தை மார்க்ஸ் வடிவமைத்திருந்தார். ஆனால் உண்மை முதலாளியியம் வேறாக இருந்தது, அது ஒருபோதும் மார்க்ஸ் கற்பனையில் உருவாக்கின சீர்மைவகைக்குப் பொருந்தியதல்ல. சிற்சில அரசாங்கங்கள் ஏறக்குறைய உறுதியாகவே நின்று பிடித்தன. ஆனால் அவ்வாறு தாக்குப்பிடிக்கும் நிர்வாகங்களின் ஆயுட்காலம் முதலாளிய உற்பத்தித்துறை உட்கட்டமைப்பில் ஒவ்வாத்தன் மைகள் குவிந்து நெருக்கடியைப் பிரசவிக்கும் காலம்வரை நீடிப்பதாக இருந்தது. இந்நெருக்கடிக் காலமென்பது அண்மைக்காலம்வரை முரண்பாடு களைக் குவித்த இரு அரசாங்கங்களுக்கிடையேயான நிர்வாகமாற்றக் காலமாக இருந்துவந்திருக்கிறது. இதற்கு உதாரணமாக 'நிலை மாற்ற' *(Phase transition)* காலம் என கியான்பிரான்கோ லா கிராஸ்ஸாவால் *(Gianfranco La Grassa)* வர்ணிக்கப்பட்ட கடந்த நூற்றாண்டின் அறுபது களைக் கூறலாம்.

மார்க்ஸியத்தின் மரபுவழிமுறை பரிணாம வரைவு, முதலாளித்துவத்தின் ஒருமுகப்படுத்துதல் மற்றும் மையப்படுத்துதல் சிந்தனைகளில் ஏற்பட்டிருந்த முன்னேற்றத்தை அடிப்படையாகக் கொண்டது. ஒருமுகப் படுத்துதல் மற்றும் மையப்படுத்துதல் சிந்தனையில் முன்னேற்றமென்பது ஒருவகையில் முதலாளிய வர்க்கத்தின் எண்ணிக்கையைச் சீராகக் குறைத்து இறுதியில் இலாபத்தை மட்டுமே கருத்தில் கொண்ட சிறியதொரு ஒட்டுண்ணிக் கூட்டத்தை உருவாக்குவதாகும். இக்கூட்டத்தை எதிர்க்கும் பொறுப்புத் தொழிற்சாலை இயக்குனர்களில் ஆரம்பித்து அவர்களின் கீழ்ப் பணிபுரியும் ஊழியர்கள்வரையிலான ஒரு பெருங்கூட்டத்திற்கு இருக்கிறது. இந்நிலையில் முதலாளித்துவம், ஒரே சமயத்தில் அரசாங்கம் மற்றும் அலுவலகக் கட்டுப்பாட்டின்கீழ் வருவது அதிகரிக்கிறது. இக்கட்டத்தில் மார்க்சியத்தின் மரபுவழிமுறை வகுத்திருந்த திட்டம் பலிப்பதில்லை. உண்மையில் முதலாளித்துவ அரசு முதலாளித்துவமாக ஒருபோதும் மாறுவதில்லை. நாஜிகள் விடயத்தில்கூட அது பொய்த்திருக் கிறது. மத்திய அரசாங்க அமைப்புமுறைமை ஒரு தரப்பு, போட்டியும் முரண்பாடும்கொண்ட அமைப்பு இன்னொரு தரப்பென மூலதனத்தைக் கட்டமைக்கும் பொறுப்பில் இரு பெரும் கூட்டணிகளிருக்கத் தமக்கான இடத்தை உறுதிப்படுத்தவியலாமல் முதலாளியம் ஊசலாடுகிறது. இது குறித்துப் பின்னர் விவாதிக்கலாம். எது எப்படியோ முதலாளித்துவ உற்பத்தி நிகழ்வில் எதிர்பார்த்ததுபோன்று இயற்கையான தற்கொலைக்குச் சாத்தியங்களில்லை என்கிறபோது உச்சக்கட்ட நிகழ்வுமில்லை, நெருக்கடியு மில்லை. ஆனாலும் இதற்கு உலகம் இதுவரை கொடுத்துள்ள விலை யென்ன? பின்வரும் அத்தியாயங்களில் மீண்டும் இப்பிரச்சினையைக் கதைப்போம்.

அடிக்குறிப்புகள்

1. *Francis Fukuyama* – அமெரிக்க மெய்யியல் மற்றும் பொருளியல் வாதி. வாஷிங்டன் *D.C*யைச் சேர்ந்த ஜான் ஹாப்கின்ஸ் பல்கலைக் கழகத்தில் தற்போது பணியாற்றுகிறார்.
2. *'L'histoire nous mord la nuque'- Daniel Bensaid*

நுகர்வோர் சமுதாயமும் சுரண்டலும்

முதலாளித்துவத்தின் இயங்கியலைப் பற்றிய பகுப்பாய்வுக்குப் பிறகு, அதனாலேற்பட்ட விளைவுகளைப் பரிசீலிப்போம். மனிதர் உழைப்புத் தரும் பொருட்கள் விளைவிக்கும் மகிழ்ச்சியே சுபிட்சத்தை அளவிடக்கூடிய தெனில், முதலாளித்துவம் வரலாற்றில் முன்பு ஒருபோதும் கண்டிராத அளவிற்கு மிதமிஞ்சிய நிலையைப் படைத்துள்ளது. மார்க்ஸைப் பொறுத்த வரை பொதுவுடைமை, பற்றாக்குறையை முடிவுக்குக் கொண்டுவரும். ஆனால் நடந்திருப்பதென்ன? முதலாளித்துவமே பொதுவுடைமைப் பணியை மேற்கொண்டதுபோலத் தெரிகிறது. உண்மை, இங்கு சுபிட்சம் பொதுவானதல்ல, பங்கீட்டில் ஏற்றத்தாழ்வுகள் உள்ளன. இப்பொருட் செல்வத்தை விளங்கிக்கொள்ள ஒருமுறை பெரு நகரங்களிலுள்ள பேரங்காடி வளாகங்களை வலம் வந்தாலே போதுமானது.

இருபதாம் நூற்றாண்டின் தொடக்கக் காலங்களையும் மையக் காலங்களையும் ஒப்பிட்டுப்பார்த்தாலே அது எத்தனை சுவாரஸ்யமானதென்று விளங்கிக்கொள்வோம். ஒரு தொழிலாளியின் வருமானத்தில் அவனது அடிப்படைத் தேவைகளுக்கான (உணவு, ஆடைகள் . . .) செலவுத்தொகை அளவுடனிருக்க, புதிய தேவைகளுக்கு வருமானத்தின் பெரும்பகுதியைக் கரைக்கிறான். அடிப்படைத் தேவைக்கு ஈடான ஊதியமென்ற கோட்பாட்டை (லாஸ்ஸல் என்பவரால் வலியுறுத்தபட்டுப் பின்னர் ரிக்கார்டோவால் எடுத்தாளப்பட்டது) மார்க்ஸ் நிராகரித்தார். இக்கோட்பாடு காலப் போக்கில் தொழிலாளர்களைத் தரித்திரர்களாக மாற்றிவிடுமென அஞ்சினார். மார்க்ஸுக்குத் தொழிலாளர் ஊதியமென்பது இரண்டின் அடிப்படையில் தீர்மானிக்கப்பட வேண்டும். ஒன்று உழைப்பாளியின் பராமரிப்புக்கு அவசியமான வாழ்வுச் சாதனங்களின் மதிப்பு, மற்றொன்று அவரது உற்பத்திச் சக்தியை மீட்டுருவாக்கம் செய்வதற்கான மதிப்பு. ஆக மார்க்ஸுக்குத் தொழிலாளரின் ஊதியம் என்பது இவ்விரண்டின் மதிப்பிற்கும் ஈடு கட்டுவதாக இருத்தல் வேண்டும். காலம் மற்றும் புவியியல் கூறுகளால் கட்டமைக்கப்பட்ட மார்க்ஸின் ஊதியக் கொள்கை உயிரியல் அடிப்படையில் தீர்மானிக்கப்படும் தெளிவற்ற 'குறைந்தபட்ச' ஊதியத்துடன் எவ்விதத்திலும் தொடர்புடையதல்ல. வறுமை என்பது இடத்தையும் காலத்தையும் பொறுத்தது. மேற்கத்திய உலகில் சொந்தமாக மோட்டார் வாகனமும் இணையத் தொடர்பும் விடுமுறையை உல்லாசமாகக் கழிக்கும் வாய்ப்பும் குடியிருக்கக் குறைந்தபட்ச வசதிகளும் இல்லையேல் நாங்கள் ஒருவனை ஏழையென நினைக்கிறோம். ஆனால் பத்தொன்பதாம் நூற்றாண்டின் இறுதிக் காலங்களைச் சேர்ந்த மேற்கு ஐரோப்பிய உழைப்பாளியோடு ஒப்பிடுவோமெனில் மேற்கண்ட நபருக்குக் குறைகள் என்பதே இல்லை. ஏனெனில் இன்றைய மேற்கத்திய தொழிலாளி பசிக்கிறபோது உணவு கொள்ளவும், நோயில் விழுந்தால் சிகிச்சை பெறவும், அவ்வப்போது புத்தாடைகள் உடுத்தவும், குளிர்காலத்தில் வீட்டிற்குக் கணப்பு, குழாயைத் திறந்தால் வெந்நீர், போதுமென்ற அளவு மின்சாரம் என்ற வசதிகளுடன் இருக்கிறார். ஏழெட்டு வயதிலேயே வேலைக்குச் சென்று நாளொன்றுக்குப் பத்துமணி நேரம் வேலை செய்ய வேண்டுமென்ற நிர்ப்பந்தமின்றி அவருடைய பிள்ளைகளைப் பள்ளிக்கு அனுப்பிவைக்க முடியும். அனைத்துக்கும் மேலாக அவர் வேலையை இழந்தாலுங்கூட வேலையற்றோருக்கான உதவித்தொகையைப் பெற்று வீட்டில் தொலைக்காட்சி நிகழ்ச்சிகளைப் பார்த்தவண்ணம் பொழுதைக் கழிக்கலாம்.

சொந்தக்கணக்கில் வேலை என்பதிலிருந்து, பிறரிடத்தில் ஒப்பந்தத் தொழிலாளியாக மாற நேர்ந்தது ஒரு வீழ்ச்சியாகவும், உழைப்பாளியின் சுதந்திரத்திற்கு ஏற்பட்ட நிவர்த்திசெய்யவியலாத பேரிழப்பாகவும் உணரப்பட்டது. அங்கே 'உண்மை வறுமை' *(Real misery)* சந்தோஷமான கடந்த காலத்தின் குறியீடு (இதுபற்றிய நீண்ட விளக்கத்தைத் தொடக்கநிலை மூலதனத் திரட்டல் என்ற அத்தியாயத்தில் மார்க்ஸ் தருகிறார்). அதைப் போலவே சமகால வறுமையென்பது ஒருவேளை நாளைக்கு அமையவிருக்கும் நல்ல எதிர்காலத்தின் அறிகுறியெனக் கருதிச் சகித்துக்கொள்ளக் கூடியதாக இருக்கலாம். பயன்மதிப்பு என்றவொன்றைத் தமது பொறுப்பில்

வைத்திருக்கும் இருபதாம் நூற்றாண்டுத் தொடக்கக்காலத் தொழிலாளியை (19)50கள் காலத்து சக தொழிலாளியுடன் ஒப்பிடும்போது முன்னவர் பணக்காரர். ஆனால் அவரது நம்பிக்கைகளும் சமுதாயத்தில் அவருக்கான இடமும் பின்னவரோடு ஒப்பிடும்போது மெச்சத் தகுந்ததல்ல. இன்று சராசரி உழைப்பாளி ஒருவரது வாழ்க்கை அவரால் சமாளிக்கக்கூடியது. ஆனால் சராசரி நிலைக்குக் கீழுள்ள வறுமையில் உழலும் தொழிலாளிக்குச் சமாளிப்பது அத்தனை எளிதல்ல, கடுமையான சிரமங்கள் உள்ளன, எனவே கோபமும் எரிச்சலும் அடைகிறார். ஆனால் அக்கோபதாபங்கள் புரட்சிக்கானதல்ல. தவிர இக்கோபத்தையும் கசப்பையும் சம்பந்தப்பட்ட தொழிலாளி ஒருபோதும் நவீன முற்போக்கு முதலாளிகள் எனச் சொல்லிக் கொள்ளும் நவாபுகளிடமோ விளையாட்டுத் துறையில் கோடிகோடி யாய்ப் பணம் ஈட்டுபவர்களிடமோ கலைவிழா வியாபாரிகளிடமோ வெளிப் படுத்துவதில்லை, மாறாகத் தமக்கு அடுத்துள்ள மேலதிகாரிகள், போட்டி யாக அந்நிய நாடுகளிலிருந்து வந்திருக்கிற பிற தொழிலாளரென எங்கே செல்லுபடியாகுமோ அங்கே காண்பிக்கிறார்.

ஏழைத் தொழிலாளிகள் என்றொரு சமுதாயம் வளர்ந்த முதலாளித்துவ நாடுகளில் மெல்ல மெல்லப் பரவிவருகிறது. அதிகம் கவனத்தைப் பெற்றிராத இந்த வறுமைநிலை பெருகிவரும் மிதமிஞ்சிய பொருட்குவிப்பைப் பின் புலமாகக்கொண்டது. இப்புதுவகைத் தொழிலாளர் சமுதாயத்தை வட அமெரிக்காவிலும் மேற்கு ஐரோப்பாவிலும் மட்டுமன்றித் தென் கிழக்கு ஆசிய நாடுகளிலும் லத்தீன் அமெரிக்க நாடுகளிலும் காண முடியும். கணினியும், கைபேசியும் மின்னல் வேகத்தில் இன்று பரவி வருகின்றன. புதினங்களைச் சந்தைக்குக் கொண்டுவரும் ஆற்றல் தமக்கு உண்டென்பதை மீண்டும் முதலாளித்துவம் நிரூபித்துக் காட்டியிருக்கிறது. இது போன்ற பொருட்களைக்கொண்டு புதிய தேவைகளை மனிதர்களிடத்தில் உண்டாக் கவும் அப்புதிய தேவைகளைக்கொண்டு சமூக வாழ்க்கையின் அனைத்துக் கூறுகளிலும் தம்மால் ஆதிக்கம் செலுத்தவும், 'நடவடிக்கையின் முடிவில் முதலாளித்துவம் முடிவுக்கு வந்துவிடுமென்ற', மார்க்ஸின் தீர்க்க தரிசனத்தைப் பொய்யாக்கவும் தம்மால் முடியுமென முதலாளித்துவம் உறுதிப்படுத்து கிறது. உற்பத்தித் துறையை இருபிரிவாகக் கண்ட அதாவது துறை[1] (உற்பத்திச் சாதனங்கள் தயாரிப்பு), துறை[2] (நுகர்வுப் பொருட்கள் தயாரிப்பு) என்ற மார்க்ஸியத்தின் பழைய சிந்தனை இன்று தள்ளாடுகிறது. இன்றைக்கு ஒரு பொருளே இருபயன்மதிப்புக் கொண்டதாக இருக்கிறது, சிறந்த உதாரணம் கணினி உற்பத்தி. அது ஒருபுறம் உற்பத்திச் சாதனமாகவும் இன்னொரு புறம் நுகர்வுப்பொருளாகவும் உள்ளது. அதன் விளைவாக உற்பத்தியின் இருதுறைகளிலும் நிகழுமென மார்க்ஸ் எதிர்பார்த்த கட்ட மைப்பு ஒழுங்குக்குலைவு (நெருக்கடிகளுக்கு மார்க்ஸ் சிந்தனைதரும் முக்கிய மான காரணங்களுள் ஒன்று) நடைபெறுவதில்லை.

மிதமிஞ்சிய பொருட்களின் குவிப்பு என்றாலென்ன? என்பதைக் குறித்தும், போல் அரியேஸ் *(Paul Aries)* என்பவரால் 'விவஸ்தையற்ற உற்பத்திக்குவியல்' *(Junk Production)* எனச் சித்தரிக்கப்பட்ட வர்ணனை குறித்தும் தெரிந்துகொள்வது நல்லது. மிகத் தரித்திர நிலையிலிருக்கிற

மனிதர்களையும் சேர்த்து இன்று பெருவாரியான மக்களின் ஆழ்மனத்தில் இப் 'பெருந்தொகையான பொருட்கள்' ஒரு பாரிய பிம்பத்தைக் கட்டமைத் துள்ளது. இந்த ஏழைச் சமுதாயத்திற்குக் குவிந்துகிடக்கும் பொருட்களே சொர்க்கபுரி என்ற நினைப்பு. இங்கே எல்லாம் இலவசம் என்பதொத்த ஒரு சமுதாயத்தை இணையம் உருவாக்கியுள்ளது. அச்சமுதாயத்தில் ஒவ் வொருவரும் அவரவர்க்குத் தேவையான பொருளை இலவசமாகப் பெற முடியும். ஒலி நாடாக்களைத் திருட்டுத்தனமாகப் பதிவிறக்கம் செய்வதை இங்கே குறிப்பிட வேண்டும். இணையதள உபயோகிப்பாளர் களில் பெரும்பான்மையோருக்கு இசைநாடாக்களுக்கோ திரைப்படங் களுக்கோ கட்டண உரிமத்தைச் செலுத்துவது அவசியமற்றது. ஏனெனில் அவர்களுக்கு இணையதளமென்பதே இலவசச் சேவைக்காக ஏற்படுத்தப் பட்டது. இணையச் சேவைக்கான கட்டணத்தைச் செலுத்தியபின் (அக் கட்டணங்கூட மலிவானது. ஒன்றிரண்டு சிகரெட் பாக்கெட்டுகளுக்கான விலையாகவோ அல்லது நண்பர்களுடன் அமர்ந்து முதல்சுற்று மதுவைக் குடிப்பதற்கு ஆகும் பணத்திற்கோ ஈடாக இருக்கலாம்) தினசரிகளை மேயலாம்; புத்தகங்களை வாசிக்கலாம்; கலந்தாய்வுகளைக் கேட்கவோ பார்க்கவோ செய்யலாம்; உலகின் எப்பகுதியில் வசிக்கும் நண்பர்களையும் மெய்நிகர் வடிவப்படுத்தி உரையாடவும் முடியும், ஆக ஒரு பைசாவிற்குச் செலவில்லை. மோலியரைரையோ ஷேக்ஸ்பியரையோ இலவசமாகப் படிக்கக் கிடைக்கிறதென்றால் எதற்காக ஊர்பேர் தெரியாத பாடகருக்கோ சலிப்பைத் தருகிற எந்திரத்தனமான பாடகிக்கோ கட்டணம் செலுத்த வேண்டுமென நினைக்கிறார்கள். ஆக மொத்தத்தில் இலவசமென்ற புனைகதையில் வடி வமைக்கப்பட்டதென்பதை இணைய உலகம் இயங்கும் வகையால் அறிந்து கொள்கிறோம். மென்பொருள் சேவையை வழங்கும் பிரசித்திபெற்ற தேடல் பொறிகள் சேவைக்கான கட்டணத்தை விளம்பரங்கள் மூலம் ஈட்டு கின்றன. விளம்பரங்களோ அவற்றை நுகர்வோர் தலையில் சுமத்துகின்றன. நுகர்வோர் வேறு யாருமல்ல இணையதள உபயோகிப்பாளர்களாகவும் இருக்கலாம், சிலவகை இலவச மென்பொருட்களை வழங்கும் அறநிறுவனங் களின் பின்புலத்தில் வலிமைமிக்க கணினி நிறுவனங்கள் உள்ளன. அவர் களுக்கு இலவச மென்பொருளென்பது உண்மையில் இத்துறையில் ஏகபோக உரிமையாளராகவுள்ள மைக்ரோ சாஃப்ட் நிறுவனத்திற்கு எதிரான ஆயுதம். மதிப்புக் குறித்த விதி என்பது அவ்வளவு எளிதானதல்ல. எனினும் விதியென்ற தகுதியின் அடிப்படையில் இணையதள உலகில் பீடுநடை போடும் புதுவகை பொருளாதார நடவடிக்கைகளில் அது தமது நெறி முறைகளைப் பிரயோகிக்கிறது. ஆனாலுங்கூட இச்செயல்பாட்டின் வெற்றியானது சரக்கையும் அதன் பிரத்தியேக இயற்கைத் தன்மையையும் பொறுத்ததாகும். நுகர்வோரைப் பொறுத்தமட்டில் இணையதளமென்பது அவருக்கு வேண்டியதனைத்தும் குவிந்துகிடக்கிற, அவற்றை இலவச மாகவும் பெற முடிகிற, மகோன்னத இராச்சியம்.

முதலாளித்துவமும் சுதந்திரமும்

முதலாளித்துவம் ஓர் செயல்பாட்டுத் திறன்கொண்ட அமைப்புமுறை. எதிர்காலத்தை மனத்திற்கொண்டும், புதிய உற்பத்திகளில் தீரா ஆர்வம்

கொண்டும் இயங்கும் தன்மை அதற்குண்டு. உற்பத்திப்பொருட்கள் குவிக்கப்பட்ட ஓர் உலகை – அநேகமாகப் பொய்த் தோற்றமாகக்கூட இருக்கலாம் கட்டமைக்கும் முதலாளித்துவம், சுதந்திரத்தையும் தம்மையும் பிரிக்க முடியாதென்பதை நிரூபிக்க வேண்டிய தார்மீகக் கடமையும் அதற்குண்டெனக் காட்டிக்கொள்வதும் நடந்தது. போதாதற்கு மூலதனப் பிரச்சார வல்லுநர்கள் தரப்பில் அதற்காதரவாகக் கோட்பாட்டியல் முழக்கங்கள் வேறு. எனினும் முதலாளித்துவத்தைப் பற்றிய இத்தகு பிரச்சாரங் களில் சில உண்மைகளும் இருக்கத்தான் செய்தன. அவற்றை நன்கு விளங்கிக்கொள்ள வேண்டியவர்களாக நாம் இருக்கிறோம்.

மார்க்ஸூம் ஹெகலைப் போன்றே நவீன முதலாளித்துவச் சமுதாயம் சுதந்திரத் முதலாளிகள் – தொழிலாளர்கள் யுத்தத்தில் களைத்துள்ள தொழிலாளர்களுக்கு தனிமனிதர்களை உருவாக்குகிறதென விளங்கிக்கொள் கிறார். அதாவது பிறர் சார்பிலிருந்து மனிதரை முதலாளித்துவம் விடுவிக் கிறதென நினைக்கிறார். ஒரு வீடு உற்பத்தித் துறையாக வடிவெடுக்கிற போது, அக்குடும்பத்தில், அதோடு இணைந்த அனைத்துவகைச் சமூக உறவுகளில், தனிமனிதர் செயல்பாடு தனக்கானதென்ற கருத்தியல் சிதை வுறுகிறது. அவர்கள் வீட்டைச் சேர்ந்த பிற உறுப்பினர்களோடு இணைந்து ஒருவகையான குடும்ப நிறுவனத்தை ஏற்படுத்துகிறார்கள். அங்கே தனி மனிதர்கள் இருப்பென்பது நிறுவனத்தைச் சேர்ந்த பிறருடனான உறவால் தீர்மானிக்கப்படுகிறது. அதாவது இன்னாருக்கு மகன், இன்னாருக்குத் தந்தை, இன்னாரின் மனைவி, இன்னாருடைய பணிப்பெண் ... என்பதாக. ஹெகெல் இதனையே 'குடும்ப முதலாளியச் சமூகம்' என்றழைக்கிறார். தனிமனிதர்களும் பிறரும் பரிவர்த்தனை ஊடாக உறவைப் பேணுகிறார் கள். எனது தேவைகளை எனது சொந்த உழைப்பைக்கொண்டு பூர்த்தி செய்துகொள்கிறேன், மற்றவர் உழைப்பைக்கொண்டு எனது தேவையைப் பூர்த்திசெய்துகொள்ள வேண்டுமெனில், அவர்களுடைய தேவைகளை எனது உழைப்பைக்கொண்டு பூர்த்திசெய்துகொள்ள முன் வரவேண்டும். ஆகப் பரிவர்த்தனையென்பது விடுதலைக்கான முதல் நிபந்தனை. கைவினை உலகத்தை முன்வைத்தெழுந்த முழுச்சுதந்திரம் மற்றும் மேன்மைமிக்க கடந்தகால நினைவுகளைப் பற்றிய தெளிவற்ற கோட்பாடுகளை விமர்சித்த ஹெகெல் நவீன முதலாளித்துவத்தின் சார்பாகத் தெரிவிப்பது:

"தொழிலகச் சமூகத்தில் தனிமனிதன் அவனளவில் குறுக்கப்படுகிறான். அவனுடைய 'தான்' என்ற அடையாளம் சட்டம் ஒழுங்கின் எதிர்பார்ப் பிற்கு மிக நெருக்கமாகத் தன்னை நிறுத்திக்கொள்கிறது. எனவேதான் சுதந்திரமும் ஒழுங்கும் நகரங்களில் தலையாய பிரச்சினையாக முன் வைக்கப்படுகின்றன. மாறாக விவசாய வர்க்கத்திற்குத் தம்மைக் குறித்து யோசிக்க நேரம் கிடைப்பதில்லை. அவர்கள் பெறுவதனைத்தும் அந்நிய ரும் இயற்கையும் வழங்கும் கொடை. பிறரைச் சார்ந்திருத்தல் என்ற உணர்வு அவர்கட்குத் தலையாயது. இவ்வுணர்வுடன் எதுநேர்ந்தாலும் சகித்துக்கொள்ளும் மனிதர்களிடம் அடிபணியும் விருப்பமும் சேர்ந்து கொள்கிறது. எனவேதான் விவசாய வர்க்கம் அடிபணியும் சார்புடனும் வர்த்தகச் சமூகம் சுதந்திரச் சார்புடனும் இருக்கின்றன." (Hegel's Philosophy of Right - p. 204)

மார்க்ஸ் கூறுவதும் அதுவே. மரபான உறவுகளைத் துண்டித்து முதலாளித்துவம் தொழிலாளியைத் தமது உழைப்புச் சக்தியை விற்பவராக மாற்றுகிறது. சந்தையில் அவ்வுழைப்புச் சக்தியை வாங்க விரும்பும் நபரைத் தொழிலாளி சந்திக்கிறார். இருவருக்குமிடையில் ஒப்பந்தம் உருவாகிறது. அவ்வொப்பந்தம் இருவருடைய சுதந்திரத்தையும் கருத்திற்கொண்டே உருவாகிறது. ஒப்பந்தத்தின் புறத்தோற்றத்திற்கும் அதன் உள்ளடக்கத்திற்குமுள்ள முரணை மார்க்ஸ் சுட்டிக்காட்டுகிறார். அவரது கருத்தின்படி விற்பவரின் சரக்கான உழைப்புச் சக்தி அவரிடமிருந்து பிரித்தெடுக்கக்கூடியதல்ல, அவருடைய உடலை அதாவது தோலை விற்கிறார். அதைப் 'பதப் படுத்துவதற்கு' என்று குறிப்பிடுகிறார் மார்க்ஸ். உழைப்பில், மூலதனத்தின் ஆதிக்கத்தை நிலைநாட்டும் நோக்கத்தைக்கொண்ட ஒப்பந்த வடிவம் அதன் உள்ளடக்கத்திற்கு நேர்மாறானது.

சுய அதிகாரத் தனிமனிதனுக்கு வேண்டிய சூழல்களைக் குறைந்த பட்சம் முதற்கட்டமாக முதலாளித்துவம் அறிமுகப்படுத்துகிறதென்பதை, மார்க்ஸூம் சரி, ஹெகெலும் சரி இருவருமே உறுதிப்படுத்துகிறார்கள். பிரபஞ்சம், தேவாலயம், அரசாங்கமென ஏதோவொரு அமைப்புமுறையைச் சார்ந்து, கட்டளைக்குக் கீழ்ப்படிந்து வாழப் பழகிய மனிதர் இடத்திற்கு, முதலாளித்துவம் அவனை மட்டுமே சார்ந்து வாழ்க்கையை நகர்த்தும் ஒரு மனிதனைக் கொண்டுவருகிறது. பொதுவாகப் பொருளியல் சித்தாந்தங்களின்படி மனிதர்கள் புத்திக்கூர்மை உடையவர்கள், எத்தகைய நெருக்கடியிலும் தங்களுக்காக ஒன்றைத் தேர்வு செய்கிறபோது தவறிழைப்பதில்லை. ஆக எத்துறையாக இருப்பினும் தனிமனிதர்களின் தலைவிதிக்கு அவர்களே பொறுப்பாகிறார்கள். எனவேதான் பொருளியலின் அதிகாரப் பூர்வ சிந்தாந்தமான 'அறிவியல் பொருளாதாரம்', நவீன மெய்யியலின் வழமையான வரிசையில் போதுமான நம்பகத்தன்மையுடன் பதிவுசெய்து கொள்ள உரிமைகோருகிறது. 'நான், என்ற சொல்லே அனைத்து ஞானத்திற்கும் அடிப்படை'யென்ற, தெகார்த் *(Decartes)*[1]; 'நமக்கு நாமே சட்டத்தை வகுத்துக்கொண்டு கீழ்ப்படிவதே சுதந்திர'மென்ற, ரூஸ்ஸோ *(Rousseau)*[2]; 'அறிவொளி என்றால் என்ன?' என்று கேட்ட காண்ட் *(Kant)*[3] ஆகிய இவர்கள் வரிசையில் அறிவொளிப் பொருளாதாரத்திற்கும் இடமுண்டு. இந்த உரிமைகோரல் இன்று முற்றாக விலக்கிக்கொள்ளப்பட்டுவிட்டது எனச் சொல்வதற்கில்லை. முதலாளித்துவம் பிறரைச் சார்ந்திருந்த மனித இணைப்பை நிர்த்தாட்சண்யமாகத் துண்டித்தது. இதன் அடிப்படையிலேயே தந்தைவழி முதலாளித்துவக் குடும்பமுறையை 1968ஆம் ஆண்டு போராட்டக் குழுவினர் எதிர்த்தார்கள், ஆயினும் முதலாளித்துவ உற்பத்தி முறை, இதைப் பிரச்சினைக்குரிய காரணியாக எடுத்துக்கொள்ளவில்லை. மாறாகக் கடந்த காலத்தை மீண்டும் நினைவுபடுத்துவதாகக் கருதி அலட்சியம் செய்தது. இடைக்காலத்திய சமூக அமைப்புகளை லூவா ஷப்லியே *(Loi Chaplier)*[4] சட்டத்தின் மூலம் கலைத்தும் அவரவர் சாதுர்யத்துக்கும் திறமைக்கும் ஏற்பச் சமூகத் தகுநிலையை அறிமுகப்படுத்தியும் தனக்காகப் பணியைத் தீர்மானிக்கும் அடிப்படை உரிமையைத் தனிமனிதனுக்கு வழங்கியும் வெற்றிவாகை சூடியிருந்த பத்தொன்பதாம் நூற்றாண்டு முதலாளித்துவம், சரித்திரம் முன்னெப்போதும் கண்டிராத அளவில்

ஒரு புதிய சுதந்திர அமைப்புமுறையை நிர்மாணித்தது. இசையா பெர்லின் *(Isaiah Berlin)*[5] வார்த்தைகளில் சொல்வதெனில் 'எதிர்மறைச் சுதந்திரம்' *(negative liberty)*, அதாவது சுற்றியுள்ளவர்களுக்குப் பாதிப்பில்லாத வகையிலும் எதையும் செய்வதற்கு ஒரு மனிதனுக்கான சுதந்திரம், அவனது சொந்தப் பிரச்சினைகளில் அரசு குறுக்கிடாத சுதந்திரம்.

கடந்த மூன்று தசாப்தங்களாக முதலாளித்துவத்தில் 'புதிய தாராள வாதச் சித்தாந்தம்' *(Neoliberalism)* பெற்றுள்ள வெற்றிக்குக் காரணங்களைப் புரிந்துகொள்வதற்கு, சுதந்திரம் என்ற பெயரில் முதலாளித்துவம் எடுத்த நடவடிக்கைகளுக்கான திறனை நாம் கணக்கில் எடுத்துக்கொள்ள வேண்டும். எண்பதுகளில் மறைமுகமாக ஒலித்த குரல் மிகப்பெரிய சித்தாந்த யுத்தத் திற்குக் காரணமாகித் தொண்ணூறுகளில் 'எல்லோரும் முதலாளிகள்' என்று ஒலித்து ஓய்ந்தது. இந்த 'எல்லோரும் முதலாளிகள்' என்ற முழக்கம் மோசடியன்றி வேறில்லை. உண்மைகள் தெளிவாகவே இருக்கின்றன. முதலாளிகளென்று ஒருசிலர் வேண்டுமெனில், முதலாளி அல்லாதாரென ஒரு கூட்டம் மறுபக்கம் அவசியமாகிறது. இந்த முதலாளி அல்லாதார் கூட்டம் உயிர்வாழத் தங்களுடைய உழைப்புச்சக்தியைச் சுரண்டத்தெரிந்த முதலாளியைத் தேடி விற்றாக வேண்டும். ஆனால் உலகில் எல்லா மோசடி களையும் போலவே இம்மோசடியும் வெற்றிபெறக் கவர்ச்சிகரமான வாக்குறுதிகள் வாரி வழங்கப்பட்டன: அவரவர் தராதரத்திற்குரிய தகுநிலை யைச் சமுதாயத்தில் வழங்க மறுக்கும் விதிமுறைகளைத் தகர்க்கிறோம், பணியில் அதிகபட்சத் தன்னுரிமையை வழங்குகிறோம், தடையின்றி இடம்பெயர அனுமதிக்கிறோம் . . . என்று அப்பட்டியலை நீட்டலாம். எழுபதுகளின் தொடக்கத்திலிருந்து 'சுதந்திரம்' என்ற சொல்லை மேலாண்மை தமது பிரதானக் கோட்பாடாக சுவீகரித்துக்கொண்டது.

மறக்க முடியாத முப்பது ஆண்டுகள் நினைவிலும், மீண்டும் க்னேசியன் *(Kneysian)* காலத்திற்குத் திரும்பமாட்டோமாவென்ற கனவிலும் 'தாராள வாதத்திற்கு' எதிர்த்தரப்பினர் திசைதெரியாமல் தடுமாறினர். ஊதியதாரர் களுக்கும் கவலைகளிருந்தன. குறிப்பாக ஒரு பகுதியினருக்குப் பணிப் பாதுகாப்பும் உத்தரவாதமும் கொண்ட அக்காலம் மீண்டும் வரவே வராதா என்பதான ஏக்கம் நிறையவே இருந்தது. ஆனால் உண்மையில் இந்த உத்தரவாதங்களும் பாதுகாப்புகளும் வேலை வாய்ப்பைப் பெருக்கின என்பதன்றி அதாவது உழைப்புச் சக்தி விற்பனையாளர்களுக்குச் சந்தை யில் தமக்கான இடத்தைத் திடப்படுத்திக்கொண்டு பேரம் பேசுவதற்கு உதவி செய்தனவேயன்றி உழைப்பாளர்களின் தகுநிலை உரிமைக்கென்று எதுவுமே செய்ததில்லை. மாறாக உற்பத்தி நிறுவனங்களில் விதிமுறைகள் ராணுவ விதிமுறைகள்போலக் கடுமையானவையாக இருந்தன. இன்றைக் கும் அவற்றில் மாற்றங்களில்லை. 'சுகமாக இருத்தல்' *(bien-etre)* என்ற எதிர்காலத்திற்காக நாம் கொடுத்த விலையும் அதிகம். ஊதியக்காரர்களுக் கான சுதந்திரவெளியை உருவாக்கியதும் அவர்களுக்கிடையே தனிமனிதக் கருத்தியத்தைத் தொடங்கிவைத்ததும் முதலாளித்துவமேயன்றி உழைக்கும் வர்க்கமோ அவர்களின் நிர்வாக அமைப்போ அல்ல. 'புகழ்பெற்ற முப்ப தாண்டுக்காலம்' சிதைவுறுவதற்கு முதலாளியம் தங்கள் செயல்பாட்டு வியூகங்களை மாற்றி அமைத்துக்கொண்டது மட்டும் காரணமல்ல,

ஃபோர்டு, டெய்லர் போன்ற மிகப்பெரிய நிறுவனங்கள் பணிமுறையில் கொண்டுவந்த மாற்றங்களை எதிர்த்த தொழிலாளர்களின் போராட்டமும் காரணமாகும். மே 68இல் போராட்டத்திற்கு முன்பாக பிரான்ஸ் நாடு, எண்ணற்ற வேலை நிறுத்தங்களையும் சிலசமயம் படிப்பறிவற்ற இளம் தொழிலாளர்கள் போராட்டத்தில் குதித்ததன் விளைவாக விபரீதமான வன்முறைகளையும் சந்தித்தது. 1967ஆம் ஆண்டு பிப்ரவரி மாதம் பெசான் சோனைச் சேர்ந்த ரோடியாக்டர் நிறுவனத்தின் 3,200 ஊழியர்கள் வேலை நிறுத்தத்தில் ஈடுபட, தொழிற்சாலைக்குள் காவற்படையினர் வர வேண்டிய தாயிற்று. அதற்கடுத்த சில கிழமைகளில் மான் நகரத்தை CRS காவல்துறை யினர் சுற்றிவளைந்து நிலைமையைக் கட்டுப்பாட்டுக்குக் கொண்டுவர வேண்டியிருந்தது; முலூஸ் நகரில் மாநில நிர்வாகியின் அலுவலகம் ஊர்வலத் தில் கலந்துகொண்டவர்களால் தாக்குதலுக்குள்ளானது. அவ்வாறே 1968 ஜனவரி கேன் நகரில் 4,800 தொழிலாளர்கள் தங்கள் தொழிற்சாலைக்குள் உள்ளிருப்பு வேலை நிறுத்தத்தைத் தொடங்க CRS காவல் துறையினருக்கும் போராட்டக்காரர்களுக்குமிடையில் மிகப்பெரிய மோதல் ஏற்பட்டது. இவற்றைத் தொடர்ந்து மே 1968 போராட்டம் பிறந்தது. ஊதிய உயர்வு, வேலை இழப்புக் குறித்த அச்சம் ஆகியவை முக்கியமான கோரிக்கைகள் என்றபோதிலும், வேலைகளில் நிலவிய கடுமை, ஓய்வின்மை போன்ற காரணங்களும் இது போன்ற இன்னும் பலவும் தொழிற்சங்கங்கள் போராட்டங்களில் குதிக்க ஆதாரமாயின, இறுதியில் 1982ஆம் ஆண்டு பிரெஞ்சு அரசாங்கம் தமது Auroux சட்டத்தின் துணைகொண்டு தொழிலாளர் களுக்கான புதிய உரிமைகளெனச் சில சலுகைகளைக் கண்டதொன்றே இலாபம். FIAT தொழிற்சாலையுள்ள இத்தாலியின் டூரன் (Turin) பகுதியிலும் ஒருவகையான மே போராட்டம் ஆரம்பித்துச் சற்றேறக்குறைய இதே முடிவுகளைக் கண்டது.

ஆக மொத்தத்தில் 'புதிய தாராளமயவாதம்' (Newliberalism) வெற்றி பெற்றதென்னவோ உண்மை. காரணம் ஆலைத் தொழில்கள் சிக்கலுக்கு அதுவொன்றே தகுந்த தீர்வு என்பது போன்ற தோற்றத்தைக் கற்பித்திருந்தது. ஆனால் இன்றும் தொழிலாளர் நிலைகளில் ஓர் இம்மியளவும் மாற்றமில்லா திருப்பதைக் கொண்டு, தாராளமயவாதம் முன்வைத்த தொழிலாளர் களுக்கான சுதந்திரமென்பதெல்லாம் மிகப்பெரிய ஏமாற்றுவேலை என்பது தெளிவு. தவிர ஒரு தொழிலாளியை முன்வைத்துத் தனிமனிதர் சுதந்திரம் என்று பேசப்பட்டதனைத்துமே அத்தொழிலாளி தம்மை நன்கு பயன்படுத்திக் கொள்வதற்கு ஒத்துழைக்கவும் தமது மேலதிகாரியிடம் தம்மை ஒப்படைத்து அவ்வளவு கெடுபிடிகளுக்கும் ஈடுகொடுக்க அவர் முன்வர வேண்டுமென்ற எதிர்பார்ப்பின் அடிப்படையில்தான். நவீன மேலாண்மை முறைமையின்படி பணியென்பது, இணைந்து போராட முடியும் என்ற எண்ணத்தைத் தொழிலாளர்களிடம் உதிக்காமல் பார்த்துக்கொள்வதும் அவர்களிடம் தொழிற்சாலையின் நலனே தங்கள் நலன் என்ற எண்ணத்தை உருவாக்குவது மாகும். அதற்காக இயற்கைக்கு மாறான வழிமுறைகளையும் உபயோகிக்க அவர்கள் தயார். அவ்வகையில் சில மதக்குழுக்கள் போன்று தொழிலாளி களை மூளைச் சலவை செய்யவும் அவர்கள் தயங்கவில்லை. ஆக மொத்தத்

தில் முதலாளித்துவத் தாராளமயவாதிகள் அறிமுகப்படுத்திய சுதந்திரம் மூலதன உடைமையாளர்களுக்கு ஆதரவாக இருந்ததோடு, உழைப்புச் சக்தி விற்பனையாளரை மேலும் சுரண்டவே உதவிற்று.

இதற்கு வேறெங்கும் உதாரணம் தேட வேண்டாம். பிரான்ஸ் நாட்டை எடுத்துக்கொண்டாலே போதும். இங்குள்ள இடதுசாரிகள் 1982லிருந்தே இம்மோசடியை முன்னின்று நடத்தியிருக்கிறார்கள். மே 68 புரட்சிக்குப் பிறகு விடுதலைவிரும்பிகளையும் *(libertaires)*[9] ஆதிக்க வர்க்கத்தில் புதிய முற்போக்குச் சிந்தனையாளர்களென்று கூறிக்கொண்டவர்களையும் ஒன்றிணைக்கும் திறன் பிரான்ஸ் நாட்டின் சோஷலிஸ்ட் கட்சிக்குச் சாதகமாக இருந்தபோதும், மோசடியை நியாயப்படுத்தும் வகையில் எத்தனை முழக்கங்கள் : லொரான் ஃபபியஸ்ஸின் *(Laurent Fabius)*[6] 'இது பிரான்சின் வெற்றி' என்பதில் ஆரம்பித்து ஈவ் மோந்தானுடைய *(Yves Monthand)*[7] 'நெருக்கடி வாழ்க' என்பதுவரை, மூாக் தெலோரில் ஆரம்பித்து பெர்னார் தப்பி என்பவர்கள்வரை[8] பிரான்ஸ் நாட்டு சோஷலிஸ்டு கட்சியினரால் உத்தரவாதமளிக்கப்பட்ட 'பிரெஞ்சு சோஷலிஸம்' அதாவது 'பிரெஞ்சு சமூக உடைமை நெறி' எண்பத்தொன்றாம் ஆண்டை வரலாற்றில் மிகமோசமான காலமாக மாற்றியது. இங்கிலாந்தில் சுரங்கத் தொழிலாளர்கள் நடத்திய வேலை நிறுத்தத்தின் முதுகெலும்பை உடைக்கும் பொறுப்பை மார்கரெட் தாட்சர் எடுத்துக்கொள்ள, பிரான்ஸ் நாட்டிலோ, அப்போதைய பிரான்ஸ் நாட்டின் சோஷலிஸ்ட் பிரதமர் செய்தார். அவரது வார்த்தையில் சொல்வதெனில் ஓர் 'அசிங்கம் பிடித்த பணி' *(Le Sale boulot)*. அதன்படி லொரேன் *(Lorraine)* பிரதேசத்திலிருந்த இரும்பு எஃகுத் தொழிற்சாலையை அவர் மூடினார் : தொழிலாளரின் வாங்கும் சக்தி மேலும் மோசமடைந்தது. ஏற்கனவே பல பெரிய நிறுவனங்களில் ஆட்டம் கண்டிருந்த தொழிற்சங்கங்களின் நிலைமை கும்பல் கும்பலாகத் தொழிலாளர்களை வேலைநீக்கம் செய்ததன்மூலம் மேலும் பலவீனமடைந்தது.

தாராளமயத்தின் சுதந்திரம் பற்றிய பேச்சுகள் கேட்க நன்றாகத்தான் இருக்கின்றன. ஆனால் உண்மை நிலைமை வேறு. போருக்குப் பிறகான தொய்வு நிலை வரலாற்றில் ஒரு புதிய காலக்கட்டத்தை உருவாக்கக்கூடுமென்றும், அச்சூழல் நாஜிசத்தின் வீழ்ச்சிக்குப் பிறகு பொருளியல் சந்தைப் பங்குதாரர்களுக்கிடையேயான பலப்பரிட்சையால் ஏற்பட்ட நெருக்கடியிலிருந்து மீள்வதற்குத் தமக்குதவுமென நினைத்த முதலாளித்துவம் தமக்கே உரித்தான கவர்ச்சியைக்கொண்டும், அதிகாரத்திற்கு எதிரான உணர்வாளர்களைத் தமக்கு ஆதரவாகத் திரட்டியும் அரசியல் யுத்தங்களை நடத்தியும் அமெரிக்கா மற்றும் ஐரோப்பிய நாடுகளின் ஆட்சியாளர்களின் ஆற்றலைக் கொண்டும் அதை நிறைவேற்றிக்கொண்டது. அனைத்தும் வெகு எளிதாக நடந்தேறின. பெரும்பாலான மக்களிடம் (வழக்கமாகப் பொதுவுடைமை எதிர்ப்பாளர்கள் மாத்திரமன்றி ஆதரவாளர்களும் இதிலடக்கம்) பொதுவுடைமை வரலாறென்பது எதேச்சதிகாரத்தின் மொத்த வடிவமென்ற பிம்பத்தைத் தோற்றுவித்திருந்தது. பிராகு நகரில் 1968ஆம் ஆண்டு எழுந்த கலவரத்தை அடக்கிய வகையும், எழுபதுகளின் இறுதியில் போராட்டங்களை ஒடுக்கக் கையாண்ட முறைகளும் பொதுவுடைமை அரசாங்க

மென்பது பாட்டாளிகளுக்கான அரசாங்கமல்லவென்றும் பாட்டாளிகளுக்கு எதிரான அரசாங்கமென்ற எண்ணத்தைத் தோற்றுவித்திருந்ததையும் இங்கே நினைவுகூர்தல் வேண்டும்.

அடிக்குறிப்புகள்

1. *Rene Descartes* (1596 – 1650) பிரெஞ்சு தத்துவவாதி.
2. *Jean – Jacques Rousseau* (1712 – 1778) பிரெஞ்சு தத்துவவாதி, படைப்பாளர், பதினெட்டாம் நூற்றாண்டில் கற்பனாவாதத்தின் தந்தை, இவரது அரசியல் சிந்தனை அமெரிக்கச் சுதந்திரப்போருக்கும் தொடர்ந்து பிரெஞ்சு சுதந்திரப்போருக்கும் காரணமாயிற்று.
3. *Immanuel Kant* (1724 – 1804) ஜெர்மன் தத்துவவாதி, நவீன ஐரோப்பியச் சிந்தனாவாதிகளில் முக்கியமானவர். குறிப்பாக அறிவொளிக்காலத்தில் முக்கியப் பங்களிப்புச் செய்தவர்.
4. *The Le Chapelier Law (French: Loi Le Chapelier)* பிரெஞ்சுப் புரட்சியின் ஆரம்பக்கட்டத்தில் ஏற்படுத்தப்பட்ட சட்டம், தொடக்கக்காலத் தொழிலாளர் அமைப்பு நடவடிக்கைகள் – உதாரணம் வேலை நிறுத்தம் போன்றவை இச்சட்டத்தால் தடைசெய்யப்பட்டன.
5. *Sir Isaiah Berlin OM (1909 - 1997) was a Russian - speaking, Latvian - Jewish British philosopher and historian of ideas.*
6. *Laurent Fabius: is a French Socialist politician. He served as Prime Minister from 17 July 1984 to 20 March 1986.*
7. *Yves Montand (1921 – 1991) was an Italian-born French actor and singer.*
8. இடதுசாரித் தலைவர்கள்.
9. *Libertaires* – 'கட்டற்ற சுதந்திரம்' என்ற முழக்கத்திற்குச் சொந்தக்காரர்கள்.

அடிப்படைக் குணத்தை மாற்றிக்கொள்ளாத முதலாளித்துவப் புரட்சி

ஆக என்னைவிட்டால் சுதந்திரத்தைக் கட்டிக்காக்க வேறு ஆட்களில்லை என்பது மாதிரியான தோற்றத்தை முதலாளித்துவம் உருவாக்கியிருக்கிறது. ஆனால் யுத்தக்களத்தை இடம்மாற்றிக்கொண்டிருக்கிறது. கடந்த பல தசாப்தங்களாக ஆதிக்க வர்க்கங்களுக்கேற்ற அரசியல் குரலை ஒலிக்கும் வகையில் *'Le parti de l'ordre'* (ஒழுங்கு கட்சி அல்லது அமைப்பு)[1] அரசியல் கட்சி இருந்துவந்தது. புரட்சிகள் கைமீறிப்போன சூழலில், நிலைமைக்கேற்பச் சமுதாயத்தின் பலதரப்பினரையும் ஒன்றிணைக்கிற புதிய அரசியலமைப்பை ஏற்படுத்துவதும் வலுவூட்டுவதும் அதற்கு அவசியமாயிற்று. நவீன *Le parti de l'ordre*, சமுதாயத்தின் புதிய வகைச் செல்வந்தர்களை இணைத்துக்கொண்டதோடு கடந்தகால ஆதிக்க வர்க்கத்தினரையும் மறந்

திடாது அவர்களுடைய ஒத்துழைப்பையும் வேண்டிப் பெற்றது. மற்றொரு பக்கம் ஆதிக்க வர்க்கத்திற்கு எதிரானவர்களை 'இயக்கங்கள்' உள்வாங்கிக் கொண்டன. இயக்கங்கள் என்ற பேரைவைத்தே அவை இடதுசாரிகளுக்குச் சொந்தமானவையென்பதை அறிவோம். ஆகப் புதுமைக்கு எதிராகப் பழைமையென்றும், சீர்திருத்தம் அல்லது புரட்சிக்கு எதிராக பிற்போக் காளர்களென்றும், சுதந்திர நெறிக்கெதிராக ஒழுங்கமைப்பென்றும், மக்களுக் கெதிராக உடைமையாளர்களென்றும் எதிரெதிரணியில் கடந்த இரு நூற்றாண்டுகளாக வரலாற்றில் நாம் சந்தித்த இரு முகாம்களுமே இன்றைக்கு யார் எங்கேயிருக்கிறார்கள் என்று விளங்கிக்கொள்ள இயலாத நிலையில் நம்மை வைத்திருக்கின்றன.

மார்க்ஸ் வேண்டிக்கொள்வதுபோல முதலாளித்துவமே புரட்சிக்கு அடிப்படை என்பதையும் விளங்கிக்கொள்ள வேண்டும். பொருளுற்பத்தி யில் இடைவிடாமல் மாற்றங்களைப் புகுத்துவதன் மூலமே முதலாளித் துவம் ஜீவிக்க முடியுமென அவர் கூறுகிறார். பழைமையும் அதாவது மரபும் முதலாளியமும் இணைந்து செயல்படச் சாத்தியமேயில்லை. ஏனென்று பார்ப்போம். மூலதன நூலை உளமார்ந்து வாசிக்க முயன்றவர்கள் அனை வருமே அதனுடைய மூன்றாவது பாகத்தில் சொல்லப்பட்டுள்ள கோட் பாடுகளின் சிக்கல்களையும் மார்க்ஸ் இறப்புக்கு முன்னால் ஏன் நூலை முடிக்கவியலாமற்போனதென்பதையும் விளங்கிக் கொண்டிருப்பார்கள். மார்க்ஸைப்பொறுத்தவரை இலாப வீதம் குறைந்துசெல்லும் போக்குப் பற்றிய விதி *(Tendency of the rate of profit to fall)* மிகவும் முக்கியமானது. முதலாளித்துவ அடிப்படைக்கூறுகளில் தவிர்க்க முடியாததென மார்க்ஸால் வருணிக்கப்படும் இவ்விதி ஏறக்குறைய பலமுறை ஆய்வுகளுக்கு உட்படுத்தப் பட்ட ஒன்று. இவ்விதி ஏற்கனவே ரிக்கார்டோவால் பொருளியலில் அறிமுகப்படுத்தப்பட்ட இலாபச் சரிவு விதியை *(law of diminishing marginal returns)* முன்மாதிரியாகக் கொண்டது.

இவ்விதி, மூலதனப் பங்களிப்புக் கூறுகளில் ஏற்படும் அதிகரிப்புத் தொடர்பான விதியோடும் தொடர்புடையதாகும். கீழ்க்கண்டவாறு அதனை எளிமைப்படுத்திக் கூறலாம். மூலதனத் திரட்சியின் நிகழ்வு, உயிருள்ள உழைப்புடன் (மாறும் மூலதனம் – அல்லது உழைப்பு சக்தி) ஒப்பிடுகையில், உயிரற்ற உழைப்பையே (மாறா மூலதனத்தை) அதிகரிக்க உதவுகிறது. மூலதனமென்பது மாறும் மூலதனம், மாறா மூலதனமென்ற இருவகை யான கூறுகளைக்கொண்டதென அறிவோம். இலாபமென்பது உழைப்புச் சக்தியைக்கொண்டு பெறப்படும் உபரி மதிப்புச் சார்ந்ததென்பதால் மூலதனக் கூறுகளில் ஏற்படும் கூடுதல் இலாப வீதத்தில் சரிவிற்குக் காரணமாகிறது. "முதலாளித்துவ உற்பத்திமுறை என்பது இயல்பிலேயே மூலதனத் திரட்சியை அடிப்படையாகக் கொண்டது. முதலாளித்துவ உற்பத்திமுறை வளர்ந்து செல்லும்போது, ஒரு நிலையான உழைப்புச்சக்தியைக்கொண்டு (அதாவது உழைப்புச் சக்தி மாறாமலிருக்க) உழைப்புத் திறனை மட்டும் கூட்டுவதால் 'மதிப்புக்' கூடவும் தொடர்ந்து அதிகரிக்கவும் செய்யுமெனப் பார்த்தோம்." (மூலதனம், பாகம் 111, 'இலாபம் குறைந்துசெல்லும் போக்குப் பற்றிய விதி') உபரி மதிப்பு வீதத்தில் ஏற்படும் சரிவை ஏதோ உபரி மதிப்பில்

ஏற்படும் சரிவாகப் பொருள்கொள்ளல் ஆகாது. மிகக்கணிசமான அளவில் மூலதனத்தை உற்பத்தியில் முன்னீடு செய்வதால் உபரி – மதிப்பு வீதம் குறையுமேயன்றி, உபரி – மதிப்பு எப்போதும்போலக் கணிசமான அளவையே தரும். ஆக முதாலாளியம் தொடர்ந்து வேகமாகப் பரவுவதற்கும், உலகமனைத்தையும், தமது ஆதிக்கத்தின் கீழ்க் கொண்டுவர முடிந்ததற்கும் இதுவே பிரதானக் காரணமாகிறது.

இவ்வளவு தெளிவாக விளக்கிக்கொண்டுபோகும் மார்க்ஸ் குழம்பவும் செய்கிறார் : "சமுதாய உழைப்பின் உற்பத்திச் சக்திகளை – கடந்த 30 ஆண்டுக்காலத்துக்குச் சொந்தமானவற்றையே எடுத்துகொள்வோமே – அதற்கு முந்தைய காலக் கட்டங்கள் யாவற்றோடும் ஒப்பிடுகையில் கண்டிருக்கும் பிரமாதமான வளர்ச்சியை நோக்குவோமானால், குறிப்பாகச் சமுதாயப் பொருளுற்பத்தி நிகழ்முறை முழுவதிலும் பங்கு கொள்கிற இயந்திரச் சாதனங்களன்றி மாறா மூலதனத்தின் பிரமாண்டத் திரளை நோக்குவோமானால், இதுவரை பொருளாதார அறிஞரை வருத்தி வந்திருக்கும் பிரச்சினையான இலாபவீதம் ஏன் சரிந்து செல்ல வேண்டும் என்பதானது மறைந்து, அதற்கு எதிரானதாகிய இந்தச் சரிவு ஏன் இன்னும் பெரிதாகவும் துரிதமாகவும் நடைபெறவில்லை என்பது பெரும் பிரச்சினையாக எழுகிறது." (மூலதனம், பாகம் 111 – அத்தியாயம் xiv). 'இக்குறையும் போக்கை' அசாதாரணப்போக்கென்ற அடிப்படையில் பார்க்கிறபொழுது இலாப வீத அதிகரிப்பில் ஒரு நீண்டகாலப்படிநிலை தவிர்க்க முடியாததாகிறது, அந்நிலையில் இவ்விதியிலுள்ள சிக்கல் தன்மையும் என்னென்று நமக்குப் புரியவருகிறது. இலாப வீதத்தில் அல்லது உபரி மதிப்பு வீதத்தில் ஏற்படும் சரிவுக்கெதிரான விமர்சனங்களுக்குப் பொறுப்பான காரணிகளை வரிசைப் படுத்தும் மார்க்ஸ் மதிப்புமிக்க விளக்கங்களை முன்வைக்கிறார். மார்க்ஸ் கூறும் வரிசையில் அவற்றைக் காண்போம்:

உழைப்பின் மீதான சுரண்டல் அதிகரிப்பு – முதல் காரணி: உபரி – மதிப்புவீதச் சூத்திரமான s/c+v (இதில் 's' என்பது உபரி – மதிப்பு, 'c' என்பது மாறா மூலதனம், 'v' என்பது மாறும் மூலதனம் அல்லது உழைப்புச் சக்தி) ஊடாக நாம் விளங்கிக்கொள்வதென்னவெனில் சுரண்டல் வீதத்தை அதாவது s/v உறவு வீதத்தை அதாவது ஊதியச் சேவைக்கும் இலவசச் சேவைக்குமான உறவு வீதத்தைக் கூட்டுவதன் ஊடாக 'c' (மாறா மூலதன) அதிகரிப்பைத் தவிர்க்க முடியும். உழைப்புச்சுரண்டலை அதிகரிப்பதற்கென்றே மரபான முறைகள் ஏராளமாக உள்ளன.

முதலாவது வழிமுறை: உழைப்பு நேரத்தை நீட்டிப்பது (மார்க்ஸ் இதை அறுதி உபரி – மதிப்பு என்கிறார்). இன்று நேற்றல்ல வெகுகாலமாகவே பொருளியல் அறிஞர்கள் குறிப்பாக இடதுசாரிப் பொருளியலறிஞர்கள் வேலை நேரத்தை நீட்டிப்பதுபற்றியல்ல, குறைப்பது குறித்துக் கருத்துத் தெரிவித்து வந்திருக்கிறார்கள். உலகளவில் எழுபதுகள்வரை அதற்கான சான்றுகள் உள்ளன. ஒருநாள் உழைப்புப் பதினொரு மணிநேரமென வரையறுக்கப்பட்டது பிரான்ஸ் நாட்டில் 1841ஆம் ஆண்டில் நடந்தது. பிறகு வாரமென்பது 6 நாட்களென வரையறுக்கப்பட்டது. அடுத்து 1919ஆம் ஆண்டில் ஒரு நாளுக்கான உழைப்பு நேரத்தை 8 மணி நேரமென்றார்கள்.

தொடர்ச்சியாகச் சம்பளத்துடனான விடுமுறையையும் சேர்த்து வாரத் திற்கு உழைப்பு நேரமென்பது 1936ஆம் ஆண்டு 40 மணிநேரமெனக் கொண்டுவரப்பட்டது. இப்படி நேரத்தைக் குறைக்கும் போக்கு ஜெர்மனி யிலும் பிரான்ஸ் நாட்டிலும் 80வரை நீடித்தது (ஜெர்மனியில் வேலை நேரம் 35 மணிநேரமாகக் குறைக்கப்படப் பின்னர் பிரான்ஸும் அதைப் பின்பற்றியது விடுமுறையுடனான ஊதிய உயர்வு அதிகரித்தல், பணி ஓய்வுக்கான வயது குறைப்பு . . .). இவ்விரண்டு நாடுகளும் அரசியல் காரணங்களால் விதிவிலக்காக ஓரளவு புரிந்துகொள்ளக்கூடிய வகையில் இன்றைக்கும் குறிப்பிட்டுச் சொல்லும் வகையில் உள்ளன: பிரான்ஸ் நாட்டில் 35 மணிநேரத்திற்கான பணிநேரமென்பது கடந்தகாலத்திய சலுகைகள் சிலவற்றை (உதாரணமாக வேலைநேரத்திற்கிடையேயான ஓய்வு நேரம், விதிவிலக்காகப் பெற்றிருந்த சில விடுமுறைகள் போன்றவை) இழந்து பெற்றதாகும். பியெட்ரோ பாஸ்ஸோ[2] கடந்த இருபத்தைந்து ஆண்டுகளாக மேற்கத்திய நாடுகள் அனைத்திலும் வேலை நேரம் மீண்டும் அதிகரித்திருக்கிறதென்கிறார். அதே சமயம், விடுமுறை நாட்கள் குறைந் துள்ளதெனவும், பணி ஓய்வுக்கான வயது அதிகரிக்கிறதெனவும், ஊதியப் பற்றாக்குறை காரணமாக இரண்டு பணிகளை செய்ய வேண்டிய நிர்ப்பந் தம் ஊதியதாரர்களுக்கு குறிப்பாக அமெரிக்காவிலும் கிரேட் பிரிட்ட னிலும் இருப்பதாகவும் சொல்கிறார்.

இரண்டாவது வழிமுறை: வேலையைத் துரிதப்படுத்தும் முறை. இவ்விடயத்திலும் பாஸ்ஸோ அரிதான சில உண்மைகளை முன்வைக் கிறார். துரிதப்படுத்துதல் என்பது வேலை லய வேகத்தைக் கூட்டுவதும், ஓய்வின்றி உழைக்க வேண்டுமென எதிர்பார்ப்பதுமாகும். டொயாட்டா மோட்டார் வாகன நிறுவனத்தின் கொள்கையான 'தேவையெனில் ஓய்வு' என்பது ஓய்வின்றி உழைக்க வேண்டுமென்ற எதிர்பார்ப்பே. அவ்வாறே ஃபோர்ட் மோட்டார் வாகன நிறுவனத்தில் சங்கிலித் தொடர் உற்பத்தி முறையில் ஓர் உழைப்பாளி தமது முதலாளிக்காகச் செலவிடும் உழைப்புச் சக்தியின் அளவு ஒரு நிமிடத்தில் சற்றேறக்குறைய 45 வினாடியென ஓர் கணக்கினை வைத்திருக்கிறார்கள். டொயாட்டா நிறுவனத்தின் நிர்வாகம் ஒரு நிமிடத்திற்கு 50லிருந்து 55 விநாடிகள்வரை உழைப்பிற்காகப் பயன் படுத்திக்கொள்ள இயலுமெனக் கருதுகிறது.

உழைப்புச்சக்தியின் மதிப்புக்குக் கீழாக ஊதியத்தைக் குறைத்தல் – இரண்டாவது காரணி: உயிரியல் அடிப்படையில் எதிர்பார்க்கப்படும் குறைந்தபட்ச உழைப்புச் சக்தியோடுகூட உழைப்பு சக்தியின் மதிப்பு ஒத்திசைவுகொண்டதில்லையெனில், சமுதாய வடிவில் அவசியமான காரணிகளின் அடிப்படையில், ஊதியத்தை அவ்வுழைப்புச் சக்தியின் மதிப்புக்குக் கீழாகக் கொண்டுவரச் சாத்தியமுண்டு. உதாரணமாகச் சாமான்ய வேலையிலிருக்கும் தொழிலாளர்கள் போதிய வருமானமின்மை யால் உரிய குடியிருப்பின்றி அரசாங்கம் அல்லது தொண்டு நிறுவனங்களின் அவசரக்காலக் குடியிருப்புகளில் தங்க நேரிடுவதும் அல்லது தங்கள் வாகனங்களிலேயே உறங்கிக் கழிப்பதையும் பிரான்சில் காணும்போது அவர்களுடைய ஊதியம் உழைப்புச்சக்தியின் மதிப்புக்குக் கீழே இறங்கி வந்துள்ளதென்பது வெளிப்படை. '*Poor workers*' என்ற சொல் இன்றைக்கு

வளர்ந்த நாடுகள் பலவற்றிலும் துணைப்பிரச்சினை என்ற நிலைகடந்து பரவலாக ஒலிக்கிறது. இக்காரணியோடு (ஐரோப்பிய மற்றும் அமெரிக்க நாடுகளின்) அரசாங்கத்திற்கு முறைப்படி அறிவிக்காமல் கட்டிடத்தொழில், உணவு விடுதிகள், விவசாயத்தொழில் போன்ற துறைகளில் வெளிநாட்டுத் தொழிலாளர்களைப் பணியிலமர்த்துவதைச் சேர்த்துக்கொள்ளலாம். தொழில்நிறுவனங்களை இடப்பெயர்வு செய்வதும் இத்தகைய நடவடிக்கை களிலொன்று. பிரான்சிலிருந்து சில ஆயிரம் கி.மீட்டர்கள் தள்ளிச்சென் றால் உழைப்புச் சக்தி மலிவாகக் கிடைக்கிறது. இது போன்ற செயல் பாடுகளுக்கு முடிவுமில்லை. 2008ஆம் ஆண்டில் சீனாவிலிருந்த தமது தொழிற்சாலையை ஜெர்மானிய ஆதிதாஸ் நிறுவனம் வியட்நாம் அல்லது லாவோசுக்குக் கொண்டுசெல்ல விரும்பியதற்கு ஷென்ஸென்னிலுள்ள *(Shenzen)* சீனத் தொழிலாளர்களுக்கு 1000 யுவான் *(Yuan)* வரை அதாவது 92 யூரோ ஊதியம் கொடுக்க வேண்டியிருந்ததெனக் காரணம் சொல்லப் பட்டது. இத்தொகையே கூட ஜெர்மானிய நிறுவனத்திற்கு அதிகம். தெளிவாகச் சொல்வதென்றால், பாட்டாளி வர்க்கத்தை வறியவர்களாக்கும் போக்கென்ற மார்க்ஸ் கருத்தியத்தில் தவறு நேர்ந்திருக்குமோவெனச் சந்தேகிக்க வேண்டியுள்ளது. ஆனால் இலாப வீதச் சரிவுக்கு எதிரான நடவடிக்கைகளுள் உழைக்கும் வர்க்கத்தை வறியவர்களாக மாற்றும் பிரச்சினை மையப்பொருளாக இருப்பதென்பது உண்மை.

தொழிலாளர்களின் நுகர்வுப் பொருட்களின் மதிப்பானது, குறைந்து வரும் உழைப்புச் சக்தியின் மதிப்போடு சேர்ந்ததெனில் அங்கும் உண்மை ஊதியம் குறைவதற்கான வாய்ப்புண்டு. உதாரணமாக விவசாய உழைப்பின் திறன் தொழிற்சாலையின் உற்பத்தித் திறனைக் காட்டிலும் அதிகரிக்கு மெனில், வெகுகாலமாகத் தொழிலாளர் ஊதியத்தில் கணிசமான பகுதியை விழுங்கிய உணவுப்பொருட்களுக்கான உபயோகத்தில் போதிய சரிவை ஏற்படுத்துகிறது. தொழிலாளர்களின் வாழ்க்கைத் தரம் குறிப்பிட்ட வகையில் உயர்ந்திருக்கிறதெனில் விவசாயப் பொருட்களின் உற்பத்தி செலவில் ஏற்பட்ட வீழ்ச்சியே காரணமாகும். ஐரோப்பிய நாடுகளும் அமெரிக்காவும் விவசாய உற்பத்திச்செலவைக் குறைக்க முயல்வதோடு, தொடர்ந்து விவசாய உற்பத்திமுறையை மாற்றிஅமைக்க முயன்றுவரு கின்றன. மின்னணு, வீட்டு உபயோகப்பொருட்களின் உற்பத்தித் திறனில் ஏற்பட்ட கணிசமான உயர்வு ஊதியதாரர்களின் வாழ்க்கைத் தரத்தை மேலோங்கச் செய்திருப்பது உண்மையெனினும் உற்பத்தித்துறையில் அவர்களுக்கான சம்பளத்திற்கான செலவில் எவ்வித மாற்றமும் நிகழ வில்லை என்பதைப் புரிந்துகொள்ள வேண்டும்.

மாறா மூலதனத்தின் மதிப்பைக் குறைத்தல் – மூன்றாவது காரணி: உற்பத்திச் சாதனங்களின் உற்பத்தித்துறையில், உழைப்புத் திறனை அதிகரிப்பத னூடாக மதிப்பைக் குறைக்க முடியும். மூலதனக் கூறுகளில் ஒன்றான தொழில்நுட்ப மூலதனத்தைக் (அதாவது எந்திரங்கள், கருவிகள் ஆகியவற்றின் உழைப்புச் செயல்பாட்டை) கணிசமாக அதிகரிக்கச் செய்யப்போக மூலதனக் கூறுகளின் மதிப்புக் குறைகிறதென்பதைத் தெளிவாகவே மார்க்ஸ் விளக்கு கிறார் : “நிலை மூலதனத்தின் கூறுகள் கணிசமாக அதிகரிக்கிறபோது அவற்றின் மதிப்பு நிலையாகவிருக்கும் அல்லது குறையக்கூடும்.” “மாறும்

மூலதனத்தோடு ஒப்பீடு செய்கையில், மாறா மூலதனத்தின் ஏற்றம், அதிகரிக்கும் உழைப்புத் திறனோடு இணைந்து மூலதனக்கூறுகளின் மதிப்பைக் குறைக்கிறது. அதுவன்றி மூலதனச் சாதனங்களின் கூடிக் கொண்டு போகுமளவு அதன் அறுதி மதிப்பு ஏற்றமுறாமல் தடுக்கிறது" என்னும் உண்மை மார்க்ஸுக்கு இந்நிகழ்வுக்கான விதி, சேவை மற்றும் உற்பத்தித் துறையில் நுழைந்தது இவ்வகையிலேயே. "கணிசமான அளவில் முன்னீடு செய்யும்போது, சில சூழ்நிலைகளில் இலாப வீதம் குறைவது எப்படி உண்மையோ, அவ்வாறே ஓர் உற்பத்தித் தொழிற்சாலை வளர்ந்து வரும்போது உற்பத்திச்சாதனங்களின் தேய்மானமும் இலாபவீதத்தைக் குறைக்குமென்பது உண்மை" எனவும் மார்க்ஸ் அழுத்தம் திருத்தமாகத் தெரிவிக்கிறார்.

வேலையற்றோர் எண்ணிக்கை பெருக்கம் தொடர்பான – நான்காவது காரணி : மக்கள்தொகையில் ஏற்படும் மாற்றம் உற்பத்தித் திறனில் ஏற்படும் வளர்ச்சி, தொழிலாளர்கள் இடத்தில் எந்திரங்கள் என்றாக, அச்சூழலில் சந்தையில் தொழிலாளர்களின் எண்ணிக்கை தேவைக்கதிகமாகிறது. அஃது இரண்டு விளைவுகளைத் தருவதாக மார்க்ஸ் கூறுகிறார்.

முதலாவது விளைவு : உற்பத்தியில் ஈடுபட்டுள்ள தொழிலாளர்களுள் ஒரு பகுதியினரை எந்திரங்களின் செயல்பாட்டுக்குத் தேவையான ஞான மின்றி வைத்திருப்பதன் மூலம் அவர்களின் ஊதியத்தைக் குறைப்பதோடு சந்தையில் தொழில்நுட்ப அறிவு பெறாத தொழிலாளர்களின் எண்ணிக்கை அதிகரிக்கிறது.

இரண்டாவது விளைவு : வேலையற்ற தொழிலாளர்களின் எண்ணிக்கை அதிகரிப்பதால் புதிய தொழில் நிறுவனங்கள் அமைக்கப்படுகின்றன. இப்புதிய தொழிற்சாலைகள் சந்தையில் அதிகரிக்கும் தொழிலாளர்களின் மிகையான எண்ணிக்கையைச் சாதகமாக்கிக்கொண்டு, குறைவான ஊதியத் திற்கு அவர்களைப் பணியிலமர்த்தி மிகக் கணிசமாக இலாபம் சம்பாதிக் கின்றன. சமுதாயத்தில் நிலவும் நெருக்கடியும் பெருவாரியான மக்களின் வேலையின்மையும் மூலதன உடைமையாளர்களுக்கே பெரிதும் இலாப மூட்டுவதாக இருப்பதெப்படி? என்பது கினேசிய சிந்தனையாளர்களுக்கும் சீர்திருத்தப் பிரியர்களுக்கும் விளங்காத மர்மம். கடந்த மூன்று தசாப்தங் களாக நீடித்திருந்த பெருவாரியான மக்களின் வேலையின்மை, எழுபது களில் சீர்குலைந்திருந்த இலாபவீதத்தைச் சரிசெய்ய முதலீட்டாளர்களுக்கு உதவியது. குறிப்பாக பிரான்ஸ் நாட்டின் தேசிய உற்பத்திவருவாயில் பத்து சதவீதத்தை அதிகரிக்கச் செய்தது. உற்பத்தி வருவாயிலேற்பட்ட இக்கூடுதல், எதிர்த்தரப்பில் தொழிலாளர்களின் உழைப்பு வருவாயை இழக்கச்செய்து ஈட்டியதாகும், குறிப்பாக இது நிகழ்ந்தது 1982இல், அப்போ தைய பிரான்ஸ் அறிமுகப்படுத்திய தீவிரப் பொருளாதார நடவடிக்கைக் கும், 90ஆம் ஆண்டிற்கும் இடைப்பட்ட காலத்தில்.

பன்னாட்டு வணிகமென்ற ஐந்தாவது காரணி : இலாப வீதத்தைக் கணிசமாக உயர்த்தியதில் பன்னாட்டு வணிகத்திற்குப் பெரும் பங்குண்டு. இரண்டாம் உலகப் போருக்குப் பிந்தைய மூன்று சகாப்தங்களில் முதலாளி யத்தின் வளர்ச்சி சொந்தநாட்டின் ஆதாரங்களைக் கொண்டு இயங்கியது.

எண்பதுகளின் ஆரம்பத்திலேயே உற்பத்திக்கும் பன்னாட்டு வர்த்தகத்திற்கு மான ஆதாயப்பலம் முதல் உலகப்போருக்கு முன் நிலவிய அளவை எட்டியது. இக்காலக் கட்டத்தில் வணிகத்தில் மட்டுமன்றி நிதிச்சந்தை யிலும் முதலீட்டிலும் உலகநாடுகளின் பரவலான பங்களிப்பைக் காண முடிந்தது. 'உலகமயவாக்கம்' என்ற சொல்லால் அழைக்கப்பட்ட இந்நிகழ்வு முதலாளித்துவத்தின் வரலாற்றை அறிந்தவர்களுக்குப் புதுமையே அல்ல. அன்றித் தீவிரப் பொருளாதார நடவடிக்கையின் விளைவென்றுங்கூடக் கதைகள் அளக்க முடியாது. கோடிக்கணக்கான குறைந்த ஊதியத் தொழி லாளர்கள் உழைப்புச்சந்தைக்கு வர நேர்ந்தது முதலாளித்துவ உலகின் இருதுருவங்களுக்கிடையேயான உறவில் பெரும் தாக்கத்தை ஏற்படுத்தியது. அதாவது மிஷல் போ *(Michel Baut)* வார்த்தைகளில் கூறுவதெனில் தேசிய மற்றும் உலக அளவில் அடுக்கதிகாரமுறையைக் கொண்டுவந்தது, அதன்விளைவாக முன்னெப்போதும் கண்டிராத வகையில் முதலாளித் துவம் இலாபத்தைக் குவிக்க வழிவகுத்தது.

இலாப வீதம் குறைந்துசெல்லும் போக்குப் பற்றிய விதிக்கு எதிரான நடவடிக்கை என்னும் இறுதிக் காரணி : பங்கு நிறுவனங்களில் ஏற்பட்ட வளர்ச்சி, குறைந்து செல்லும் இலாப வீதத்திற்கு எதிராக எடுக்கப்பட்ட நடவடிக்கைகளுள் மிகவும் முக்கியம் வாய்ந்தவையென்கிறார் மார்க்ஸ். இங்கும் கடந்த பத்தாண்டுகளாகச் சிந்திக்காமல் எடுத்த முடிவுகள் கணக்கி லடங்காது.

நெருக்கடியின் கடைசிக்கட்டத்திற்கு வந்திருக்கிறோம் அல்லது உலகத் திற்கு முடிவுகாலம் நெருங்கிவிட்டதெனக்கூறி இலாபவீதம் குறைந்துசெல் லும் போக்குப் பற்றிய விதியைப் புறக்கணிப்போமெனில், அல்லது மேற் கண்ட விதியின் செயல்பாட்டிலுள்ள முரண்களை மார்க்ஸ் சுட்டிக்காட்டு வதனடிப்படையில் தெளிவாகப் புரிந்துகொள்வோமெனில் ஏன் முதலாளியம் தமது அடிப்படைப் பண்பிலிருந்து விலகாமல், நிகழ்முறையில் தொடர்ந்து மாறுதல்களைப் புகுத்த வேண்டிய நிர்ப்பந்தத்திற்கு உள்ளாகிறதெனப் புரிந்துகொள்வோம். போட்டிகளென்ற சவுக்கடிகளுக்கு அது ஆளாகிறது. தேசிய அளவிலும் உலக அளவிலும் மிகப்பெரிய நிறுவனங்களுக்கிடையே குரோதம் நிலவுகிறது. எனவே சூழலுக்குத் தகுந்தவாறு தமது நட வடிக்கையை அமைத்துக்கொள்ளத் தவறினால், தமது ஜீவிதத்திற்கே ஆபத் தென்ற உண்மையை முதலாளித்துவம் அறிந்துள்ளது.

ஆக மொத்தத்தில் முதலாளியத்தின் உயிர் வாழ்க்கை தமது அடிப்படைப் பண்புகளை மாற்றிக்கொள்ளாமல் மேலும் பரவலாக்கிக் கொள்வதில் அடங்கியுள்ளது. விவசாய நாடுகளையும் நிலப்பண்ணை முறையை ஓரளவு வழக்கில்கொண்டிருந்த நாடுகளான சீனா, இந்தியா, குட்டி டிராகன்களான தென் கொரியா, தாய்லாந்து, தைவான், இந்தோனேசியா போன்ற நாடுகளையும் தொழில்துறைக்கு மாற்றியதன் மூலம் உலக முதலாளித்துவத்திற்குத் தேவையான பிராணவாயுவைக் முதலிற்கொடுத்தார்கள், இந்நிகழ்வுடன் 'உண்மையான சோஷலிஸம்' என்ற முழக்கத்திற்கு ஏற்பட்ட அழிவையும் மூலதனக்குவிப்புக்கான களனையும் – ஐம்பதுகளிலும் அறுபதுகளிலும் அதற்கான வாய்ப்புகளின்றித் தவித்தது

போகப் பிற்காலத்தில் அதற்கான வாய்ப்புகள் பல்கிப்பெருகின. எனவே கினேசியன் சிந்தனையையொத்த அதாவது தேவையை ஊக்குவிப்பதன் மூலம் வளர்ச்சியை அதிகரிக்க முடியுமென்ற (ஊதியக்கொள்கை, பொதுத் துறைச் செலவினங்கள் ...) கவைக்குதவாதவையாகிப்போயின. உலக வேலைப் பகுப்பு முறை இதுவரை தாம் காணாத சிறப்பு பகுப்புமுறைக்கு வந்திருக்கிறது. வெகுசன உபயோகத்திற்கான மின்னணுக் கருவிகளும் உபகரணங்களும் ஆடைகளும் – உதாரணமாக தென்கிழக்கு ஆசிய நாடுகளுக்கு – என்றாயின. மாறாக உயர் தொழில்நுட்பத்தின் கீழ்வரு கின்ற வடிவமைப்பும் தயாரிப்பும் என்றும்போல மேற்கத்தியநாடுகள் வசமுள்ளன. அதுபோலவே நுண்முறைவழியாக்கிகள் சம்பந்தப்பட்ட தொழில்துறைகளும் கணினி வலை அமைப்புத் துறை சேவைமையங்களும் உலகமயமாக்கப்பட்டுள்ளன. *Call-center*களானாலும் சரி, *R&D* துறை களானாலும் சரி, பொறியாளராகவும், கணினி வல்லுநர்களாகவும் இந்தியர் கள் கணிசமாக இருக்கின்றனர். முதலாளித்துவத்தின் இப்புறவளர்ச்சி அதன் அக வளர்ச்சியைக்காட்டிலும் இருமடங்காகவுள்ளது. நேற்றும் சரி இன்றும் சரி, முதலாளித்துவப் பொருளுற்பத்தியின் ஆதிக்கத்தின் கீழிருந்து வரும் நமது சமுதாயத்தில் தப்பிப்பிழைத்திருக்கிற முதலாளித்துவ மற்ற சில்லறை அமைப்புகளுமுள்ளன. முதலாளித்துவம் வழக்கம்போல இரக்கமின்றித் தமது ஆதிகத்தின் கீழ் வராமற்போன அது போன்ற சிறு நிறுவனங்களை அழித்துவருகிறது. சில்லறைக் கடை வைத்திருப்பவர்கள் தங்கள் இடத்தை *Wall mart, Carrefour, Tutti quanti* ராட்சசப் பேரங்காடி களின் கைகளில் ஒப்படைத்துவிட்டுச் சந்தையை விட்டு விலகிக் கொண் டுள்ளனர். அனைத்துச் சிறப்புத் தொழில்களும் கைவினைத் தொழில்களும் மெல்ல மெல்ல எல்லை கடந்து பெரிய நிறுவனங்களின் குடையின்கீழ் வந்துள்ளன. உங்களுக்கொரு சன்னல் வேண்டுமெனில் ஆசாரியைக் கூப்பிட முடியாது, பெரிய நிறுவனமொன்றை அதற்கெனத் தொடர்புகொள்ள வேண்டும். மெல்ல மெல்ல வீடுகட்டுவதென்ற நிலைமை மளமளவென்று ஒன்றிணைப்பதென்றாகியுள்ளது. ஓவியங்கள், சிற்பங்கள்கூட இன்றைக்கு முதலாளித்துவ உற்பத்திமுறையின் கீழ் வந்துள்ளன. திரைப்படத் துறை முதலாளித்துவத்தின் கீழ்வந்து வெகுகாலமாயிற்று. சரி ஆனால் சுயச் செயல்பாடு, அந்தரங்கம் கலந்தது என்றழைக்கப்பட்ட எழுத்துத் துறை யிலும்கூட முதலாளித்துவம் புகுந்தததுதான் வேடிக்கை. *Harry Potter* தொடர்கள், புத்தகங்கள் உண்மையில் கற்பனாவாதத் தொழிற்சாலையின் எழுத்து உற்பத்தி. இம்முறை ஏற்கனவே பள்ளிகள், கல்லூரிகள், பல்கலைக் கழகங்கள் ஆகியவற்றின் பாடப்புத்தகங்கள் தயாரிப்பில் முதலாளியம் கடைப்பிடித்த அதே பழைய முறை.

ஆக்கலும் அழித்தலும்

அதேசமயம் முதலாளித்துவம் கடந்த காலத்திய உற்பத்தித் திறன்களை ஒட்டுமொத்தமாக அழிப்பதைக்கொண்டே தனதிருப்பை நிலைநாட்டிக் கொள்கிறது. வேலைத்திறன் மிக்க கோடிக்கணக்கான தொழிலாளர்களை உபயோகித்துக்கொள்ளாது வேலையற்றோராகத் தொழில் துறையில் வளர்ந்த நாடுகளில் வைத்திருப்பது பைத்தியக்காரத்தனமானது மட்டு

மின்றிப் பொருளற்றதுமாகும். ஆனால் இலாபவீதத்தை மீண்டும் நடைமுறைக்குக் கொண்டுவரும் வழிகளில் ஒன்றாக இருக்கும்போது முதலாளியம் எங்ஙனமதைத் தவிர்க்கும். முதலாளிகளுடனான உறவில் வயதும் அனுபவமுமுள்ள தொழிலாளர்களெனில் அழுத்தத்தைக் கொடுக்கின்றனர். ஆக அனுபவமற்ற இளம்வயதினரெனில் கையாளுவது சுலபம். எனவே தொழிற்சாலைகள் இளைஞர்மயமாக்கப்படுகின்றன, அதை முறைப்படுத்தவும் செய்கின்றனர். இந்த அடிப்படையில் சில பெரிய நிறுவனங்கள் எடுத்துவரும் நடவடிக்கைகள் மிகவும் முட்டாள்தனமாகவுள்ளன. வயதான தொழிலாளர்களுக்கு உரியகாலத்திற்கு முன்பாகப் பணிஓய்வு அளிக்க வகைசெய்யும் திட்டங்களுக்காக அவை கணிசமாகத் தொகையை ஒதுக்க வேண்டியிருக்கிறது (உதாரணமாக பிரான்ஸ் தொலைபேசி இலாகா தனது ஊழியர்களுக்கு வழங்கும் பணியிறுதிக்கால விடுமுறைத் திட்டம்). முதலாளித்துவத்திற்கு உரிமைகளைக் கேட்டுப் பெற்றுத் தங்கள் கைவசம் வைத்துள்ள சென்ற தலைமுறைத் தொழிலாளர்கள் வேண்டாதவர்களாகியிருக்கிறார்கள். “வாழ்க்கை, ஆரோக்கியம், அன்பு அனைத்திற்கும் பாதிப்பு என்னும்போது, வேலைவாய்ப்புக்கு மாத்திரம் விலக்கா என்ன?” எனத் தாம் பதவிஏற்றவுடனேயே பிரான்ஸ் நாட்டு முதலாளிகள் அமைப்பின் பிரதிநிதி கூறியது கவனத்திற்கொள்ளத்தக்கது. நிலைமூலதனச் சுழற்சியின் மும்முரமான செயல்பாடும் உற்பத்திச் சாதனங்கள் மற்றும் நுகர்வுப் பொருட்களின் விரைவாகக் காலாவதி ஆகும் பண்பும் அழிவு உற்பத்தி நடவடிக்கைக்குக் காரணமானவை. நீண்டகால அடிப்படையில் பார்க்கும்போது ஒரு வகையில் விபரீதமான அழிவை நோக்கமாகக்கொண்ட உற்பத்தி எனக் கருதவும் இடமுண்டு. கணினித் துறை ஒரு நல்ல படிமம். வேறு துறைகளிலும் இப்படியான காட்சிகளின் அரங்கேற்றத்தை அவதானிக்க முடிகிறது, வாகன உற்பத்தியில் ஒவ்வொரு நாளும் புதுப்புது வகைமைகளில் வாகனங்கள் அறிமுகமாவதை, மற்றொரு நல்ல உதாரணமாகக் கொள்ள முடியும். இங்கிலாந்து, மற்றும் அமெரிக்காவிற்கு மாற்றாக மிஷல் அல்பெர்ட் பிரான்ஸ் நாட்டில் அறிமுகப்படுத்திய ரெனான் முதலாளித்துவம்[3] நியாயமானதெனக் கருதப்பட்டது. ஆனால் அதன் நிலைத்தன்மையும் அமைதியான வகையில் மாற்றங்களைக் கொண்டுவர முயன்றதும் பல்வேறு வர்க்கப்பிரிவினருடனும் இணைந்து பணியாற்றலாமென்ற யோசனையும் நீண்ட கால அடிப்படையில் முதலாளியத்தின் குணத்திற்கு இசைவற்றவையாகத் தெரிந்தன. சொந்த நாட்டிலேயே இச்சிந்தனை மிகப்பெரிய மாற்றத்திற்கு உள்ளானது. அதனுடைய சமூகப் பாதுகாப்புத் திட்டம் பிஸ்மார்க் காலத்தியதெனக் கருதப்பட்டது. பிரான்ஸூம் இத்தாலியும் தத்தம் நாடுகளின் பொருளாதார சமூகத் திட்டங்களை (கணிசமான அளவில் இதுவரை செய்த தனியார்மயமாக்கம், வேலைவாய்ப்பு நெருக்கடிகள், பணிஓய்வு, சமூகநலத் திட்டங்கள் ஆகியவற்றை) மறுபரிசீலனைக்கு உட்படுத்த வேண்டுமென நினைத்தார்கள். அக்காலக் கட்டத்தில் கிரேட் பிரிட்டனிலோ நிலைமை வேறு. அப்போதைய அரசாங்கம் இனியில்லையெனச் சொல்லக்கூடிய வகையில் தாராளமயமாக்கலைக் (அதிக எண்ணிக்கையில் தேசிய மயமாக்கம், இலவச மருத்துவம்

முதலியன) கடைப்பிடித்தது. இந்நிலைமை தாட்சர் பதவிக்கு வரும் வரை நீடித்தது.

ஆக மொத்தத்தில் முதலாளித்துவம் உழைக்கும் வர்க்கத்தினருடனான மோதல்களிலிருந்து விடுபட்டு, வர்க்கங்களுக்கிடையே சுமுகமான உறவு களை அவற்றின் பங்குதாரர்களைக்கொண்டு கட்டமைத்ததும் நியாயத் தையும் ஒழுங்கையும் ஒன்றிணைக்க முயன்றதும் மலையைக்கெல்லி எலி பிடித்த கதையாக ஆனது. கொண்டுவந்த சீர்திருத்தமென்னவோ புரட்சிகரமானதுதான். ஆனால் முதலாளித்துவம் முடிவில் தமது சுயப் புள்ளிக்குத் திரும்பவே இவ்வளவு ஆர்ப்பாட்டங்களும் என்றாயிற்று. இன்றைக்குப் 'புதிய தாராளமயவாதமும்' நமக்குச் சொல்லவருவது கடந்த கால முதலாளியத்தின் புரட்சிகளையே.

இதிலிருந்து ஒன்று மட்டும் தெளிவாகிறது : இடதுசாரிகள் (அப்படி யாரேனுமிருந்தால்) முதலாளியத்தோடு இன்றைய நிலையில் மோதும் நிலையிலில்லை. தவிர அவர்களின் வீழ்ச்சியும் தெளிவாக உள்ளது. மார்க்ஸியப் பொருளியல்வாதிகள் அல்லது தீவிர இடதுசாரிகளென அழைத்துக்கொள்பவர்கள் முதலாளித்துவத்தின்கீழ்ச் சமுதாய முன்னேற்றம் சீர்குலைகிறதெனக் குற்றம் சுமத்துகின்றனர். எனினும் இன்றுதானில்லை என்றுமே முதலாளிய நிகழ்வு சமூக முன்னேற்றத்தைக் கருத்திற்கொண்ட தில்லை. "மூலதனம் தன் உடலில் மயிர்க்கால்தோறும் இரத்தமும் சகதியுமாய்க் கசிய உலகிற்குள் பிரவேசிக்கிறது"[4] என மார்க்ஸ் கூறுகிறார். அவரைப் பொறுத்தவரை தனிமனிதர் இருப்பென்பது இயல்பிலேயே தனித்தியங்கும் தன்மையது, உற்பத்தியூடாகத் தனது உடைமையை நிலைநிறுத்திக்கொள்ள வேண்டிய நிர்ப்பந்தம் தனிமனிதருக்கு இருப்பதாக அவர் கருதினார். எனவே பொதுச் சொத்து, மற்றும் பொதுச்சொத்துக் கெனப் பொருளியல் நடவடிக்கை ஆகியவை குறித்தான சிந்தனையைக் கருத்தில் கொள்ளாதிருந்தார்.

அடிக்குறிப்புகள்

1. *Le parti de l'ordre* அரச குடும்பத்தைச் சேர்ந்தவர்களை அங்கத்தினர் களாகக் கொண்ட பத்தொன்பதாம் நூற்றாண்டு அரசியல் கட்சி.
2. *Pietro Basso, Temps modernes, horaires antiques, Page 2 Collection "Cahiers libres" 2005.*
3. *Rhine capitalism* அல்லது *Rhenish capitalism, Michel Albert* பிரெஞ்சு பொருளியல்வாதியால் 1991இல் அறிமுகப்படுத்தப்பட்டது. சந்தை களை அரசு கட்டுப்படுத்துவதும் பொருளாதார நடவடிக்கை களில் சமூகப் பங்காளிகள் அனைவருக்கும் (முதலாளிய வர்க்கம், தொழிலாளர் வர்க்கம்) உரிய பங்கை அளிப்பதென்ற அடிப்படை யிலான சிந்தனை. அமெரிக்கர்களின் *'neo-American model'* முன் மாதிரியாகக்கொண்டது. இதன் ஜெர்மன் வடிவம் *'social market economy'*.
4. மூலதனம், பிரிவு 8 அத்தியாயம் 31.

அத்தியாயம் 4

காத்திருக்கும் மரணம்

(Memento Mori!)

கடந்த நூற்றாண்டின் போது, முதலாளித்துவம் மிகப் பெரிய நெருக்கடியைச் சந்தித்தது. அவ்வமயம் மார்க்சியச் சிந்தனையாளர் பலருக்கும், மூலதன ஆசிரியர் 'இறுதி நெருக்கடி' யெனக் குறிப்பிட்டிருந்தது 1929இல் ஏற்பட்ட நெருக்கடியே : பன்னாட்டு நிதி மற்றும் நாணயத் துறையில் ஏற்பட்ட தலைகீழ் மாற்றங்கள், முதலாளித்துவம் தமது வளர்ச்சிக்கெதிராகத் தாமே உருவாக்கிக்கொண்ட தடைக்கல்லை அகற்றும் முயற்சிகளாகும். இறுதி நெருக்கடியென்ற ஒன்றே இருக்க முடியாது, ஏனெனில் முதலாளித்துவத்தை முற்றாக ஒழிப்பதெனில் பழங்காலத்துச் சமுதாயங்களில் நிகழ்ந்ததுபோல மற்ற வர்க்கங்கள் அனைத்துமோ அல்லது குறைந்தபட்சம் ஏதாவதொரு வர்க்கமாவது அதற்கெதிராகக் களத்தில் இறங்க வேண்டும். அப்படியேதும் இல்லை என்னும்போது இறுதி நெருக்கடியென்ற பேச்சுக்கே இடமில்லை. மாறாக ஓயாமல் நெருக்கடிகளை முதலாளித்துவ உற்பத்திமுறை சந்திக்கிறது, அதற்கான அடிப்படைக் காரணங்களை மார்க்ஸ் விளக்கியிருக்கிறார். இந்நெருக்கடிகள் மார்க்ஸுக்கு முதலாளித்துவ உற்பத்தி முறையின் '*Memento Mori*' அதாவது காத்திருக்கும் மரணம், அதிலிருந்து முதலாளித்துவம் தப்பிக்கவே இயலாது.

நெருக்கடிகள் பற்றிய மார்க்ஸின் பகுப்பாய்வு

மார்க்ஸ் பகுப்பாய்வில் முக்கியப் பங்கை வகிப்பவை சுழலோட்டங்களில் ஏற்படும் நெருக்கடிகள். நமக்கு உதவக்கூடும் என்பதால், சிறிது மேலோட்டமாகவாவது அதுகுறித்து தெரிந்துவைத்து கொள்வது நல்லது. சரக்குச் சுற்றோட்டங்களுக்கான சூத்திரத்திலேயே, இயல்பில் அதற்கான (நெருக்கடிக்கான) சாத்தியங்களும் ஒளிந்துள்ளன. தமது உற்பத்தி அதற்குரிய உடைமையாளரை அடையுமென்பதை உற்பத்தியாளர் இறுதிவரை நம்புவதில்லை. உற்பத்தியிலும் நுகர்விலும் உருவாகும் இணக்கமின்மை, மூலதனப்பெருக்கச் சுழற்சியை இடைநிறுத்தம் செய்து நெருக்கடிக்கு வகைசெய்கிறது, அதுவே எளிதில் பிற துறைகளிலும் பரவுகிறது. ஆனால் இயல்புச்

சாத்தியங்களை உண்மைச் சாத்தியங்கள் என்று பொருள்கொள்வதற் கில்லை. உற்பத்திப் பற்றாக்குறையாலல்ல, உற்பத்திக் குவிப்பால் நெருக்கடியும் நெருக்கடியைத் தொடர்ந்து வறுமையும் முதலாளித்துவ உற்பத்தி நிகழ்வு முறையிலுள்ள முரண்களால் ஏற்படுகின்றனவென்பது குறித்து மார்க்ஸுக்கு முன்பே அறிஞர்கள் பலர் யோசித்திருக்கிறார்கள். அவ்வப்போது உண்டாகிற நெருக்கடிகளையும் அவற்றைத் தொடர்ந்து உருவாகும் வர்த்தகப் பாதிப்பையும் அவதானிக்கும் பொருளியல் அறிஞர்கள் அனைவருக்குமே அதற்கான காரணங்கள் வெளியிலிருக்கின்றன: உதாரண மாக ஜெவன்ஸ் என்பவர் சூரியனின் சுழற்சிமுறையில் இப்பிரச்சினைக் கான காரணத்தைத் தேடினார். தாராளமயவாதத் தீவிர அனுதாபிகளோ சந்தையில் நிலவிய கெடுபிடிகளும் ஒழுங்குகளும் காரணமென்றனர். அவர்களுக்குக் 'குறைகாண முடியாத கட்டுப்பாடற்ற போட்டி நிலவு மானால்' – உதாரணம் உழைப்புச் சக்திச் சந்தையில் கட்டுப்பாடற்றுக் கிடைக்க உரிய சட்டங்களை நடைமுறைப்படுத்துதல் – நெருக்கடிகள் மறைந்து போகும், நுகர்வும் தேவையும் சந்தையில் ஒன்றையொன்று அனுசரித்துப் போகும். இதற்கு மாறாக கினேசியர்களுக்கோ அரசு தலையீடென்பது நெருக்கடியிலிருந்து மீட்க உதவும் நல்ல உபகரணம். தேவையைத் தூண்டு வது உற்பத்தியை அதே வீதத்தில் அதிகரிக்க உதவும், அங்கு அரசாங்கத்தின் குறுக்கீடு கினேசியன் சிந்தனையியலாளர் கருத்தின்படி பிரச்சினையின் நிலைமைக்கேற்ப இருத்தல் வேண்டும்: பொருளாதார வளர்ச்சி மந்த நிலையிலிருக்கிறபொழுது, தேவையை அதிகரிக்கப் பற்றாக்குறை நிதியைக் கொண்டு பொருளாதார நடவடிக்கைகளைத் (பாலங்கள் கட்டுதல், சாலைகள் அமைத்தல் போன்றவைகளை) துரிதப்படுத்தவதும் வளர்ச்சிக்காலங்களில் உபரி இலாபங்களைக்கொண்டு தேசியக் கடன்களிலிருந்து விடுபடுவதற் கான முயற்சிகளில் அரசு முன்வரலாமென்பதும் அவர்கள் யோசனை. மார்க்ஸ் முன்வைக்கும் நெருக்கடிபற்றிய கருத்தியத்தை அதிலுள்ள முக்கியத் துவத்தின் அடிப்படையில் இருவகையாகப் பிரிக்கலாம்.

முதலாவது: காலங்கள்தோறும் உபரிப்பொருட்களால் ஏற்படும் நெருக்கடிகள் மூலதனத் திரட்சியோடு நெருங்கிய தொடர்பு கொண்டவை, அதனாலேயே அவை இன்றியமையாதவையுங்கூட. இந்நெருக்கடிகளின்றி மூலதனப்பெருக்கமில்லை. வேறுவார்த்தையிற் சொல்வதெனில் முதலாளியப் பொருளுற்பத்தி நிகழ்முறையின் கூறுகளுக்கான தேவைகளுக்கும் மூலதன உபரி உற்பத்தியில் தொய்வற்ற நிரந்தரப் போக்கை நடைமுறைப்படுத்தவும் நெருக்கடிகள் அவசியம். நெருக்கடிகளுக்கு எதிரான தொழில்நுட்ப நட வடிக்கைகள் நெருக்கடிகளை ஒத்திவைக்க அல்லது அதன் விளைவுகளைத் திரையிட்டு மறைக்க உதவுமேயன்றி முற்றாக ஒழிக்க உதவாது. 'முப்ப தாண்டுகள் சுபிட்சத்தின்' போது உபரி உற்பத்திச் சுழற்சியில் ஏற்பட்ட நெருக்கடிகள் மிதமான வளர்ச்சி என்ற உத்தியைக்கொண்டு மூடிமறைக்கப் பட்டது. மாறாக அமெரிக்காவுக்கு ஏற்பட்ட அனுபவம் வேறு. 1973 – 74ஆம் ஆண்டில் பெரும் நெருக்கடியைத் தவிர்க்க இயலாமற்போனது மட்டுமல்ல மூடிமறைக்கவும் இயலாமற்போனது.

இரண்டாவது: நெருக்கடிகளுக்கு நுகர்வை நோக்கமாகக்கொண்டு உற்பத்திசெய்யப்பட்ட தேவைக்கதிகமான பொருட்களே பிரதானக் காரண

மென்று சொல்லவியலாது, ஏன் அவற்றைத் துணைக்காரணங்களென்று கூடச் சொல்லவியலாது. இங்கே தேவைக்கதிகமான பொருட்கள் என்பதை நுகர்வில் ஏற்பட்ட வீழ்ச்சியாகப் பார்க்கக் கூடாது. மாறாக நெருக்கடியை மூலதனப் பெருக்க உபரிகளோடு இணைத்துப் பார்க்க வேண்டும். அதாவது முதலாளித்துவ உற்பத்தி நிகழ்முறையில் ஏற்பட்டுள்ள இந்நெருக்கடி மூல தனப் பெருக்கத்தால் குவியும் உபரி மதிப்பின் நியாயமான இலாபவீதத்தைப் பெறமுடியாமற்போவதால் உருவானதாகும். நெருக்கடிக்காலங்களில் வேலை யற்ற ஏராளமான மக்கள் சந்தையில் குவிவதற்கு மூலதனம் முதலீடுசெய்ய வகையின்றி முடக்கப்படுவதே முதற்காரணம். 'தொழிற்சாலைகளின் ஆபத்து தவிகள்' *(industrial reserve army)* என்றழைக்கப்படும் இப்புதிய வகையி னரைக் குறித்து ஏற்கனவே குறைந்து செல்லும் இலாபவீதத்தில் நாம் படித்ததுதான். மார்க்ஸைப் பொறுத்தவரை, "இதன் பொருட்டுப் பொரு ளாதார மந்த நிலையையும் வேலை இன்மையையும் ஒழிப்பதாகக் கூறிக் கொண்டு நுகர்வு வீதத்தை அதிகரிக்க எடுக்கும் நடவடிக்கைகள் சிறுபிள்ளைத் தனமானவை." காலங்காலமாக ஊதியத்தை உயர்த்திக்கேட்பதென்பது தொழிலாளர்களுக்கேயுள்ள உரிமை, ஆனால் அதுமட்டுமே நுகர்வை அதிகரிக்கச் செய்யுமென்றும், முதலாளித்துவத்திற்கு நிலைத்தன்மையை அளித்துவிடுமென்றும் கூற முடியாது. இங்கே என்ன நடந்தது? எழுபது களின் ஆரம்பத்தில் தொழிலாளர் வர்க்கம் பிரச்சினைகளைச் சமாளிக்கும் விதமாகப் போராடிச் சந்தை நிலையில் ஏற்படும் மாற்றத்திற்கொப்ப நெகிழ்வுத்தன்மைகொண்ட ஊதியக் கணக்கீட்டு முறையைக் கேட்டுப் பெற்றனர், அதுவே ஆபத்தாக முடிந்தது, முதலாளியத்தில் 30 ஆண்டுக்கால சுபிட்சத்தை முடிவுக்குக் கொண்டுவரக் காரணமாயிற்று. இடதுசாரி கினேசியன் சீர்திருத்தவாதிகளுக்கு (இடதுசாரிகளுக்கெல்லாம் இடது சாரிகள் என்பவர்களும் இவர்களுள் அடக்கம்) இவ்வுண்மை கசக்கக்கூடியது, மார்க்ஸ் கூறுவதைப் புரிந்துகொள்வோமெனில், இவ்வுண்மையைக் குழப்ப மின்றி அங்கீகரிப்போம்.

நெருக்கடிபற்றிய சிக்கலை அணுக மார்க்ஸிடம் இருவழிமுறைகளுள் ளன. 'நவீன உற்பத்தி உறவுகளுக்கு எதிரான நவீன உற்பத்தித் திறனின் யுத்தம்' என்று வர்த்தக நெருக்கடியைப் பார்க்கும் 'பொதுவுடைமைக் கட்சியின் கொள்கைப் பிரகடனம்', இந்நெருக்கடிகள் திரும்பத் திரும்ப நிகழ்ந்து, 'சமுதாயத்தில் முதலாளிகளின் இருப்பை அச்சுறுத்திக்கொண்டிருக் கிறது' என்கிறது. மூலதன நூலுக்கோ நெருக்கடி என்பது அபரிமிதமான உற்பத்தியின் பலன்:

"ஓர் அமைப்பு வியத்தகு நெகிழ்வுத் தன்மையுடனான சமுதாய மூலதனத்தின் திடீர்ப் பெருக்கத்தைப் பெற்றிருக்கும் நிலையில் கடன் செலவாணியானது சகலவிதமான தூண்டுதலையும் பெற்றுச் சமுதாயச் செல்வத்தின் உற்பத்தியில் அசாதாரணப்பெருக்கத்தை ஏற்படுத்துகிறது, ஆக மீண்டும் மூலதனங்கள் தாமதமின்றி அவற்றின் உடைமையாளர்க ளூடாக அவற்றின் தகுதிக்குரிய மதிப்பைப் பெறுவதற்கான வாய்ப்பு களைத் தேடுகின்றன; இன்னொருபுறம் தொழில்துறையில், அறிவியல் நுட்பத்தால் ஏற்பட்ட மாற்றங்கள் வேறு, இந்நிலையில் அவை அதாவது மூலதனங்கள் அனைத்தையும் பொருளுற்பத்தியில் முதலீடு செய்து உற்பத்திச்

சாதனங்களையும், நுகர்வுப்பொருட்களையும் ஏராளமாக உற்பத்திசெய்து குவிக்கின்றன, பின்னர் அவற்றை உலகத்தின் ஒரு பகுதியிலிருந்து மற்றொரு பகுதிக்குக் கொண்டு செல்வதற்கு ஏதுவாக அவற்றுக்குப் போக்குவரத்து களும் உதவுகின்றன. தொடக்கக் காலத்தில் இவ்வாறு உற்பத்திசெய்யப்பட்ட பொருட்கள் மலிவாக இருப்பதால், உற்பத்தித் துறைக்குச் சாதகமான சூழல்கள் அமைவதுபோன்றதொரு தோற்றம் தருவதால், பழைய சரக்குகளை யும் புதியவற்றோடு சேர்த்து மளமளவென்று சந்தையில் தள்ளமுடிகிறது, ஆனாலிந்த அதிகப்படியான உற்பத்தி மெல்ல மெல்லச் சந்தையைத் தொய்வடையச்செய்து ஒரு கட்டத்தில் வேண்டாமென்று நிராகரிக்கப்படு கிறது. வர்த்தகத்தில் உருவாகும் இந்த ஏற்றத்தாழ்வுகள் சமூகமூலதனச் செயல்பாடுகளிலுள்ள முரண்களுடன் (இச்சமூகமூலதனம் பெருக்கத்தின் போது சில நேரங்களில் அதன் கூறுகளுக்கிடையேயான மதிப்பில் கடுமை யான மாற்றங்களையும் அவ்வாறான மாற்றங்கங்ளை அடைந்தபிறகு சில நேரங்களில் அதன் அடிப்படைத் தொழில் நுணுக்கங்களிலும் வளர்ச்சி யையும் காண்பது) கை கோத்துக்கொண்டு செயல்படுகிறது. மேற்கண்ட அவ்வளவு செல்வாக்குகளும் போட்டிபோட்டுக்கொண்டு உற்பத்தி அளவைக் கூட்டவோ குறைக்கவோ செய்கின்றன. (மூலதனம், முதல்பாகம் பகுதி 7, அத்தியாயம் 25)

முதலாளித்துவ உற்பத்திமுறைக் கூறுகளின் இயக்கங்கள் பற்றிய வரலாற்றுத் தலைவிதியை மார்க்ஸால் ஆக மொத்தத்தில் வேறுபடுத்த முடிகிறது. அவரது விளக்கங்கள் சிற்சில நேரங்களில் நம்மைக் குழப்புகிற தென்பதையும் மறுக்க முடியாது. நெருக்கடிகளைக் குறித்தெழுதும் மார்க்ஸ் மனிதகுலத்தின் சாகச அனுபவங்கள் இறுதியில் பொதுவுடைமையில் அடைக்கலமாகுமென்கிறார். எனவே மார்க்ஸியச் சிந்தனையென்பது இயல்பில் ஒரு வரலாற்றுச் சிந்தனையாகவோ அல்லது ஒரு வரலாற்றுத் தத்துவமாகவோ எடுத்தாளக்கூடியதல்ல. தத்துவங்களென்றால் முகம் சுளிப்பவர்கள் எடுத்த எடுப்பில் மார்க்ஸியச் சிந்தனையைத் தத்துவத்தோடு இணைப்பதை ஒருவேளை நிராகரிக்கவும் செய்யலாம், எனினும் அதன் அறிவியல் பண்புகளை அவர்களால் நிராகரிக்க ஆகாது.

உற்பத்தித்திறனை அதிகரிக்கச்செய்யும் எந்த முயற்சியும் கொள்கை அளவில் அதிக இலாபத்தை நோக்கமாகக்கொண்டதாகும் : தொழில்நுட்பத் தில் வளர்ந்த நிலையிலுள்ள ஒரு நிறுவனம் சந்தையில் தமது சரக்கொன்றைச் சமூகத்தன்மையில் அச்சரக்கிற்குச் செலவாகும் உழைப்புக்காலத்திற்கான மதிப்பைக் காட்டிலும் மிகக் கூடுதலான விலைக்கு விற்க முடியும். ஆனால் இக்கூடுதல் இலாபமென்பது தற்காலிகமானது. தவிர நீண்டகால அடிப் படையில் பார்க்கிறபொழுது, குறிப்பிட்ட நிறுவனத்தின் தொழில்நுட்பம் பரவலாகப் பிற நிறுவனங்களிலும் உபயோகிக்கும் காலங்களில் சரக்கின் மதிப்புக்கு மிகவும் குறைவாக முடியும். முதலாளித்துவ உற்பத்திமுறை அவ்வகையில் முரண்களை அடிப்படையாகக் கொண்டது. ஒருபுறம் சொந்தத் தொழிலில் ஈடுபட்ட சிறிய உற்பத்தியாளர்களால் கைவிடப் பட்ட துறை களையெல்லாம் விட்டது கவலையென்று ஆக்கிரமித்துக்கொண்டு தொழி லாளர் முதலாளி உறவில் பழங்காலத்திய முறைப்படித் தமது ஆதிக்கத்தை மீண்டும் புதுப்பித்துக்கொள்கிறது, மற்றொருபுறம் ஒப்பீட்டு மிகை

(சிலவேளைகளில் அறுதி) மக்கள்தொகையையும் கணிசமாகப் பெருக்குகிறது, ஏனெனில் உள்ள மூலதனத்தைச் செயல்படுத்தச் சிறிது சிறிதாகத் தொழிலாளர் எண்ணிக்கையைக் குறைத்துக்கொண்டுபோவது அவசியம்.

“செயல்பாடு திடீரென்று சுருங்கிப்போவதற்கு உற்பத்தி விரிவாக்கத்தில் ஒழுங்கற்ற இயக்கமே பிரதானக் காரணமாகும். அதாவது ஒன்று மற்றொன்றிற்குக் காரணமாகிறது. தொடக்கப்புள்ளியாக உற்பத்தியின் மிகையான விரிவாக்கம் என்பது மூலதனத்தின் கட்டளைக்கு அடங்கிய, தொழிற்சங்கங்களின் ஆபத்துதவிகளின்றியோ, இயற்கை விதிப்படிப் பெருகும் மக்கள்தொகையில் சொந்தத்தொழிலில் ஈடுபடுவோரின் எண்ணிக்கை அதிகரிப்பின்றியோ நடைபெறாது. தொழிலாளர் எண்ணிக்கையில் மிக எளிதாக இந்த உபரிப் பெருக்கம் நிகழ்கிறது. உற்பத்தியில் புதிய முறைகளைப் புகுத்துவதால், உற்பத்தித் திறன் அதிகரிக்கிறது, விளைவாக உழைப்புச் சக்தியின் தேவையைக் குறைக்க முடிகிறது. தொழிலாளர்களில் ஒருபகுதியினர் உழைக்க இருகைகளிருந்தும், ஒரு கைக்கு மட்டுமே அவர்களுக்கு வேலைவாய்க்கிறது. ஆக வேலையின்றி இருக்கிறார்கள். அவ்வகையில் நவீனத் தொழில்துறைக்கு ஒரு பிரத்தியேக வடிவம் கிட்டுகிறது.”

வர்த்தக நடவடிக்கைகள், கடன் செலவாணிகளின் அதிகரிப்பு, உற்பத்தித் துறையில் நிகழும் மாற்றங்களென மார்க்ஸைப் பொறுத்தவரை நெருக்கடிகளுக்குப் பல காரணங்கள் உள்ளன. கடைசியில் சொல்லப்பட்ட உற்பத்தித் துறையில் நிகழும் மாற்றங்கள் என்பது உற்பத்திக் கூறுகளுக்கிடையேயான உறவுகள் அடிப்படையிலானதாகும். இந்நெருக்கடிகளின் இயக்கத்தை இயற்கை விதியின்படியும் ஒப்பிட்டுப் பேசலாம். எங்ஙனம் இயற்கைக் கோள்கள் தங்கள் சுற்றுப்பாதைகளைத் தேர்வுசெய்து கால வரம்பின்றித் தொடர்ந்து இயங்குகின்றனவோ அவ்வாறே சமுதாய உற்பத்தியும் ஒருமுறை தமது செயல்பாட்டை ஆரம்பித்ததும் விரிவதும் சுருங்குவதுமாக நிற்காமல் தொடருகிறது. விளைவுகளே நாளை காரணங்களுமாகலாம். இந்நிலையில் நிகழ்வுகள் ஒழுங்கற்றும் விபத்துப்போலவும் ஓர் வரையறுக்கப்பட்ட காலத்தில் தொடர்ந்து நடைபெறுகின்றன.”

நெருக்கடி மூலதனத்தை ஒட்டுமொத்தமாகக் குறைத்து மதிப்பீடு செய்ய வகை செய்கிறது, அதன் விளைவாகக் கோடிக்கணக்கான தொழிலாளர்கள் வீதியில் நிறுத்தப்பட அவர்கள் வருமானத்தையும் கணிசமாக இழக்கிறார்கள். ‘நொண்டுகிற வாத்துகளுக்கு’ அங்கு இடமில்லை, அதே நேரத்தில் தமது அடித்தளத்தில் புதுவகையான விரிவாக்கத்தைத் தொடங்க ... அதன் முடிவு மீண்டும் ஒரு புதிய நெருக்கடியாக அமையும். ஆக மொத்தத்தில் நெருக்கடியும் முதலாளித்துவ உற்பத்திமுறையின் ஒரு பகுதியென்பது தெளிவு, உற்பத்தி முறையோடு கலந்தது முதலாளித்துவ உற்பத்தி நிகழ்வு முறையிலுள்ள முரண்களின் விளைவே நெருக்கடி. அது மூலதனத்தைக் கரைக்கவும் செய்யும், திரட்டவும் செய்யும்.

நெருக்கடி, நுகர்வுக் குறைவாலல்ல

மிகை உற்பத்தி நெருக்கடியென்பது நாளடைவில் குறைவான நுகர்வென்ற நெருக்கடியில் கொண்டு சேர்த்திடும். எனவே அதிலிருந்து

விடுபடுவதற்கு அடித்தட்டு மக்களின் நுகர்வுத் திறனை ஊக்கப்படுத்துவ தொன்றே வழியென்கிற மார்க்ஸியவாதிகளின் சொத்தை வாதத்தைச் சிறிது விளக்கமாகக் காண்போம். முதலாளிகள் இலவச உழைப்புச் சக்தியை முடிந்த அளவிற்குக் கறந்திட நினைக்கின்றனர். ஆனால் அவர்களது எண்ணம் ஈடேற வேண்டுமெனில் தொழிலாளர்களின் இலவச உழைப் பால் பெற்ற சரக்குகளைக் குறைந்தபட்சம் அவற்றின் தகுவிலைக்குச் சந்தையில் விற்றாக வேண்டும். முதலாளிகள் தொழிலாளிகளென்ற இரு தரப்பினரை மட்டுமே கொண்ட சமுதாயமொன்றைக் கற்பனை செய்துகொள்வோம். தொழிலாளிகள் தங்கள் உற்பத்தியில் ஒரு பகுதியை நுகர்கிறார்கள் அதாவது அவர்கள் ஊதியத்திற்கு ஈடானதொரு பகுதிச் சரக்குகளை நுகர்வதாகக் கொள்வோம், அவ்வாறெனில் அவர்கள் உபரி யாகப்பெற்ற உழைப்புச் சக்திச் சரக்குகளை யார் வாங்குவது? உற்பத்திச் சாதனங்கள் சார்ந்த சரக்குகளை முதலாளிகள் வாங்கலாம். அதாவது அவர்களுடைய உற்பத்தி நடவடிக்கைகளில் அங்கம் வகிக்கிற நிலை அல்லது மாறா மூலதனத் தேய்மானங்களின் இடத்தை நிரப்புவதன் பொருட்டுத் தொழிலாளர்களும் தங்கள் பங்கிற்கு ஊதியத்திற்கீடான மதிப்பைக் கொண்ட சரக்குகளை வாங்கலாம். எல்லாம் சரி, உபரி மதிப்பை எப்படித் தேற்றுவது? தவிர இந்த உபரிமதிப்பை நம்பியே புதிய எந்திரங்களை வாங்குவதும், புதிய தொழிற்சாலைகளை ஸ்தாபிப்பதும், கூடுதல் மூலதனமாக உருமாற்றம் பெறுவதும் நடைபெற்றாக வேண்டும். இதனுடன் முதலாளிகளின் சொந்த நுகர்வும் அடங்குமெனினும் உற்பத்திப் பொருட்களனைத்தையும் அவர்கள் சொந்தப்பாவிப்புக்கெனக் கொள்ள முடியாதில்லையா? ஆக இதுவே சரக்குகளின் உற்பத்திக்குவிப்புக்கு அடிப்படைக் காரணமாகிறது (ஏனெனில் ஒவ்வொரு சுழற்சியும் உற்பத்தித் திறனைக் கணிசமாக அதிகரிக்கிறது). ஆனால் அதே நேரத்தில் தொழி லாளர் ஊதியத்துக்கென மூலதனத்தில் ஒதுக்கும் தொகை குறைவதால், அப்பொருட்களுக்கான சந்தைத் தேவை சுருங்குகிறது. சரக்குகளின் மதிப்பை அடைய அதன் மூலம் உபரி மதிப்பைக்கொண்டு தங்கள் பைகளை நிரப்ப முதலாளிய உலகம் தங்கள் உற்பத்திப் பொருட்களைத் தாமற்ற (முதலாளியமற்ற) உலகில் விற்றாக வேண்டும், அப்படி விற்பது ரோசா லக்ஸம்பர்க்கிற்கும் அவரது ஆதரவாளர்களுக்கும் காலனி ஆதிக்கத்திற் கான முதற்கட்ட நடவடிக்கை. ஆனால் பன்னாட்டு வணிக வளர்ச்சி யோடு முதலாளித்துவ உற்பத்தியும் வளர்ந்துள்ள நிலையில் முதலாளிகள் உலகம் தங்கள் சரக்குகளின் மதிப்பை விற்பதற்கு முதலாளித்துவமற்ற ஓர் உலகைக் காணமுடியாமற்போனால் இறுதி நெருக்கடியும் தவிர்க்க முடியாமற் போகும். தங்கள் தொழிலாளர்களுக்கு ஓரளவு நல்ல ஊதியத்தை அளித்து அவர்களுடைய நுகர்வுச் சக்தியை அதிகரிக்கலா மெனவும் கற்பனைசெய்து பார்க்கலாம். ஆனால் நடவடிக்கைகள் எதுவா யினும் இலாபத்தில் சரிவு என்கிறபோது உற்பத்தி மூலதனத்தில் முன்னீடு செய்வதின் அவசியம்தானென்ன? இறுதியாகத் தொழிலாளர்களின் நுகர்வோ அல்லது முதலாளியமற்ற பிற துறைகளோ உற்பத்திப் பொருட் களின் மதிப்பைப் பெற உதவாதபோது நெருக்கடி பிறக்கிறது. அந்நெருக்கடி இறுதி நெருக்கடியாகக் கூட இருக்கலாம்.

மார்க்ஸின் கொடுங்கனவு

மேற்கண்ட விளக்கம் எளிதாகவும் நம்பத்தகுந்த வகையிலும் இருப்பதை போலவே, ஓட்டைகளுக்கும் குறைவில்லை. முதலாவதும் தலையாயதுமென்று கீழ்க்கண்டதைக் குறிப்பிட முடியும். மூலதனக்கூறுகளின் செயல்பாட்டைக்கொண்டு மிகை உற்பத்தியால் விளையும் நெருக்கடிகளை விளக்கும் மார்க்ஸ் மூலதனக்கூறுகளின் விரிவாக்கம் குறித்துப் பேசுவது குறைவு. மிகை உற்பத்தியை அடித்தட்டு மக்களின் அல்லது பெருவாரியான மக்களின் குறைவான நுகர்வென்றும் அது நிரந்தரமானதென்றும் கருதுவோமெனில் ஏற்படும் முதலாவது நெருக்கடியே முடிவான நெருக்கடியாக மாறிப்போகும். நெருக்கடிகள் பற்றிய கோட்பாடுகளென்பது உற்பத்திச்சாதனப் பொருட்கள், நுகர்வுப் பொருட்கள் ஆகிய இரண்டின் உற்பத்தியிலும் ஒப்பீட்டு அளவில் அதிகரிக்கும் தகவின்மை சார்ந்தது. தகவின்மை போலவே குறைவான நுகர்வும் நெருக்கடிகளை வெளிப்படுத்தும் வடிவங்கள் அதாவது அவற்றின் ஊடாகவே நெருக்கடிகள் தம்மை அறிமுகப்படுத்திக்கொள்கின்றன. எனவே அவை நெருக்கடிகளுக்கான காரணங்களாக இருக்க முடியாது. இவற்றை அறிவதென்பது மூலதனத்தின் இயங்கியலை நன்கு புரிந்துகொள்வதிலுள்ளது.

சூதாட்டப் பொருளியலை முன்வைத்து

முதலாளித்துவத்தை வாடிக்கையாகப் பாதிக்கும் நெருக்கடிகளுக்குச் சொல்லப்படும் விளக்கங்களுள் மிக வழக்கமாய் எடுத்தாளப்படுவது சூதாட்டப் பொருளியல். 1997ஆம் ஆண்டு ஆகஸ்டு மாதத்தில் தென் கிழக்கு ஆசியப் பங்குச் சந்தைகளில் ஏற்பட்ட வீழ்ச்சியை அடுத்து வந்த நெருக்கடிகள், தகவல் தொடர்புத் துறையில் 2000ஆம் ஆண்டில், சரியாகச் சொல்ல வேண்டுமெனில் இரண்டாவது அரையாண்டில் ஏற்பட்ட அதிர்ச்சி, 2007 – 2008 ஆண்டுகளில் வட அமெரிக்காவில் வீடு மற்றும் வீட்டு மனையின் பேரில் கொடுத்த கடன்தொகையின் நெகிழ்வு வட்டியால் உண்டான நெருக்கடிகளென ஊக முதலீடுகளின் பேரைச்சொல்ல ஏராளமான சோதனைகள் முதலலாளியியத்தில் இருக்கின்றன. உற்பத்தி நடவடிக்கையில் நேரிடையாகப் பங்கெடுத்து உபரி மதிப்பை உண்டாக்குகிற முதலாளித்துவம் ஆரோக்கியமானதென்று கொண்டால், உத்தரவாதமற்ற ஊகமுதலீட்டில் ஆர்வம் காட்டும் முதலாளித்துவம் ஒரு நோயாளி முதலாளித்துவம் ஆகும், நாளை அதற்கு எதுவும் நிகழலாம். இவ்விளக்கமே கூடச் 'சூதாட்ட முதலாளித்துவம்' என்கிற அடைமொழிக்கு மேம்பட்டதல்ல.

ஊகவணிகம் எனப்படும் பங்குச்சந்தை வர்த்தகம் பல்வேறுவிதமான வடிவங்களுடன் முதலாளித்துவத் தொழில்முறையின் தொடக்கக் காலத்திலிருந்தே இருந்துவருகிறது. உலக அளவில் 'தொலைதூர வர்த்தகம்' இதன் முதற்படி. பல்ஸாக் படைப்புகளைக் கடினப்பட்டு வாசிக்க முடிந்தவர்கள் 19ஆம் நூற்றாண்டுச் செல்வந்தர்களிடத்தில் ஊக வர்த்தகம் பெற்றிருந்த செல்வாக்கைப் புரிந்துகொள்ள முடியும். கடந்த நூற்றாண்டின் இறுதியிலும் இந்நூற்றாண்டின் தொடக்கத்திலுமிருந்த ஏராளமான கடன் பத்திர உரிமையாளர்களில் ஆரம்பித்து அக்டோபர்ப் புரட்சிக்குப் பின் கடன் பத்திரங்களின் மீது ஈட்டிய கடனைத் திருப்பித் தருவதில்லையென

ரஷ்ய அரசு எடுத்த முடிவுவரை நடந்தவற்றைக் கடன்பத்திர உடைமையாளர்கள்மீதான முதலாவது கருணைக்கொலையெனத் தாராளமாகக் கருதலாம். 1929ஆம் ஆண்டு நெருக்கடிக்கு ஊக வாணிகத்தின் முட்டாள்தனமான நடவடிக்கைகள் எப்படி நேரிடையாகக் காரணமாகின்றனவென்பதை ஜே.கே. கல்பிரேத் **(J.K. Galbraith)** மிகத் திறமையாக விளக்கியிருந்தார். அவரது விளக்கம் ஒரு நல்ல படிப்பினையையும் தர வல்லது. சிலவேளைகளில் அவ்விளக்கம் எண்பதுகளிலும் தொண்ணூறுகளிலும் நடந்ததுபோலவும் உள்ளது. அதாவது அவற்றின் இறுதி விளைவுகள் உட்பட. புளோரிடா வீட்டுமனைகள் விற்பனை விவகாரத்திலிருந்து கல்பிரேத் தொடங்குகிறார். இறுதியில் வழக்கம்போலப் பங்குச் சந்தை வீழ்ச்சியில் முடிந்த இப்பிரச்சினை ஊக வர்த்தகத்திற்கு நல்ல உதாரணம். சூரியனை அரிதாகப் பார்க்க நேருகிற மக்களுக்கு, புளோரிடாவில் எந்நாளும் சூரியனென்றால் மகிழ்ச்சிதானே? ஆகப் பொருளியல் அடிப்படையிலும் சூரியன் தங்கள் எதிர்காலத்திற்கு உத்தரவாதமளிக்குமென நினைத்தார்கள். கோடைக்காலத்தை உல்லாசமாகக் கழிக்க வருகிறவர்களை நம்பி புளோரிடாவில் நிலங்கள் மனைகளாகப் பிரிக்கப்பட்டன. விலையில் பத்துச் சதவீதத்தை ரொக்கமாகச் செலுத்தியவர்களுக்கு மனைகள் விற்கப்பட்டன. விழுந்தடித்துக்கொண்டு வாங்கினார்கள், ஒவ்வொரு வாரமும் விலை கூடிக்கொண்டு போனது. தன் வாழ்நாளில் இதுபோலச் சீந்துவாரற்ற நிலத்தை விற்றுக் கொள்ளை இலாபம் பார்த்ததில்லையேயெனச் சந்தோஷப்பட்ட விவசாயி, மறு வாரம் சந்தையில் இருமடங்காகக் கூடிய விலையைக் கண்டு தலையிலடித்துக்கொண்டான். விவசாயத்தின் மீதான ஆர்வம் குறைந்தது. விற்றால் கூடுதல் இலாபம் பார்க்கலாமென நினைத்தார்கள். உண்மையில் நிலங்களை வாங்கியவர்களின் எண்ணமும் வேறு. கற்பனையில் தீட்டப்பட்டிருந்த திட்டமும், உருவாகியிருந்த நகரும் தமது கடைசி நாட்களைச் சந்தோஷமாகக் கழிக்க உதவுமென்ற எண்ணத்துடன் வாங்கியவர்கள் அவர்களில் ஒருவருமில்லை. கல்பிரேத்தைப் பொறுத்தவரை, "சொத்துகளிலிருந்து கிடைக்கும் வருவாயும் மகிழ்ச்சியும் ஏட்டுச்சுரைக்காயாக இருப்பதே ஊக வர்த்தகம்." இதில் முக்கியமாகக் கவனத்திற்கொள்ள வேண்டியது என்னவெனில் நாளை அல்லது அதற்கடுத்த கிழமைகளில் நேற்று அல்லது அதற்கு முந்தைய கிழமைகளில் நடந்ததுபோலப் பங்குச் சந்தையில் அவற்றின் மதிப்பு உயர்ந்து இலாபம் ஈட்ட உதவும்.

புளோரிடாவில் உண்மையில் மனைகளை வாங்கியவர்களென்று எவருமில்லை, பத்திரப்படி அவர்கள் உரிமையாளர்கள், நாளை அவர்கள் விற்க வேண்டுமென நினைத்தால் அவ்வுரிமையை விற்கலாம். "ஒரு உடைமைக்குள்ள மிகமோசமான நிர்ப்பந்தம், அது நிலமோ அல்லது வேறு சொத்தோ வாங்கும் விலையை அச்சொத்து கைமாறுமுன்பே செலுத்திவிட வேண்டும்." பங்குப்பத்திர விற்பனையில் கிடைக்கும் வசதி கணிசமான அளவிற்குக் கட்டணச் சுமையைக் குறைக்க வகை செய்கிறது. ஆனால் அதே நேரத்தில் நாளை விற்பதால் கிடைக்கக்கூடிய இலாபத்திற்குகந்த அத்தியாவசியப் பண்புகளைக் கவனத்துடன் பாதுகாக்கிறது. ஆகப் பெருமளவில் கடன்பத்திரங்களை அப்போதே அறிமுகப்படுத்தி

யாயிற்று. எண்பதுகளில் நிதிச்சந்தை வணிகம் பெரும் அளவில் பரவிய தற்கும் அடிப்படை உண்மை மேற்கண்ட காரணங்களே. *Golden boys* எனப்படும் பங்குச் சந்தை மைனர்களுக்குத் தம்படிச் செலவின்றிப் பங்குகளை வாங்கவும் வாங்கியவற்றை விற்கவும், இலாபம் ஈட்டவும் தெரியும். இதனையே கல்பிரேத் 'உபரி மதிப்பின் மீதான வர்த்தகம்' என்கிறார். இன்று நாம் அதனை மிகக் குறுகியகால வர்த்தகச் செயல்பாட்டில் வருகிற துணை அல்லது உதிரி வருவாய் (Derivated Finance) என அழைக்கிறோம். இன்றைக்கும் பொருள்கொள்ள முடிகிற கீழ்க்கண்ட பத்தியைப் பார்ப்போம் :

"இவ்வர்த்தகத்திற்கு ஊட்டமளிக்கும் உபகரணங்களை வியப்பதென்பது, அவற்றின் நோக்கங்களைப் பொறுத்ததாகும். ஊக வர்த்தகத்தினரைத் தயார் செய்தலும் ஊக வணிகத்திற்கான சூழல்களை உருவாக்கித் தருதலு மென்பது அதிலொன்று; ஆனால் இது அங்கீகரிக்கப்பட்டதாகச் சான்றுகளில்லை. நாளையே வால் ஸ்ட்ரீட்டில் நடப்பது வெளியுலகிற்குத் தெரிய வருகிறதெனில், இலட்சக்கணக்கான ஆண்களும் பெண்களும் சொல்லக்கூடியது ஒன்றே ஒன்றுதான் : உடனடியாக அதைச் சீர்திருத்த வேண்டும் என்பார்கள். ஏனெனில் அது ஏற்படுத்தியுள்ள அழிவுகள் கொஞ்சநஞ்ச மல்ல. எனினும் இலாப வர்த்தகம் தவிர்க்க முடியாதது, காரணம் மிகவும் தகைமையுடனும் யூகத்திறமையுடனும் ஊக வர்த்தகருக்கு அது உதவுகிற தென்பதாலல்ல, மிகக் கணிசமான அளவில் பரிவர்த்தனையை அதிகரித்து நலிந்தும் மெலிந்துமுள்ள சந்தையை ஆற்றலும் ஆரோக்கியமும் கொண்டதாக மாற்றுகிறதென்பதால். அதிகபட்சமாக ஊக வணிகத்தைக் குறித்துச் சொல்லமுடிவது, அதொரு அக்கறைகொள்ளத்தக்க பொருளல்ல, தவிர அவநம்பிக்கைக்குரியது. 'வால் ஸ்ட்ரீட்' அதனது எல்லையில் மாசுமருவற்ற ஓர் அழகிய பெண்மணி, பருத்தியாலான காலுறைகளும் கம்பளியிலான உள்ளாடையும் தரித்துப் பார்க்கச் சமையற்கலையில் தேர்ந்ததொரு பெண்மணிபோலத் தோன்றும். ஆனால் செய்வதென்னவோ பரத்தைத் தொழில்."

கல்பிரேத்தால் சொல்லப்பட்ட இக்கதையும் தற்போதைய சூழலும் நம்மைக் கூடுதலாகவே அச்சுறுத்துகின்றன. 'ஊக்கு ஆற்றல்' *(leverage)* தயவில் மீட்கக்கூடிய கடன் பத்திரங்கள் அனைத்திலுமே 1920களின் அனுபவ மின்றி நிதித்துறையின் சோதனை முயற்சிகள் ஏற்கனவே வெற்றியில் முடிந்திருக்கின்றன. இது தம்படிச் செலவின்றி ஒரு நிறுவனத்தை மீண்டும் விலைக்கு வாங்குவது, ஒரு நிறுவனம் பல துண்டுகளாகப் பிரிக்கப்பட்டு, துண்டுகளின் விலையைச் செலுத்துவதன்மூலம் நிறுவனத்தின் இலாபத்தில் பங்கேற்கிறோம். இழப்பாளிகளில்லாமலில்லை. அவர்கள் நிறுவனத்தில் ஊதியத்திற்கு உழைப்பவர்கள், மறுகட்டமைப்பு என்ற பெயரில் வீதியில் நிறுத்தப்படுபவர்கள்.

எனினும் கல்பிரேத் கூற்றிற்கும், தற்கால நிதிமூலதனத்திற்கும் பெருத்த வேறுபாடு உள்ளது. நெருக்கடியிலிருந்து மீண்ட முதலாளியத்தின் உடல்நிலையைத்தான் ஊக வணிகத்தின் பதற்றங்கள் தெரிவிக்கின்றன. ஊக நிதி வணிகமென்பது இன்றைக்கு முதலாளித்துவத்தின் முதல் கட்ட நடவடிக்கையுமல்ல குறுக்கீடுமல்ல, முதலாளித்துவத்தின் பொதுவான

செயல்முறைகளுள் அதுவும் ஒன்று. உற்பத்தி நடவடிக்கைகள் அனைத்தும் ஊக வணிகத்திடம் தங்களை ஒப்படைத்துக்கொண்டு வைப்பு நிதி நடவடிக்கைகளின் அங்கங்களாகவே மாறியுள்ளன. இருந்த தடைகளெல் லாம் அகற்றப்பட்ட நிலையில் எவர் வேண்டுமென்றாலும் ஊக வர்த்த கத்தில் ஈடுபடலாம். தங்கள் சிறு வாடிக்கையாளர்களைக்கூட வைப்பு நிதி வங்கிகள், ஊக விளையாட்டில் ஆர்வங்கொள்ளவைத்தன. வாகன மொன்றை நாம் வாங்க விரும்பினால், விற்பனையாளர் நிறுவனம் தரும் கடன் வசதிகளைக் குறித்துப் பேசுவதே அதிகம், புதியவகை வாகனத்தை விற்பதில் காட்டும் அக்கறை குறைவு. பேரங்காடிகள் இப்போதெல்லாம் உயிர்க் காப்பீடு நிறுவனங்களாகவும் நிதி நிறுவனங்களாகவும் செயல் புரிகின்றன. தாராளமயமும் உலகமயமாக்கலும் இன்று சரிசமமாகவே வளர்ந்துள்ளன. இவ்வளர்ச்சிகள் ஒன்று மற்றொன்றிற்கு ஆதாரமென்ற அடிப்படைச் சூத்திரங்களைக்கொண்டவை. இன்று நேற்றல்ல, 70களின் தொடக்கத்திலேயே அதற்கான ஆரம்பத்தைப் பார்க்கிறோம். மேற்கண்ட இரண்டும் பொருளியல் நடவடிக்கைகளின் அனைத்து மட்டத்திலுமான விரிவாக்கத்திற்கு ஆதாரமாக இருப்பதோடு நிதித்துறையின் அதிகாரத் தையும் கையிலெடுத்துக்கொண்டிருக்கின்றன.

பொருளியல் துறையில் ஏற்பட்ட இம்மாற்றத்திற்கான ஆரம்பமென்று அறுபதுகளின் இறுதிக்காலத்தைக் குறிப்பிடலாம். பிரெட்டன் வுட்ஸ் *(Bretton Woods – USA)* ஒப்பந்தத்தின் விளைவாகப் பன்னாட்டு நிதி நிறுவனத்தில் ஏற்படவிருந்த பெரும் நெருக்கடிகளுக்கான அறிகுறிகள் தலைகாட்டிய காலமது. 1971ஆம் ஆண்டு ஆகஸ்டு மாதத்தில் நிக்ஸன் இனி டாலர்களைத் தங்கமாக மாற்றமுடியாதென்றதொரு அதிர்ச்சித் தகவலை வெளியிட்டார். அதற்கு முன்புவரை *As Good as Gold* எனத் தங்கத்தினிடத்தில் வைக்கப்பட்டிருந்த டாலர் உலக வர்த்தகத்தில் ஏற்றுக் கொள்ளப்பட்ட நாணயச் செலாவணியாக இருந்து வந்தது. ஓர் அவுன்ஸ் தங்கத்திற்கு 35 டாலர் என்றிருந்த அதன் மதிப்பு நிக்ஸன் அறிக்கைக்குப் பிறகு சட்டமுறை நாணயத்தின் காகித வடிவம் என்றானது. பன்னாட்டு நிதி நிறுவனத்திலேற்பட்ட இந்நெருக்கடி நிதித்துறையை ஊக வர்த்தகத் திற்கு அழைத்துச் செல்ல, அதைத் தொடர்ந்து எழுபதுகளின் இறுதியில் மாறும் இயல்புள்ள செலவாணி *(Floating Currency)* வர்த்தகத்தில் நுழைந்தது. பலன் நாணயச் செலாவணிகளின் முகமதிப்பு வெகுவாகக் குறைந்தது. யூரோ டாலர் *(Euro dollar)* நடைமுறைக்கு வந்தது. அதன்படி அமெரிக்கா வின் டாலர்கள் ஐரோப்பிய வங்கிகளில் செலுத்தப்பட்டுச் சொந்த நாட்டில் கிடைப்பதைவிட அதிக வருவாய்க்கு வகைசெய்யப்பட்டது. குறிப்பாக இங்கிலாந்தும் சோவியத் யூனியனும் இம்முறைக்குப் பழகியிருந்தன. சோவியத் யூனியனின் மத்திய வங்கிப்பிரிவைச் சேர்ந்த யூரோபேங்க், இப்புதிய சந்தையில் முக்கியப் பங்காற்றியது. இச்செயல்முறையின் விளைவாக அரசுகள் தங்கள் பொருளாதார அரசியல்களை மறுபரி சீலனை செய்தன. கடந்தகாலத்திய சட்டத்திட்டங்கள் கைவிடப்பட்டன. அமெரிக்காவின் *Federal Reserve Board* இயக்குநராகவிருந்த போல் வோல்க்கர் *(Paul Volcker)* என்பவர் பணமுறைப் பாய்ச்சலுக்கு வகைசெய்தார். அவரது 'ரீகன் பொருளியல்' *(Reagonomics)* நூலில் இப்புதிய சிந்தனைகுறித்துத் தெரிவித்திருந்தார். திருமதி தாட்சரின் அரசியலும் இச்சிந்தனையைச்

சார்ந்து செயல்பட்டது. ஆக மெல்ல மெல்லப் போல் வோல்க்கரின் பணமுறை அரசியல் சிந்தனை பொருளியலில் ஆதிக்கம் செலுத்த ஆரம்பித்தது, தவிர இக்கோட்பாட்டை முன்னெடுத்த நாடுகள் வல்லரசுகளாகவும் இருந்ததால், இக்கொள்கையை நடைமுறைப்படுத்துவது எளிதாக இருந்தது. இந்நிலையில் 1929ஆம் ஆண்டின் நெருக்கடிக்குப் பின்னர்த் தனித்து இயங்குவதற்கேற்றவகையில் ஒழுங்குபடுத்தப்பட்டிருந்த நிதி நிறுவனங்களும் வங்கிகளும் போல் வோல்க்கர் பணமுறைச் சிந்தனையின் அறிமுகத்திற்குப் பிறகு பழைய விதிகள் விலக்கிக்கொள்ளப்பட மீண்டும் அவை முன்பு போலவே இணைந்து செயல்பட்டன. ஆகமொத்தத்தில் பங்குச்சந்தை வீழ்ச்சியை இனி நிகழாமற் பார்த்துக்கொள்வதென்ற பெயரில் பொருளியல் ஒழுங்குகள் சிதைக்கப்பட்டன. அடுத்து உருமாறும் செலவாணி மதிப்புகள் *(Floating Currency)* ஏற்படுத்தியிருந்த ஸ்திரமற்ற தன்மையும் நிதிமுறைகளைத் தளர்த்துவதற்கென்று எடுத்த நடவடிக்கைகளால் ஆபத்தற்றவையென உத்தரவாதமளித்திருந்த பொருட்களும் உத்தரவாதத்திற்கொப்ப உதிரி வருவாய்களின் பெருக்கத்திற்கு அதிசயமாகக் காரணமாயின. இறுதியில் பணம் சார் பொருளாதார அமைப்புவாதிகளின் கொள்கைக்கேற்ப நாட்டின் மொத்தப் பண அளிப்பு *(Money supply)* விதி மட்டுமே (குறிப்பாக வட்டிவீதம் மிகவும் கூடுதலாக இருந்த நிலையில்) பொருளியல் நடவடிக்கைகளுக்குப் போதுமானதாக இருந்தது. கடந்த காலத்திய பொருளியல் வரலாறு குறைந்த வட்டிவீதத்தையும் சில நேரங்களில் அதுகூட இன்றி வட்டி வருவாய் பூஜ்யத்துக்குக் கீழே என்றிருந்ததை ஒப்பிடுகிறபொழுது இக்காலக் கட்டத்தில் முதலாளித்துவம் இதுவரை காணாத அளவிற்கு (6 சதவீதம் வரை) வட்டி வீதத்தைக் கண்டது. வட்டியை அடிப்படையாகக்கொண்ட இப்புதிய மூலதனம் உண்மைப் பொருளியல் நடவடிக்கைகளின் இரத்தத்தை முழுதுமாக உறிஞ்சியதெனச் சொல்ல வேண்டும்.

முதலாளித்துவ உற்பத்திமுறையின் இப்புதியமுகம் பாரம்பரிய இடதுசாரி வல்லுநர்களின் நம்பிக்கையையும் கோட்பாட்டையும் நிராசையாக்கியது. 'பொருளியல் நடவடிக்கைகளில் அரசாங்கத்தின் சட்டத்திட்டங்களையும் தலையீட்டையும் கொண்டு, உற்பத்தியில் கிடைக்கும் இலாபங்களை அனைவருக்கும் பகிர்ந்தளித்தல்' என்ற கருத்தியல் கினேசியன் இயலின்படி ஐரோப்பியச் சமூகக் குடியரசு அரசியலாளர்களின் நோக்கங்களுக்கு இசைவானதென்றும்; இப்புதிய அரசியல் மட்டுமே மிருகத்தனமான முதலாளித்துவம், சோஷலிஸ அரசியல் நிர்வாகம் என்றிரண்டிலும் சாராத ஓர் அதிசயிக்கத்தக்க மூன்றாவது வழிமுறைக்கான திறவுகோலென்றும் கருதப்பட்டது. முதலாளித்துவ உற்பத்திமுறைகளில் பணமுறைத் திட்டமும் விதிமுறைத் தளர்வுகளும் குறுக்கிட்டு எழுபதுகளின் இறுதியில் 'சமூகக் குடியரசு' என்ற அரசியல் நிலைப்பாட்டிற்கு வழிவகுத்தன. நீண்டகால அடிப்படையில் தொழிலாளர்கள் நலனும் முதலாளிகளின் நலனும் ஒருசேரப் பேணப்படுகிறவகையில், இருவருக்குமிடையே இணக்கத்தை, உற்பத்தியில் கிடைக்கும் இலாபத்தைச் சரிசமமாகப் பங்கிடுவதன்மூலம் ஏற்படுத்தமுடியுமென்ற சிந்தனை இப்போது அதன் அடிப்படைத் தன்மையை இழந்தது. இதற்கான காரணமென்ன என்பதைப் புரிந்துகொள்ள வேண்டுமெனில் மார்க்ஸின் பகுப்பாய்வுக்குத் திரும்ப வேண்டும். சமூகக் குடியரசு

அரசியல் சார்ந்தவர்களுக்கு மார்க்ஸின் சிந்தனை உடனடியாக நினைவுக்கு வர வாய்ப்பில்லை. அவ்வாறே வந்தாலும் அதனை நிரூபித்தாக வேண்டிய நிர்ப்பந்தம் அவர்களுக்கு உள்ளது.

நிழல் மூலதனம்

உலகளவில் பொதுவான நிதி நிறுவனமொன்றை ஏற்படுத்தியதில் வியப்பில்லை. நிழல் மூலதனங்களில் ஏற்பட்டுள்ள வளர்ச்சியையும் அதனுடைய கூறுகளான கடனுறுதிப் பத்திரங்கள் எடுத்துள்ள விசுவ ரூபத்தையும் பார்க்கும்போது நிதி நிறுவனத்தின் நோக்கங்களுக்கு அவை பொருந்துகின்றன. நிதிமூலதனத்தின் இருவகைத் தன்மைகளையும் குழப்பிக் கொள்வது நமக்கு வாடிக்கையென்கிறபோதும் கடுமையான அவ்விரண்டு வேறுபாடுகளையும் கீழ்க்கண்டவாறு அடையாளப்படுத்த முடியும்:

1. உற்பத்திமூலதனத்தின் தேவைபொருட்டுக் கடனுறுதிப்பத்திரங்களூடாகப் பெறப்படும் அரசாங்கத்தின் நீண்டகால மற்றும் இடைக் காலக் கடன்களுக்குத் தரப்படும் வட்டியானது உண்மையில் உற்பத்திச் செயல்பாட்டால் கிடைக்கிற உபரிமதிப்பிலிருந்து எடுக்கப்படுகிறது.

2. கடனுறுதிப் பத்திரங்களால் பிரதிநிதித்துவப்படுத்தப்படும் நிழல் மூலதனத்திற்கு, ‘பரிவர்த்தனை மதிப்புக்குரியவை’ என அரசுக் கருவூலங்கள் தரும் உத்தரவாதமே அடிப்படை. இங்கே பரிவர்த்தனை மதிப்பு எனப்படுவது கற்பனையான மூலதன வருவாய். மூலதன உற்பத்தியோடு நேரிடையாகத் தொடர்புகொண்ட வருவாயல்ல, ஒரு துணை வருவாய்.

மார்க்ஸ் என்ன சொல்கிறாரெனப் பார்ப்போம் : “வட்டி மூலதனத்தின் வடிவமென்பது ஒரு நிரந்தர வருவாய்க்கான வழிமுறை. மூலதனத்தால் ஈட்டப்படும் வட்டியெனவும் கருதப்படும் அவ்வருவாய் மூலதனத்திலிருந்தே நேரடியாகப் பெறப்பட வேண்டுமென்ற கட்டாயங்களில்லை” (மூலதனம், பாகம் 3, பிரிவு 5). எக்காலத்திற்கும் பொருத்தமான சாதுர்யமான செயல்முறைகளை அடிப்படையாகக்கொண்ட ‘நிழல் மூலதனம்’ சாதகம் பாதகம் இரண்டும் கலந்ததென்பதுடன் உற்பத்தி நிகழ்வில் முறையானதொரு நடவடிக்கையாக ஏற்றுக்கொள்ளப்பட்டிருக்கிறது. “பண வருவாய் முதலில் வட்டியாக உருமாற்றம் அடைந்து, அவ்வட்டியே பின்னர் மூலதனமாகவும் உருப்பெறுகிறது.” மார்க்ஸுக்கு இங்கே முதலாளித்துவ உற்பத்திமுறையை நன்கு தெளிவுபடுத்திவிட்டோமென்கிற எண்ணம். உதாரணத்திற்கு ஒரு கட்டடத்தின் விலையைத் தீர்மானிக்கிறபோது அக்கட்டடத்தை முதலாகவே பார்க்கிறோம். முதலென்று பார்க்கிறபொழுது அது வட்டி ஈட்ட வேண்டும். அவ்வட்டி கட்டடத்தின் மதிப்புக்குள் இணைந்து கொள்கிறது. இங்கே கட்டடமென்ற முதல் தொகைக்கான வட்டி, அக்கட்டடத்தை நாளை வாடகைக்கு விடுவதனாற் கிடைக்கும் வருவாய். ஆனால் இச்செயல்பாடு பாரிய விளைவொன்றிற்குக் காரணமாகிறது : “மூலதனமென்ற தோற்றத்தைக்கொண்ட பணமதிப்பு அனைத்தும், வருவாய் என்றளவில் செலவிடப்படாதபோது – அதனால் ஈட்டமுடியும் என நம்பப்

படும் வட்டி அல்லது உண்மை வருவாயோடு ஒப்பிட்டால் – பிரதான மூலதனமாக அல்லது முதலீடாகக் கொள்ளப்படும்.”

அரசு வெளியிடும் கடனுறுதிப் பத்திரங்களின் செயல்பாடுகள் இவற்றுக்கு ஓர் நல்ல உதாரணம்: “ஒவ்வொரு வருடமும் அரசாங்கம், கடன்பத்திர உரிமையாளர்களுக்கு ஒரு குறிப்பிட்ட வட்டித்தொகையை அவர்களிடம் வாங்கியுள்ள கடனுக்காகச் செலுத்த வேண்டும். இப்பிரச்சினையில் கடன் கொடுத்தவர் அரசாங்கத்துடனான கடனொப்பந்தத்தை முறித்துக்கொள்ள இயலாது. அதற்கு மாறாகத் தன்னிடமிருக்கும் கடன் பத்திரத்தை வேறொருவருக்கு விற்க முடியும், அதற்கான உரிமையை அவரிடமுள்ள கடனுரிமைப் பத்திரம் வழங்குகிறது. இந்நிகழ்வின் மையப் பொருளான மூலதனத்தை அரசாங்கம் உபயோகித்துவிட்ட நிலையில் மூலதனமென்று உண்மையில் ஒன்றில்லை.” இப்போது கடன் கொடுத்தவர் கைவசம் என்ன இருக்கிறதெனப் பார்ப்போமெனில்:

1. கடன்தொகைமீது அவரது உரிமையை நிலைநாட்டும் ஆவணம் (கடன்பத்திரம்).
2. அந்த ஆவணம் கைவசம் இருப்பதாலேயே வருமான வரியில் சலுகை பெறும் உரிமை.
3. ஆவணத்தை (கடன்பத்திரத்தைப்) பிறருக்கு விற்கும் உரிமை.

“இவ்வுரிமைகள் அனைத்தும் முன்னீடு செய்த மூலதனத்திற்குரிய வட்டியை அளிக்கின்றன. இவ்வட்டியை அரசாங்கம் செலுத்துகிறது. அரசு தமது கடன்காரர்களுக்குச் செலுத்தும் தொகை ஒரு வகையில் கற்பனை மூலதனம் அல்லது நிழல் மூலதனமெனலாம். இங்கே அரசுக்குக் கொடுத்த கடன்தொகை உண்மையில் ‘இல்லை’ என்பது மட்டுமல்ல, அத்தொகை மூலதனமாகச் செலவிடப்பட வேண்டும் என்ற விதிமுறையின் கீழ் ஒரு போதும் வழங்கப்பட்டதுமில்லை.” கடன் கொடுத்தவருக்கு, அரசாங்கத்திற்குக் கொடுக்கும் கடன், வருமான வரியில் ஒரு பகுதியைக் கழிவாகப் பெற்றுத்தரவல்லது அல்லது கடன் கொடுப்பது, வட்டியைச் சம்பாதித்துத் தரக்கூடிய ஒருவகையான உற்பத்தி முதலீடு அல்லது ஒரு நிறுவனமொன்றின் ஆதாயத்தில் பலன் பெறலாமென்ற நோக்கில் பங்குகளை வாங்குவது. “எனினும் அரசுக்கடனென்பது உண்மையில் கற்பனையானது, கைவசமிருக்கும் கடனீட்டுப்பத்திரங்கள் விற்பனைக்குச் சாத்தியமற்ற நாளில் மூலதனம் என்ற சொல்லுக்கு அவை அருகதையற்றனவாகிப் போகலாம்.”

நிழல் மூலதனமென்பது அரசாங்கத்தின் பொதுக்கடன் மட்டுமல்ல. ‘நிழல் மூலதனப் பணமென்பது’ பங்குச்சந்தையிலும், நிறுவனங்களின் பங்குகளிலும் வருவாய் ஈட்டித்தரக்கூடிய கடனீட்டுப்பத்திரங்களின் பல்வேறு வடிவங்களாகும். இவற்றுடன் எண்ணற்ற ‘புதுவகை நிதிவருவாய்ச் சாதனங்கள்’ உள்ளன. இவை அனைத்துமே ஏதோ ஒருவகையில் பங்குகள் என்ற பெயரைக்கொண்ட கடனாகவும், கடன்பத்திரங்களை மூலதனமாகச் சந்தையில் உழலவைப்பவையாகவும் இருக்கின்றன. இவ்வகை நிழல் மூலதனத்துடன் நிதிச்செலாவணிகளான junk bonds என்கிற மிகவும் அபாயகரமான பத்திரங்களையும் ஆபத்து அதிகமுள்ள பங்கு பத்திரங்களையும்

(debentures) சேர்த்துக்கொள்ளலாம். அண்மையில் அமெரிக்காவில் பிரசித்தி பெற்ற *subprimes* என்ற அபத்தமும் இவ்வகை சார்ந்ததே.

மார்க்ஸுடைய பகுப்பாய்வை ஒப்பீடு செய்கிற ராபர்ட் கட்மன் **(Robert Gutmaan)** "நிழல் மூலதனமென மார்க்ஸ் குறிப்பால் உணர்த்துகிற கடன் செலாவணியானது தங்கக் கையிருப்பின் உத்தரவாதமற்ற சட்டமுறை நாணயச் செலாவணி என்னும்போது இன்றைக்குப் புழக்கத்திலுள்ள நாணய முறை அனைத்துமே தங்கக் கையிருப்பின் உத்தரவாதத்தைப் பெறாதவை" என்கிறார். அவ்வகையில் இன்றைக்குப் புழக்கத்திலுள்ள நாணயச் செலா வணிகள் அனைத்தையும் 'நிழல் மூலதனத்தின் வடிவம்' என்று சொல்ல வேண்டும்.

மார்க்ஸ் பகுப்பாய்வு செய்கிற முதலாளித்துவ உற்பத்திமுறை நிகழ்வி லேயே இவ்வகையான பொருளியல் நிதித்துறைப் பண்புகள் உள்ளன. முதலாளித்துவ உற்பத்தி நிகழ்முறையின் இச்செயல்பாடு தற்செய லானதோ முதலாளிய மேலாண்மையின் தவறுதலான நிர்வாகக்கேட்டின் விளைவானதோ அல்ல, மாறாக முதலாளிய உற்பத்திமுறையின் பார தூரமானதும், மூலதனம் – சமுதாயம் இரண்டிற்குமிடையேயான உறவின் இயல்பான வெளிப்பாடுமாகும். 'பங்குச்சந்தைப் பொருளியல்' என்ற ஒட்டுண்ணிகளின் அபரிமிதமான வளர்ச்சியும் நல்லவை கெட்டவை யென இனம் காண முடியாத அளவில் இன்றைய வர்த்தகம் மிகுந்த சாதுர்யத்துடன் தம்மை வளர்த்துக்கொண்டதும் முதலாளிய உற்பத்தி முறை நிகழ்வில் தவிர்க்கவியலாத விளைவுகளை ஏற்படுத்தியதோடு அவை பொருளியலின் அடிப்படைக் கோட்பாடுகளையே தகர்க்கின்ற வகையிலுள்ளன. கிழக்கு ஐரோப்பிய நாடுகளிலும் இன்றைய ரஷ்யா விலும் பொருளாதாரம் தாதாக்களின் கைகளில் உள்ளது. அதுபோலவே அண்மைக் காலத்தில் ஜெர்மன் தொழிற்சாலைகளில் ஏற்பட்ட சிக்கல் களிலும் இத்தாலியின் வடபகுதியில் நேப்பிள்ஸ் நகரில் குப்பை வாருவோர் பிரச்சினைகளிலும் தாதாக்களின் குறுக்கீட்டை அறிவோம். இதனை ஏதோ முதலாளித்துவ நடைமுறையில் அவரவர்க்கான பங்களிப்பென்று அலட்சியப்படுத்த முடியாது, மாறாகச் சம்பந்தப்பட்ட நாடுகளின் அரசியல் வரலாறுகள் அவற்றுக்கான காரணங்கள். உண்மையில் இப்பொருளியல் தாதாக்கள் சிசிலியன் வழிவந்த தாதாக்களல்ல. இரு கூட்டத்திற்கும் பாரிய இடைவெளி உள்ளது. இன்றைக்கு நம் கண்முன்னே நடப்பது இன்றைய முதலாளித்துவத்தின் திறமையான செயல்பாடு. போதைப்பொருள் வர்த்தகமும் சட்டத்திற்குப் புறம்பான பிற நடவடிக்கைகளும் ஈட்டுகின்ற கோடிக்கணக்கான இலாபங்களிலிருந்தே இவ்வுண்மையை உணர முடியும். தவிர இவ்வாறு சம்பாதிக்கப்பட்ட பணம் அனைத்துமே மறு சுழற்சியூடாக நியாயமான நடவடிக்கைகளில் ஈட்டிய பணம்போல எளிதில் மாற்றப் பட்டுவிடுகின்றன.

நிதிச் சகடத்தின் போக்கில் நாளுக்கு நாள் ஒரு சீரற்ற வளர்ச்சியைப் பார்க்கிறோம். கீழ்க்கண்ட ஆய்வுத் தகவல் தரும் புள்ளிவிவரத்தை அடிப் படையாகக்கொண்டு நிதித் துறைப் பரிவர்த்தனை நடவடிக்கைகளையும் அவற்றின் பரிணாமங்களையும் விளங்கிக்கொள்ள முடியும்.

	2002	2003	2004	2005
உதிரி வருவாய்ச் சந்தை	693,10	874,30	1152,20	1406,90
அந்நியச் செலாவணிச் சந்தை	384,40	533,40	556,80	566,60
மூலதனச் சந்தை	39,30	33,30	42,30	51,00

இங்கு மூலதனச் சந்தை (Capital market) என்பது தொழிற்சாலைகளின் நிதிச்செயல்முறைகளான முதலீட்டையும் (வங்கிக் கடன்கள், பங்கு வெளியீடு முதலியன); அந்நியச் செலாவணிச் சந்தை (Foreign exchange market) நாணயப் பரிவர்த்தனையில் நடைபெறும் வணிகத்தையும் இறுதியில் உதிரிவருவாய்ச் சந்தை (Derivatives market) என்பது மேற்கண்ட இரு துறைகளிலும் சாராத கல்பிரேத் கூறிய புளோரிடா நில மனை விவகாரத்தை விளக்கிய வகைமையையும் சார்ந்தது ஆகும். மேற்கண்ட புள்ளி விவரத்தின்படி உண்மை வணிகம் அல்லது நியாயமான வணிகத்தின் நிதிப் பரிவர்த்தனைகள், நிதித் துறையின் ஒட்டுமொத்தமான நடவடிக்கைகளோடு ஒப்பிடும்போது குறிப்பிட்டுச்சொல்லும் வகையிலில்லை, அதாவது செயல்பாட்டின் மொத்த அளவில் இதனுடைய பங்கு 2% மட்டுமே. புதிய தொழிற்சாலையொன்றை நிறுவுவதற்கான நிதியைத் திரட்டுதல், காப்புரிமைக்கான முதலீடு, புதிதாக எந்திரங்களை வாங்க இடும் மூலதனம் ஆகிய முதலாளித்துவ நடவடிக்கைகள் இந்த நூற்றாண்டில் முன்னுரிமையை இழந்துள்ளனபோலத் தெரிகின்றன. பதிலாக 1989ஆம் ஆண்டு உதிரிவருவாய்ச் சந்தை மூலம் நடந்த பரிவர்த்தனையின் மதிப்பு 1.7 பில்லியன் டாலராக இருந்ததென்ற உண்மையின்படி, இன்றைக்கு மிகவும் காத்திரமான முனைப்புடன் இயங்குகிறதென்று உதிரிவருவாய்ச்சந்தையைக் குறிப்பிடலாம். சில வேளைகளில் எதிர்பாராத இழப்புகளைத் தவிர்க்கவும் இவ்வகைச் சந்தைகள் உதவுகின்றன. ஒரு நிறுவனம் சில மூலப்பொருட்களை மூன்று மாதங்களில் வாங்க வேண்டுமெனக் கொள்வோம். அம்மூலப்பொருட்களுக்கான விலை அதிகரிக்கக்கூடுமென நிறுவனம் நினைக்கிறது, இந்நிலையில் அந்நிறுவனம் இடைத்தரகர் ஒருவருடன் 'குறிப்பிட்ட விலையில் குறிப்பிட்ட அளவு பொருட்களைத் தனக்கு அளிக்க வேண்டுமென' ஒப்பந்தம் செய்து கொள்கிறது. மூன்றுமாதத்தில் ஒப்பந்தத்தின்படி பொருளை ஒப்படைக்க வேண்டிய நாளில் அக்குறிப்பிட்ட மூலப்பொருட்களின் விலை குறையுமெனில், இலாபம் இடைத் தரகரின் சட்டைப் பைக்குப் போகிறது. ஒப்பந்தம் செய்துகொண்ட விலைக்கு மூலப்பொருள் கிடைக்கிறதெனில் இடைத் தரகருக்கு அவரது தலையிடலுக்கான தரகுத் தொகை கிடைக்கிறது. மாறாக மூலப்பொருட்களின் விலை அதிகரிக்கிறதென்று வைத்துக் கொண்டால் தரகர் தம் கைப்பணத்தை இழக்க வேண்டியிருக்கும். நடைமுறையில் இச்சந்தை விற்றல், வாங்கலென்ற வர்த்தகத்தின் இரு முனைகளுக்கும் காப்பீடளிக்கும் வர்த்தகப் பரிவர்த்தனையாக உண்மை வர்த்தகத்திலும் நிதித் துறைப் பரிவர்த்தனையிலும் தோற்றம் கொண்டுள்ளது. இச்சந்தையின் நீர்மத்தன்மையைக் கருதி அதனுடைய ஆதரவாளர்கள் பெருமிதம் கொள்ளும் அதே நேரத்தில், எவ்வித ஒழுங்குக்கும் அது உட்படாதென்பதை அவற்றின் உறுதியற்ற மூலதனக் காப்பீடுகளூடாக நாம் புரிந்து கொள்ள வேண்டியவர்களாக இருக்கிறோம்.

அடுத்துப் பங்குச் சந்தையில் ஈட்டப்படும் தொகை அதனுடைய உண்மையான நிதிவளத்தை அளவிட உதவுவதில்லை. என் நண்பனோடு கூட்டாகப் பத்து எண்ணிக்கையாலான யூரோ தாள்களை நாணயச் சந்தையில் டாலருக்கு மாற்றுவதென்ற முடிவுடன் நாள் முழுக்கச் சந்தையில் இருக்கிறேனெனக் கொண்டால் அன்று மாலை என்னிடம் கணிசமாக ஒரு தொகை இருக்க வேண்டும். ஆனால் அவ்வாறு நடப்பதில்லை, இலாபம் ஒருபக்கமெனில் நட்டம் மற்றொருபக்கமென்றே அச்செயல்பாடு முடிந்திருக்கிறது. மாறாக இக்கற்பனைச் செலாவணி வெளிப்படையான வேறு சில விளைவுகளுக்குக் காரணமாக இருக்கிறது. அதாவது அக்கற்பனை நிதியின் ஆயுள் குறுகியதென்றபோதும் நிதி நடவடிக்கைகளுக்கு ஒரு வித உந்து சக்தியையும் சமுதாயத்தின் பங்குதாரர்களுக்கு வேண்டிய உபரி மதிப்புகளுக்கும் வகை செய்கிறது. இது போன்ற துணைப்பொருட்கள் புதிதாக ஓர் உபரிமதிப்பை முதலீட்டிற்கு உருவாக்குவதில்லை – இவற்றின் ஆதரவாளர்கள் மிகவும் தயாளக் குணம் கொண்டவரெனில் துணிச்சலுடன் முதலீடு செய்து ஒருவேளை புதிதாக நிதிவளத்தைப் பெருக்கலாம் – மற்றபடி இவ்வகையான துணைப்பொருட்களின் உயிர்வாழ்க்கை ஒட்டுமொத்தமான உபரி மதிப்பையே பெரிதும் சார்ந்தது.

மூலதனத்தின் இவ்வகையான நிதித் துறை நடவடிக்கைகள் அநீதியான வளர்ச்சியை அடிப்படையாகக் கொண்டவை என்பதோடு சமுதாயத்தில் மேடு பள்ளத்தையும் உலக நாடுகளிடையே பொருளாதார ஏற்றத் தாழ்வையும் இதுவரை வரலாறு கண்டிராத அளவில் ஏற்படுத்தியுள்ளன. பங்குச்சந்தையில் பதற்றமும் நிலையற்ற தன்மையும் மேலோங்கியிருக்கின்றன. மூலதனத் திரட்டுப் பேரளவுப் பொருளியலில் எதிர்பார்க்கிற குறைந்தபட்ச ஸ்திரத்தன்மைக்கு இணக்கமான கால அளவைக்கூட உருவாக்க இயலாது இச்சந்தை சார்ந்தவர்கள் திணறுகிறார்கள். இந்நிலையில் பிரான்ஸ்வா ஷெஸ்நே[1] எழுப்பிய கேள்வியை நாமும் கேட்க வேண்டியிருக்கிறது : "நிதித் துறையை உலகளவில் விரிவுபடுத்தியதற்கும், ஏற்பட்டுள்ள சீர்கேட்டிற்கும் அதாவது உற்பத்தித் தொழில்கள் (பொருட்கள் தயாரிப்பு, சேவைப் பிரிவு) மற்றும் முதலீட்டில் ஏற்பட்டுள்ள தேக்கம், ஜப்பான் உட்பட வளர்ந்த நாடுகளில் அதிகரித்துவரும் வேலையில்லாத் திண்டாட்டம் ஆகியவற்றுக்கும் தொடர்புகளில்லை ?"

பங்குச்சந்தைகளின் தகிடுதத்தங்களுக்கு எதிராக

இன்றையப் பொருளாதாரத்தை ஒட்டுண்ணிப் பொருளாதாரமாக மாற்றிய ஊகவர்த்தகத்தைக் குறித்த விவரணைகளுக்கு நாமும் விலைபோக முடியாது. ஓர் ஒட்டுண்ணியின் வளர்ச்சிக்கு உயிருள்ள மற்றொரு உடலின் பராமரிப்பு வேண்டும். ஊக வர்த்தகத்தின் வளர்ச்சியும் உண்மை வர்த்தகம் இடங்கொடுப்பதைப் பொறுத்தே உள்ளது. "சூதாட்டப் பொருளியலைக் குறித்த விவரணைகளும் அதனுடைய செயல்பாட்டைக்குறித்த காத்திரமான விமர்சனங்களும் வரவேற்கப்பட வேண்டியவை, எனினும் அவை இத்துறையின் அடிப்படைக் காரணிகளைக் கருத்தில்கொள்ளத் தவறிவிட்டன. தவிர அணுகுமுறைகளில் எல்லைகள் வைத்துக்கொண்டு செயல்பட்டதுபோலத் தெரிகிறது, கடுமையான விமர்சனங்களை வைப்பவர்கள்கூடச்

சூதாட்டப் பொருளியலின் ஒருசில தகிடுதத்தங்களைத் தொட்டுவிடக் கூடாதென்பதில் கவனமாக இருக்கிறார்கள்" என்கிறார் மிஷெல் ஹிஸ்ஸன்[2].

சூதாட்டப் பொருளியல் குறித்து முன்வைத்த கருத்துகள் அனைத்துமே செல்வத்தின் குறியீட்டைத் தவறுதலாக இயற்கையான பெறுமானமென்று எடுத்துக்கொண்டவை. மாயத்தோற்ற அளவீடுகள் – உதாரணமாகப் பணத்தொகைப் பரிமாற்றம் – பொதுவில் அவை மின்னணுக் குறியீடுகள், ஒரு நாளில் உலகப் பங்குச்சந்தைகளின் தொடர்ச்சியான பரிவர்த்தனைகள். ஐரோப்பியப் பங்குச் சந்தை நடவடிக்கைகள் சிங்கப்பூர், ஹாங்காங் என்பதன் தொடர்ச்சியாக நடைபெறுகின்றன. இயற்கையான அளவீடுகளில் வாகனங்களும் கனிகளும் விளையாட்டு வீரர்களின் காலணிகளும் பின்னர்ப் பரிவர்த்தனையாகின்றன. குறிப்பாக இக்கற்பனைத் தோற்றத்திற்கே அதன் ஆதரவாளர்கள் கிறங்கிப்போகிறார்கள். உலகமயமாக்கல், பொருட்களுக்குப் பதிலாகக் குறியீடுகள், உண்மைக்குப் பதிலாகப் பொய்யென இவை எல்லாமே வேறுவேறல்ல.

உலகப் பொருளியல் நடவடிக்கைகளில் நிகழ்ந்துள்ள மாற்றங்களைப் பங்குச்சந்தைகளை முன்வைத்துச் சொல்வதெனில் உண்மையில் அம்மாற்றம் பல்வேறு வர்க்கத்தினரிடையேயான சமூக உறவுகளை அடிப்படையாகக் கொண்டது. பொருளியல் நடவடிக்கைகளில் ஸ்திரத்தன்மையை விரும்பியவர்களுக்கு 'போர்டிஸ்டு' எனப் பெயரிடப்பட்ட மூலதனத் திரட்டல் முறைமையின்படி ஊதியம் மற்றும் மூலதன வருவாய்க்கிடையேயான தேசிய வருவாய்ப் பகிர்வு நிலையானதெனில், உபரி உற்பத்தியால் முதலாளிகளுக்கு என்னென்ன பலன்களுண்டோ அவற்றுக்கீடான பலன்கள் தொழிலாளர்களுக்கும் உண்டென்பது அனுமானம். அதே வேளையில், வட்டிவீதங்கள் குறைவாக இருக்க (சில வேளைகளில் உண்மை வட்டி வீதத்தைக் கணக்கிற்கொண்டால் பூஜ்யத்துக்கும் கீழே) ஆண்டு முடிவில் கிடைக்கிற நிதி ஆதாயம் அலட்சியப்படுத்தக்கூடியதல்ல. 'பொற்காலம்' எனச் சொல்லப்பட்ட மேலாண்மை யுகம், நல்லதொரு பொருளாதார வளர்ச்சியைக் கண்டதால், வர்க்கங்களுக்கிடையேயான உறவில் நிலவிய சூழல்களுக்கிணங்க முதலாளிகள் கொடுத்த விலை அதிகம் என்றபோதிலும் சமுதாய உறவில் அமைதியை நிலைநாட்ட அவர்களால் முடிந்தது. முதலாவதாக மிகப்பெரிய பொருளாதார மந்தம் எனப்பட்ட பொருளாதார நெருக்கடியால், வட்டி வீதத்தில் ஏற்படும் சரிவு முதலாளித்துவப் பொருளுற்பத்திமுறையையும் சோர்வடையச் செய்யுமென்கிற உண்மை தெரியவந்தது. அடுத்து இச்சோர்வு உற்பத்தித்திறனுடனும் கைகோத்துக் கொள்வதைப் பார்த்தோம். இந்நிலையில் மனச்சாட்சி உறுத்தியதாலும் சாப்பிடும்போதுதான் பசி கூடுதலாக அதிகரிக்கும் என்ற உண்மைக்கொப்பவும் ஏதேனும் செய்தாக வேண்டிய கட்டாயத்துக்கு ஆளான மிகப்பெரிய நிறுவனங்களின் முதலாளிகள் எழுபதுகளின் பிற்பகுதியில் ஊதியங்கள், பங்குச்சந்தைகளின் ஆண்டு வருமானம், நிறுவனங்களில் இலாபம் என்ற புதிய வகைமையை வருவாய்ப் பகிர்வின் கீழ்க் கொண்டுவந்தனர். மிஷல் ஹிஸ்ஸோன் கூற்றின்படி, "ஊதியத்திற்கும் – உபரிமதிப்புக்குமிடையேயான உறவு எளிமையான விதியின்கீழ் வரும். அதன்படி உபரி உற்பத்திகள்

ஏறக்குறைய ஒப்பீட்டு உபரிமதிப்பின் வடிவ அளவைப் பொறுத்ததென்பதால் உண்மையான ஊதியம் அதிகரிப்பதில்லை. உண்மை வட்டிவீதத்தின் கணிசமான அதிகரிப்பென்பது, உபரிமதிப்பு, அந்நியச்செலாவணி கையிருப்பின் உயர்வுக்குக் காரணமாகித் தேசிய வருவாயில் ஒருபகுதியைக் கைப்பற்றுவதோடும்; இலாபத்தோடும் அதாவது உபரி உற்பத்தியோடும் தொடர்புடையது."

'போர்டிஸ்ட்' ஆதரவாளர்கள் இப்பிரச்சினைக்குத் தொழிலாளர்களின் நுகர்வு ஊடாகத் தீர்வை வைத்திருந்தார்கள். இப்புதுவகைப் பகிர்வில், எழுகின்ற முதலாவது கேள்வி கூடுதல் உற்பத்தியை வாங்குவது யார்? "இக்கேள்விக்குரிய பதிலாக ஒன்றை மட்டுமே கூற முடியும்: உற்பத்தி இலக்கிற்கு உத்தரவாதமளிக்க வேண்டுமெனில் உபரி – மதிப்பின் ஒரு பகுதியைச் சமுதாயத்திற்குப் பகிர்ந்தளிக்க வேண்டும். அதனால் நுகர்வு அதிகரித்து, அது உற்பத்தியைப் பெருக்க உதவும்."

வேறு வார்த்தைகளில் சொல்வதெனில், பங்குச்சந்தைப் பொருளாதாரம் நாட்டின் மொத்தச் செல்வ அளவை அதிகரிக்க உதவுவதில்லை, மாறாகச் சம்பளதாரர்களின் பெரும் செல்வத்தை ஊதியக் குறைப்பு என்ற பெயரிலும், தொழிலாளர்களின் ஒரு பகுதியினரை வேலைநீக்கம் செய்வதனூடாகவும், அதனிடமிருந்து இன்னமும் பணியிலிருக்கிற தொழிலாளர்களின் உழைப்பைச் சுரண்டியும், முதலாளிகளென்று அவதாரமெடுத்துள்ள கூட்டத்திடம் ஒப்படைக்கிறது. இம்முதலாளிகளுள் நேரடியாகவோ அல்லது மறைமுகமாகவோ பங்குச் சந்தைகளால் பிழைக்கிறவர்களையும் – பங்குச்சந்தையில் சம்பாதித்ததைப் பங்குச்சந்தையிலேயே தொலைக்கிறவர்கள், பங்குச்சந்தைத் துறையில் பணிபுரிகிறவர்கள், ஒட்டுண்ணிகளாக அவற்றைச் சார்ந்து வளர்ந்துள்ள தொலைத்தொடர்புத் துறை, விளம்பரத் துறை சார்ந்தவர்களையும் சேர்த்துக்கொள்ள வேண்டும்.

தம்மால் கட்டுப்படுத்தவியலாத பங்குச்சந்தைகளால் அரசுகள் பாதிக்கப்படுவதற்கான சாத்தியங்கள் மிகக் குறைவென்றபோதிலும், இவ்விடயத்தில் அவற்றுக்கான பங்களிப்பைக் குறைத்து மதிப்பிட முடியாது. ஓர் அரசாங்கத்தின் கடன்சுமை வரிசெலுத்தும் மக்களைப் பேரழிவுபோல அச்சுறுத்தியபோதிலும் ஊக வர்த்தகத்தில் ஈடுபட்டுள்ளோருக்கு அது ஒரு கொடை. ஏனெனில் அரசுக்குள்ள இப்பொதுக் கடனே நாளை ஒரு வகை ஊக்க ஆற்றலாக அமைந்து உழைக்கும் மக்களின் வருவாயைப் பங்குச்சந்தை வருவாயாக மாற்றும் வல்லமை கொண்டது என்பதால். உண்மையில் உலகப் பங்குச் சந்தை வர்த்தகமென்பது முதலாவதாக அரசு கடனுறுதிப்பத்திர நடவடிக்கைகளில் ஏற்படும் அசாத்தியமான பாய்ச்சலாகும். 1980இல் அமெரிக்காவில் நாளொன்றுக்குச் சராசரியாக இவ்வகை வர்த்தகத்தின் மதிப்பு 13.8 மில்லியார்ட் டாலரென்றிருந்தது 1993இல் 119.6 மில்லியார்ட் டாலராக அதிகரித்தது. அதுபோன்றே பிரான்ஸ் நாட்டில் 1986ஆம் ஆண்டு 200 மில்லியன் டாலராக இருந்தது 1993ஆம் ஆண்டில் 13.7மில்லியார்டாக உயர்ந்தது. (இந்தியாவில் 2007 – 2008இல் 147000கோடி ரூபாய், அதற்கு முந்தைய ஆண்டில் இத்தொகை 130000 கோடி ரூபாய்.)

பிரான்ஸ் நாட்டில் அதே காலத்தில் நீண்டகால உண்மை வட்டி வீதம் 2%லிருந்து 6%வரை அதிகரித்தது. கூடுதல் வட்டிவீதம் பங்குச் சந்தை முதலீட்டிற்கு மிகவும் உகந்ததாகும், அரசுக்கடன்கள், கருவூலப் பத்திரங்கள் ஆகியவற்றுக்கான பலன்களை அளிப்பவை. அவற்றின் வட்டி வீதத்தால் பொதுக்கடன் தொகையை எளிதாகத் திரட்ட முடியும், அவ்வாறு திரட்டும் பணம் அரசின் வரவு செலவுத் திட்டத்தில் கூடுதலைச் சரிக் கட்ட உதவும். அரசின் நிதித்தேவைகள் அதிகரிப்பதும் மற்றொருபக்கம் இவ்வட்டி வீதம் உயரக் காரணமாகிறது. இயந்திரத்தனமான இச்சுழல் முறை நிகழ்வே ஐரோப்பிய நாடுகளில் யூரோ நாணயச் செலாவணி வரைவை உருவாக்க, அதாவது புகழ்பெற்ற மாஸ்ட்ரிஷ்ட் அடிப்படை விதியை ஏற்படுத்திக்கொள்ள எச்சரிக்கையாக அமைந்தது, உண்மையில் ஊக வணிகத்திற்கு ஆதரவாகவென்றே கனகச்சிதமாக வரையறுத்துக் கொண்ட நிதிமுறை விதியாக அது அமைந்தது. "கடனீட்டு ஆவணச் சந்தைகளின் வளர்ச்சி, அரசு வெளியிடும் கடனுறுதிப் பத்திரங்கள், அவ்வப்போது கடனை மனத்திற்கொண்டு போடப்படும் இடைக்கால வரவு செலவுத் திட்டங்களென நிதித்தேவையின் அவசியத்தைத் தெரி விக்கின்றன, தவிர இன்று நேர்முக மற்றும் மறைமுக வரி வருவாயி லிருந்தும் மிகக் கணிசமான தொகை இத்துறைக்கென்றாகிவிட்டது. நிதிச் சகடத்தில் செல்வச் சுற்றோட்டம் முதலில் ஊதியமாகவும் கூலி யாகவும் விவசாயி அல்லது கைத்தொழிலின்மூலம் பெறப்படும் வருவா யாகத் தொடங்கி இடையில் வரிகளாக அரசாங்கத்தால் உறிஞ்சப்பட்டு இறுதியில் கடன் பத்திரங்களின் வட்டியாகவோ அல்லது பொதுக்கட னின் அசலாகவோ அதன் சுற்று முடிவுக்குவருகிறது". (ஷெஸ்னே).

இக்கூற்றை உறுதிசெய்ய நேரடியாகவும் மறைமுகமாவும் சான்றுகளுள்ளன. "அரசாங்கத்தின் பொதுக்கடன்களைக் குறித்த ஆய்வி லிருந்து உலகமயமாக்கப்பட்ட தடையற்ற பங்குச் சந்தை வர்த்தகத்திற்கும் அதிகரித்துவரும் பற்றாக்குறை வரவு செலவுத் திட்டங்களுக்கும் நேரடி யாகவே தொடர்புகள் இருக்கின்றன." வெகுகாலமாகவே தாராளமய வாதிகள் மூலதனப் பற்றாக்குறையைத் தவிர்க்கவும் சேமிப்பை ஊக்குவிக் கவும் வட்டிவீத அதிகரிப்பிற்கு ஆதரவாக நின்றார்கள். ஆனால் உண்மை வேறாக இருந்தது. உயர் வட்டிவீதம் என்பது ஒருவகையில் ஒரு வர்க்கத் தின் வருவாயை மற்றொரு வர்க்கத்துக்குத் தாரைவார்க்கவே உதவியது, உயர்வட்டிவீதத்தின் நெறிமுறைக்கு மாறாகச் சேமிப்புவீதம் குறைந்து கொண்டு செல்ல வட்டிவீதங்களோ அதிகரித்தபடியிருந்தன.

இருவகை நெருக்கடிகள்

மேற்கண்ட நமது பகுப்பாய்வு அடிப்படையில் பலரும் சிந்திப்பதைப் பார்க்கிறோம். இந்த நூற்றாண்டைக் குறித்த ஆர்வம் சோர்வில் முடிந்திருக் கிறது. மார்க்ஸியத்தை வேறு மொழியில் பேசிய அதிகம் அறியப்படாத ஜோசெப் ஸ்டிக்லிட்ஸ்[3] போன்றவர்கள், "புதிய தாராளமயமாக்கம் முடிந்தது" என அறிவித்தனர். கினேசியர்களின் ஸ்திரத்தன்மைப் பொருளியல் சிந்தனையைப் போன்றே புதிய தாராளமயமாக்கல் சிந்தனையும் சத்திழந்துபோனது. இனி அரசுகளை நெறிமுறைப்படுத்துவதென்றெல்லாம்

பேச்சு வந்தது. உலக வர்த்தக அமைப்புத் தலையாட்டுவதைத் தவிர்த்துப் பெரிதாக எதையும் செய்வதில்லை. நம்பிக்கை அவநம்பிக்கை என்றானது. உலக நாடுகளில் வரிசைகள் மீண்டும் மாற்றி அமைக்கப்படவுள்ளன. இப்புதிய தகவலைவைத்து ஏதோ தலைகீழான மாற்றத்தைச் சந்திக்க விருக்கிறோம் என்பதாகக் கற்பனை செய்யவியலாது. தாராளமயமாக்கத் திற்கான இடத்தை முதலாளித்துவத்திற்கு எதிரான சிந்தனைகொண்டு நிரப்பலாமெனத் தீர்மானம் செய்திருந்தவர்களின் நிலைமைதான் ஆகக் குழப்பத்திலுள்ளது. இதுவரை நாம் அறிந்திராத புதியதொரு ஏகாதிபத்திய முதலாளித்துவத்தை நோக்கிச் சென்றுகொண்டிருக்கிறோம், ஏனெனில் நாளைய முதலாளித்துவப் பொருளுற்பத்தியைக் கொண் டிழுக்க இருப்பவர்கள் சீனாவும் ரஷ்யாவும்.

ஆக இருவகையான நெருக்கடிகளை உலகப்பொருளாதாரம் சந்தித்து வந்திருக்கிறது. ஒன்று அவ்வப்போது குறைவான ஆண்டுகள் இடை வெளியில் வர்த்த நிறுவனங்களில் ஏற்படுகிற நெருக்கடி. மற்றது பெரிய நெருக்கடி. இரண்டாவது நெருக்கடி உலக அளவில் பொருளியல் கொள்கை யில் தலைகீழான மாற்றங்களை ஏற்படுத்தவல்லது. அதாவது மிகப்பெரிய நிறுவனங்களுக்கிடையேயான பலப் பரிட்சையாகவும், ஆதிக்க வர்க்கத்திற்கும் அதன் எதிரணியினருக்குமான உறவைப் புரட்டிப்போடும் வகையிலும் அமைபவை. ஆக நெருக்கடிகளை மீண்டும் வரவேற்போம். உயிருக்குத் தீங்கில்லை என்னும்போது அஞ்சத் தேவையில்லை. 1929 மகா நெருக்கடிக்கு மட்டுமல்ல, வேறு பல நெருக்கடிகளிடமும் முதலாளித் துவம் தப்பிப் பிழைத்திருக்கிறது. மாறாக இது போன்ற பெரிய நெருக்கடி கள் முதலாளித்துவத்தை முடித்துவைக்கும் என்றும், அதனிடத்தில் சம தர்மச் சமுதாயம் அல்லது பொது உடைமைச் சமுதாயம் அமையச் சாத்தியமுண்டென்றும் ஏதோ கொஞ்சம் நம்பிக்கை. எதிர்பார்ப்புகள் அனைத்தும் நிறைவேறக்கூடுமென்பது கட்டாயமில்லை. எதிர்பார்ப்பு என்பது இறுதிவரை எதிர்பார்ப்பாகவே அமைந்து அச்சொல்லுக்கு நேர்மையாக நடந்துகொள்ளலாம். நெருக்கடியில் ஒளிந்துள்ள அச்சாத் தியமே மனித குலம் இயற்கையாய்ப் பெற்ற வடிவமே முதலாளித்துவம் என்ற கருத்திற்குத் தடைவிதிக்கிறது.

அடிக்குறிப்புகள்

1. *François Chesnais*, பொருளியல் அறிஞர், தீவிர இடதுசாரி.
2. *Les trois dimensions du néo-impérialisme - Michel Husson*, பிரான்ஸ் நாட்டைச் சேர்ந்த பொருளியல் அறிஞர், தீவிர இடதுசாரி இயக்கத் தில் தம்மை இணைத்துக்கொண்டிருக்கிறார்.

அத்தியாயம் 5

கனவொன்றின் எதிர்காலம்

எங்கே இருக்கிறோம்? இன்று மீண்டும் ஒருமுறை முதலாளித்துவ உற்பத்திமுறை எதிர்காலம் குறித்துக் கேள்வி எழுப்பப்பட்டுள்ளது. சிறிதுகாலத்திற்கு முன்பு ‘சரித்திரத்தின் இறுதிக்காலம்’ என அறிவிக்கப்பட்டது உங்களுக்கு நினைவிலிருக்கக்கூடும். பொருளாதார நடவடிக்கைகளில் ‘இயற்கையான ஒழுங்குமுறைகள்’ அதாவது ஸ்திரத் தன்மையை வலியுறுத்தும் வகையில், அவற்றின் அனைத்துச் செயல்முறைகளிலும் அரசுகளின் தலையீட்டைச் சிலர் வற்புறுத்துகிறார்கள். முதற்பொருட்களின் அல்லது மூலப்பொருட்களின் பற்றாக்குறையால் எழும் உள்ளூர்ப் போட்டிகள் நாளை பெரிய அளவிலான மோதல்களில் முடியலாமென்கிற அச்சம் பரவலாக உள்ளது. வரலாற்றில் மீண்டும் திடீர்த் திருப்பம். பிரான்சிஸ் ஃபுக்குயாமோவின் ‘சரித்திரத்தின் இறுதிக்காலம்’ இல்லை என்றாகியுள்ளது.

உண்மையில் முதலாளித்துவத்தின் ஆற்றலும் எதிர்ப்புச் சக்தியும் அதனை இரக்கமற்ற ஆகிருதியாகக் கட்டமைத்துவிட்டன. இருபது வருடங்களுக்கு முன்பு பிரான்ஸ் நாட்டின் இடதுசாரி சமதர்மவாதிகள் கூட்டிய மாநாட்டில் அறிவிக்கப்பட்டதுபோன்று, முதலாளித்துவத்திற்கு ஆதரவான கருத்தியமும் ஆதிக்கச் சக்திகளின் கிளிப்பேச்சும் ‘வரலாற்றின் எல்லைக் கற்கள்’ என்ற அளவில் முதலாளித்துவம் தவிர்க்க முடியாததென்ற நம்பிக்கை இங்கே விதைக்கப்பட்டுள்ளது. எனினும் உத்தரவாதத்திற்குரியதென்கிற கருத்தியங்களைக்கூடச் சந்தேகிக்க வேண்டிய நிர்ப்பந்தமும் நமக்கு இருக்கின்றன. சமுதாயத்தையும் அதன் அங்கத்தினர்களுக்கும் இடையிலான உறவுகளையும் மாற்றி அமைக்க வேண்டிய கட்டாயங்கள் இருப்பதாக இரண்டு நூற்றாண்டுகளுக்கு முன்பு முதன்முதலாகச் சமதர்ம மற்றும் பொதுவுடைமை இயக்கங்கங்களைக் கண்டவர்கள் கூறினார்கள், அத்தகைய நிலைமை இன்றுமுள்ளது. முதலாளித்துவத்தை எதிர்க்க நம் வசமிருக்கும் நியாயமான காரணங்களே போதுமென்று சொல்வதற்கில்லை. அதற்கான சாத்தியங்கள், தேவையான ஆற்றல்கள், நம்பிக்கைக்குரிய திட்டங்களென மாற்றங்கள் ஏற்படுத்தவல்ல கூறுகளை அடுத்துவரும்

அத்தியாயங்களில் பரிசீலிப்போம். தற்போதைக்கு முதலாளித்துவம் மனித குலத்தின் இயற்கை விதிக்குரிய பண்பின் ஒரு பகுதியல்ல. பதிலாகப் 'பொருளுற்பத்தி வரலாற்றில் ஒரு வழிமுறை'. எனவே வரலாற்றின் தாக்கங்களுக்கு அது உட்பட்டே ஆகவேண்டுமென முன்வைக்கப்படும் கருத்தியத்திற்கான நியாயமான காரணங்கள் எவையெனக் காண்போம்.

திரட்டலின் எல்லைகள்

முதலாளித்துவத்தைப் பற்றிய முதலாவது கேள்வி அதனுடைய உற்பத்தி முறைமையின் இயங்கியலை அடிப்படையாகக்கொண்டது. தொடக்கத்தில் காலனி ஆதிக்கமும் இதுகாறும் எல்லைகளால் பிரித்துவைக்கப்பட்டிருந்த மனித இனம் உலகமய உழைப்பின் வழிப்பட்ட பிரிவுக்குள்ளானதை தன் மையச் செயல்பாடாக உருவாக்கிக்கொண்ட முதலாளித்துவத்தினுடைய வளர்ச்சியும் எதிர்ப்புச் சக்தியும் உலகளவில் பரவலாக்கப்படுவதற்குத் பெரிதும் உதவின. முதலாளியத்தின் எல்லை அதன் விதிமுறைகளுக்கு அடங்காமலிருந்த துறைகளையும் ஆக்கிரமித்துக் கொண்டு விரிவடைந்தது. ஆனால் கூடிய சீக்கிரம் முதலாளித்துவத்தின் இப்பரவலாக்கம் முடிவுக்கு வரலாம், வரையறைகளைக் காண நேரலாம். முதலாவதாக நம்முடைய கோளில் இதற்கு மேல் செய்ய ஒன்றுமில்லை. நிலவிலோ வியாழனிலோ நியாயமான காலக்கெடுவுகளில் (ஒரு முதலாளித்துவவாதிக்குக் காலக்கெடுவென்பது நீண்டகாலப் பொருளுக்குரியதல்ல, குறுகிய காலம் என்கிற பொருளைக்கொண்டது) மூலதனத் திரட்டலுக்குப் போதிய களனைச் செப்பனிடக்கூடியது சாத்தியமல்ல.

முதலாளித்துவத்தின் செயல்பாடுகள் புரட்சிகரமான மாற்றங்களை அடிப்படையாகக் கொண்டவையெனவும் மூலதனத் திரட்டல்களின்றி அதன் ஜீவிதமில்லை எனவும் பார்த்தோம். அதேவேளை இலாப வீதத்தைப் பாதிப்பதும் முதலாளித்துவத்திற்கு ஆபத்தாக இருப்பதுங்கூட இம்மூலதனத் திரட்டலே. ஆக மொத்தத்தில் மூலதனத்தின் வளர்ச்சிக்குப் பிரச்சினைகள் வேண்டும். வர்த்தகத்தில் போட்டிகள் காலமெல்லாம் முடிந்து உதாரணத்திற்கு இனி ஒரே ஒரு நிறுவனம் களத்திலிருப்பதாகக் கருதுவோம். நமது நிறுவனத்தை 'உலக நிறுவனம்' என அழைப்போம். அதன் உரிமையாளர் ஒருவராக (அல்லது பலராகவோ அல்லது பங்குரிமையாளர்களின் பொதுச் சபை நிர்வாகமாகவோ) இருக்கலாம். அந்நிறுவனத்திற்கு எதிர்பாராமல் முளைக்கிற போட்டியைச் சந்திக்கும் துணிச்சலும் அடக்கி ஆளும் திறனும் அயரா முயற்சியும் உண்டென்று கருதுவோம். அவ்வாறான நிறுவனத்திற்கு மூலதனத்தைத் திரட்டுவதால் என்ன இலாபமிருக்கிறது கூறுங்கள். அது தவிர அதனுடைய அமைப்பை முதலாளித்துவ அமைப்பென்றே கருத முடியாது, பழங்காலங்களில் வழக்கிலிருந்த சர்வாதிகார அமைப்புவகை சார்ந்ததென்றுதான் கருத வேண்டும். ஆக மொத்தத்தில் முதலாளித்துவத்தின் உயிர்வாழ்க்கைக்கு அதிக எண்ணிக்கைகளில் முதலாளிகளும் அவர்களுக்கிடையே போட்டிகளும் வேண்டும்.

சுமுகமாக மூலதனத்தைத் திரட்டும்வரை அதாவது பொருளியல் நடைமுறைகளை மட்டும் நம்பி, நாம் கைகாட்டும் திசையில் மக்களைப் பயணிக்கவைப்போமெனில் சந்தையில் போட்டிகள் இருக்கும்: திறமை

சாலி வெற்றிபெறுகிறான், பிறர் அதாவது தோற்றவர்கள் கடைகளை மூடுவர். ஆனால் உண்மையில் நடப்பது வேறு. இருபதாம் நூற்றாண்டின் ஆரம்பத்தில் இவ்வுலகை ஏகாதிபத்திய வல்லரசுகள் பங்குபோட்டுக் கொண்டன. உலக நாடுகளின் கலந்தாய்வுக் கூட்டங்களின் செல்வாக்கு கள் அதிகரித்தன. உலக வரைபடம் திருத்தி எழுதப்பட்டது. குறிப்பாக கிரேட் பிரிட்டனும் பிரான்ஸ் நாடும் தங்கள் முடியாட்சியின் பாதுகாப்பில் கவனம் செலுத்தின. இவ்வரிசையில் கடைசியாக இணைந்துகொண்ட ஜெர்மன் தனது தொழில்துறை வளர்ச்சிக்கும் பொருளாதார நிலைமைக் கும் மக்கள்தொகைக்கும் ஏற்றதொரு இடத்தை ஐரோப்பிய நாடுகளுக்கி டையே தான் பெறத் தவறிவிட்டதாக வருந்தியது. அமெரிக்க ஐக்கிய நாடும் தனது தரப்பில் காலனிய ஆதிக்கத்தில் (நாட்டிற்குத் தெற்கிலும் பசிபிக் பெருங்கடல் பகுதியிலும்) இறங்கியது. இவ்விவகாரம் எப்படி முடிந்ததென அனைவரும் அறிவோம். முதலாளித்துவம், “மேகத்திற்குள் இடியும் மின்னலும் ஒளிந்திருப்பதுபோல முதலாளித்துவத்திற்குள் யுத்தம்” என்கிறார் ழொரே. உலகமயமாக்கத்தின் பின்னே யுத்தம் பற்றிய அச்ச முள்ள சூழல் நிலவுவதை அவர் உணர்ந்திருக்க வேண்டும். *முதலாளித்துவத் தின் உச்சக் கட்டம், ஏகாதிபத்தியம்* என்னும் நூலில் லெனின் *பொருளிய லும் அரசியலும்* கௌட்ஸ்கி[1] சித்தரிப்பதுபோல முதலாளித்துவப் பரிணாம வளர்ச்சியின் விசேடமான படிநிலை அதன் உப இணைப்பல்லயெனக் கோடிட்டுக் காட்டுகிறார். இங்கே ஏகாதிபத்தியத்தை இறுதிகட்டமாகச் சொல்வதைக் கவனித்தல் வேண்டும். வேறு படிநிலைக்குச் சாத்தியமெனில், இறுதிவரை முடிவின்றி நீளும். லெனினுடைய கருத்தியத்தின் அடிப்படை யில் முதலாளித்துவத்தின் போக்கை முற்றிலும் எதிர்த்திசையில் நிறுத்தியும் மதிப்பிட முடியும். ஆதிக்கப்போட்டியில் முதலாளிகளும் உலக நாடுகளும் தீவிரங்காட்ட முதலாளித்துவம் இன்றைக்கும் சிரஞ்சீவியாய்த் தொடர லெனின் தரப்பில் எஞ்சியிருப்பது முதலாளித்துவத்தின் கூறுகளை மதிப் பிட்ட அவருடைய சிறிய கைப்பிரதி மட்டுமே. எனினும் லெனினால் தவறென்று காண்பிக்கப்பட்ட இரு கருத்தியங்களை, முதலாளியத்தில் சீர்திருத்தங்களை வற்புறுத்துகிற பலரும் ஏற்றுக்கொள்கிறார்கள். தடை யில்லா வர்த்தகப்போட்டியை ஊக்குவிக்கும் எளிமையான விதிகளைப் பற்றியது முதலாவது சித்தாந்தம். நீண்டகால அடைப்படையில் அமைதியை நிலைநாட்டவல்ல முதன்மையான ஏகாதிபத்திய அரசியல் சித்தாந்தத்தை முன்வைப்பதென்பது இரண்டாவது.

வரலாற்றைக் கொஞ்சம் திரும்பவும் பார்ப்போம். எரிக் ஹோப்ஸ்பான்[2] கூற்றின்படி முதலாவது யுத்தம் முடிவுக்கு வந்தது நாம் நினைப்பதுபோல 1918 அல்லது 1919இல் அல்ல. சொல்லப்போனால் 1945ஆம் ஆண்டு. ஹோப்ஸ்பானைப் பொறுத்தவரை உலகயுத்தம் 1914இல் ஆரம்பித்து 1945இல் முடிவுக்கு வந்தது, ஆக மொத்தத்தில் ஒரே யுத்தம். யுத்தநாடுகளிடையே நிலவிய பகையுணர்வை முடிவுக்குக் கொண்டுவந்த பிறகு, நேசநாடுகள், ரஷ்ய யுத்தமுனையில் ஒன்றிணைந்து ஆரியவாதத்தை மறைமுகமாக ஆதரித்ததால் நீடித்த உள்நாட்டு யுத்தம் ஏற்படுத்திய கொடூரங்களை அறிவோம். இதற்கான முழுமுதற் காரணத்தை ஸ்டாலின் திட்டத்தின் பிறப்பில் தேட வேண்டியுள்ளது. பிரான்ஸ் நாட்டின் கிளெமான்ஸோ, சர்ச்சில் மற்றும் சிலரைக்கூடக் குற்றம் சுமத்த முடியும். முதல் உலகப்

போருக்குப் பின்பு நேச நாடுகளால் ஜெர்மனிக்கு எதிராக ஏற்படுத்தப் பட்ட வெர்ஸாய் ஒப்பந்தமும் ***(Treaty of Versailles)*** போலிஷ் காரிடாரில் ***(Polish corridor)***[3] ஜெர்மனுக்கு அல்லது ஜெர்மானிய வழிவந்தவர்களுக் கான செல்வாக்கின் இழப்பும் ஒருவகையில் பின்னாளில் ஜெர்மன் ஆக்கிரமிப்புக்குக் காரணமானது. ஹிட்லர் பதவிக்கு வந்ததுமே யுத்தம் என்பது அவர் அடுத்து எடுக்க வேண்டிய நடவடிக்கைகளின் பட்டியலில் இடம்பெற்றது. தனது எல்லையின் மேற்குப்பகுதியான ரைன்லாண்டில் ***(Rhineland)*** இருந்த தனது ராணுவத்தை விலக்கிக்கொள்ள நேர்ந்தது, தற்போதைய செக் நாட்டு எல்லைக்குள்ளிருந்த தமது வம்சாவளியினர் நிறைந்த ஸூடெட்டிப் ***(Sudety)*** பிரதேசத்திற்கு ஜெர்மன் உரிமை கோரியது, ஸ்பெயினில் நேரடியாக ஹிட்லர் மற்றும் முசோலினியின் படைகள் தலையிட்டதென செப்டம்பர் 1939க்கு முன்னரே இரண்டாம் உலகயுத்தம் தொடங்கிவிட்டது. இவற்றோடு 1931ஆம் ஆண்டு ஜப்பான் சீனா மீதெடுத்த படையெடுப்பையும் கணக்கிற்கொண்டால் உலகநாடுகளிடையேயான வெளிப்படையான யுத்தத்தைப் பிரிக்கிற இருபது ஆண்டுக்காலமும் ஹோப்ஸ் கூறுவதுபோல யுத்தங்களின் ஆதிக்கத்தைப் பார்க்கிறோம். “யுத்தத்தின் இயற்கை மரபானது போரிடும் வலிமையையோ அல்லது ராணுவப் பலத்தையோ அடிப்படையாகக் கொண்டதல்ல, சண்டைச்சூழலில் அமை யும் வாய்ப்புகளை அடிப்படையாகக் கொண்டது. யுத்தக்கால முழுமைக் கும் அதுதான் உண்மை” ***(Leviathon, Chapitre XIII)***

அடிக்குறிப்புகள்

1. ***Karl Kautsky (1854 – 1938)*** ஜெர்மன் தத்துவவாதி, மார்க்ஸியச் சிந்தனாவாதி.
2. ***Eric John Ernest Hobsbawm*** – இங்கிலாந்து, மார்க்ஸிய வரலாற் றாசிரியர்.
3. (அ) வெர்ஸாய் (பிரான்ஸ்) ஒப்பந்தம் : முதல் உலகப்போருக்குப் பின் ஏற்பட்ட அமைதி ஒப்பந்தங்களுள் ஒன்று. ஜெர்மனிக்கும் நேச நாடுகளுக்கும் இடையேயான யுத்தத்தை முடிவுக்குக் கொண்டு வந்தது.

   (ஆ) ***Polish corridor*** – கடந்த கால பிரஷ்யாவின் ஒரு பகுதி. முதல் ஜெர்மன் வம்சாவளியினரும் போலந்து மக்களும் சேர்ந்து வாழ்ந்த பகுதி. பின்னாளில், முதல் உலகப்போருக்குப் பின்னர் வெர்சாய் ஒப்பந்தத்தின் விளைவாக 1918இல் இரண்டாவது முறையாகப் போலந்துக் குடியரசு உருவாகக் காரணமான பகுதி.

ஏகாதிபத்திய யுத்தம் முடிந்ததா?

கீழ்க்கண்ட உண்மைகளையும் பரிசீலனைக்கு எடுத்துக்கொள்வோம். 1941ஆம் ஆண்டில் தொடங்கிய இரண்டாம் உலக யுத்தத்தில் ஆங்கிலமொழி யைத் தேசமொழியாகக்கொண்ட நாடுகள், அவற்றின் நட்பு நாடான சோவியத் யூனியன் ஆகியவை ஒருபக்கம்; மற்ற பக்கத்தில் அச்சு நாடு களான ஜெர்மன், ஜப்பான் நாடுகள். எனினும் வேறுவகையான துணைப் பிரச்சினைகளும் உலக யுத்தத்திற்குக் காரணமாக இருந்தனவென்பதை

மறுக்கவியலாது. பசிபிக் யுத்தம் இதுகாறும் அப்பகுதியில் கோலோச்சிவந்த இங்கிலாந்தின் இடத்தைப் பிடிக்க அமெரிக்காவிற்கு உதவியது. பிரான்ஸ் மற்றும் அதன் காலனி நாடுகளின் தலையெழுத்துத் திரிசங்கு சொர்க்க மாக இருந்தது. ரூஸ்வெல்ட் பிரான்ஸ் நாட்டில் பெத்தென்(*Petin*) வகுத்துக் கொண்ட அரசியலைப் பின்பற்றினார். யுத்தத்தின் இறுதிக் கிழமைகள் வரை இங்கிலாந்து மற்றும் அமெரிக்காவின் ராணுவத் தலைவர்கள் தனித் தனியாக ஜெர்மனுடன் அமைதிப் பேச்சுவார்த்தைகள் நடத்தினார்கள். இம்முறை சோவியத் அணிக்கு எதிராகப் பிறநாடுகளை வளைக்கும் யோசனை பேச்சுவார்த்தையில் முக்கியம் பெற்றது. 1920களின் தொடக் கத்தில் ட்ராட்ஸ்கி ஏகாதிபத்தியத்தின் எதிர் எதிரணிகளாக ஐரோப்பிய நாடுகளையும் அமெரிக்காவையும் பகுப்பாய்வு செய்தார். கிடைத்திருக்கிற உண்மைகளையும் நடந்த சம்பவங்களையும் பார்க்கும்போது அவரது கணிப்பில் தவறுகளே இல்லை.

பனிப்போர்க் காலத்தில் ஏகாதிபத்திய நாடுகளுக்கிடையேயான போட்டி முதன்மைப்படுத்தப்படவில்லை. ஐரோப்பிய நாடுகள் தனித்து இயங்கும்போது அவற்றின் இயலாமையை உணர முடிந்தது. இந்நிலையில் 1945இலிருந்து அமெரிக்காவின் கைப்பாவைகளாக மேற்கத்திய நாடுகள் மாறின. தனது விதிமுறைகளின் கீழ் மேற்கத்திய வர்த்தகத் துறையைக் கொண்டுவந்ததோடு, அவற்றைத் தனது ராணுவ முகாம்களுக்கான கேந்திரங் களாகவும் அமெரிக்கா உபயோகித்துக்கொண்டது. பிரான்ஸ் அதிபர் தெகோல் தமது நாடு சுதந்திரமாக இயங்க வேண்டுமென்று கனவு கண்டவர். அவரது ஆசை இரண்டாம் பட்சமானது. வட அட்லாண்டிக் ஒப்பந்த நாடுகளின் கூட்டமைப்பான நேட்டோவின் (NATO) உருவாக்கம் சோவியத் யூனியனுக்கு எதிராக ஒரு ராணுவக் கூட்டமைப்பை ஏற்படுத்துதல்; அதனூடாக ஐரோப்பிய ராணுவத்திற்குத் தலைமையேற்றல் என்ற இரு நோக்கங்களை அடிப்படையில் கொண்டிருந்தது. எனவே நாம் நினைப்பதுபோலப் பனிப்போர் உண்மையில் பனிப்போரல்ல. நாடுகளுக் கிடையே பகைமைத் தீயை வளர்த்து, போருக்குத் தூபமிட்டுக்கொண் டிருந்த சூழலைப் பனிப்போர்க்காலமென்றே வர்ணிக்கக் கூடாது, குறிப்பாக க்யூபாவின் ஏவுகணைப் பிரச்சினை மிகப்பெரிய போருக்கு அழைத்துச் செல்லவிருந்ததை மறந்துவிட முடியாது. எனினும் பிரதேசங்களுக்கிடையே யுத்தக் கர்ச்சனைகள் தொடர்கதையாகவேயுள்ளன. பிரான்ஸ் மற்றும் இங்கிலாந்தின் காலனி ஆதிக்கத்திலிருந்து விடுபட்டபோது பலியான காலனி மக்களின் எண்ணிக்கை இரண்டாம் உலகப்போரில் இறந்தவர் களைக் காட்டிலும் பன்மடங்கு அதிகம். 1945 தொடங்கி 1970வரை இடை விடாமல் பிரெஞ்சு காலனியான இந்தோசீனாவில் நடந்த விடுதலைப் போர் ஒரு நல்ல உதாரணம். அண்டைக் கிழக்கு நாடுகளிலும் அவ்வப் போது துப்பாக்கிகள் முழங்கியபடித்தான் இருக்கின்றன. சீனாவிற்கும் இந்தியாவிற்கு மிடையிலும்; இந்தியா – பாகிஸ்தான் நாடுகளுக்கிடையே யும் வேறுவடிவம் சார்ந்து போர் அவ்வப்போது முகம்காட்டியபடியுள்ளது.

ரஷ்யப் புரட்சியின் தொடர்ச்சியாக உலகப்பொதுவுடைமை என்ற அமைப்பை உருவாக்கியபோது அதன் கர்த்தாக்களாகவிருந்த லெனினும் டிராட்ஸ்கியும் வரவிருக்கின்ற நூற்றாண்டு யுத்தங்கள் மற்றும் புரட்சிகளுக்

கான நூற்றாண்டெனக் கூறினர். நம் கற்பனைக்கும் எட்டாத அளவிற்கு அத்தீர்க்கதரிசனத்தைப் பரிட்சித்தாகிவிட்டது. என்ன நடந்ததோ! புரட்சிகள் அனைத்தும் தோல்வியைத் தழுவின. சர்வாதிகாரத் தன்மைகொண்டதும், கிட்டதட்ட நிரந்தரமாகிப்போனதுமான ராணுவம் மற்றும் அதிகார வர்க்கத்தின் அரசாங்கங்களையே புரட்சிகள் கையளித்தன. இந்நிலையில் அவற்றுக்கு எதிரானதொரு புரட்சியின் தேவையைப் பலரும் உணர்ந்தனர். புரட்சிக்கு எதிரிடையானவர்கள் என்ற பெயரில் முசோலினி, ஹிட்லர் போன்றோரின் பாஸிஸம் மாற்றாக உள்ளே நுழைந்தது. என்றைக்கு ‘உண்மை யான சமூக உடைமைநெறியாளர்கள்’ என்ற முழக்கம் தோல்வி கண்டதோ, அப்போதே வரலாற்றில் புதியதொரு படிநிலைக்கு வந்துவிட்டோம். அமைதியானதொரு புதிய காலக்கட்டத்தில் அல்லது இன்றுள்ள உலக நாடுகளின் புதிய வரிசையில் நம்முடைய பங்கென்று கூற ஒன்றுமில்லை. உலகின் இன்றைய நிலை கவலைக்குரியதாகவே இருப்பினும் நாம் முடங்கிக் கிடக்க வேண்டியுள்ளது. கடந்த காலத்தில் சோவியத் யூனியன் சமூக அமைப்புக்கு வலுவான அரணாகத் தம்மை முன்நிறுத்தியது. கேள்விக்குறி களுடனான சூழல் அதிகார வர்க்கத்திற்கு ஏதுவாக அமையத் தாங்கள் எதற்கும் அஞ்சுபவர்களல்ல என்பது போல அவர்கள் நடந்துகொண்டனர். சோவியத் யூனியனுடைய ஆப்கானியப் படையெடுப்பு ஒருவகையான தேவைப்பாட்டின் அரங்கேற்றம். தமது இருப்புக் கேள்விக்குறியாகிவிடுமோ என்ற அச்சத்தின் தூண்டுதலால் அது நிகழ்ந்தது. இன்று உண்மைகளை ஒளிக்காமற் கூறியிருக்கிறார்கள். “இஸ்லாமியத் தீவிரவாதத்திற்குப் பின்புலத்தில் அமெரிக்கா இருந்ததென்றும், பின்லாடனுக்கு வேண்டிய பொருட்கள் மற்றும் ராணுவ உதவிகளைத் தாங்களே வழங்கியதாகவும்” கார்ட்டரின் முன்னாள் ஆலோசகர் பிரெசென்ஸ்கி *(Brzensky)* பலமுறை கூறியிருக்கிறார். வியட்நாம் யுத்தத்தில் தங்களுக்கு ஏற்பட்ட இழப்பை சோவியத் யூனியனும் சந்திக்க வேண்டுமென அமெரிக்கா நினைத்தது. ஆக இரண்டு வல்லரசுகளுக்கும் காரணம் இருந்தன. இவ்வுண்மையை அறியாது ஆப்கானிஸ்தானத்திலிருந்த இஸ்லாமியப் பிரிவினரும் தலைவர் களும் கண்களை மூடிக்கொண்டு, சோர்வுற்று, தங்களை முற்றாக இழந்து அரண்மனைவாசிகளாலும் தாதாக்களாலும் வழிநடத்தப்பட்டுப் பலியா னார்கள். விளாடிமிர் புத்தின் போன்ற ஒன்றி ரண்டு மனிதர்களின் அதிகாரத் தின் கீழுள்ள புதிய ரஷ்ய முதலாளித்துவம் இன்று ஒருவேளை நேற்றைய எச்சரிக்கைகளுடன் இல்லாமலிருக்கலாம்.

அமெரிக்க ஐக்கிய நாடென்றதும் வலிமைவாய்ந்த நாடெனவும், செல்வம் கொழிக்கும் நாடெனவும் இருந்த நிலைமாறி இன்று தேய்ந்து கொண்டிருப்பதைப் பார்க்கிறோம், அதாவது மூன்றாவது நான்காவது நூற்றாண்டுகளில் ரோமுக்கு நேர்ந்த கதி இன்றைக்கு அமெரிக்காவுக்கு. பொருளாதாரத் தளத்தில் அவர்கள் அளவு தெளிவாக உள்ளது. வெளி வர்த்தகத்தில் பற்றாக்குறை, ஏராளமாகக் கடன்கள் என்று பார்க்கிறோம். உலக வர்த்தகத்தில் கடந்த காலத்துச் சாதனைகளில்லை, அமெரிக்காவின் பங்களிப்பு கீழ்நோக்கிச் செல்கிறது. ஆக மொத்தத்தில் இன்றைய அமெரிக்கர் கள் கடனில் மூழ்கியுள்ளனர். உலக அளவில் வேலைப் பகிர்வு முறையில் தேர்ந்தவர்களாக இருந்த அமெரிக்கச் சமுதாயத்தினர் இன்றைக்கு நுகர்வுச்

சமுதாயத்தினராக மட்டுமே இருக்கிறார்களென, இம்மானுவெல் டாட் *(Emmanuel Todd)* எள்ளி நகையாடுகிறார். தற்போதைக்குச் சீனர்கள் அமெரிக்கர் களுக்கு வேண்டிய பணத்தைக் கடனாகத் தருகிறார்கள். அப்பணத்தைக் கொண்டு அமெரிக்கர்கள் *'made in China'* தயாரிப்புகளை வாங்குகிறார்கள். அமெரிக்காவின் மூலதனம் சீனாவில் கணிசமாக முதலீடுசெய்யப்பட்டு, இலாபத்தின் ஒரு பகுதி திரும்பவும் அமெரிக்காவுக்கு வருகிறதென்பது உண்மையே என்றாலும், இந்நிலை எவ்வளவு காலத்திற்கு நீடிக்கும் என்ப தற்கு எவ்வித உத்தரவாதமுமில்லை. பெருவாரியான சீனர்களுக்கும் செல்வத் திற்குமான இடைவெளி மிக மிக அதிகம் என்றபோதிலும், இன்றைக்குச் சீனா ஒரு செல்வந்த நாடு. சீன முதலாளித்துவத்திற்கு அமெரிக்க முதலாளித் துவத்திடம் அடங்கிப்போகும் எண்ணம் துளியும் இருக்க முடியாது. சீனர்கள் ஆப்பிரிக்க நாடுகளில் காலூன்றி இருப்பது, அந்நாட்டு அதிகார வர்க்கத்திற்குள்ள ஆசைகளைக் கோடிட்டுக் காட்டுகிறது. இவ்விடயத்தி லுள்ள உண்மைகள் சற்று மாற்றுக் குறைந்த அளவில் இந்தியா, பிரேசில் நாடுகளிலும் உறுதிப்படுத்தப்பட்டுள்ளன. இவர்களே இன்றைய முதலாளி கள். இப்புதிய முதலாளித்துவ நாடுகள் நேற்றைய முதலாளித்துவ வல்லரசு களான ஐரோப்பாவுக்கும் அமெரிக்காவுக்கும் சவாலாக இருக்கின்றன. இனித் தங்களுக்கான காலம் என்ற அவர்களுடைய நினைப்பும் இயல் பானது, அதைத் தவறென்று எப்படி நாம் கூற முடியும். இந்தியாவும் சீனாவும் படைபலத்திலும், அணு ஆயுதபலத்திலுங்கூட முன்னிலையி லிருக்கின்றன.

மற்றொரு பக்கம் அமெரிக்கப் பொருளாதாரம் வீழ்ச்சி அடைந்துள்ள நிலையில் உலகளவில் ராணுவப் பலத்திலேனும் தமது தலைமையை எப்பாடுபட்டாகிலும் அல்லது என்ன விலைகொடுத்தாகிலும் தக்க வைத்துக்கொள்ள வேண்டுமென்ற நிர்ப்பந்தம் அமெரிக்காவுக்கு உள்ளது. உலகம் முழுக்கத் தமது டாலர் செலாவணியாக நீடிக்க வேண்டுமெனில் அந்நாட்டிற்கு இன்றுள்ள நிலையில் அதுவொன்றே வழி. அமெரிக்க அரசின் ராணுவத் தலைமைக் கேந்திரமான பெண்டகனின் முக்கிய நோக்கமே, படை பலத்தில் அதற்கு அடுத்த இடங்களைப் பிடித்திருக்கிற பதினைந்து நாடுகளின் மொத்த ராணுவச் செலவைக் காட்டிலும் கூடுத லாக ராணுவத்தின் வரவு செலவுத் திட்டங்களுக்குப் பணம் ஒதுக்க வேண்டும் என்பதே. ஈராக் நாட்டின் மீது படையெடுத்த அமெரிக்கா தனது ராணுவத் தளங்களுக்கெனப் புதிய நாடுகளைக் கண்டது. தனது நாட்டின் ராணுவத் தளங்கள் தேவையை மாற்றி அமைத்தல் வேண்டு மென புஷ் கூறியது மேற்கண்ட பொருளின் அடிப்படையிலேயே. பெட்ரோலியக் கச்சாப்பொருளைத் தனது கைக்குள் வைத்திருப்பது பிரதான நோக்கமென்றபோதிலும், ஆசியக் கண்டத்தில் வளர்ந்துவரும் சீனாவுக்கு எதிராகவும், பிற ஆசிய நாடுகளுக்குத் தைரியமூட்டவும், அமெரிக்கா தமது வலிமையை உறுதிப்படுத்திக்கொள்ள வேண்டும். ஆசிய வரைபடத்தில் அமெரிக்க ராணுவக் கேந்திரங்களின் இருப்புத் தெளிவாக உள்ளது. சீனாவையும் ரஷ்யாவையும் நாளைக்குச் சுற்றி வளைக்க வேண்டுமெனில் 'பட்டுச் சாலையில்' இடையில் குறுக்கிடுவது ஈரான் மட்டுமே. சீனாவின் மீது நெருக்கடிகளைத் திணிப்பது உடனடி

யாக அமெரிக்காவுக்குள்ள தீர்வு. *'Mainland China'* எனச் சொல்லப்படும் சீனாவின் எல்லைப் பரப்பை அசைத்துப் பார்க்க வேண்டும்: திபெத் பிரச்சினை, சின்கியாங் *(Xinjiang)* பிரதேசச் சுய ஆட்சிப் பிரச்சினை யெனச் சீனாவின் சிக்கல்கள் அமெரிக்காவின் சூழ்ச்சித் திறத்திற்கு ஒரு வேளை உதவலாம். கடந்தகாலத்தில் யுகோஸ்லாவிய நாட்டுச் சிக்கல்கள் வாஷிங்டன் பெரிய அண்ணனுக்குத் தனது வலிமையை நிரூபித்துக்கொள்ள உதவியிருக்கின்றன. செக் நாட்டிலும் போலந்திலும் ஏவுகணைகளை இடை மறித்து அழிக்கும் தாக்கிகளை நிறுத்தியிருப்பது ஈரானைக் குறிவைத்து என்றபோதிலும், வழக்கம்போல ரஷ்யாவுக்கு எதிரான நடவடிக்கை என்பதை நாம் அறிவோம். போதாததற்கு நேட்டோவிலிருந்து விலகி நடு நிலை வகித்த சுவீடன், ஆஸ்திரியா, அயர்லாந்து போன்ற பிற ஐரோப்பிய நாடுகளையும் 'ஐரோப்பியப் பொதுப் பாதுகாப்பு' என்னும் பெயரில் அமெரிக்கத் தலைமையிலான ஐரோப்பிய அணியின் கீழ்க் கொண்டு வந்திருக்கிறார்கள்.

'உண்மையான சமூக உடைமைநெறியாளர்கள்' என்று தங்களை அழைத்துக்கொண்ட நாடுகள் ராணுவ வரவுசெலவுத் திட்டங்களுக்கான நிதியைக் கணிசமாகக் குறைத்துக்கொள்ள, ஜப்பான் போன்ற சில நாடுகள் இதுவரை காணாத அளவில் தங்கள் பாதுகாப்புச் செலவினங்களை அதிகரித்திருப்பது அவர்கள் ராணுவப் பலத்தை மீண்டும் வளர்க்க உதவியிருக்கிறது. எனவே இனி வெளிப் பிரச்சினைகளிலும் குறிப்பிட்ட எல்லைவரை இயங்குவதற்கான வலிமையை இன்று அவர்கள் பெற்றுள் ளார்களென்பதை ஒருவரும் மறுக்கவியலாது. இன்றைக்கு 'உலகத்தை நிர்வகிப்பது' என்ற சொல்லாட்சியின் அடிநாதமாக ஒலிக்கிற 'நிபுணர்கள்' மற்றும் 'பொருளாதார அறிஞர்களின்' குரல்கள் அனைத்துமே யுத்தத்தை 'மற்றவகையில்' தொடர்வதென்ற சிந்தனைகளைக் கொண்டவை. அவர் களுடைய இந்த 'மற்ற வகைக்குத்' தோல்வியெனில் நாளை ஆயுதத்தைக் கையிலெடுக்கத் தயங்கமாட்டார்கள். தற்போதைக்கு மௌனமொழிகளும் சங்கேதக் குறிகளும் இச்செயல்பாடுகளுக்குப் போதுமானதென்பதால், அதிலும் சீனர்கள் வல்லவர்களென்பதால் சீனர்கள் கைகளே ஓங்கும். வாஷிங்டனுக்கும் டெஃஹ்ரானுக்குமான சிக்கலில் ஈராக்குடனான அமெரிக்காவின் ஒப்பந்தத்தையும் கவனத்தில் கொள்ள வேண்டியுள்ளது. ஈராக் அரசாங்கத்தில் அங்கம் வகிக்கும் ஆட்சியாளர்கள் ஈரானுடன் தோழமைகொண்டவர்கள் என்பதோடு வெள்ளை மாளிகையின் ஆதரவையும் பெற்றவர்கள்.

இறுதியாகப் புட்டீனுடைய இன்றைய ரஷ்யா வரலாற்றில் நாமறிந்த சோவியத் யூனியனல்ல. அவ்வாறே அரசியல் மற்றும் பொருளாதாரக் கொள்கைகளில் அமெரிக்காவுடனான அதன் எதிர்நிலைப்பாடு 'பனிப் போர்'க் காலத்தைப் போலக் கூர்தீட்டப்பட்டதல்ல. ராணுவப் பலத்தில் ரஷ்யா மட்டுமே இன்றைக்கு அமெரிக்காவுக்கு எதிரி, தவிர ரஷ்யாவின் ஹைட்ரோகார்பன் வளமும் பொருளாதார வலிமையை அதற்குத் தர வல்லது. முன்னாள் சோவியத் யூனியனில் அங்கம் வகித்த கொக்காஸஸ், உக்ரெய்ன் நாடுகளின் சிக்கல்கள் – உக்ரெய்ன் நாட்டு 'ஆரஞ்சு' வண்ணப் புரட்சி, ஜியார்ஜியா விவகாரம் – இங்கே ஜியார்ஜியா அமெரிக்காவின்

பகடைக்காய் – வாஷிங்டனுக்கும் மாஸ்கோவிற்குமான சிக்கல்களாக உருமாற்றம் அடைந்துள்ளன. ரஷ்யாவும் தன்பங்கிற்கு அமெரிக்கா மற்றும் மேற்கு ஐரோப்பிய நாடுகளுக்கு எதிராகக் கொசோவோ சிக்கலில், தனி நாடு கோருகிறவர்களுக்கு ஆதரவென்று அறிவித்துப் பதிலடி கொடுத்துள்ளது. இவ்விளையாட்டில் ஹோப்ஸ் கூறுவதுபோல எஞ்சியிருப்பது ஒன்றே ஒன்றுதான், 'யுத்தம் வாய்ப்பு அல்லது சந்தர்ப்பத்திற்காக எப்போதும் காத்திருக்கிறதென்ற' சத்தியம்.

இறுதியாய் நாம் அறிவது என்ன? இன்று முதலாளித்துவ நாடுகளுக்கிடையிலும் பிற உலக நாடுகளுக்கிடையிலுமுள்ள நெருக்கடிகள் யாவற்றுக்கும் முதலாளித்துவத்தின் இயங்கியலுக்கேயுரிய பண்பின் அடிப்படையில் அதன் அண்மைக்காலப் பிரதான நடவடிக்கைகளே காரணமாக இருக்க முடியுமென்ற உண்மை. இந்நிலையில் அத்தகைய சாத்தியக்கூறே அல்லது அவ்வாய்ப்புக்கு இடமுண்டு என்ற தீர்க்கதரிசனமே 'இன்றைய உலக எஜமானர்களின் கரங்களில் வர்த்தக சாம்ராச்சியம் போய்விடக் கூடாதென' உணர்வுப்பூர்வமாகச் சிந்திக்கக்கூடியவர்களை எண்ணவைக்கிறது.

வளங்களின் மூலாதாரத்தை அழிக்கும் முதலாளித்துவம்

இரண்டாவதாக நமக்குள்ள கவலை இயற்கைக்கும் மனிதரினத்திற்குமுள்ள உறவு சார்ந்தது ஆகும். 'உழைப்பு', 'பூமி' இரண்டையும் முதலாளியம் அழிக்கிறதென்னும் சிந்தனைகொண்ட மார்க்ஸ் அதற்கு மாற்று நமது சமூக அமைப்பின், 'உற்பத்திப் பங்குதாரர்களிடம்' உள்ளதென்றார். "உற்பத்திப் பங்குதாரர்கள் சந்தைப் பரிவர்த்தனையின் கண்மூடித்தனமான எதேச்சதிகாரத்திற்கு அடங்கியவர்களல்லர், மாறாக அதை அதாவது பரிவர்த்தனையைத் தமது பொது அதிகாரத்தின் கட்டுக்குள் வைத்திருக்கவும், ஆற்றலுக்கு அதிகச் செலவின்றி அதைக் கண்ணியமான சூழலில் வைத்து, மனிதர் இயல்புக்கு இணக்கமான வகையில் அறிவின் துணைகொண்டு சரியாகச் செயல்படுத்தக் கூடியவர்கள்." (மூலதனம், பாகம் 3)

அறிவொளி இயக்கத்தின் வழிவந்த 19ஆம் நூற்றாண்டு மனிதனிடம் மனிதச் சமுதாயத்தின் அளவற்ற வளர்ச்சிக்கு உதவக்கூடிய உற்பத்தித் திறன்கள் நிரம்ப உள்ளதென்று மார்க்ஸ் நினைத்தார். இந்நம்பிக்கை காண்ட் வார்த்தைகளில் சொல்வதெனில், 'அனுபவத்தின் வழிவந்த அடிப்படை உண்மை' அதாவது மிகச் சரியான காரணங்களின் அடிப்படையில் உருவான நம்பிக்கை. இங்கே 'உற்பத்தித் திறன்கள்' என்ற சொற்கள், உண்மை நிலையை அறிதல், சூழலுக்கிசைந்த வாழ்க்கையைத் தேடிக்கொள்ளல், செயல்படும் திறனை வளர்த்துக்கொள்ளலென மனிதர்களிடத்திலுள்ள பல்வேறு ஆற்றல்களைப் பற்றியவையாகும். இந்நிலையில் முன்னேற்றத்தை மட்டுமே அடிப்படையாகக்கொண்ட குறிக்கோளிலிருந்து விலகிக்கொள்ள – அதாவது அதன் இறுதி எல்லை தெரிந்திராத நிலையில் – நியாயமே இல்லை. இயற்கையின் ஆற்றல் மனிதர் ஆற்றலைக் காட்டிலும் பன்மடங்கு மேலானதென்று அறிவோம், சூரியக் குடும்பம் (அதனுடன் பூமி தொடங்கி மனித உயிர்களும் அடக்கம்) வரையறுக்கப்பட்ட கால அளவுடையது. இயற்கையோ நிரந்தரமானதும் முடிவற்றதுமாகும்.

இத்தகைய அபெளதிகம் பொதுப்பண்பிலிருந்து விலகிக்கொள்ளாதவரை – அபெளதிகப் பண்பு வெட்கத்திற்குரியதோ பாதகமானதோ அல்ல, அவை இரண்டுக்கும் எதிரானது – மார்க்ஸின் 'உற்பத்தித் திறன்கள்' கோட் பாட்டை நாம் சேதமின்றிப் பாதுகாக்க வேண்டியவர்களாக இருக்கிறோம். ஆக மொத்தத்தில் நம்மில் பெரும்பான்மையோருக்கு அடிப்படை இயக்கங் களில் ஒற்றுமையுண்டு : நோய்களிலிருந்து மீள்வது, வேலைகள் கடுமையான வையெனில் தவிர்ப்பது, கலை பண்பாட்டு அறிவைப் பெருக்கிக்கொள்வது, தேவை மற்றும் மகிழ்ச்சியின் வகைமைகளைப் பெருக்கிக்கொள்வதென்று (பண்பாடுடைய மனிதனுக்கு, தேவைகளின் எண்ணிக்கை அதிகம், என்கிறார் மார்க்ஸ்) அவற்றை வரிசைப்படுத்த முடியும், தம்மைத் தாமே வருத்திக் கொள்கிறவர்கள், விரக்தியில் உழல்பவர்கள் போன்றவர்கள் மட்டுமே இவற்றுக்கு விதிவிலக்காக இருக்கக்கூடும்.

பெருந்தொழில்கள் முன்னேற்றம், எந்திரமயமாக்கம், இயற்கை வளங் களைப் பெருந்தொழில்கள் உறிஞ்சுதல் ஆகியவற்றுடன், மார்க்ஸின் 'உற்பத்தித் திறன்கள்' சிந்தனையை மார்க்ஸிய வரலாற்றின் பாரம்பரிய இரண்டாவது மற்றும் மூன்றாவது உலக அமைப்புகள் கருத்திற்கொண்டு செயல்பட்டன வென்பதை அறிவோம். இயற்கை வளங்கள் அவ்வளவையும் வரம்பின்றிக் கபளீகரம் செய்து சரக்குகளாக மாற்ற முடியுமென்று அறியவந்ததும், மூலதனத் திரட்சிகுறித்த ஞானமும் முதலாளித்துவவாதிகளுக்கு அவை சமூக அமைப்பின் வளங்களாக அடையாளம் காண உதவியதைக்கொண்டு, முதலாளித்துவத்திலும் மார்க்ஸின் 'உற்பத்தித் திறன்கள்' கருத்தியத்தின் பிரதிபலிப்பைப் பார்க்கிறோம். ஆகப் பெருந்தொழில்கள் மற்றும் தொடக்கக் கால மார்க்ஸியத்திற்குமான புனித உறவுகள் எல்லோரும் அறிந்த ஓர் உண்மை. மாறாக இன்று இத்தகைய நடவடிக்கைகள் 'முன்னேற்றத்திற்கு எதிரானவை' என வாதிட்டு, குறிப்பிட்ட துறைகளின் முன்னேற்றத்திற் காக மட்டுமே உழைக்க வேண்டுமென்றும் இயற்கைவாதிகளும் சுற்றுச் சூழல்வாதிகளும் கூறிக்கொண்டிருக்க அவர்களில் ஒருசிலர் இருக்கிற சிக்கல்கள் போதாதென்று பெருந்தொழில்கள் காலத்திற்கு முன்பான இயற்கையோடிணைந்த அமைதியான வழிமுறைக்குத் திரும்ப வேண்டு மென்கிறார்கள்.

மேற்கண்ட உண்மைகளை ஓர் உதாரணத்தின் துணையுடன் விளக்க லாம். பெரும் முதலாளியின் தொழிற்சாலையொன்று, இயற்கையைக் கபளீகரம் செய்தும் நிலத்தை மாசுபடுத்தியும் மனித உயிர்வாழ்க்கையின் அடிப்படை மூலாதாரங்களை வேரறுப்பதை, முதலாளியவாதியொருவர் 'வளர்ச்சி' என்கிறார். அதாவது மனித குலத்தின் அடிப்படை ஆதாரங் களை இனித் திரும்பப் பெற முடியாத நிலையில் அழிக்கும் செயல் பாட்டை. மாறாகப் பசுமைவாதிகள் இதை 'அழிவு' என்கிறார்கள். ஆகப் பெரிய குழப்பங்களில்லை. மீண்டும் தொடக்க நிலைக்கு வந்திருக்கிறோம். எனினும் பசுமைவாதிகளும் சுற்றுப்புறச் சூழலில் அக்கறைகொண்டவர் களும் எழுப்பும் எச்சரிக்கை மணியோசைக்கும் – சிற்சில சமயங்களில் அவை நம்மைக் குழப்புவதுபோலவும் தவறான வேளைகளில் ஒலிப்பது போலவும் தோற்றந்தரினும் – பொருளுண்டு. இறுதியில் மூலதனத் திரட்சி தனது இறுதிக் கட்டத்தைத்தொட்டுப் பழைமையானதும் பெருமைமிக்கது

மான நமது புவியின் உயிர் வாழ்க்கை ஆதாரங்களைச் சிக்கல்களில் நிறுத்தியுள்ளது. அடுத்து வரும் ஆண்டிலோ அல்லது பத்து ஆண்டுகளிலோ அல்லது முப்பது ஆண்டுகளிலோ பெட்ரோல் கச்சாப்பொருளுக்கான பற்றாக்குறையைத் தவிர்க்கவியலாது. சுதந்திரமான இன்றைய மனிதனின் உண்மையான பொருட்செல்வம் என நம்பப்படும் சிறுரக மற்றும் கனரக மோட்டார் வாகனத் துறையை இப்பற்றாக்குறை பாதிக்கும். அப்பாதிப்பு முதலாளித்துவப் பொருளுற்பத்தியின் முறைமையை ஒட்டுமொத்தமாக ஆட்டங்காணச் செய்யுமென்பது தெளிவு. பெட்ரோலியத்திற்கு மாற்று என முன்வைக்கப்படுகிற யோசனைகள் அனைத்துமே சிறுபிள்ளைத்தன மாக இருக்கின்றன. விவசாய எரிபொருட்களென முன்வைக்கப்படுபவை ஆழமற்ற உறைகிணறுகள், அவை நாளை விளைநிலங்களைப் பாழ்படுத்தக் கூடியவை. மக்களைப் பட்டினியில் வாடவிடலாம். 2007 – 2008 ஆண்டுகளி லேயே உணவுப்பொருட்களுக்கான தட்டுப்பாடுகளை உணரத் தொடங்கி விட்டோம். உலகத் தலைவர்கள் ஒருசிலரின் சிந்தனை இவ்வழிமுறை சார்ந்து இருக்கிறது. அமெரிக்காவிலும் பிரான்ஸ் நாட்டிலும் செல்வாக் குள்ள ஒரு கூட்டத்தின் ஆதரவு இது போன்ற திட்டங்களுக்கு கிடைப்பது உண்மையென்றாலுங்கூட, அவற்றைத் தவறான வழிமுறையென முணு முணுப்பதும் காதில் விழுகிறது. கடந்த ஒரு நூற்றாண்டாகப் பேசப்படும் மின்சார ஊர்திகள் தற்போதைக்கு ஒரு பொம்மை விளையாட்டு. காரணம் மின்சக்தியை, இரசாயனப்பொருள் (மின்கலங்கள்) வடிவத்தில் சேமிப்ப தென்பது இயற்கை விதிகளை அடிப்படையாகக்கொண்டதாகும், எனவே ஐந்தாறு LR6 மின்கல அடுக்குகளை நம்பி வாகன எரிபொருள் பிரச்சினை யைச் சமாளித்தலென்பது ஒருபோதும் நடவாது. தவிர இந்த யோசனை யில் வேறு சிக்கல்களுமுள்ளன. மின்சாரம் மரத்தில் காய்ப்பதல்ல, அதை உற்பத்தி செய்ய வேண்டும், நாளை எரிபொருளின்மையாலோ, இயற்கை எரிவாயுப் பற்றாக்குறையாலோ அனல்மின் நிலையங்களில் உற்பத்தி முடக்கம் ஏற்படுகிறதெனில், அணுமின் நிலையங்களைத் தேடிச்செல்ல வேண்டும் அவற்றின் எண்ணிக்கையைப் பெருக்க வேண்டும், அதைத் தொடர்ந்து பாதுகாப்புச் சிக்கல்கள் வருகின்றன ... பின்னர் யுரேனியப் பற்றாக்குறையையும் சமாளித்தாக வேண்டும். காற்றாலைகள், சூரிய வெப்பம் (ஒருகட்டத்தில் கடல் அலைகளிலிருந்து மின்சாரம் தயாரிக்கும் யோசனை யிலும் தீவிர அக்கறை காட்டப்பட்டது) போன்றவை உபயோகமான மாற்று யோசனைகள், அவற்றைத் தவிர்த்துச் சாத்தியமான எரிசக்திகள் தற்போதைக்குக் கண்ணிற்படவில்லை. எஞ்சியிருப்பது முடிவுறாமல் அவ்வப் போது விவாதிக்கப்படும் 'அணுசக்தி'. உலகை அழிக்கும் விவகாரத்தில் அதைவிட உத்தமமான பொருள் வேறில்லை (அதன் உபயோகம் எல்லோ ருக்கும் தெரிந்திருக்கிறது – குறிப்பாக ஹைட்ரஜன் குண்டுகள்), ஆனால் அமைதி உபயோகத்தில் தேர்ச்சிபெறப் பல காலம் காத்திருக்க வேண்டும் அல்லது அதற்கு இயலாமலே போகலாம். பின்னர் இருக்கவே இருக்கிறது ஹைட்ரஜன்! அதைக்கொண்டு எரிமின்கலங்களைத் தயாரிக்கலாம். இத்தனிமம் பிரபஞ்சமெங்கும் ஏராளமாகக் கிடைக்கக்கூடியது. ஆனால் பூமியில் தனித்த பொருளாகக் கிடைக்கும் வாய்ப்புகள் குறைவானதால், இவ்வகை எரிசக்திகளுக்குத் தயாரிப்புச் செலவுகள் அதிகம். இங்கே பிரான்ஸ் நாட்டில் பலரும் அறிந்திருக்கிற ஷாடக்ஸ் என்னும் கேலிச்

சித்திரத் தொடரை நினைவுகூர்தல் வேண்டும். சாடக்ஸ் உலகின் எரிசக்திப் பிரச்சினையைச் சமாளிக்க ஒருவகை எரிசக்தி விசைக் குழாயை அறிமுகப் படுத்துகிறது. ஆனால் அதையும் தொடர்ந்து உபயோகித்து, நிலத்தடி வளம் முற்றாக உறிஞ்சப்பட இறுதியில் குழாய்க்கடியில் எதுவுமில்லை என்றாகிறது. எனவே வளர்ச்சியென்ற பேரில் என்ன விலை கொடுத்தேனும் அதிசயப்படத்தக்க பலன்களைப் பெற்றுவிடலாம் என்னும் பொருளியல் வல்லுநர்களின் யோசனைகளைப் பின்பற்றுவதை நிறுத்திக்கொள்ள வேண்டும். இப்போதைக்குப் பிரச்சினைகளிலிருந்து விடுபட உள்ள ஒரே வழி எரிசக்தியைக் குறைவாக உபயோகிப்பதும் சிக்கன நடவடிக்கையுமாகும்.

இன்றைய சூழ்நிலையில் எரிசக்தி நெருக்கடி அத்தனை எளிதாக முடிவுக்கு வரக்கூடியதல்ல. மாற்றங்கள் வேண்டுமென நினைப்பவர்கள் அனைவருமே, மூலதனத் திரட்சியை அதிகரிப்பதற்கு, முதலாளித்துவப் பொருளியல் உற்பத்திமுறைக்கு எரிசக்தித்துறை உகந்ததென்று முதலாளித்துவ வாதிகளுக்கு அறிவுறுத்துகிறார்கள். ஏற்கனவே சில பெரும் நிறுவனங்கள் அத்துறையில் இறங்கிவிட்டன. நீண்டகால அடிப்படையில் பார்க்கும்பொழுது எரிசக்திப் பொருளியல் துறையையோ, கச்சாப்பொருள் துறையையோ தேர்வுசெய்வது மூலதனத் திரட்டலுக்கு உதவாது. உதாரணமாக நுகர்வோர் உற்பத்திப்பொருட்கள் தயாரிப்பில் தொழில் நுணுக்கத்தின் உதவியுடன் சிலவகை மாற்றங்களைக் கொண்டுவரச் சாத்தியங்கள் உள்ளன. முதலாவது வீட்டு உபயோக எந்திரங்களின் பயன்பாட்டின் ஆயுட்காலத்தை நீட்டுவது, வாகனங்களுக்குத் தேவையான உதிரிப் பாகங்களைக் குறைவான விலையில் தயாரித்து வாகனங்களின் உற்பத்திச்செலவைக் குறைப்பது, அதிகச் சிரமமின்றிப் பழுதடைந்த பாகங்களை மாற்றுவது போன்றவற்றைக் குறிப்பிடலாம். இது போன்ற யோசனைகள் சிக்கனமானது மட்டுமல்ல, மனிதர் வாழ்க்கையின் சுகம் மற்றும் பொருள்வளத்திற்குத் தீங்கு விளைவிக்காதவை. இந்நிலையில் இவ்வுபகரணங்களின் நுகர்வுக் குறைவைத் தொடர்ந்து, உற்பத்தியில் வீழ்ச்சி ஏற்பட இலாபவீதம் பூஜ்யமாகக் கணத்தில் குறைந்துபோகிறது. இக்கட்டத்தில் மூலதனத் திரட்சியைத் தொடர்வதற்கு – மனிதரிடத்திலுள்ள பொருட்களின் உபயோக மதிப்புத் திரட்டல் என்பது வேறு – உற்பத்தி செய்யும் பொருட்கள் அனைத்திற்கும் பயன்பாட்டுக் கால அளவைத் தீர்மானிக்கும் வேலைத் திட்டமொன்றை உருவாக்க வேண்டும். தொலைபேசியாக மட்டுமல்ல, தபால்முத்திரை அளவுள்ள திரையில் திரைப்படமும் பார்க்கலாம் என்ற தகுதிகளுடன் சந்தையில் அறிமுகமாகியுள்ள கைப்பேசியை வாங்குமாறு நுகர்வோரை வற்புறுத்த இயலாதெனில், அவ்வகைத் தயாரிப்பில் ஈடுபட்டுள்ள பாதிக்குமேற்பட்ட தொழிற்சாலைகளையும் அவற்றுடன் தொடர்புள்ள பிறவற்றையும் மூட வேண்டிவரும். அதுபோலவே எல்லா வீடுகளுக்கும் தட்பவெப்பப் பாது காப்புகளைச்செய்து, ஏற்கனவே குடியிருப்பிலுள்ள கணப்புகளுக்குப் பதிலாக நன்கு செயல்படக்கூடிய கணப்புகளைப் பொருத்தி அவற்றின் அளவைக் கூட்டி வெப்பத்தை அதிகரிப்பதற்குப் பதிலாகக் கம்பளி ஆடைகளை உடுத்துவது நல்லதென மக்களுக்குப் போதிக்க ஆரம்பித்தாலும் எரிசக்திப் பொருட்களின் இலாபவீதம் அதன் உற்பத்தியாளர்களுக்குப் பூஜ்யத்தைத் தொடும். முதலாளித்துவத்தில் சீர்திருத்தத்தை வற்புறுத்தும் – பசுமைவாதி

கள், சமூக உடைமைநெறிக் குடியரசுவாதிகள், மாற்று யோசனைகளை முன்வைப்பவர்களென – அனைவருமே முதலாளித்துவப் பொருளுற்பத்தி முறை மொத்தத்தில் ஒவ்வொரு நாளும் அதிசயங்கள் என்ற பேரில் புதிய புதிய உத்திகளை அறிவித்துக்கொண்டிருப்பதை விரும்புவதில்லை. எனவே அதற்கெதிராகக் கலந்துரையாடல்கள், விவாதங்கள், சஞ்சிகைகள், பிரசுரங்கள், பேருரைகள் என ஏற்பாடு செய்கின்றனர். ஆனால் மூலதனத்தின் விதிமுறைகள் கடுமையானவை. மூலதனத்தின் அடிப்படை விதியே, கையிருப்பு வளங்களின் அழிவினூடாகத் திரட்டலைத் தொடர்வதாகும். எனவேதான் கடந்த ஒரு நூற்றாண்டாக மூலதனத் திரட்டலில் ஆயுதப் பொருளாதாரமும் முக்கியப் பங்கு வகிக்கிறது. உலகில் ஆங்காங்கே சண்டைகள் தொடர்ந்து நடைபெற அதுவொன்றே காரணம். உபரி உற்பத்தியால் ஏற்படும் சந்தை நெருக்கடியினின்று மூலதனத் திரட்டலைக் காப்பாற்றிக் கொள்ளும் திட்டமும் இதில் அடங்கியுள்ளது. 'வளர்ச்சியல்ல அழிவு *(sustainable degrowth)*' எனக் கூக்குரலிடுகிற சிந்தனையாளர்கள் மற்றும் கற்பனை வர்த்தகர்கள் முயற்சிகள் அனைத்துமே உபரி உற்பத்திக்கு எதிராக முதலாளித்துவப் பொருளுற்பத்தி முறைமைக்கு, இணக்கமானதொரு தீர்வைக் கண்டாக வேண்டுமென்பதாகும். அவர்கள் பார்வையில் கோளாறுகள் உள்ளன. காட்சிக்கும் பொருளுக்கும் தொடர்பில்லாத நிலை. காரணம் அவர்களின் பார்வையின் எல்லை முதலாளித்துவப் பொருளியல் அரசியலால் குறுக்கப்பட்டுள்ளது. அவர்கள் மூளையில் பிறர் சிந்தனைகளை மட்டுமன்றித் தங்கள் கருத்தியங்களையும் திணித்துக்கொண்டு அவதிப்படுகிறார்கள்.

உபயோக மதிப்பு உற்பத்தியை மையமாகக்கொண்டு, சிக்கனம் மற்றும் சுற்றுப்புறச்சூழலுக்குப் பாதகமற்ற உற்பத்தி வழிமுறைகள் சொல்லப்படுகின்றன. உற்பத்திச் சரக்கால் உபயோகமும், உண்மை இலாபமும், மனிதரினத்திற்கு அவை ஏற்படுத்தித் தரவல்ல சௌகரியமும், இவ்வழிமுறைகளால் கிடைக்கக்கூடிய பலன்கள் என்கிறார்கள். எனினும் முதலாளித்துவத்தின் குணம் வேறு. முதலாளிய அமைப்புமுறை சரக்குகளின் உபயோக மதிப்பை மையமாகக் கொண்டதல்ல, பரிவர்த்தனை மதிப்பை மையமாகக் கொண்டது, மூலதனச் சுற்றோட்டத்தில் அதுவொரு தருணம். முதலாளியத் தாராளமயச் சிந்தனாவாதிகளுள் ஒருவரான ஆடம் ஸ்மித் சமூக நெறிமுறையை அடிநாதமாகக்கொண்ட இணக்கமானதொரு கருத்தியத்தை முன்வைக்கிறார். இலாபநோக்கின் அடிப்படையிலும், பரிவர்த்தனைக்காகவும் உற்பத்தியில் ஈடுபடும் தனிமனிதர்கள் அதேவேளை மனிதகுலத்தின் தேவைகளையும் பூர்த்திசெய்கிறார்கள். அவ்வாறு செய்யும்போது தனிமனிதன் சுயநலம் 'சமூக மதிப்பு' என்று மாற்றம் பெறுவதோடு அவன் சார்ந்த சமூகத்தோடும் சுமுகமான உறவைப் பேண அவனுக்கு உதவுகிறது. ஆனால் மார்க்ஸின் மனத்திற்கு அவ்வளவும் கற்பனை, பொய்த்தோற்றங்கள் அல்லது ஓர் எதார்த்தத்தின் கருத்தியல் பிரதி அவ்வளவே. முடிவற்றதொரு சுற்றோட்ட நிகழ்வின் அடிப்படையில் சரக்கு – பணம் – சரக்கென்று முடிவின்றித் தொடரும் நிகழ்வில் மார்க்ஸ் எதிர்மறையான இரு தருணங்களைத் தனியே பிரித்துப் பகுப்பாய்வுக்கு உட்படுத்துகிறார். 'சரக்கு – பணம் – சரக்கு' *(C-M-C)* அதாவது சரக்குகளின் பரிவர்த்தனை,

பணம் – சரக்கு – பணம் *(M-C-M)* உபயோகத்தைக் கருத்திற்கொண்டது, அதாவது மூலதனச் சுற்றோட்டம் மூலதனத் திரட்சியைக் கருத்திற்கொண்டது. சுற்றுசூழல் நெருக்கடி, வளர்ச்சியின் வரையறை குறித்த சிக்கல்கள், வளர்ச்சிக்கு எதிரான நிலை, சுற்றுசூழலுக்குத் தீங்கிழைக்கா உற்பத்தி அனைத்துமே சரக்குகளின் சுற்றோட்டத்திலுள்ள இருவகையான முரண்களை மூடிமறைத்துவிட்டு எழுப்பும் குரல்களாகும். இம்முரண்களை மனத்திற்கொண்டு மேலே செல்வோம், அதாவது புரிதல் இங்கே 'உரையாடல் அடிப்படையிலானது' அதாவது முதலாளித்துவப் பொருளுற்பத்தி முறைமையின் ஆதிக்கவயப்பட்ட சமுதாயங்களில் உற்பத்தி மற்றும் பரிவர்த்தனை வடிவங்கள் மிகவும் ஆழ்ந்தபொருளில் உணரப்பட வேண்டியதும் ஆபத்தானதுமான முரண்வடிவங்களாகும். சிந்தனைகள் அளிக்கும் கற்பனைத் தோற்றத்திற்கு விடைகொடுத்துவிட்டு அங்கே உண்மைத் தோற்றத்தை நிறுத்த வேண்டியுள்ளது. இங்கே ஒரு தரப்பில் மரபணு மாற்று விவசாயத்திற்கும் அதிவேகச் சாலைகளுக்கும் மின்சார வாகனங்களுக்கும் ஆதரவாக என்றிருப்பவர்கள், மற்ற பக்கத்தில் முன்னேற்றத்திற்கு எதிரானவர்களென்று வர்ணிக்கப்படுகிறவர்களாகவும், உடனடியாகத் தங்கள் கலகக்குரலைப் பதிவுசெய்கிறவர்களுமாகப் பசுமைவாதிகள் உள்ளனர்; பொருளற்ற உரையாடல்கள் விவாதக்களனிற்குச் சுவையூட்டுகின்றன. இவ்விவாதத்தில் பகுத்தறிவுவாதிகளெனத் தங்களை அழைத்துக்கொள்ளும் இடதுசாரிகளுங்கூட, பன்னாட்டு நிறுவனங்களுக்குச் சாதகமான விளையாட்டுகளில் ஈடுபடுகின்றனர். ஆக உழைப்பு மற்றும் உற்பத்தியைக் குறித்து அதாவது அவை இரண்டையும் அடிப்படையாகக் கொண்டியங்கும் முதலீட்டுப் பொருளியல் பற்றிய உண்மைகள் நமக்குத் தெளிவாக்கப்பட வேண்டும். இவற்றின் உண்மையான நோக்கம் எது? மனிதகுலத்தின் தேவையைப் பூர்த்திசெய்வதா அல்லது மூலதனத் திரட்டலுக்குள்ள தேவையை நிறைவேற்றிக்கொள்வதா? இரண்டு நோக்கங்களையும் இணைத்துச் செயல்படச் சாத்தியமில்லை, காரணம் அவை இரண்டும் எதிரெதிரானவை. மனிதகுலத்திற்காகத் தம்மை அர்ப்பணித்துக்கொள்வதுதான் நோக்கமெனில் மரபணு மாற்றத்திற்குட்பட்ட பயிர்களுக்குத் தேவையே இல்லை, தவிர அவை ஆபத்தானவையுங்கூட. மனிதகுலத்திற்கல்ல, *Monsanto, Novartis* போன்ற மிகப்பெரிய நிறுவனங்களின் தேவையைப் பூர்த்திசெய்ய வேண்டுமானால் அவை உதவும். உதாரணமாகச் சிலரக *4WD (Fourwheel drive)* வாகனங்களின் உபயோகமென்ன? பாரீஸிலுள்ள அவென்யு ஷான்செலிசேவில் ஓட்டிச்செல்வதுபோல அதிகச் சிரமங்களின்றி மேடுகளையும் ஏறிக் கடக்க உதவுபவை அவ்வளவுதான். வேறுவகை வாகனங்கள் உள்ளன. அவற்றின் எந்திரங்கள் நூற்றுக்கணக்கான குதிரைச் சக்தி உடையவையெனச் சொல்லிக்கொள்கிறோம், இருக்கலாம் நாம் மறுக்கவில்லை, ஆனால் பாரீஸ் நகரத்தில் போக்குவரத்து நெருக்கடிமிக்க நேரங்களில் மணிக்கு 12 கி.மீட்டரென்று ஊர்ந்து செல்லவே அவை பயன்படுகின்றன. அதிவேகச் சாலைகளிலும் பிரான்ஸ் நாட்டின் போக்குவரத்து விதிப்படி அதிகபட்சம் 130 கி.மீட்டர் வேகத்தில் மட்டுமே அவ்வாகனத்தைச் செலுத்த முடியும். ஆனால் இது போன்ற வாகனங்கள் பெட்ரோலைக் குடிப்பதில் வல்லவை. இவற்றுக்கென எரிசக்தி எண்ணெய் நிறுவனங்களை ஏற்படுத்தவும் அதுபோலவே அணுமின்நிலையங்களுக்காகவும் விளை

நிலங்களைக் கையகப்படுத்துவதால் மனிதகுலத்திற்கு ஆவதென்னவென்று பார்க்க வேண்டும். ஐம்பதுகளிலும் அறுபதுகளிலும் நம்மிடமிருந்த எளிய வாகனங்களைக்கொண்டு நன்றாகத்தானே வாழ்ந்தோம். மாறாக உற்பத்தியை வேறு இடங்களுக்குக் கொண்டுசெல்வதன் மூலம் மனிதகுலத் தேவைகளையும் ஓரளவு பூர்த்திசெய்ய முடியும். மறுகட்டமைப்பு என்ற பெயரில் உருவாக்கிக்கொண்ட தேவையற்ற வாகனப் போக்குவரத்தைக் குறைத்தும் நகரங்களில் போக்குவரத்திற்கென ஒதுக்கப்படும் நேரத்தை முழுவதுமாகக் கணக்கிற்கொண்டும் அவற்றைச் செய்யவியலும். அவ் வகையில் நம் அனைவரின் வாழ்க்கைத் தரத்தை மேம்படுத்த முடியும். ஆனால் *Mococh* நிறுவனத்தின் உரிமையாளர் வாழ்க்கையில் முன்னேற்றங் கள் இருக்காது.

மூலதனத் திரட்சிக்கும் மனிதகுலத்தின் தேவைக்கும் உள்ள முரண் கள் இன்று நேற்று உருவானவை அல்ல. என்றைக்கு முதலாளித்துவம் பிறந்ததோ அன்றையிலிருந்து இருக்கிறது. 'மூலதனம்' நூலில், கார்ல் மார்க்ஸ் எங்ஙனம் இலாபத்தின் தீராத தாகம் முதலீட்டாளர்களை பிரிட்டன் தொழிலாளர்களின் உடலைச் சக்கையாகப் பிழியக் காரண மாயிற்று என்பதை விவரிக்கிறார்: நீட்டிக்கப்பட்ட வேலைநாள், மோசமான பணி நெருக்கடிகள், கடுமையான வாழ்க்கைமுறை என அமைந்த பல காரணிகள் உழைக்கும் வர்க்கத்தின் உடல்கேட்டிற்குக் காரணமாயின.

மருத்துவர் புத்ராய்டு "மண்பாண்டத் தொழிலாளர்களின் அடுத்தடுத்த தலைமுறை ஒவ்வொன்றும் அதற்கு முன்பிருந்த தலைமுறைகளுடன் ஒப்பிட்டுப் பார்க்கிறபோது சிறுத்தும் திடங்குன்றியும் உள்ளது" எனக் கூறுகிறார். "கடந்த 25 ஆண்டுகளாக மண்பாண்டத் தொழிலாளர்களுக்குச் சிகிச்சை அளித்து வருகிறேன். அவர்கள் உடல் அளவு, எடை ஆகியவை குறைந்திருக்கின்றன என்பது தெரியவந்தது" என்கிறார் எம்பீன் எகிற மற்றொரு மருத்துவர் ('மூலதனம்' புத்தகம் 1, அத்தியாயம் 10).

இதே அத்தியாயத்தின் மற்றொரு பகுதியில் மார்க்ஸ் நார்த் ஸ்டாஃப்போர்டுஷைர் பகுதியைச் சேர்ந்த மருத்துவர் ஒருவரின் சாட்சியத்தைப் பதிவுசெய்திருக்கிறார்:

"மண்பாண்டத் தொழிலாளர்களென்ற அவ்வர்க்கத்தின் ஆண்கள் பெண்கள் இருசாராருமே உடலளவிலும் மனத்தளவிலும் கடுமையாகப் பாதிக்கப்பட்டிருந்த ஒரு வர்க்கத்தின் பிரதிநிதிகளாகவே தோற்றமளித் தனர். அவர்கள் பொதுவாகவே வளர்ச்சிகுன்றியவர்களாகவும், உருக் குலைந்தவர்களாகவும் உள்ளனர். பலர் மார்புக்கூட்டில் குறையிருக்கிறது. அவர்கள் உரிய காலத்துக்கு முன்பே முதுமையை அடைந்தவர்கள்போல இருக்கின்றனர். அவர்கள் அற்ப ஆயுள் கொண்டவர்களெனக் கூறத் தேவையில்லை. அவர்கள் இரத்தச் சோகையில் விழுந்திருந்தனர். செரியா மாந்தத்தின் விடாப்பிடியான தாக்குதல்கள், கல்லீரலிலும் சிறு நீரகங் களிலும் கோளாறுகள், கீல்வாதம் ஆகியவற்றால் அவர்கள் உடல் தளர்வு வெளிப்படுகின்றது. ஆனால், நோய்கள் யாவற்றிலும் முதலாவதாக மார்பு நோயால் – கபவாதம், கோழை நோய், மார்ச்சளி, காசநோய் ஆகியவற்றி னால் – எளிதில் பீடிக்கப்படுகின்றனர். இந்த ஒரு வடிவம் அவர்களுக்கே

உரித்தானதாகத் தோன்றும்: அது மண்பாண்டக்காரர் ஆஸ்துமா, அல்லது மண்வினைக்கலைஞர்களுக்கான காசநோய் என்ற பெயரால் வழங்குகிறது. மண்பாண்டத் தொழிலாளர்களில் மூன்றில் இருபங்கின ருக்கு அதிகமானோர் ஸ்க்ரோஃப்யுலா *(Scrofula)* காசநோயால் சுரப்பிகள், எலும்புகள், மற்றும் இதரபாகங்களில் பாதிப்புக்கு உள்ளாகியிருக்கிறார் கள் ... இப்பகுதி மக்களின் உடல்நிலை இதைவிட கூடுதலாகச் சீரழியாம லிருப்பதற்குக் காரணம் அடுத்துள்ள கிராமப்புறங்களில் வேலைக்கு ஆளெடுப்ப தாலும், உடல் ஆரோக்கியமானவர்களோடு மணமுடிப்பதாலும் எனக் கூறலாம் ...”

ரொட்டிகளும் புழக்கத்திலுள்ள பணமும் போலியானவையாக இருந்ததென்பதை வாய்ப்புக் கிடைக்கிறபோதெல்லாம் மார்க்ஸ் கூறுவ துண்டு. உண்மை மதிப்புக்குரிய விலைக்கு விற்பவர்கள் *full priced,* மதிப் புக்குக் குறைத்து விற்பவர்கள் *undersellers* என இலண்டன் நகரில் ரொட்டி விற்பவர்களுள் இருவகையினர் இருந்தனர். நகரின் மொத்த ரொட்டிக் கடைக்காரர்களில் இந்த இரண்டாம் வகையினர் மட்டும் மூன்றில் இரண்டு பங்கினர் *(p.XXXII Grievances complained of by the Journeymen Backers, etc, London, 1862 – H.S Tremenheere* – அரசாங்கத்தின் விசாரணைக் குழுவின் அறிக்கை). இங்கே *undersellers* அவ்வளவுபேரும் ஒருவர் பாக்கியின்றித் தயாரித்த ரொட்டிகள் பார்ப்பதற்குச் சுத்தமானதாகவும் உண்ணும் வகையிலும் இருந்தபோதிலும் அவை கல் உப்பு, சோப்பு, சுண்ணாம்பு மற்றும் இது போன்ற பொருட்களைக் கலந்து தயாரித்த ரொட்டிகளாகும். *(1. Report of the Committee of 1855 on the adulteration of bread, 2. Adulteration detected, 2nd edition London 1862.)* சர் ஜான் கோர்டன் *(Sir John Gordon)* விசாரணைக் குழுவினருக்கு அளித்த சாட்சியத்தில் “அரைக்கிலோ ரொட்டியை உண்டு உயிர்வாழ்ந்த இந்த ஏழை மக்கள் அவர்களுக்குத் தேவையான கால் பங்கு ஊட்டச்சத்துக்கூட இன்றி – அவற்றை உண்டதால் ஏற்பட்ட உடற்கேடு இங்கே கணக்கிற் கொள்ளப்படவில்லை – உயிர் வாழ்ந்திருக்கிறார்கள்” என்றார். அவர்கள் உண்ட ரொட்டி கலப்படமான ரொட்டி என்ற போதிலும் அவர்கள் சகித்துகொள்ள நேர்ந்ததற்குக் கூறும் காரணம், “குறிப்பிட்ட ரொட்டிக் கடையில் வாங்க வேண்டிய கட்டாயமோ அல்லது கடைக்காரர் கலப்பட மான ரொட்டியை மட்டுமே இவர்களுக்குக் கொடுக்க நேர்ந்ததோ ஆக இரண்டிலொன்று. வார இறுதியில் ஊதியம் பெறும் நிலையிலிருந்த தொழிலாளர்கள் தங்கள் ரொட்டியைக் கடனுக்குப் பெற்று வார இறுதியில் அதைச் செலுத்தும் நிலையில் இருந்திருக்கிறார்கள்” என்கிறார் ட்ரென் மென்ஹீயர், கண்ணாறக்கண்ட சாட்சிகளை வைத்து, “மேலேகுறிப்பிட்ட பொருட்களைக்கொண்டு தயாரிக்கப்பட்ட கலப்பட ரொட்டிகள் தொழி லாளர்களின் இக்கட்டைக் புரிந்துகொண்டு அதற்காகவே தயாரிக்கப் பட்டவை என்பது வெளிப்படை” என்று மேலும் கூறுகிறார். “இங்கிலாந்தி லுள்ள பெரும்பாலான விவசாய மாவட்டங்களில், குறிப்பாக ஸ்காட்லாந்து பகுதியில் ஊதியம் பதினைந்து நாட்களுக்கொருமுறை – ஏன் மாதத்திற்கு ஒருமுறைகூட வழங்கப்பட்டிருந்திருக்கிறது. ஊதியம் கைக்கு வரும்வரை விவசாயக்கூலி தங்களுக்கு வேண்டிய சரக்குகளைக் கடனுக்கே வாங்க வேண்டும். மிக அதிக விலை வைத்தே அவனுக்குப் பொருட்கள் கிடைத்தன,

தவிர இறுதியாக அவனுக்குக் கிடைத்த கடைகளும் அவனை எப்படிச் சுரண்டலாம் எனச் செயல்பட்ட கடைகளும், அவனைச் சக்கையாக மென்று துப்பக்கூடிய கடைகளுமாகவே இருந்தன. அவ்வகையிலேயே மாதத்திற்கொரு முறை சம்பளம் வில்ட்ஸ் பகுதியைச் சேர்ந்த ஹோர்னிங்ஷாம் என்ற பகுதியில் பிறவிடங்களிளெல்லாம் எட்டுப் பவுண்டு கோதுமை மாவு ஒரு ஷில்லிங் பத்து பென்ஸுக்குக் கிடைத்தபோது அவனுக்கு விற்கப்பட்ட விலை இரண்டு ஷில்லிங் 4 பென்ஸ்". *(6th Report on Public Health by the Medical Officer of the Privy Counsil, etc..1864, P.264)* "1853ஆம் ஆண்டு பாயிஸ்லி *(Paisley)* மற்றும் மேற்கு ஸ்காட்லாந்தைச்சேர்ந்த கில்மார்னக் *(Kilmarnoch)* பகுதியைச் சேர்ந்த அச்சக ஊழியர்கள் தங்கள் முதலாளிகளைப் பதினைந்து நாட்களுக்கு ஒருமுறை கூலிதருமாறு வற்புறுத்துவதற்கு வேலை நிறுத்தம் செய்ய வேண்டியிருந்தது *(Reports of the Inspectors of Factories for 31st.Oct.1853,p.34)*. தொழிலாளர்கள் முதலாளிகளுக்குக் கடன் வழங்கும் இது போன்ற சுரண்டல் சூழல் உதாரணங்கள் கரிச் சுரங்கத் தொழில்கள் நடைபெற்ற முறைமைகளிலும் இருக்கின்றன. இங்கும் சுரங்க அதிபர்கள் தங்கள் தொழிலாளர்களுக்கு மாத இறுதியில் ஊதியத்தை வழங்கியதால், இடைக்காலத் தேவைகளுக் கெனத் தொழிலாளர்கள் பெற்ற முன்பணத்திற்கும் வாங்கிய சரக்குகளுக் கும் அவர்கள் கொடுத்த விலை உண்மை விலைக்கும் மிகமிக அதிகம். "இத்தகைய நடைமுறை நிலக்கரிச் சுரங்க உரிமையாளர்களிடம் வெகுகால மாகவே வழக்கத்தில் இருந்துவந்திருக்கிறது. அவர்கள் மாதத்திற்கொரு முறை சம்பளம் வழங்குவதும், வார இறுதியில் தொழிலாளர்களுக்கு வழங்கும் சம்பளத்திலிருந்து தரும் முன்பணமும் முதலாளிகள் நடத்திய கடைகளில் பொருட்களை வாங்கவே பயன்பட்டன, அதாவது தொழிலாளி யின் ஒரு கைக்கு வந்த பணம் மற்றொரு கைவழியாகக் கொடுத்தவர் களிடத்திலேயே போய்ச்சேர்ந்தது" *(Children'n Employment Commission. III Report, London, 1864,P.38,n.192* – 'மூலதனம்' புத்தகம் 1, பிரிவு 2, அத்தியாயம் 4).

தூய்மைக்கேடு, வாழ்க்கைச் சீர்கேடு, சீரற்ற உணவுமுறை என அனைத்தும் அங்கிருந்தன. ஜூலை 2008, நவீன ஐரோப்பாவில், கால்நடை மருத்துவம் மற்றும் சுகாதாரத் துறை நடத்தி முடித்த பரிசோதனைகள், "நாளடைந்த அல்லது கெட்டுப்போன 11,000 டன் பாலாடைக்கட்டிகள் நல்ல பாலாடைக் கட்டிகளுடன் சேர்க்கப்படவென்று இத்தாலி மற்றும் ஜெர்மன் நாடுகளில் மறுசுழற்சிக்கு உட்படுத்தப்பட்டன. அழுகியிருந்த பாலாடைக்கட்டிகள் சிலவற்றுள் எலிப்புழுக்கைகளும் புழுக்களும், ஏன் சிலவற்றுள் சிப்பங்கட்ட உபயோகிக்கும் பொருட்களும் இருந்தன. நாளடைந்த, கெட்டுப்போன பொருட்களை அழிப்பதற்குப் பதிலாக இத்தாலி, பிரிட்டன், ஜெர்மன் மற்றும் ஆஸ்திரியாவைச்சேர்ந்த சுமார் நாற்பது நிறுவனங்கள் அவற்றை சிசிலியன் முதலாளி ஒருவருக்கு இத்தாலியில் மூன்று, ஜெர்மனில் ஒன்றெனச் சொந்தமாகவிருந்த நிறுவனங்களுக்கு அனுப்பியிருந்தார்கள். அங்குக் கெட் டிருந்த பாலாடைக்கட்டிகள் மறுசுழற்சிக்குப் பின்னர்ப் புதிய பாலாடைக் கட்டிகளுடன் கலக்கப்பட்டு – மொசாரெல்லா, கொர்கோன்சொலா வகைத் தயாரிப்பிலும், குழைவாக்கப்பட்ட வேறுவகைப் பாலாடைக்கட்டி கள் உற்பத்தியிலும் – ஐரோப்பாவெங்கும் விற்கப்பட்டன. ஆக மொத்

தத்தில் 11,000 டன் பாற்கட்டிகள் அவ்வாறு மீண்டும் அதன் உபயோகக்காலக் கெடுவிற்குப் பின்னரும் கடந்த இரண்டு ஆண்டுகளில் தயாரிப்பிற்கு உட்படுத்தபட்டு மேற்குறிப்பிட்ட நான்கு நிறுவனங்களின் மொத்த விற்பனை ஏறக்குறையப் பத்து மில்லியன் யூரோக்களாக இருந்திருக்கின்றன. இத் துறையில் சிறப்புப் பயிற்சி பெற்றிருந்த காவலர்கள் இரண்டாண்டுக்காலத் தீவிர விசாரணைக்குப் பிறகு மூன்று நபர்களைக் கைது செய்தனர்" (லெ மோந்து *(Le Monde)* தினசரி 5 ஜுலை 2008, பிரான்ஸ்).

மார்க்ஸ் 'மூலதனம்' எழுதிய காலத்திற்கும் இப்போதைக்கும் உள்ள வேறுபாடு : முதலாவதாக மூலதனத்தால் ஏற்படும் சீர்கேடுகள் பன்மடங்கு அதிகரித்திருப்பதோடு, அவை உலகமெங்கும் பரவியுள்ளன. இரண்டாவதாக முதலாளித்துவப் பொருளுற்பத்தியைத் தீர்மானிக்கும் ஆதிக்க வர்க்கத்தின் கூறுகள் பன்மடங்கு சீர்குலைந்து அவற்றின் உச்சத்தை எட்டியுள்ளன. போபால், செவெஸ்ஸோ, செர்னோபில் பெருந் தொழிற் பேரழிவுகள் மட்டுமே பலரும் அறிந்தவை, ஆனால் நம்மில் பலரும் அறியாதது ஒவ்வொரு நாளும் சீனாவிலும், இந்தியாவிலும் பாதிக்கப்படும் மக்களின் எண்ணிக்கை. அவ்வாறே கடல்நீர் மாசும், அதன் வளத்தை உறிஞ்சுவதும் பயமுறுத்தும் அளவில் அதிகரித்துள்ளன. இங்கே கடலுக்கு ஏற்பட்டுள்ள கேடென்பது, மீனுணவுக்கு ஏற்பட்டுள்ள பற்றாக்குறை மட்டுமல்ல (கோடிக்கணக்கான மக்களுக்குப் புரோட்டினைத் தரவல்ல முக்கிய ஆதாரம்), மிதக்கும் ஆயிரக் கணக்கான டன் பிளாஸ்டிக் கழிவுகளுடன், மிகப்பெரிய தீவுபோலத் தோற்றந்தரும் குப்பைக் குவியல்கள் மட்டுமல்ல; அது பவழங்களின் அழிவும் சார்ந்தது. அவற்றோடு இயற்கை அழிவும் நாளடைவில் பவழத்துடன் எண்ணற்ற தீவுகளும் காணாமற் போகலாம்; காடுகளும் நிலங் களுங்கூட அழிவுறலாம். தவிரப் பெருகிவரும் புற்றுநோய்களுக்கும் சம்பந்த முண்டு. இப்பெருக்கத்தை 'நவீனச் சமூகத்தின் பின்புலக்குரலென்று' மிகுந்த அக்கறையுடன் மேற்கொண்ட ஆய்வொன்று தெரிவிக்கிறது. இன்னதெனத் தீர்மானிக்கவியலாத அளவு உலகையும் காரண காரியங்களிடம் விசுவாசம் கொண்ட அதன் மக்களையும் முற்றாக மாற்றி அமைக்கக்கூடிய நடவடிக்கைகளை மனிதச் சமுதாயத்திடம் ஏற்படுத்தக்கூடிய சூழல்பற்றியது.

'சுற்றுப்புறச் சூழல் நெருக்கடி' என்பது உண்மை எனினும் முன்னாள் பிரான்ஸ் நாட்டு அமைச்சர் அல்லேக்ரு *(Allegre)* போன்ற விஞ்ஞானிகள் ஒருசிலர் (?) சொல்லும் கேலிக்குரிய காரணங்களைப் குறித்தது நமக்குள்ள வியப்பு. இந்நெருக்கடி நாமறிந்திராத மர்மமான மகாமனிதனால் உண்டாக்கபட்டதோ, முன்னேற்றத்திற்கு நாம் செலுத்திய கப்பமோ அல்ல, மாறாக முதலாளித்துவ விளைவால் மனிதரினத்திற்கு நேர்ந்துள்ள மிகமோசமான அச்சுறுத்தல்களுள் இந்நெருக்கடியுமொன்று. 'இறுதி நெருக்கடி' என்று ஒன்றில்லாதவரை நமக்கென்ன வந்தது, நட்டத்தை அண்டைவீட்டுக்காரன் தலையிற்கட்டினாற் போகிறதென்ற நம்பிக்கையுடன் காலத்தை ஓட்டலாம். முதலாளித்துவத்திற்கு மீண்டும் புத்துயிர் ஊட்ட நினைப்பவர் களோ, அப்படிச் சொல்வதில் நியாயமே இல்லை! கப்பல் கவிழ்ந்திருப்பது உண்மையென்றாலும், நடக்க வேண்டியதைப் பார்ப்போம் என்கிறார்கள். அவர்கள் பின்னால்தான் நாமும் போக வேண்டுமா?

தனிமனிதர் நுகர்வு விருப்பங்களுக்கு இசைந்ததும், எது நமக்கு? எது எதிராளிக்கு? எனத் தீர்மானிக்க முடியாத பண்பின் அடிப்படையில் அமைந்ததுமான கணக்கு வழக்கற்ற இயற்கை வளங்களின் சுரண்டலுக்கும் வரைமுறையற்ற நுகர்வுக்கும் ஒரு நாள் எதிர்ப்புகள் வரலாம். இங்கே நமது யோசனை எவை நமது தேவைகளைப் பூர்த்திசெய்யக்கூடியவை, எவையெவைக்கு அதற்கான தகுதியில்லை என்பது பற்றியதல்ல. தவிரக் கிரேக்க நெறிமுறைகள் போதிப்பதுபோல மகிழ்ச்சியான வாழ்க்கைக்குச் சிறிதளவு பார்லியும் கொஞ்சம் தண்ணீரும் போதும் என்று சொல்ல முனைவதல்ல. மனித குலத்தின் தேவைகளுக்கும் முதலாளித்துவ எந்திரங்களின் உற்பத்திக்குமுள்ள மிகப்பெரிய இடைவெளியை மாத்திரம் உங்களுக்குக் கோடிட்டுக் காட்டினாற்போதுமென்பதுதான் நோக்கம். பெரும் பாலான தேவைகள் நமது தேவைகளாக மாற நேர்ந்ததே முதலாளித்துவத் தின் வளர்ச்சியாலேற்பட்ட விளைவு. அவை நமது தேவைகளைப் பூர்த்தி செய்ய வேண்டுமென்கிற வழிமுறை சார்ந்தவை அல்ல, இலாபவிகிதத்தின் தேவையைப் பூர்த்திசெய்வதற்காக ஏற்பட்டவை. நகரத்தின் இதயப்பகுதி களிலிருந்து ஏழைமக்களை வெளியேற்றுவதும் அவர்களைப் புறநகர்ச் சேரி களில் ஏறக்குறையத் தெருவாசிகள் நிலைமையில் (அங்கே அமைதியாக உறங்குவது அவ்வளவு எளிதானதல்ல) குடிஅமர்த்துவதும், ஏழைகளின் தேவை கருதிச் செய்யப்படுவதல்ல, வீடு மனை தொழில் முனைவோரின் தேவைகளைப் பூர்த்திசெய்யும் நடவடிக்கைகளாகும். மாறாக இந்நட வடிக்கைகள் போக்குவரத்துத் தேவைகளை அதிகரிக்கச் செய்கின்றன. அரசு போக்குவரத்துத் துறை இலாபமானதல்ல என்ற கருத்தினைக்கொண்ட முதலாளித்துவ ஆதரவாளர்களுக்கு வேறுவகையில் இலாபம். இது போன்ற புறநகர்ச் சேரிகளில் (இப்புறநகர்ச் சேரிகள், நிறவெறி அடிப்படையில் உருவான தென் ஆப்ரிக்க நாட்டு அபார்தெய்டு காலத்திய காலனிகளை நினைவுபடுத்துபவை) அடைபட்டுக்கிடக்கும் மக்கள், தங்கள் அன்றாடத் தேவைகளை வாங்குவதற்கென்று, இதற்கெனவே பெரும்பாலான நகரங் களில் உருவாக்கப்பட்டுள்ள வணிக வளாகப் பகுதிகளைத் தேடிக் கணிச மான தூரம் பயணிக்க வேண்டும். இங்கே வாகனப் போக்குவரத்து மனிதர் களின் பொய்யான தேவை அல்ல, அதைக் கூடாதென்று தனிமனிதரிடம் போதிப்பதைப் போல ஓர் அபத்தமும் இருக்க முடியாது. ஏனெனில் அது தனிமனிதனின் வாழ்க்கைமுறையின் தேவை. ஆனால் இதில் நாம் புரிந்துகொள்ள வேண்டியது அத்தேவை மனிதனின் அத்தியாவசியத் தேவையின் அடிப்படையில் உருவானதல்ல.

எனவே நெருக்கடிக்கான மாற்று உபாயமென்பது உற்பத்தி முறைமைக் கும் சமுதாய வாழ்க்கை முறையை மாற்றிக்கொள்ளாத அமைப்புக்கும் எதிராகத் தேவைகளை ஒழுங்குபடுத்துவதல்ல. அப்படியொரு மாற்று உபாயத் தையே பசுமை ஆதரவாளர்களென முறைப்படித் தங்களை அறிவித்துக் கொண்டிருக்கிறவர்களில் ஒரு பகுதியினர் இன்றைக்கு வற்புறுத்துகிறார் கள் : "இவ்வுலகத்தைக் காப்பாற்ற வேண்டுமெனில் வயிற்றுக்கெனச் செல விடுவதைக் குறையுங்கள்" என ஏழைகளுக்கு உபதேசிக்கிறார்கள். இவ்வுபதே சத்தின் மூலம் உழைப்புத் திறன் மதிப்பைக் குறைத்து முதலீட்டாளர்களின் இலாபத்திற்கு அடிக்கல் நாட்டுகிறார்கள். இதைச் சொல்ல அதிக அளவு

கரியமிலவாயுவை உபயோகிக்கும் விமானங்களில் வெகுதூரம் பயணிக்கிறார்கள். ஆக நமக்குள்ள பிரச்சினை பொருளுற்பத்தி முறைமையை மாற்ற வேண்டும். அதன் மூலமாகப் பொருளுற்பத்தி முறைமையின் தேவைகள் மாற்றப்பட வேண்டும். கட்டுப்பாடற்ற பொருளுற்பத்தி முறைமைக்கு எதிராக மார்க்ஸ் கூறுவதுபோலப் பொருளுற்பத்தி முறைமையை ஒழுங்குபடுத்த வேண்டும், இயற்கைக்கும் நமக்குமான உறவுகளை நியாயமான வகையில் ஒழுங்கு செய்ய வேண்டும் – உலகின் முறைமையைச் சீர்குலைக்கவல்ல இலாப நோக்கைக்கொண்ட நியாயத்தின் ஒருபகுதியாக அல்ல – குறைந்த சக்தியைச் செலவிட்டு நமக்கு எது தேவையோ அதை மட்டும் உற்பத்திசெய்வது. அவ்வாறு செய்வதால் கண்மூடித்தனமான சந்தைப் பரிவர்த்தனையின் ஆதிக்கத்தின் கீழ் நாம் என்பதற்குப் பதிலாக நமது ஆதிக்கத்தின் கீழ் சந்தைப் பரிவர்த்தனை என்றாகும். உற்பத்தி மோகம்கொண்ட, உற்பத்தி முகவர்கள் கைகளில் அதாவது மார்க்ஸால் முதலாளிகள் என அழைக்கப்படுபவர்களின் கரங்களில் பொருளுற்பத்தி இருக்கும்வரை, இதற்குச் சாத்தியங்களில்லை. இப்பிரச்சினையை எழுப்பாமல் எதிர்கால உலகைக் காப்பாற்றிவிடலாமென நினைப்பதுகூட அபத்தம். இந்நிலையில் பிரான்ஸ் நாட்டில் நீண்டகால அடிப்படையில் தேர்வு வேண்டுமென 2007இல் கூட்டப்பட்ட ‘கிரெனெல் சுற்றுச்சூழல் மாநாடு’ *(Grenelle Environment)* என்றெல்லாம் அமெரிக்காவின் முன்னாள் துணை அதிபர் அல் கோர் *(Al Gore)* அல்லது பசுமைவாதிகள் மொழியில் கூறிக்கொண்டிருப்பது ஏமாற்றுவேலையின்றி வேறென்ன?

நவீன முதலாளித்துவத்தின் நான்கு சுவர்கள்

மனிதர்களைக் கறையான்களாக எவராலும் மாற்றலாகாதென்னும் பிராய்டின் கூற்றுக்கு மறுபேச்சு இருக்க முடியாது. எனினும் முதலாளித்துவ உற்பத்திமுறையின் அதிகாரத்திற்கு மெல்லமெல்லத் தம்மை முழுவதுமாக ஒப்படைத்துக்கொள்ளும் ‘வாழ்க்கை’ கடுமையான எதிர்வினைகளையும் சந்திக்கக்கூடும், அதற்கான விஷமுறிவுகளையும் சுரக்கச்செய்யலாம். காரணம் முதலாளித்துவப் பொருளுற்பத்திமுறை மனித நாகரிகத்தின் ஆணிவேரையே அசைத்துப் பார்க்கிறது. அதாவது மதம் தத்துவமென்ற சிந்தனைகளின் தொடக்கக்காலந்தொட்டு, எது மனிதம் என்று தீர்மானிக்கும்வகையில் நாம் கட்டமைத்த கருத்தியத்தின் அடித்தளத்தையே அசைத்துப் பார்க்கிறது.

முதலாளித்துவத்தின் பிறப்பும் முன்னேற்றமும் அதனுடைய பாரம்பரியப் பண்பாட்டை ஆதாரமாகக் கொண்டவை. அறிவியல் மற்றும் பண்பாட்டு அம்சங்களைக்கொண்ட, அதிகச் செலவின்றிப் பெறும் தமது உற்பத்திக் காரணிகளைக் கையாளுவதில் முதலாளித்துவம் தேர்ந்தது. அதற்கு அபார ஞானமுண்டு. அவ்வாறான தருணம் பதினேழாம் நூற்றாண்டில் முதலாளித்துவத்திற்கு வாய்த்தது. அவ்வமயம் பொருளியல் சக்திகளும் அறிவியல் தன்மையுடனான வாழ்க்கைமுறையும் மகோன்னத நிலையிலிருக்க இரண்டுமிணைந்து இலாபகரமான பயன்களை விளைவித்தன. புதுவகை அறிவியல் சிந்தனைகள் கலிலியோ, தெக்கார்த் போன்றவர்களின் வருகையால் கிடைத்தன. குறிப்பாகக் கணக்கியல் அறிவு முன்வைத்த

கணிப்பும் தொழில்நுணுக்க அறிவுகுறித்த பயன்பாடுகளும் தொழில்நுட்பத் துறையில் வளர்ச்சிக்குதவின. அது அறிவியல் துறையில் புதிய சாளரங் களைத் திறந்தன. நவீன அறிவியல் கட்டமைப்பிற்கும் அறிவொளி இயக்கத் தின் தோற்றத்திற்கும் பொருளாதாரத் துறையில் ஏற்பட்ட அபரிமிதமான வளர்ச்சியும் தொலைதூரக் கடற்பயணங்களுமே களம் அமைத்துக்கொடுத்தன வென்பதையும் நாம் மறுக்கவியலாது. பேராசைகொண்ட முதலாளித்துவ அபிமானிகள் ஒருபுறம், பலனை எதிர்பாராது, ஆடம்பர மகிழ்ச்சிகளைத் தியாகம் செய்து உண்மைமீது தீராக்காதல்கொண்டு உழைத்த அறிவிய லறிஞர்கள் மறுபுறமென இணைந்து செயல்பட்டார்கள். தர்க்கத்துடனான சிந்தனையில் மாற்றுக்கருத்தைக்கொண்ட இருதரப்பினர் இணைந்ததன் விளைவு முதலாளியத்தின் பாய்ச்சலுக்குப் பெரிதுமுதவியது. இச்செயற் கூட்டுறவு தங்குதடையின்றி இருபதாம் நூற்றாண்டுக் கல்வித்துறையிலெல் லாங்கூடத் தொடர்ந்தது – குறிப்பாக ஆதிக்கவர்க்கத்தின் கல்விமுறைகளில் மேலும் மேலும் அறிவியல் மற்றும் தொழில்நுட்பத்தில் கவனம்செலுத்து கிற கல்விமுறையாக வடிவெடுத்ததைப் பார்த்தோம் (இங்கே பிரெஞ்சுப் புரட்சியின்போது உருவான பாடத்திட்டங்களை நினைவுகூர்தல் வேண்டும்). அடுத்து இக்கல்விமுறை மனிதகுலத்தின் தொன்மங்களிலிருந்து தம்மை விடுவித்துக்கொள்ளாமல் பார்த்துக்கொண்டது. அதாவது நவீன அறிவியல் தோன்றிய தருணத்தில், குறிப்பாக மறுமலர்ச்சிக்காலத்தில் கிரேக்க ரோமானியப் பண்பாட்டைத் தக்கவைத்துக்கொண்டதுபோல.

இருபதாம் நூற்றாண்டு ஐரோப்பியப் பண்பாட்டு வரலாற்றில் முக்கியத் திருப்பங்களைப் பதிவுசெய்திருந்தது. பத்தொன்பதாம் நூற்றாண்டின் தொடக்கம் முதல் இறுதிவரை அறிவியல்துறையில் பல புதிய சிந்தனைகள் சூல்கொண்டன. பௌதிக இயலில் மிகமுக்கியக் கோட்பாடுகள் என உறுதிப்படுத்தப்பட்ட சார்பியலும் *(General relativity)*, குவாண்டம் விசை யியலும் *(Quantum mechanics)* உருவான அதே நேரத்தில்தான் பகுத்தறி வுக்கே எதிரான சிந்தனையும் யுத்தத்திற்கு ஆதரவான கருத்தியலும் வளர்ந்த தென்கிறார் இது குறித்துப் பகுப்பாய்வு செய்த டொமெனியோ லொசுர்டோ *(Domenio Losurdo)* என்னும் இத்தாலியப் பொதுவுடைமைத் தத்துவவாதி.

இருபதாம் நூற்றாண்டுவரை அறிவியல், நெறிமுறை, அரசியல், பொருளாதாரம் என அனைத்துத் துறைகளிலும் ஏற்பட்ட வளர்ச்சியும் முன்னேற்றமும் பிணக்கின்றிக் கைகோத்துக்கொண்டு செயல்பட்டதுபோன்ற தோற்றத்தைப் பொதுவாக அளித்தன. இருபதாம் நூற்றாண்டு இவ்வினிமை யான ஒத்திசைவை முடித்துவைத்தது. அறிவியல் மற்றும் தொழில்நுட்பத் தில் ஏற்பட்ட முன்னேற்றம் தமது சேவைகளை அடாவடித்தனமான நடவடிக்கைகளுக்குச் சமர்ப்பித்தன. சமாதானத்திற்கு வாய்ப்பே இல்லாத அளவில் பெரும் யுத்தத்திற்குத் தேவையான அவ்வளவு சச்சரவுகளும் உருவாக, அப்பாவி மக்கள் கடுமையாகப் பாதிக்கபட்டார்கள். அறிவியல் மற்றும் எந்திரங்களின் சேவைகள் பாசிஸத்தையும் நாசிஸத்தையும் போற்றிய வரலாற்றின் புதியவகைக் கொடுங்கோலர்களுக்கென்றானது. 1945ஆம் ஆண்டு அமெரிக்கா அணுகுண்டு என்னும் பேரழிவு ஆயுதத்தை ஹிரோஷிமா, நாகசாகி மக்கள்மீது வீசி மனித குலத்தைக் குலைநடுங்கச் செய்தது.

ஆக மொத்தத்தில் அறிவியல் பகுத்தறிவு பைத்தியக்கார நடவடிக்கை களைச் சுவீகரித்துக்கொண்டது. முதலாளித்துவம் நேரடியாகவே மனித இனத்தின் இருப்பைக் கதிகலங்கச் செய்யும் பொறுப்பை ஏற்றுக்கொண்டது. அறிவியலின் இப்பாவ நடவடிக்கைகளுக்கு எதிராகச் சிந்தனைகள் வைக்கப் பட்டன. இவை அனைத்திற்கும் தெக்கார்த்தையும் *(Descartes)*[1], 'இயற்கை யின் எஜமானர்களாகவும், உடைமையாளர்களாகவும் நம்மை மாற்றிய' அவரது சிந்தனையையுமன்றி வேறெவரை இங்கே குற்றம் காண முடியும்?

எரிக் ஹோப்ஸ்பான் *(Eric Hobsbawn)* தன்னுடைய நூலில் *(The Age of Extremes: The Short Twentieth Century, 1914 – 1991)* 'பேரழிவு நூற்றாண்டில் நிலவிய 'கொடுங்கோன்மை'ச் சூழலுக்குப் பழங்காலத்திய மூத்த சிந்தனை யாளர்களே பொறுப்பாவார்கள் என்று முன்வைத்த கருத்தியலுக்கும் இதற்கும் பாரிய தூரமுள்ளது. தெக்கார்த் ஒரு தலைசிறந்த சிந்தனையாளர், தன் கண்முன்னே ஊமையாய் நின்ற அறிவியலும் சமூகப்புரட்சிகளும் செய்ய கூடியவை என்ன என்பதைக் கைகாட்டியிருந்தார். மானுடத்தின் மீது அவர் கொண்டிருந்த அசைக்க முடியாத நம்பிக்கை என்பது நியதியை அல்லது காரணத்தை மிகச் சரியாக உணரக்கூடிய மனிதரின் ஆற்றல்மீதான நம்பிக்கையாகும், அதுவொன்றே வளத்தை அளிக்கவல்லதென்பதும் அவரது கருத்து. இவர் கூறும் சரியாக உணரக்கூடியதென்பது எவ்விதமான முழுமை யான ஆற்றல் என்ற கேள்வியோடு பொருந்தக்கூடியதல்ல. அதாவது ஹைடெகர்கள் *(Heideggeriens)* கூறும் 'முரண்படுதல்' *(arraisonnement)* அல்ல. தெக்கார்த்தில் ஆரம்பித்து ஸ்பினோஸா, லேப்னிஸ், கான்ட், ஹெகெல் வரை அனைவருக்கும் அறிவியலென்பது உண்மையான மகிழ்ச்சிக்கான ஆதாரம், அவ்வாதாரம் நம்மிடமுள்ள மிகச்சிறந்த ஒன்றின் உபயோகத் தால் கிடைக்கப்பெறுவது. ஸ்பினோசா அந்த மிகச்சிறந்த ஒன்றைத்தான் அறிவாற்றல் என்கிறார். மகிழ்ச்சியைத் தேடிப்பெறவும், பின்னர் அதைப் பிறரோடு பகிர்ந்துகொள்ளவும் அறிவாற்றல் தேவை. பத்தொன்பதாம் நூற்றாண்டிலிருந்தே அறிவியல் திசைமாறிவிட்டது, அது செயல்முறை சார்ந்த அறிவியலாகத் தம்மைக் குறுக்கிக்கொண்டது, அதாவது மனித குலத்தின் வர்த்தகத் தேவைகளை ஏற்றவகையில் நிறைவேற்றக்கூடிய அறிவிய லாகச் சிறுத்துப்போனது. இங்கே நேர்க்காட்சிவாதம் *(Positivism)* அறிவியல் துறையில் நிகழ்ந்த இப்பரிணாம மாற்றத்திற்குக் காரணமாகிறது. அது அறிவியலைத் தத்துவத்திடமிருந்தும் நுண்பொருளியலிடமிருந்தும் *(Metaphysics)* வேறுபடுத்தி மனிதர் கூட்டத்தை ஒருவகையான பொறியியல் உட்பிரிவுக்குள் அடைத்துவிட்டது. இப்புதிய சூழல் பகுத்தறிவு எதிர்ப்புப் போக்கை அதிகரித்து அறிவியல்மீது கசப்புணர்வை வளர்க்க அதே நேரத்தில் அறிவியல் முதலாளித்துவத்தின் தொழில்நுணுக்க அத்தியாவசியங்களுக்கு முற்றாகத் தம்மை ஒப்படைத்துவிட்டது.

பண்பாட்டுச் சீர்குலைவு முதலாளித்துவத்தின் தயவில் இன்று பல துறைகளிலும் வெளிப்படையாகவே நடைபெறுகிறது. சந்தை விதிகளுக் கேற்பத் தம்மை வடிவமைத்துக்கொள்ளும் பாரம்பரியப் பண்பாடுகள் ஒரு புறம். பேரங்காடிபோலத் தோற்றம் தரும் பாரீஸிலுள்ள லூவ்ரு தொல்பொருள் காட்சியகத்தை ஒருமுறை காணநேர்ந்தால் புரிந்துகொள்

வோம், அங்கு அரிய கலைப்பொருட்கள் கொக்கா கோலாக்களாகக் பிரதிபடுத்தப்படுகின்றன. மற்றொரு புறம் பண்பாடு மனிதர் மந்தைக் கென்று பொருள் கொள்ளப்படும் அதிசயம். இதுநாள்வரை நாம் அறிந்த வெகுசனப் பண்பாட்டிற்கும் இதற்கும் எவ்விதப் பந்தமுமில்லை. மனிதர் களை விலங்குக்கூட்டங்களாக நடத்துவதற்குப் பல வழிமுறைகளுள்ளன. கேள்விகளெவையுமின்றி இணங்கிப்போகும் தனிமனிதனின் நுகர்வு ரசனையை அடிப்படையாகக்கொண்டது மனிததர்மப் பண்பாடு. தொலைக் காட்சிகளில் நேரடி நிகழ்ச்சிகள் என்ற பெயரிலும் பொழுதுபோக்கு நிகழ்ச்சிகளென்ற பெயரிலும் மூளைச்சலவை, சோர்வுதரும் வகையில் செயல்முறைகளெனவுள்ள கசப்பான உதாரணங்களை இங்கே சுட்டிக்காட்டலாம்.

பண்பாட்டு அழிவூடாகப் பிறமனிதர்களுடனான சமுதாய வாழ்க்கை யைச் சீர்குலைத்து மனிதனைத் தனிமைப்படுத்தி சமூக அறிவியலென்ற பெயரில் அவனைக் கண்காணித்தலையும் வேவுபார்த்தலையும் முதலாளித் துவம் செய்கிறது. இறுதியாக உள்ள பேராபத்து 'மனிதனை' 'அமனிதனாக' மாற்றுவதற்கு முதலாளியம் கடைப்பிடிக்கும் வழிமுறைகள். தீர்க்கதரிசி களில் ஒருசிலர் 'பின் – மனிதர்கள்' *(Post humain)* என்ற சொல்லை அடிக்கடி உபயோகிக்கக் கேட்கிறோம். 'பயோனிக் மனிதர்' ***(bionic humain)*** ஆய்வின் துணையுடன் நடத்தப்படும் மரபணு மாற்று அறிவியல் தொழில்நுட்ப உற்பத்திப்பொருட்களே இப் பின் – மனிதர்கள். இதன் நோக்கம் மனித உடலின் செயல்பாட்டுத் திறனை அதிகரிக்கச் செய்யும் முயற்சியாகும். ஏற்கனவே பெரிய விளையாட்டுகள் சிலவற்றில் இச்சோதனை முயற்சிக்குக் களம் ஏற்படுத்திக் கொடுத்தாயிற்று. இந்நிலையில் ஒளிவுமறைவற்ற சமுதாய மெனப் பீற்றிக்கொள்ளும் உலகில் ஊக்கமருந்தெடுத்தலுக்கு எதிரான கலகக்குரல்களும் விளையாட்டில் தூய்மையை வற்புறுத்தலும் அர்த்தமற்ற வையாகவும் பொய்யில் தேர்ந்த கலையின் வெளிப்பாடாகவும் மட்டுமே இருக்க முடியும்.

முதலாளித்துவம் பிறவற்றின் பாதிப்பின்றித் தனித்துத் தூய்மையாக இருந்ததென்பதற்கு ஆதாரங்களில்லை, இருபதாம் நூற்றாண்டையும் கணக்கிலெடுத்துக்கொண்டு பார்த்தாலுங்கூட உண்மை அதுதான். தொடக் கத்தில் அதனுடைய முன்னேற்றம் கடந்தகாலம் என்ற உண்மையால் தடைபட்டது, அக்கடந்த காலம் வழிவழியாகச் சமுதாயத்தை முன்னெடுத்த சிலவகை மதிப்பீடுகளால் கட்டமைக்கப்பட்டிருந்தது. அதன் குறியீடு எந்தச் சமூகத்தின் பின்புலத்திலிருந்து வந்திருந்ததோ அந்தச் சமூகத்தைச் சார்ந்திருந்தது. பின்னர் தொழிலாளர் இயக்கங்களும், பொதுவுடைமை பற்றிய அச்சமும் அதன் செயல்பாடுகளை முடக்கின. பிரான்ஸ் நாட்டைப் பொறுத்தவரை 1945 – 1975/1980வரை அடுத்தடுத்துப் பதவியேற்ற அரசாங்கங் களின் அரசியல் முகவரி வேறாக இருந்தபோதும் அடித்தட்டு மக்களின் குரலுக்குச் செவிமடுப்பவையாக அவை இருந்திருக்கின்றன. வலதுசாரி அரசாங்கங்கள்கூட 'சோஷலிஸம்' என்றோ 'சோஷலிஸக் குடியரசு' என்றோ வேடமிட முன்வந்தன. மூாக் சிராக் என்னும் பிரான்ஸ் நாட்டு வலதுசாரி அரசியல்வாதி 'உழைப்பாளர்' அவதாரம் எடுத்ததையும் அவரது வழிகாட்டி

யான பொம்பிடு என்பவர் பொதுவுடைமை அச்சத்திலிருந்து விடுபடுவதற்கு சுவீடன் நாட்டு சோஷலிஸக் குடியரசின் அனுபவங்களை பிரான்ஸ் நாடு பயன்படுத்திக்கொள்ள வேண்டுமெனத் தெரிவித்ததையும் நினைவு கூர்தல் வேண்டும். முதலாளித்துவத்தின் சுதந்திரமான இயக்கத்திற்குத் தடையென்று கருதப்பட்ட இருகாரணங்கள் இன்று விலக்கிக்கொள்ளப் பட்டுள்ளன. முதலாவது வேளாண் உலகம். பழைமைவாதிகள் வழக்கமாக அபயம் கேட்கும் இடம், ஓரளவு முதலாளித்துவத்திற்கு எதிர்ப்புத் தெரிவிக் கும் உலகமும் அதுதான். ஆனால் இவ்வுண்மை கடந்தகாலத்திற்கு உரியது எனச் சொல்ல வேண்டியவர்களாக இருக்கிறோம். அடுத்த பத்து அல்லது பதினைந்து ஆண்டுகளில் அவற்றை முற்றாக ஒழிப்பதென்று ஐரோப்பிய ஒன்றியம் முனைப்புடன் செயல்படுகிறது. ஒழுகலாறுகளுக்கு எதிரான கலகம் தடாலடி வர்த்தகமயம் சந்தித்த தடைகளை அகற்றி உதவ இன்று அந்தரங்கமெனக் கருதப்படுபவையும் பாலுறவு தொடர்பானவையும் உற்பத்தித் தொழில் பண்பாடென்ற மிகப்பெரிய தொழில்துறையின் கீழ் வந்துள்ளன.

இரண்டாம் பாகம்

உறைந்த மாயத்தோற்றங்களாகியிருக்கிற நேற்றைய சமூக உடைமைநெறியும் பொதுவுடைமையும்

அத்தியாயம் 6

கூலிகள் – முதலாளிகள் என்கிற இருதரப்பினரையும் சமுதாயத்திலிருந்து அறவே ஒழிப்பது

ஏற்கனவே நாம் குறிப்பிட்டிருந்த தெளிவான உதாரணங்களைப் போலவே உலகமெங்கும் பொதுவாக மூலதன ஆசிரியருடைய கருத்தியத்திற்கொப்பவே முதலாளித்துவப் பொருளுற்பத்தி நிகழ்முறையின் பாரிய வளர்ச்சி இருந்து வந்தது, இன்றைக்கும் தொடர்கிறது. மார்க்ஸியத்தைக் குறித்தும் அதன் தலைவிதிபற்றியும் சொல்ல நிறைய இருக்கின்றன. முதலாளித்துவப் பொருளுற்பத்தி நிகழ்முறையின் கட்டமைப்பையும் அதனுடைய செயல்பாடுகளையும் வரலாற்று அனுபவங்கள் உறுதிப்படுத்துகின்றன. அறிவியல் அடிப்படையில் தரும் விளக்கங்களிலிருந்து விலகி எதிர்காலப் பின்புலத்தில் தீர்க்க தரிசனங்களை முன்வைக்கத் தொடங்கும்போது மார்க்ஸ் தவறுகிறார். உதாரணமாக இயற்கை நிகழ்வுகளைக் கடந்து தேவைகளின் அடிப்படையில் உடைமை பறித்தோரின் உடைமை பறிக்கப்படுமென அனுமானிக்கும் – தகவலில் அவர் தவறிழைக்கிறார்.

பொதுவுடைமை தோல்வியுற்றதோடு உடைமை பறித்தோரின் உடைமைப் பறிப்புக்கு வழிகோலும் என்னும் கட்டத்தை நோக்கி அது பயணித்ததற்கான ஆதாரங்கள் எங்குமில்லை என்பதை நாம் மறந்துவிடக் கூடாது. தவிர இன்றைக்குப் பொதுவுடைமையை எங்கே எங்கேயென்று தேட வேண்டியிருக்கிறது. அது தடயங்களின்றி மூழ்கிப்போயுள்ளது. மனிதரை மனிதர் சுரண்டும் போக்கிலிருந்து எதிர்கால மானுடம் விடுதலைபெறும் என்ற மார்க்ஸின் கருத்தியத்திலிருந்து முதலாளித்துவப் பொருளுற்பத்தி நிகழ்முறைக்கு மார்க்ஸ் அளிக்கிற புறவய விளக்கத்தைத் தனியாகப் பிரித்துப் பரிசீலிக்க வேண்டும். எனினும் மார்க்ஸியத்தில் விவரணைகளை விதிமுறைகளிலிருந்து பிரிப்பதென்பது எளிதல்ல, மிகவும் கடுமையான பணி. மார்க்ஸைப் பொறுத்தவரை பொதுவுடைமை என்பது உண்மையுடன் இணங்கிப்போக வேண்டிய கருத்தியமல்ல. ஏனெனில் மார்க்ஸுக்குப் பொதுவுடைமையே ஓர் உண்மை இயக்கம், அவ்வியக்கம் நடப்பிலுள்ள சமூகப் படிநிலைகளை அகற்றக்கூடியது. ஆனால்

நடப்பது வேறு. அது நடைமுறைப் படிநிலைகளை அகற்றத் தவறுவ தற்குப் பதிலாக அவற்றுக்கு மேலும் வலுச்சேர்க்கிறது. 20ஆம் நூற்றாண்டின் மிகப்பெரிய இயக்கங்களாகத் திகழ்ந்து வரலாற்றில் குறிப்பிட்டுச் சொல்லும் அளவில் மேலோங்கியிருந்த பொது உடைமையும் சமூக உடைமை நெறிகளும் கிட்டத்தட்ட மறைந்தே போயிருக்கின்றன. இன்று அவற்றின் அடையாளங்களாக எஞ்சி நிற்பவை கொடிகளும் முகப்புச் சீட்டுகளும் (Labels) மட்டுமே. பொதுவுடைமை, சமூக உடைமை நெறி என்ற இரண்டுக்குமிருந்த கடந்த கால முக்கியத்துவத்தைப் பலரும் மறந்தாயிற்று. இளைய தலைமுறையினரென்றால் சொல்லவே வேண்டாம். அவர்களுக்கு அவற்றைத் தெரிந்திருக்க நியாயமேயில்லை. மார்க்ஸிய நன்னம்பிக்கையை உறுதிப்படுத்துபவற்றைப் பற்றியும் அவற்றின் எதிர்பாராத விளைவுகள் குறித்தும் புரிந்துகொள்ள முயல்வோம்.

உடைமைபறித்தோரின் உடைமைபறிக்கப்படுதல்

'ஊதிய வர்க்கத்தையும் முதலாளி வர்க்கத்தையும் அறவே ஒழிப்ப தொன்றே' தனது நோக்கமென பிரெஞ்சுப் புரட்சியின் தொழிலாளர் அமைப்புச் சுருக்கமாகத் தெரிவித்தது. அதாவது சமூகத்தின் எதிரெதிரான இரு வர்க்கத்தை அகற்றுவதற்குத் தெரிவிக்கப்பட்ட மற்றுமொரு திட்டமாக நாம் இதைக் கருதலாம்.

மார்க்ஸ் சிந்தனையின்படி, உற்பத்தியாளனென்ற தனிமனிதனின் உடைமை பறிக்கப்படுவதால் முதலாளித்துவம் பிறக்கிறது; விவசாயிகளும் கிராமத்துத் தொழிற்கலைஞர்களும் இப்போது கூலிகள், அதாவது உழைப்புச் சக்தியன்றி வேறெதற்கும் உடைமையற்றவர்களான அவர்களும் அவர்கள் சந்ததியினரும் இனித் தங்கள் வசமிருக்கும் உழைப்புச் சக்தியை முதலாளிக்கு விற்க வேண்டும், ஆனால் கதை அத்துடன் முடிந்து விடுவதில்லை. இங்கே நடைபெற்ற முதல் உடைமைப்பறிப்பு மற்றொரு உடைமைப் பறிப்புக்கு ஆயத்தமாகிறது. முதலாளிகளுக்கிடையேயான போட்டி மூலதனத்தை ஒருமுகப்படுத்தவும் மையப்படுத்தவும் காரணமாகிறது. இந்நிலையில் முதலாளிகளின் எண்ணிக்கை குறைந்து இறுதியில் பெரும் எண்ணிக்கை யில் பாட்டாளிகள் சமுதாயத்தில் அதிகரித்திருக்க ஆதிக்க வர்க்கத்தினரில் விரல்விட்டு எண்ணக்கூடிய ஒருசிலரே மிஞ்சுகிறார்கள்.

"இந்த உடைமைப்பறிப்பை முதலாளித்துவப் பொருளுற்பத்தியினது உள்ளார்ந்த விதிகளின் செயற்பாடு நிறைவேற்றுகிறது. பின்னர் அதுவே மூலதனங்களை ஒருமுகப்படுத்தவும் (concentration) அதாவது மூலதனக் குவிப்பிற்கும் காரணமாகிறது. மூலதனக் குவிப்பு நடக்கும்போதே, பெரும் எண்ணிக்கையிலான முதலாளிகளின் உடைமைகளை மிகக்குறைந்த எண்ணிக்கையிலான முதலாளிகள் பறிக்கும்போதே அதிக அளவில் தொழில் நுணுக்கத்தில் அறிவியல் பயன்பாடும் நிலத்தை அனைவருமாக இணைந்து முறையாகப் பயன்படுத்திக்கொள்ளும் திறனும் பொதுவில் வைத்து உபயோகிப் பதன் மூலம் உழைப்புக் கருவிகளின் வலிமையைக் கூட்டுவதும் மேன் மேலும் அதிகரிக்க, உற்பத்தியில் சிக்கனம் என்ற அடிப்படையில் உலகச்

சந்தை என்னும் அமைப்பின் கீழ் அனைத்து மக்களையும் ஒன்றிணைத்த தால் முதலாளித்துவ ஆளுகைக்கு ஓர் உலகளாவிய அடையாளம் கிடைத் தது. இந்த மாற்ற, நிகழ்முறையின் அனுகூலங்களை எல்லாம் அபகரித்து ஏகபோகமாக்கிக்கொள்ளும் முதலாளித்துவத் திமிங்கலங்களின் தொகை குறைந்து செல்ல, கூடவே தரித்திரமும் ஒடுக்குமுறையும் அடிமைத்தன மும் சீரழிவும் சுரண்டலும் பெருகின. ஆனால் தொழிலாளர் வர்க்கத்தின் எதிர்ப்பும் தொய்வின்றி அதிகரிக்கிறது; இவர்கள் ஒன்றிணைந்து, ஒழுங்கு முறைகளை வரித்துக்கொண்டு, சரியான திட்டத்துடன் இயங்குகிறார்கள். முதலாளித்துவத்தின் இயங்குமுறையே அதற்குக் காரணமாகவும் இருக்கிறது. உற்பத்தி நிகழ்முறையின் வளர்ச்சிக்கும் நலனுக்கும் உகந்ததாக இருந்த மூலதனத்தின் எதேச்சாதிகாரமான போக்கே பொருளுற்பத்திமுறையின் கைகளைப் பிணைத்துவிடுகிறது. முடிவில் உற்பத்திச் சாதனங்களின் மையப்பாடும் சமூகமயமாக்கப்பட்ட உழைப்பும் வளர்ந்து செல்கையில் அவற்றின் முதலாளித்துவ மேலோடு ஒவ்வாததாகிவிடும் நிலை வருகிறது. ஆகவே அந்த மேலோடு உடைத்தெறியப்படுகிறது. முதலாளித்துவத் தனியுடைமையின் சாவு மணி ஒலிக்கிறது. உடைமைபறிப்போரின் உடைமை பறிக்கப்படுகிறது. முதலாளித்துவப் பொருளுற்பத்தி முறையிலிருந்து விளைவதான முதலாளித்துவத் தனதாக்கமுறை முதலாளித்துவத் தனியுடைமையைத் தோற்றுவிக்கிறது. உடைமையாளரின் உழைப்பை அடிப்படையாகக்கொண்ட தனியாள் – தனியுடைமையின் முதல் மறுப்பு இது. ஆனால் முதலாளித்துவப் பொருளுற்பத்தி இயற்கை விதிக்குரிய உறுதிப்பாட்டுடன் அதன் மறுப்பையே ஈன்றெடுக்கிறது. இது மறுதலிப்பின் மறுதலிப்பு. இது உற்பத்தியாளருக்குத் தனியுடைமையை மீண்டும் ஏற்படுத்தித் தருவதன்று; முதலாளித்துவ சகாப்தத்தால் வரப்பெற்றதாகிய கூட்டு வேலை யின் அடிப்படையிலும் நிலமும் உற்பத்திச் சாதனங்களும் எல்லாருக்கும் பொதுவாய் இருப்பதன் அடிப்படையிலுமான தனியாள் உடைமையை அவருக்கு அளிப்பதாகும். தனியாள் உழைப்பிலிருந்து பிறக்கும் சிதறலான தனியுடைமையை முதலாளித்துவத் தனியுடைமையாகச் மாற்றுவது. ஏற்கனவே நடைமுறையில் சமூகமயமாகிவிட்ட பொருளுற்பத்தியை ஆதார மாகக்கொண்ட முதலாளித்துவ தனியுடைமையைச் சமுதாயப் பொது வுடைமையாக மாற்றுவதைவிடவும் ஒப்பிட முடியாத அளவுக்கு நீண்ட நெடிய நிகழ்முறையாகும். வன்முறை மலிந்த கடினமான நிகழ்முறையு மாகும்; இது இயற்கைதான். முதலாவது மாற்றம் உடைமைபறிப்பாளர் ஒருசிலர் மக்கள் பெருந்திரளின் உடைமையைப் பறிப்பதாகும். இரண்டாவது மாற்றம் மக்கள் பெருந்திரள் உடைமையாளர் ஒருசிலரின் உடைமையைப் பறிப்பதாகும். ('மூலதனம்' – 1 அத்தியாயம் XXXII – முதலாளித்துவத் திரட்டலில் வரலாற்று வழிபட்ட போக்கு.)

பொதுவுடைமையின் வருகை எளிதாக நடைபெற வேண்டியது மட்டுமல்ல, தவிர்க்க முடியாததுங்கூட. ஏனெனில் அதற்கான முக்கியப் பணிகள் முதலாளித்துவத்திலேயே நிறைவேற்றப்படுகின்றன. மூலதன நூலின் முதல் பாகத்தின் இறுதி அத்தியாயத்திற்கு முந்தைய அத்தியா யத்தில் சொல்லப்பட்டிருப்பதை வைத்து, மார்க்ஸுடைய பகுப்பாய்வு எளிதானதென்ற முடிவுக்கு வர இயலாது. இங்கே மார்க்ஸிய அபிமானி

களின் 'சமூகப் புரட்சி' என்ற சொல்லின் எண்ணக்கருவைக் குறிப்பாக 'உற்பத்தியாளர்' என்ற சொல்லை நாம் சரியாகப் புரிந்துகொள்ள வேண்டும். பலரும் மார்க்ஸைத் தொழிலாளர் வர்க்கத்தின் வரலாற்று முக்கியத்துவம் வாய்ந்த கோட்பாட்டாளராக நினைக்கிறார்கள். ஆனால் மூலதன நூலில் 'தொழிலாளி' என்ற சொல் ஒருமையில் என்றாலும் சரி, பன்மையில் என்றாலும் சரி, மூலதனத்திற்கு எதிரி என்றே நிறுத்தப்படுகிறது. இங்கே 'நேர்மறை' நிலையிலிருப்பவர்கள் உற்பத்தியாளர்கள் – இவர்கள் *'stricto sensu'* அதாவது இன்னார்தான் உற்பத்தியாளர்களென இவர்களை எளிதில் அடையாளப்படுத்திவிட முடியாது. ஆனாலும் சமுதாயத்தில் அவர்களும் ஒரு வர்க்கம். பின்னாளில் ஏற்படவிருக்கும் சமூகப்புரட்சிக்கு அவர்களுக்கிடையே ஏற்படும் பிணைப்பு அல்லது இணக்கமே பிரதானக் காரணம். உற்பத்தியென்ற கருத்துரு வரலாற்று அடிப்படையிலான கருத்துரு அல்ல. எனினும் உற்பத்தியாளரில்லாத மக்கள் சமூகமில்லை; பொருளுற்பத்தி நிகழ்வுமுறை எத்தகையதாயினும் அதற்குத் தேவையான உற்பத்திச் சாதனங் களுக்கு ஆவன செய்பவர் உற்பத்தியாளர். அவர் பொருளுற்பத்தியை நிறைவேற்றுபவர் – தொழிலாளி, உற்பத்தியில் பங்களிப்பனவற்றைத் தேர்வுசெய்பவரும் அவரே. அவ்வகையில் கண்காணிப்பு, ஒத்துழைப்பு போன்றவையும் 'வேலையே'. "உற்பத்தி என்பது சமுதாயத்தின் ஒத்துழைப் புடன் எங்கும் நடைபெறுகிற செயல்முறை" ('மூலதனம்' – 111,V). உண்மையில் முதலாளித்துவப் பொருளுற்பத்தி முறையில் இவ்வேலைகளும் ஓர் அம்சம். அத்தருணங்களில் தொழிலாளி தொழிற்சாலையின் விதிமுறைகளுக்குத் தன்னை ஒப்படைத்துக்கொள்கிறார்: ஒருபுறம் இவ்வேலைகள் முடிந்த அளவுக்குக் கூடுதலாக உபரிமதிப்பை ஈட்ட உதவுகின்றன, ஏனெனில் வேலைகளைத் திட்டமிடுவதும் முறைப்படுத்துவதும் கண்காணிப்பதும் காலங்காலமாக முதலாளிகள் வசம் இருந்துவருபவை. ஆனால் பொதுப்பங்கு நிறுவனங்களிலும் மூலதன மையப்படுத்துதலிலும் ஏற்பட்ட வளர்ச்சிகள் முதலாளித்துவத் தனியுடைமையையும் ஒருங்கிணைப்பு மற்றும் கண்காணிப்பு வேலைகளையும் வேறுவேறாகக் கருத உதவின. இந்நிகழ்வு குறித்து மார்க்ஸ் விவாதிக்கும்போது தொழிற்சாலையின் இயக்குநரை ஒரு முதலாளியாகவே கருதிப்பேசுகிறார். மாறாகத் தொழிலாளர்களுடைய கூட்டுறவுப் பணியில் இயக்குநர் என்று வரும்போது அவரது பார்வை வேறாக இருக்கிறது: "கூட்டுறவு உற்பத்தியில், நிர்வாகப் பணிகளிலுள்ள எதிர்மறையான போக்கு மறைந்துபோகிறது, ஏனெனில் ஊதியம் அளிப்பவர்கள் தொழிலாளர் களாக இருப்பதால், இயக்குநர் தொழிலாளர்களின் எதிரணியைச் சேர்ந்த மூலதனத்தின் பிரதிநிதி அல்ல."

மார்க்ஸ் வேலையை ஒரு முழுமையாகப் பார்க்கிறார். ஆனால் முதலாளித்துவ உற்பத்திமுறையில் இம்முழுமையென்பது பல வேலை களின் தொகுப்பு. இவ்விணைப்பில் "அங்கம் வகிப்பவர்கள் ஒருவர் மற்ற வருக்கு அல்லது ஒருசிலர் பிறருக்கு அன்னியர்களாகத் தோன்றலாம். தாங்கள் தனிமனிதராகச் செய்ய முடியாத ஒன்றை, ஒன்று திரட்டிய உழைப்புச் சக்தியால் கூட்டாக, ஒன்றிணைந்து செய்ய முடியுமென நம்புவதால் தொழிலாளர்களே அவ் ஒன்றிணைப்பிற்குக் காரணமாகவும்

இருக்கிறார்கள்." (கையெழுத்துப்படி 1857). வேறுவகையில் சொல்வதெனில், 'வேலை' என்பது தொழிலாளர்கள் கூடி ஒற்றுமையுடன் செய்யும் பணி யென்றாலும் உழைப்புச் சக்தியுடையவர்கள் ஒன்றிணைந்து செயல்பட்ட போதிலும் முதலாளித்துவத்தின்படி அவர்களுக்குள் வேற்றுமையுண்டு. இயந்திரச் சாதன வழிமுறை தலைப்பில் வைக்கப்படும் பகுப்பாய்வு இதையே தெரிவிக்கிறது. ஆனால் அதே நேரத்தில் தொழிலாளர்களுக் கிடையேயான இக்கூட்டுறவு ஒரு புதியவகை சமுதாய அமைப்பிற்கு வழிகோலக்கூடுமென்னும் சாத்தியக்கூற்றையும் உள்ளடக்கியது. உண்மை யில் இயந்திரமயமாக்கலை அதிகரித்தும் உற்பத்தியில் அறிவியலைப் பயன் படுத்தியும் கூட்டுப்பணியில் முடிந்தளவு தனிமனிதர் உழைப்பைக் கிரகித்தும் மூலதனம் மானுடத்தின் உழைப்புத் திறனை வளர்ப்பதோடு 'அதனுடைய சொந்தச் சிதைவுக்கும் காரணமாகிறது.' எளிய வேலை என்பது "அறிவியல் வேலையாக மாற்றப்படுவதால் இயற்கை ஆற்றல்கள் மனித சேவைக்கென்று முன்வைக்கப்படுகின்றன." உடனடி வேலை என்பது அதாவது ஒரு தொழிலாளியின் உடனடிப் பணியாக இருப்பது உற்பத்தி நிகழ்வமைப்பில் தமக்குள்ள முக்கியத்துவத்தை எந்திரங்களின் வளர்ச்சிக்காக இழப்பதாகும். அதன் விளைவாக உற்பத்தியாளர்கள் என்னும்போது மொத்தத்தில் உற்பத்தி நிகழ்வான 'பொதுவேலையில்' பங்கேற்கிற தனிமனிதர்கள் அனைவரும் (உற்பத்தியென்றால் தொழிலாளர்கள் மட்டுமே அல்ல உற்பத்தியென்கிற பொதுநிகழ்முறையில் பங்குவகிக்கிற பொறியியலாளர்கள், தொழில்நுட்ப வல்லுநர்கள், வேலைத் திட்டமிடலில் தேர்ச்சிபெற்றவர்கள் அதாவது மார்க்ஸ் மறைந்து ஒரு நூற்றாண்டிற்குப் பின்னர் சமூகவியல் வல்லுநர் களால் 'புதியவகை உழைக்கும் வர்க்கமென அழைக்கவிருந்த அனைவரும்') அடங்குவர். இதைப் புரிந்துகொள்ள விருப்பமில்லாதவர்களை வருமானத் தின் அடிப்படையில் வர்க்கப்பேதத்தைப் பார்க்கிற சமூக உடைமைவாதிக ளென்று மார்க்ஸ் மிகக் கடுமையான வார்த்தைகளில் விமர்சனம் செய்கிறார்.

"வெகுசன அறிவு மொக்கையாக வர்க்கப்பேதமென்பதைப் பணப் பையின் கனத்தைப் பொறுத்தும் செய்யும் தொழில்களிலுள்ள முரண்களின் அடிப்படையிலும் விளக்கமளிக்கிறது. பணப்பையின் கனமென்பது முழு வதும் அளவீட்டை மட்டுமே கணக்கிற்கொண்ட பேதம். ஒரே வர்க்கத்தைச் சேர்ந்த இருதரப்பினரை எதிரெதிராக நிறுத்த இயல்பாகவே சாத்தியமா கிறது. செய்யும் தொழில்களின் அடிப்படையில் இடைக்காலத்தில் நகர நிருவாகங்கள் தங்கள் தொழிலாளர்களுக்குள் பிளவை உண்டாக்கியிருந்தன. ஆனால் நவீன வர்க்கமென்பது செய்யும் தொழில் சார்ந்தது அல்ல, ஒரே வர்க்கத்தைச் சேர்ந்த தொழிலாளர்களுக்கிடையே உழைப்பு நிகழ் முறையிலுள்ள வேறுபாடுகளின் அடிப்படையில் ஏற்படுகிற உழைப்பின் வழிப்பட்ட பிரிவினையாகும்" ('மூலதனம்' புத்தகம் – 111)

ஒரு நிர்வாகிக்கும் சராசரித் தொழிலாளியொருவருக்கும் இறுதியில் பணப்பையின் கனஅளவில் முழுவதும் அளவீடு அடிப்படையில் பேத மிருப்பதும், தொழிலாளர்கள் நிர்வாகிகளை எதிரிகளாகப் பாவிப்பதும் இயல்பானதே. ஒரே வர்க்கத்தைச் சார்ந்த ஒரு சாரார் பிறிதொரு சாராரை எதிர்ப்பதற்கு 'உழைப்பு நிகழ்வு முறையிலுள்ள பேதங்களே' காரணமென்பது

வெளிப்படை. இக்கருத்தியம் முதலாளித்துவ உற்பத்திமுறைப் பரிணாமத்தின் அடிப்படையில் மார்க்ஸ் முன்வைக்கிற கருத்துகளோடு இணங்கிப் போகிறது. பெருந்திரளான கூலிகள் சிறுபான்மையினரான மூலதன உடைமையாளர்களை எதிர்ப்பது தொடர்ந்து நடைபெறுகிறது, ஏனெனில் சமூதாய அலகின் அடிப்படையில் அவசியமான பணியை மேற்கொள்கிற முதலாளிகள் ஊழியர்களுக்கு ஒட்டுண்ணிகளாகத் தோற்றம் தருகின்றனர். இந்த எதிர்ப்பு மிதமிஞ்சிய நிலையில் சமூகப் புரட்சியில் முடிகிறது. அதற்கு ஒருவகையில் உற்பத்தியாளர்கள் அனைவரையும் ஒருவகையான நிகழ்முறையில் ஒன்றுதிரட்டி, முதலாளியை வேண்டாத பொருளாக முன் நிறுத்துகிற மூலதனமும் காரணம்.

இந்நிகழ்வையே, 'உற்பத்தியின் சமூகமய வளர்ச்சி' என மார்க்ஸ் அழைக்கிறார். அது வேறொன்றுமல்ல. முதலாளித்துவத்தின் இயற்கையான பரிணாம வளர்ச்சியே. இந்நிகழ்வு, உற்பத்தி நிகழ்முறைக்கு எவ்விதச் சம்பந்தமுமற்றதொரு புற நிகழ்வாகி மேலும் மேலும் தொடரும் உடைமை பறித்தலோடு மோதல் கூடாதென நினைக்கிறது. ஆனால் அதைத் தவிர்க்க முடிவதில்லை. ஆக மொத்தத்தில் கூலிகளையும் முதலாளிகளையும் ஒட்டு மொத்தமாக 'உற்பத்தியாளர்கள் ஒன்றிணைப்பு' என்றதொரு சொல்லால் இட்டு நிரப்புவது முற்றிலும் புறவயப்பட்ட ஓர் ஆணையாகும். அதாவது எதிர்காலமென்ற பாத்திரத்தில் சமைக்கத் தீர்மானித்ததொரு திட்டம். மாறாக இப்புறவயப்பட்ட உண்மையில் பொதுவுடைமைவாதிகளுக்கான இடமோ ஓர் அகவய வெளிப்பாடு – மனச்சாட்சி அவ்வளவுதான்.

மார்க்ஸ் காணும் பொதுவுடைமையின் மாயத்தோற்றங்கள்

இன்றுள்ள கடினமான சிக்கல் இதுதான் : அடிப்படையில் பார்க்கும் போது மார்க்ஸ் பத்தொன்பதாம் நூற்றாண்டின் மத்தியகாலத்தில் தனது பகுப்பாய்வில் கூறியவை எவ்வித மாற்றமுமின்றி நடந்தேறுகின்றன. ஆனால் விளைவுகள் வேறுவிதமாக உள்ளன, மார்க்ஸின் எதிர்பார்ப்புகளுக்கும் அவற்றுக்கும் எவ்வகையான பந்தமுமில்லை. முதலாளித்துவ உடைமை என்பது வேறு, நிர்வாகிகளின் *(managers)* பொறுப்பின்பாற்பட்ட உற்பத்தி நிகழ்முறை வேறு என்ற உண்மை தெளிவாக உள்ளது. குறிப்பாக மிகப் பெரிய தொழிற்சாலைகள் என்னும்போது விவாதத்திற்கு இடமின்றி அதனை ஏற்றுக்கொள்ள வேண்டும். மூலதன உடைமை என்பது சில நேரங்களில் யார்தான் உடைமையாளரென விளங்கிக்கொள்ளாத அளவிற்கு இன்று உரிமையாளர்களின் எண்ணிக்கை பெருகியுள்ளது. நிறுவனங்களில் இன்று கணிசமான பங்குகளுக்கு உடைமையாளர்களாகப் பகிரங்கமாக அறியப்பட்ட விரல்விட்டு எண்ணக்கூடிய பங்குதாரர்கள் ஒருசிலரைத் தவிர்த்து, அதிகாரமற்ற பெரும் திரளான 'பெயரளவிற்கு' உரிமைகொண்ட சிறுமுதலீட்டார்களும் உண்டு : நிதிநிறுவன முதலீடுகள், வங்கிகள், வைப்பு நிதிகள், ஆயுள் காப்பீட்டு நிறுவனங்கள், ஓய்வூதிய நிதிகள் எனப் பலதரப்பினரும் இதற்குள் அடங்குவர். இப்'பெயரளவு பங்குதாரர்களுக்கு' நிறுவனமொன்றின் பங்குகளை வாங்குவது நிறுவனத்தின் உடைமையாளர்களாக வர வேண்டுமென்ற உந்துததலுக்குப் பதிலாக அந்நிறுவனம் ஈட்டவிருக்

கும் உபரிமதிப்பில் தங்கள் பங்கைப்பெறுவது அல்லது வர்த்தகச் சந்தையில் கணிசமாக இலாபம் ஈட்டுவது போன்ற நோக்கங்களின் பொருட்டெனக் கூறலாம். இருபதாம் நூற்றாண்டின் பிற்பகுதி வேறொரு காட்சியையும் அறிமுகப்படுத்தியது, முதலீட்டு உடைமையாளர்களற்ற முதலாளித்துவத்தைப் பார்க்க நேர்ந்தது. சரியாகச் சொல்வதெனில், தேசவுடைமையாக்கப்பட்ட நிறுவனங்கள். ஐரோப்பிய நாடுகளில் பல்வேறு அளவுகளில், சிற்சில சமயங்களில் குறிப்பிட்டுச் சொல்லும்வகையில் அதிக அளவிற்குத் தேச வுடைமை நடவடிக்கைகள் மேற்கொள்ளப்பட்டன. குறிப்பாக மேற்கு ஐரோப்பிய நாடுகள் வங்கித் துறையையும் மிகப்பெரிய நிறுவனங்களையும் தேசவுடைமையாக்கின. இந்நடவடிக்கை பிரான்ஸ் நாட்டில் அரசியல் சாசனத்தின் ஒத்துழைப்புடன் நடைபெற்றது. ஆஸ்திரியாவில் 80 விழுக்காடு தொழிற்சாலைகள் தேசவுடைமையின் கீழ் வந்தன. காரணம் சோவியத் யூனியன் தலையீட்டால் தங்கள் பொருளாதாரத்திற்கு ஆபத்து நேரலாமென ஆஸ்திரியா அஞ்சியது. விடுதலைபெற்ற காலனி நாடுகளும் பெரும் அளவு தேசவுடைமை நடவடிக்கைகளில் இறங்கின. முதலாளித்துவத் தனியுடைமை கற்பித்த சொர்க்கத்திற்கும் (அமெரிக்காவைப் பொறுத்தவரை அதனுடைய அதிகப்பட்ச 'சோஷலிஸம்' *'New Deal'* அரசியலும் அதன் காரணமாக மேற்கொண்ட கூடுதலான பணிகளுமாகும்) தேச உடைமை, திட்டமிடப் பட்ட வழிமுறை என்றிருந்த சோவியத் யூனியனின் பொருளாதாரத்திற்கு மிடையில், பல்வகைப்பட்ட இடைநிலைப் பொருளாதார வழிமுறைகள் வரலாற்றில் இடம்பிடித்தன. அவை யாவும் முதலாளித்துவத்தோடு மல்லுக்கு நின்று இறுதியில் இலாபமின்றி இயங்க முடியாதென்ற உண்மையை உணர்ந்து முதலாளித்துவத்தையே சரணாகதி அடைந்தன.

முதலாளித்துவம் என்றும் மார்க்கண்டேயனாக இருக்கும்போதிலும் உடைமைதாரர்களான முதலாளிகளின் அடையாளம் நிரந்தரமில்லை. வேறுவகையில் இதை விளக்க வேண்டியவர்களாக இருக்கிறோம். தங்கள் உயிர்வாழ்க்கைக்கான ஊதியத்தைவிட கூடுதலாகச் சம்பாதிக்கும் எவரும் விரும்பினாலும் விரும்பாவிட்டாலும் இன்று முதலாளிகள்தாம்: அஞ்சலகங் களில் சேமிக்கிறவர்கள், நிதி நிறுவனங்களில் முதலீடு செய்பவர்கள், ஓய்வூதியச் சேமிப்பு, பங்கு பத்திர முதலீடென்று ஆக மொத்தத்தில் ஒரு குடும்பத்தின் தலைவனென்ற வகையில் ஓரளவு பாதுகாப்பான எதிர்காலத்திற்காக எடுக்கின்ற நடவடிக்கைகளின்படி அவரும் கூட முதலாளி ஆகிறார். ஆனால் அதே நேரத்தில் அவர் பணத்தைப் போடுகின்ற நிதி நிறுவனங்கள், வங்கிகள் முதலியன தங்கள் வாடிக்கையாளர்களுக்கு அத்தொகைக்குரிய நிரந்தர வருவாய்க்கு உத்தரவாதம் அளிக்க வேண்டும். இந்நிலையில் அவை சற்று ஆபத்தான, ஈடுகள் *(securities)* அல்லது ஊக வர்த்தகத்தை அடிப்படையாகக்கொண்ட பங்குச் சந்தை வர்த்தகம் போன்றவற்றில் இறங்குகின்றன. இங்கே பணம் குட்டிபோடுமென்று உண்மையில் யார் நம்புகிறார்களென்று பார்த்தால், பங்குத் தரகர்கள் மட்டுமே.

ஆக இன்றிருக்கும் நமது சூழ்நிலை சற்றே விநோதமானது. முதலாளி கள் என்று நாம் மனத்தில் வடித்துக்கொண்டிருக்கும் பொருளில் முதலாளிக ளில்லை, பாட்டாளிகளும் முதலாளிகளாக மாறிக்கொண்டு வருகிறார்கள்.

நமது ஊகத்தைக் கொஞ்சம் ஊதிப்பெருக்குவோமெனில், தொழிலாளி களும் நிறுவனத்தின் பங்குதாரர்களென்பது நாளை உண்மையானால், நிறுவனத்தின் பெரும்பான்மையான பங்குகளுக்கு உரிமையாளர்களாக ஊதியதாரர்களென்ற பெருங்கூட்டம் மாறிப்போகும், அதன் விளைவாக எதிர்பார்த்தது போலவே முதலாளித்துவம் இல்லையென்றாகலாம் அமைதியான வழியில் சமூக உடைமைநெறியை *(Socialism)* அடைந்து விடலாம். அவ்வகையில் ஒருசில பொருளியல் சீர்த்திருத்தவாதிகள் பாய்ச்ச லுக்குத் தயாராய்க் குதிரையிலும் அமர்ந்தாயிற்று.

வெகுபரவலாக நம் காதில் விழுவது முதலாளித்துவத் தனியுடைமைக் குள்ள சட்ட உரிமை குறித்தும் நிரந்தரமாகிப்போன அதனுடைய இருப்புக் குறித்தும் நேரடியாகவும் மறைமுகமாகவும் எழுப்பப்படும் சந்தேகங்கள். முதல்வகைச் சந்தேகங்களை எழுப்புபவர்கள் மார்க்ஸியப் பாரம்பரியம் சாராத நூலாசிரியர்கள் ஒரு சிலர். இரண்டாம் வகைக்கு இன்னதென விளங்கிக்கொள்ளவியலாத இன்றைய பொருளியல் செயல்பாடுகள். உதாரணத் திற்கு இன்னுங்கூட பிரான்ஸ் நாட்டில் உழைக்கும் மக்கள், பணி ஓய்வி லிருப்பவர்களுடைய ஓய்வு ஊதியத்திற்குப் பொறுப்பேற்கும் முறை வழக்கி லிருக்கிறது. எனினும் அண்மைக்காலங்களில் அவரவர் ஓய்வூதியத்திற்கு அவரவரே பொறுப்பேற்க வேண்டுமென்கிற கருத்து வலுப்பெற்று ஓய்வூதியச் சேமிப்புத் திட்டத்தைப் பரவலாக்கி வருகிறார்கள். இந்நிலையில் முதலாளித் துவத் தனியுடைமை அதற்குண்டான பலனை அனுபவிக்கிறதென்றும், என்றைக்குப் பொருளாதாரத்திற்கு அனைவரும் உடைமையாளர்கள் என்னும் நிலை வருகிறதோ, அன்றுதான் அது செயல்பட முடியுமெனவும் கூறப்படு கிறது. இங்கே ஓய்வூதியச் சேமிப்பு ஆதரவாளர்களுக்கு முதலாளிகள் – தொழிலாளர்களற்ற சமுதாயத்தை உருவாக்க வேண்டுமென்பது எண்ண மல்ல. மாறாக முதலாளிகளின் சங்கடங்களை ஊதியதாரர்கள் பகிர்ந்து கொள்ள வேண்டும். அதாவது எடுக்கும் முடிவுகளில் உரிமையற்றவர் களாக நீடித்துக்கொண்டு, தங்களைச் சுரண்டவும், தங்கள்மீது ஆதிக்கம் செலுத்தவும் முதலாளிகளை அனுமதிக்க வேண்டும். ஆக மொத்தத்தில் முதலாளிகளுக்குப் பணமில்லாமல் வெண்ணெய் வேண்டும். அதாவது இத்தாலியர்கள் மொழியில் கொஞ்சம் அழகாகச் சொல்ல வேண்டுமெனில் சாராயப் பீப்பாயும் குறையக் கூடாது, பெண்மணி போதையுடனும் இருக்க வேண்டும். ஆயிரம் விமர்சனங்கள் இருந்தபோதிலும், முதலாளித் துவத் தனியுடைமைக்குக் கூறப்படும் புதுவிளக்கங்களுக்கு முக்கியத்துவம் நாளுக்கு நாள் அதிகரித்துவருகிறது.

இறுதியாக, தனிமனிதர்களின் முயற்சிகள் மற்றும் பங்களிப்பை மட்டுமே பெரிதும் நம்பியிருக்கும் நவீன மேலாண்மைப் பிரிவுகளின் வழிமுறை களின்படி உற்பத்தித் திறன் வளர்ச்சியென்பது ஊதியதாரர்களின் நிலைமை யைப் பொறுத்ததென அறிகிறோம். தொழிலாளியையும் உற்பத்திச் சாதனங் களையும் ஒன்றிணைப்பது (அதாவது மார்க்ஸின் கருத்தியத்தின்படி சொல்வ தெனில், சமுதாய வழிப்படுத்துதல் அடிப்படையில் பெற்ற தனிமனித உடைமையை மீளுருவாக்கம் செய்வதாகும்) என்ற கருதுகோளே இன்றைய

தொழில் அமைப்புச் சார்ந்த விவாதங்களிலும் சரி, மனிதசக்தியை அடிக் கூறாகக்கொண்ட மேலாண்மை இயல் சார்ந்த கருத்துப் பரிமாற்றங்களிலும் சரி, மையப்பொருளாக உள்ளது. இங்குங்கூட முதலின்றிப் பலன்கள் சாத்தியமா என யோசிக்கிறவர்களையே சந்திக்கிறோம்.

நியாயம் (dialectic) என்பது முரண்பட்ட செயல்களால் கட்டமைக்கப் பட்ட வரலாற்றுச் சான்றுகளை அடிப்படையாகக் கொண்டது. முதலாளித் துவ உற்பத்தி உறவுகளின் முன்னேற்றம் அனைத்திலும் உள்ளார்ந்த விடுதலை, முழுமையான ஆதிக்கம் என்ற இரண்டு எதிரெதிர் உணர்வுகளுக்கிடையே தீவிரமான போட்டிநிலவுவது வெளிப்படை. பெரிய அளவில் மாற்றங் களுக்கு ஆட்பட்டுள்ள நமது இன்றைய சமூகம், 1917ஆம் ஆண்டைச் சேர்ந்த நேற்றைய சோவியத் யூனியனின் நிலைமையோடு ஒப்பிட கூடியதல்ல என்னும்போதும், பொதுவுடைமைச் சித்தாந்தம் மெல்ல மெல்ல வழக்கொழிந்து போவதற்குரிய பதிலைப்பெற, சமூக உறவுகளைப் புரிந்துகொள்ள மார்க்ஸியவாதிகள் கையாளுகிற சமூகவியலை நாமும் தேடிச்செல்ல வேண்டும். சாதனங்கள் – முடிவுகள் என்ற இரண்டையும் நடுநிலையில் வைத்துப் பார்க்கும்போது நமது சமூக அமைப்பில் இரண்டே இரண்டு தரப்பினர் முன்னிலை வகிப்பதைப் புரிந்துகொள்கிறோம்: முதலாவது வகையினர் எண்ணிக்கையில் மிகுந்த உற்பத்தி தொழிலாளர் கள் (உற்பத்தியாளர்கள்); இரண்டாவது வகையினர் இலாபத்தை உறிஞ்சும் ஒட்டுண்ணிகளான சொற்ப எண்ணிக்கைகொண்ட தனிமனிதர்கள். தொழிலாளிகள், பொறுப்பாளர்கள், ஏன் மேலாண்மை நிர்வாகிகளையும் ஓரணியில் நிறுத்தி உற்பத்தியாளர்கள் என்ற பெயரில் அனைவரையும் ஓரினமாகப் பார்ப்பது எதிர்காலத்தில் சம்பந்தப்பட்ட அனைவரும் முரண்பாடுகளின்றி சுமுகமாக இயங்க உதவும். அறுபதுகளிலும் அதற் கடுத்து எழுபதுகளிலும் பிரான்ஸ் நாட்டுப் பொதுவுடைமைக் கட்சியினர் தங்கள் கோட்பாட்டிற்கு விரிவார்ந்த தளத்தில் பொருள்தேடியதும் இந்த அடிப்படையிலேயே. முதலாளித்துவ உலகினர் பணத்தின் மகிமையைச் சற்றே மறந்தவர்களாய் ஓரளவு மனச்சாட்சியுடன் மாற்றணியினரோடு இணைந்து செயல்படுவார்களெனில் நியாயமானதும் மகிழ்ச்சிதர வல்லது மானதொரு கற்பனா உலகத்திற்கும் சாத்தியமுண்டு.

ஊதியவர்க்கத்தினர் பாட்டாளிவர்க்கத்துக்குப் போட்டியாளர்கள்

முதலாளித்துவத்தின் வளர்ச்சியில் மார்க்ஸ் எதிர்பார்த்தது போல நேர்மறையான, சிக்கலற்ற நிகழ்முறைகளென்று எதுவுமில்லையென்பது எதார்த்தம்.

கருதுபாடு 1: மார்க்ஸின் அறிவுப்புலம், மூலதனப் பிரதியில் முன் வைத்திருந்த சிந்தனைகள் (சிற்சில இடங்களில் அவரால் சொல்ல மறந்த வையும் இதில் அடக்கம்) ஆகியவற்றின் அடிப்படையில் இதை முதலில் பரிசீலிப்போம். ஊதியதாரர்களை ஊதியத்திற்காக உழைப்பவர்களென்று தட்டையாகப் பொருள்கொள்ள முடியாது. அவர்கள் முதலாவதாகச் சந்தையில் தம்முடைய உழைப்புச் சக்தியை விற்க இயலுமென்ற நம்பிக்கை

யுடன் போட்டியிடுகிறவர்களுங்கூட. உழைப்புச் சக்தியை விற்பவர்கள் ஒருவகையான கூட்டணியைத் தொழிற்சங்கங்கள் என்றபெயரில் தங்கள் நலன்கருதி ஏற்படுத்திக்கொள்கிறார்களென்பது உண்மை. அதே வேளை யில் தொழிலாளிகள் ஒவ்வொருவரும் தன்னலத்துடன் – தொழிற்சங்கம், கூட்டமைப்பு என்பவற்றை மறந்து – *free rider* வியூகத்துடனும் செயல்படு கிறார்கள். அதாவது சமூகவியலாளர்கள் வர்ணிப்பதுபோலச் சொந்த நாட்டிலிருந்து பிறநாடுகளுக்குக் கள்ளத்தனமாகக் குடிபெயர நினைக்கும் மனிதர்களின் செயல்திட்டங்களுக்கொப்பச் சூழலின் அடிப்படையில் ஒரு தொழிலாளி தொழிற்சங்கத்தில் அங்கத்தினராவதை உடனடி இலக்காகக் (தனது உழைப்புச் சக்தியை நல்ல விலைக்கு விற்பதற்காக) கொள்கிறார். அதேவேளை தொழிலாளர்களிடையேயுள்ள பிரிவும், தன்னல உத்திகளும் அவரை அச்சுறுத்துகின்றன. இத்தகைய சூழலில் தங்களை அடுத்த கட்டத் திற்கு முன்னெடுத்துச் செல்லத் தொழிலாளர்களுக்கு 'வர்க்கம் குறித்த உணர்வு' வேண்டும். சூழல் வற்புறுத்தும் உடனடி இலக்கை மறந்து பிற இலக்குகளைக் கருத்திற்கொள்ள வேண்டும். அதாவது முதலாளித்துவச் சமூக அமைப்பை மிக ஆழமாகவும் அறிவியல் நுணுக்கத்துடனும் விளங்கிக் கொண்டதன் விளைவாக உண்டான இலட்சியநோக்கின் அடிப்படையில். வேறுவகையிற் சொல்வதெனில் ஊதியதாரர்களென்னும் ஒரு பெருங் கூட்டம், விரல்விட்டு எண்ண முடிந்த சிறுகூட்டமொன்றின் சுரண்டல் ஆசாமிகளை எதிர்கொள்ளும் சமூக அமைப்பென ஏற்றுக்கொள்ளும் போதிலும், சந்தையில் போட்டியாளர்களாகவும், உற்பத்தி என்று வந்த வுடன் தங்கள் திறனை ஒன்றிணைப்பவர்களாகவும் நடந்துகொள்கிறார்கள். உற்பத்தியாளர்கள் என்னும் கருத்தியலில் ஒருபோதும் ஒன்றிணையாத பெருந்திரளான இவ்வூதியதாரர்கள், 'ஊதியதாரர்கள்' என்ற நிலைமை யைச் சற்று மேம்படுத்திக்கொள்வதே போதுமென்று இருந்துவிடுவார்க ளெனக் கருத எவ்வித ஆதாரமுமில்லை.

உழைக்கும் வர்க்கத்தினரின் ஒன்றுதிரட்டிய சக்தியின் பின்புலத்தில் தானொரு தொழிற்சங்கவாதி என்ற நிலையைக் கடக்காத லெனின் தமது 'செய்யக்கூடியது என்ன? *(What is To Be Done)*' என்ற பிரசுரமொன் றில் ஓரளவு இப்பிரச்சினையைச் சரியாகக் கணித்திருந்தார். லெனின் உருவாக்கிய கட்சியும், 'தீவிரப் புரட்சியாளர்கள்' என்ற அக்கட்சியின் மைய அமைப்பும் மார்க்ஸியத்தின் பழைமைவாதிகள் முகஞ்சுளிக்கக் கூடிய, 'உழைக்கும் வர்க்கத்தின் விடுதலையைப் பாட்டாளி வர்க்கம் மட்டுமே பெற்றுத் தந்திட இயலாது' என்ற உண்மையிலிருந்து பெறப் பட்டதாகும். ஆனால் இவ்வுண்மையை லெனினிய அபிமானிகளே ஏற்க மறுக்கிறார்கள். சிந்தனையாளரும் இத்தாலியப் பொதுவுடைமைக் கட்சியின் நிறுவனர்களில் ஒருவருமான கிராம்சி *(Gramsci)* இக்கருத்துடன் இணங்கிப் போகிறார். அவரைப் பொறுத்தவரை லெனின் உருவாக்கிய கட்சி முதலாளித் துவத்திற்கு எதிரான நீண்டகாலப் போராட்டத்திற்குத் தேவைப்படுகிற அறிவையும் ஆற்றலையும் மக்களுக்குத் தருவதில் ஒரு புதிய பட்டத்து இளவரசன்.

அடிமை வர்க்கம் ஆதிக்க வர்க்கமாக மாறுவதற்குச் சாத்தியமுண்டா?

கருதுபாடு 2: *அடிமைப்பட்டுக்கிடந்த வர்க்கம் ஆதிக்க வர்க்கமாக மாறியதற்கு வரலாற்றில் பதிவுகளில்லை. ஒரு பொது மரபாகவே இதைப் பதிவுசெய்யலாம். அடிமைகள் ஆதிக்கச் சக்திக்கு எதிராகக் கலகம் விளைவித்திருக்கிறார்கள். ஆனாலும் போராட்டத்தின் பலன்கள் தற்காலிக மானவையாகவே இருந்திருக்கின்றன. இத்தாலி கிளாடியேட்டர் அடிமை ஸ்பார்ட்டாக்யூஸ் கதையில், அவனுடைய செயல்திட்டம் நாட்டைவிட்டு உடனடியாக வெளியேற வேண்டுமென்றிருந்ததே அன்றி ஆதிக்கம் செலுத்தி வந்த உடைமையாளர்கள் வர்க்கத்தையும் அடிமை வியாபாரிகளையும் முற்றாக ஒழிக்க வேண்டுமென்பதல்ல. பிரான்ஸ் நாட்டிலும் ஏழைக் குடிமக்கள் கலகம் விளைவித்தார்கள் என்பதும் அக்கலகம் நாட்டின் மூன்றில் இரண்டு பகுதிகளில் பரவியதும் உண்மை. ஆனால் 1789ஆம் ஆண்டில் முன்னெடுக்கப்பட்ட பிரெஞ்சுப் புரட்சி நாட்டின் மேட்டுக் குடியினர் என்று அறியப்பட்ட பூர்ஷ்வா வர்க்கத்தின் அதாவது பூர்ஷ்வாக் கள் அனைவரின் பங்களிப்பு. 1789இல் ஆரம்பித்து 1799வரை நடந்த புரட்சியும் சமூகத்தின் – ஒரு வர்க்கத்திலிருந்து இன்னொரு வர்க்கமெனப் பரவி ஸ்திரமற்ற ஓர் அரசியல் சூழலுக்குக் காரணமாக இருந்தது. உழைக்கும் வர்க்கமும் இக்களேபரத்திற்குத் தப்பவில்லை. புரட்சியில் பங்கெடுத்த பிற ஆதிக்க வர்க்கத்தினரைப் போலவே உழைக்கும் வர்க்கமும் சமூகத்தின் முன் வரிசையைத் தகவமைத்துக்கொள்ள முயன்றது. பெரிய தொழிற் சாலைகளின் இயக்குநர்களில் ஆரம்பித்து, முறையான பயிற்சிகள் ஏதுமில் லாத தொழிலாளர்கள் வரையில் அனைவரும் இணைவதால் பிரச்சினை களுக்கான தீர்வு இயல்பாகக் கிடைக்கக்கூடுமென மார்க்ஸ் நினைத்தார். ஆனால் மார்க்ஸின் இக்கருத்தியல் முற்றிலும் ஊகத்தின் அடிப்படையில் கற்பித்துக்கொண்டது.*

உண்மையில், உழைக்கும் வர்க்கம் முதலாளித்துவத்திற்கு எதிராகப் பல முனைகளிலும் நடத்த வேண்டிய பொதுவுடைமை யுத்தக் களன்களை முதலாளித்துவத்திற்குள்ளேயே ஆயத்தம் செய்ய வேண்டும். பொது வுடைமைக் கூறுகளை மிகவும் சிரத்தையுடன் பின்பற்ற நினைக்கும் தொழில் நிறுவனங்களும் நகரசபைகளும் முதலாளியச் சூழல் தரும் நெருக்கடி களுக்குக் கீழ்ப்படியவும் முதலாளித்துவச் சந்தையில் போட்டிகளை எதிர் கொள்ளவும் வேண்டும். உதாரணத்திற்கு கூட்டுறவுத் துறைகள்: இங்கு தொழிலாளர்கள், உலகில் வேறு துறைகளில் காண முடியாத அளவில் மிகுந்த அக்கறையுடன் உழைக்கும்போதும், அவர்களுடைய உற்பத்திப் பொருட்கள் சந்தைக்குவரும்போது பிற நிறுனங்களின் உற்பத்திப் பொருட் களுடன் பல்வேறு காரணிகளின் அடிப்படையில் போட்டியிட வேண்டிய சூழ்நிலை இருப்பதால் அவர்களுடைய வேலை நேரமும் ஊதியமும் அடிப்படையில் சராசரி முதலாளியத் தொழிற்சாலைகளின் நிலைமைக்கு மேம்பட்டதல்ல என்றளவிலேயே உள்ளன. இது தவிரப் பொதுவாகத் தொழிற்சாலைகளில் கடைப்பிடிக்கப்படும் தொழிலாளர்களை வழி

நடத்துதல், கவனத்திற்கொள்ள வேண்டிய பொறுப்புகள், நேரத்திற்குக் கொடுக்க வேண்டிய முக்கியத்துவம் ஆகிய பண்புகளைக் கூட்டுறவுத் தொழிற்கூடங்களில் நீண்டகால அடிப்படையில் அனுசரிப்பது கடின மென்பதால் இத்துறைகளில் முறைப்படித் தொழிற்கல்வி பயின்றவர்களும் தொழிற்பயிற்சி பெற்றவர்களும் அதிகக் கனவுகளுடன் உள்ளே வருகிறவர் களும் பேச்சாற்றலும் திறமையும் வாய்க்கப்பெற்றவர்களும் குறுகிய காலத்தில் மொத்தத் தொழிலாளர்களுடைய அதிகாரத்தையும் தங்கள் கைகளில் எடுத்துக்கொள்கிறார்கள். எனினும் இன்று தெளிவாக நாம் அறிந்துள்ள உண்மை கடந்த முப்பது ஆண்டுகளில் பொதுத் துறைகளில் தொழிலாளர்களை வழிநடத்துதல், நிர்வாகம், மேலாண்மை போன்ற சொல்லாடல்கள் அரிதாக இருக்கின்றன. அதுபோலவே உற்பத்தி உறவு களில் புதிய அணுகுமுறை தேவை பற்றிய குரல்களும் குழப்பும் வகையி லுள்ளன.

மேற்கண்ட அனைத்திலும் ஒருவகையான முரணுக்கும் சாத்திய முண்டு. ஆதிக்கத்திற்குட்பட்ட வர்க்கம் ஆதிக்க வர்க்கமாக வடிவம் எடுக்கும்போது, இனி அவர்கள் ஆதிக்கத்திற்குட்பட்ட வர்க்கமல்ல என்றா கிறது. கூறியதைக்கூறல்போலத் தோற்றம்தரும் இவ்வாக்கியம், உண்மையில் பொருள்கொண்டது. தொழிலாளர்களில் ஒரு பகுதியினர் ஆதிக்கச் சக்தி யினராக மாறியபிறகும் அவர்களைத் தொழிலாளர்களெனக் கூறிக்கொண் டிருப்பது பொருளற்றது. செயலக அதிகாரிகள், நிருவாகிகள், வல்லுநர்கள் போன்ற பலர் தங்களைத் தொழிலாளர் தரப்பில் நிறுத்திக்கொண்டு குரல் கொடுக்கிறார்கள். அவர்கள் தொழிலாளர் வர்க்கத்திலிருந்து பிரிந்து வந்த வர்கள் என்பதை நாம் மறுக்கவில்லை. ஆனால் ஆதிக்கச் சக்தியாக மாறிய கணத்தில் தொழிலாளர் வர்க்கத்தில் அவர்களுக்கு இனி இடமில்லை என்பதுதான் நியாயம். ஒரு கட்சியின் தலைமைக் குழுவோ தொழிற்சங்கங் களின் தலைமையோ அல்லது அத்தொழிற்சங்கங்களின் நிர்வாகக்குழுவோ சமூக உடைமைநெறி என்கிற சோஷலிஸ அரசியல் கோட்பாட்டுடன் ஆட்சிக் கட்டிலில் அமர்ந்திருப்பவர்களோ எவராயினும் அவர்களை ஆதிக்கச் சக்தியின் வடிவமாகப் பார்ப்பதே முறை. அதேவேளையில் வரலாறு பதிவுசெய்துள்ள ஆதிக்கச் சக்தியினராகவும் பொருள்கொள்ளவிய லாது. மாறாக ஆதிக்கச் சக்தியின் பதிலிகள் (*substitute*) என்று அழைக்க லாம். எனவேதான் சோவியத் யூனியனும் பிற சமூக உடைமைநெறி நாடுகளும் வன்முறைகளைப் பெரிதும் தவிர்த்த மாற்றுப்புரட்சிகளுக்கும் களமாக இருந்துள்ளன. *அண்டர் கிரவுண்டு* என்ற செர்பியத் திரைப்படத் தில், நாஜிகள் யுகோஸ்லாவியாவைக் கைப்பற்றியிருந்த காலத்தில் நாஜிப் படைத்தளபதி ஒருவனின் கொலையை முன்னிட்டுத் தேடப்படுவதால் நிலத்தடி அறையொன்றில் தலைமறைவு வாழ்க்கையைக் கதை நாயகன் மேற்கொள்கிறான். போருக்குப்பின் யுகோஸ்லாவியா விடுதலை அடை கிறது. மறைந்து வாழ்பவனின் நெருங்கிய நண்பன் இப்போது யுகோஸ் லாவியப் பொதுவுடைமை அரசாங்கத்தில் முக்கியப் புள்ளி, அவன் நாஜிகள் யுத்தத்தில் கதாநாயகன் இறந்ததாக வெளியுலகுக்கு அறிவித்து மாவீரனாக நண்பனைக் கொண்டாடுகிறான். அதேவேளை நண்பனிடம் இரண்டாம் உலகப்போர் தொடர்ந்து நடப்பதாகக் கூற, நிலத்தடி அறையில் 30 ஆண்டுகள்

கதைநாயகன் அடைபட்டு இருக்க வேண்டியிருக்கிறது. திரைப்படத்தின் இயக்குநர் எமிர் குஸ்ட்ரிகா (*Emir Kustrica*) யுகோஸ்லாவியா நாட்டை முன்வைத்து எழுதிய இவ்வுருவகக்கதை இருபதாம் நூற்றாண்டின் பொதுவுடைமை மற்றும் சமூக உடைமைநெறி ஆட்சித் தலைமையைப் பற்றிய உண்மைச் சித்திரமாகும்.

உழைக்கும் வர்க்கம் ஒருபோதும் தமது அதிகாரத்தைத் தடங்கலின்றி ஸ்திரப்படுத்திக் கொண்டதில்லை. புரட்சியின் உச்சக்கட்ட நேரங்களில் உழைக்கும் வர்க்கத்தின் அதிகார மையங்கள் ஏறக்குறையச் செல்வாக்குடன் இருந்திருக்கின்றன: பாரீஸ் கொம்யூன்கள், உழைப்பாளிகளின் கவுன்சில்கள், சோவியெட் (*Soviets*), 'பாப்புலர் அசெம்பிளிகள்' என உதாரணத்திற்குச் சில அதிகார மையங்களைக் குறிப்பிட முடியும். ஆனால் இவை அனைத்தும் புரட்சியின் கொந்தளிப்புத் தணிந்த மறுகணம் அதாவது எப்போதும்போலத் தொழிலாளர்கள் தங்கள் பணிக்குத் திரும்பியதும் வலுவிழந்தன அல்லது காணாமற் போயின.

வர்க்க முரண்களும் பாட்டாளிகளுக்குள் காணும் முரண்களும்

கருதுபாடு 3: தொழிலாளர்களுக்குள் நிலவும் போட்டிகள் முதலாளிகளது போட்டிகளுக்குக் காரணமாகின்றன. இந்நிகழ்வு தவிர்க்கவியலாதது. எப்பொழுது தங்கள் உழைப்புச் சக்திக்கு நல்லதொரு விலையைப் பெறுவதொன்றே பொருள்பொதிந்த வழிமுறையாக இருக்குமெனத் தீர்மானித்து, தொழிலாளிகள் பேச்சுவார்த்தைக்கு உட்காருகிறார்களோ அக்கணத்திலேயே தேசிய அளவிலும் பன்னாட்டு அளவிலும் கட்டமைக்கப்பட்ட தொழிலாளர் ஒற்றுமை சுக்குநூறாகிறது. உண்மையில் தொழிற்சங்கவாதி என்பதால் பெறப்படும் நலன் பிற தொழிலாளிகளின் முதலாளிய உணர்வுடன் போட்டியிட்டுத் தமது முதலாளிய உணர்வால் பெறக்கூடிய நலனிலும் பார்க்கப் பெரிதல்ல என அவர் நினைக்கிறார். பிரான்ஸ் நாட்டில் 'ரெனோ' மோட்டார் வாகன உற்பத்தியில் ஈடுபட்டுள்ள தொழிலாளர்களுக்கு அவர்கள் நிறுவனம் வர்த்தகச் சந்தையில் சம்பாதிப்பது அனைத்தும் நன்மை பயப்பதாகும். ஏனெனில் நிறுவனத்தின் கூடுதல் இலாபம் ஊதிய உயர்வுகேட்டுப் பேச்சுவார்த்தைக்கு உட்காரும்போது அவர்களுக்கு உதவலாம். அதேவேளை ரெனோ நிறுவனத்தின் வர்த்தக இலாபமென்பது வாகன உற்பத்தியில் அதற்குப் போட்டியாகவுள்ள பிற நிறுவனங்களின் வர்த்தக நட்டத்தில் பெற்றதென்பதோடு, போட்டிநிறுவனத் தொழிலாளிகள் ஊதிய உயர்வையும் தடைசெய்கிறது. வெகுகாலத்திற்கு முன்பு தொழிலாளிகள் உயர்ந்த சிந்தனையும் மனிதாபிமானமும் கொண்டவர்களாக இருந்ததால் இது போன்ற நெருக்கடிகளுக்குத் தீர்வுகாண்பது எளிதாக இருந்தது. உயர்ந்த சிந்தனைகளும் தார்மீகப் பண்புகளும் உலகில் பிறவற்றைப்போலவே இன்று மறக்கப்பட்டிருக்கின்றன. வெகுகாலமாகவே – 1914ஆம் ஆண்டிலிருந்து – தேசப்பற்று என்ற சொல்லை உலகநாடுகள் என்ற வாதத்திற்கு எதிராக உபயோகித்து வந்திருக்கிறோம். கடந்த பத்து ஆண்டுகளில் சுதேசி நிறுவனங்கள்மீதான மோகம், நவீனத் தொழில்நுட்பங்களின் தயவால் கணிசமாக அதிகரித்திருக்கிறது. பிரான்ஸ் நாட்டில் தேசிய மின்வாரியமும் தொலைபேசி நிறுவனமும் அவரவர் துறைசார்ந்த வெளிநாட்டு

நிறுவனங்களை வாங்கியபொழுது இடதுசாரித் தொழிற்சங்கங்கள் அதை வரவேற்றன. அதாவது பொதுத் துறை நிறுவனங்களின் இது போன்ற தனியார்மயமாக்கல் நடவடிக்கைகளுக்குத் தங்களின் பரிபூரண ஆசியுண்டு என்பதைத் தெரிவிக்கும் வகையில் தொழிற்சங்கங்களின் நடவடிக்கைகள் இருந்தன. அதன் விளைவாகப் பின்னர் அப்பொது நிறுவனங்களையே தனியார்மயமாக்கும் வகையில் அரசு நடவடிக்கைகள் மேற்கொண்டபொழுது, இவர்கள் அவற்றைத் தடுக்க வகையின்றி இருந்தனர்.

மேற்கத்திய நிறுவனங்கள் நம்பியிருக்கும் வெளிநாட்டினரின் வருகையைத் தடுக்கும் வகையில் அரசியல்வாதிகள் எடுக்கும் நடவடிக்கை களை வெளிநாட்டினரைப் போட்டியாளர்களாக நினைக்கும் தொழிலாளர் களில் ஒரு பிரிவினர் ஆதரிக்கின்றனர். ஒருசிலர் இப்பிரச்சினையை 'இன வெறி'யோடு தொடர்புபடுத்தும்போதும் அதில் உண்மையில்லை. நிறுவன மொன்றின் உயர் அதிகாரி இனவெறியராக இருப்பது அரிதாகவே நடக்கிறது. காரணம் வெளிநாட்டிலிருந்து வந்திருப்பவர் பெரும்பாலும் இவரோடு உழைப்புச் சந்தையில் போட்டியிடுபவரல்ல. மாறாக உள்நாட்டுத் தொழிலாளர் களுக்கு உழைப்புச் சந்தையிலும் அரசாங்கத்தின் சமூகநலத் துறை அளிக்கும் உதவியைப் பெறுவதிலும் அரசு குடியிருப்பைக்கேட்டு விண்ணப்பிப்பதி லும் நேரடிப் போட்டியாளர்களாக வெளிநாட்டினர் உள்ளனர். உழைக்கும் வர்க்கத்தினரிடை இனவெறிப் பிரச்சினையென்பது முதன்மையான பிரச்சினையே அல்ல என்பதற்கு இத்தாலி, பெல்ஜியம் போன்ற நாடுகள் உதாரணம். பெல்ஜியத்தில் ஃபிளாண்டர்ஸ் *(Flanders)* மக்களின் 'தேசிய வாதம்' அந்நாட்டின் வல்லோன் *(Wallons)* இனத் தொழிலாளர்களிடமிருந்து தங்கள் தொழிலாளர்களின் நலனைக் காப்பாற்ற வேண்டும் என்ற உந்து தலின்பாற்பட்டது. அவ்வாறே வெளிநாட்டினரைக் காட்டிலும் தென் பகுதி இத்தாலியரைக் கூடுதலாக வெறுக்கிற வடபகுதி இத்தாலியினருக்கு ஆதரவாக உருவானதே இத்தாலி நாட்டில் போஸ்ஸி *(Bossi)* என்பவரின் *Lega nord* என்ற பொதுவுடைமை அரசியல் கட்சி. போஸ்ஸி சொந்த நாட்டின் ரொமானியர் ஒருவரை அந்நியராகப் பாவிக்கிறாரெனில் இன வெறியைக் காட்டிலும் அவரது சங்கடங்களுக்கு வேறு காரணங்கள் இருக்கின்றன. எனவேதான் பிரான்ஸ் நாட்டில் இடதுசாரிகள் 'இன வெறிக்கு எதிராகப் போராட வேண்டும்' என்னும்போது ஒருவிதப் போலித் தன்மையை உணருகிறோம். ஒருபக்கம் மனிதர்களுக்கிடையில் பேதமில்லை, வேற்றுமையற்ற சமுதாயம், அனைவரும் சகோதரர்கள் என்றெல்லாம் கூறிக்கொண்டே இன்னொரு பக்கம் மனிதரினத்தின் தனித்தன்மை என்பது போட்டிகள், பிறரை நிராகரித்தல் ஆகியவற்றால் கட்டமைக்கப்படுவ தென்றும் ஆற்றல் மிகுந்தவர்களே சிறந்த மனிதர்களென்றும் கூறிக்கொண் டிருக்கிறோம்.

பாட்டாளிகளின் எண்ணிக்கைப் பெருக்கமும் அவர்களுடைய உயிர்வாழ்க்கை நெருக்கடிகளும் அதிகரிக்கும் உழைப்பின்வழிப்பட்ட பிரிவினையும் முதலாளித்துவம் தனக்கான எதிரியைத் தானே படைத்துக் கொள்ள உதவுபவையென்ற கருத்தியலை மறுதலிக்கப் பல காரணிகள் உள்ளன. இன்றைய சமுதாயத்தில் பாட்டாளிமயமாதல் *(proletarianization)*

என்பது ஒரு நிதர்சனம்: முதலாவதாக ஊதியதாரர்கள் இன்று முழு அதிகாரத்தையும் கைக்குள் வைத்திருக்கிறார்கள், மாறாகத் தனித்து தொழில் புரிவோர்கள் நிலைமை முன்புபோலச் சீராக இல்லை. இரண்டாவதாக ஊதியதாரர்களிடையே இதுகாறுமிருந்துவந்த ஏற்றத்தாழ்வுகள் மெல்ல மெல்ல மறைந்துவருகின்றன. மூன்றாவதாக ஊதியதாரர்களுக்குள் நிலவிய சமூகவேற்றுமை களையப்பட்டிருப்பது. இம்மாற்றம் ஊதியத் தொடர்பானது மட்டுமல்ல – குறிப்பாக இருபதாம் நூற்றாண்டின் இறுதிக்காலத்தில் ஆரம்பித்து இன்றுவரையில் சமுதாயத்தில் நிகழ்ந்துள்ள மாற்றங்களை நுணுக்கமாக அவதானித்தவர்களுக்குக் கடைநிலை ஊழியரொருவருக்கும் பொறியாளர் ஒருவருக்குமான இடைவெளி குறைந்து அவர்கள் மிகவும் நெருங்கி வந்திருப்பது புரியும். இத்தாலிய சமூகவியலறிஞரும் மார்க்ஸிய வாதியுமான அண்ட்டோனியோ நெக்ரி அளவிற்கு நம்மால் படித்த வர்க்கத்தைச் சேர்ந்த அறிவார்ந்த தொழிலாளர்களிடையே ***(intellectual workers)*** பாட்டாளிமயமாதல் ஏற்படுத்தும் விளைவுகளைச் சரிவரக் கணிக்க வியலாது என்னும்போதும் அது நிகழ்கால எதார்த்தம். அதே வேளையில் உழைக்கும் மக்களின் வாழ்க்கையும் பற்றாக்குறை மற்றும் ஸ்திரமற்ற தன்மைகளில் அறிவார்ந்த தொழில்புரிவோர் சராசரி வாழ்நிலையோடு மெல்ல மெல்ல ஒத்துப்போவதைக் காண்கிறோம். உழைக்கும் வர்க்கத்தினர் படித்த வர்க்க அலுவலர்களின் வாழ்நிலையை நெருங்கியிருப்பதாலேயே அவர்கள் பூர்ஷ்வாக்களாக மாறிக்கொண்டிருக்கிறார்கள் என்று கூறுவது அபத்தமாகும். எனினும் இன்றைக்குச் சொந்தக் குடியிருப்பு அல்லது தனி வீடென்று இருந்துகொண்டு நீண்டகாலத்திற்குக் கடன் களிலிருந்து மீளமுடியாமல் தவிக்கும் தொழிலாளிகள் கொஞ்சநஞ்சமல்ல. நகரமயமாக்கப்பட்ட நவீன வாழ்க்கையில் வாழ்விடமும் பணியிடமும் நீண்டதூரங்களால் பிரிக்கப்பட்டிருப்பதால் அவர்களுடைய வாழ்க்கை முறை மேலும் மேலும் தனிமைப்படுத்தப்படுகிறது. உழைக்கும் வர்க்கத்தினரும் அவர்கள் அங்கம் வகிக்கும் குழுக்களும் பொழுதுபோக்கு அம்சங்களுக்கு இனியும் உரிமைகொண்டாடவியலாது. அவர்களுடைய கனவுகள் உழைக்கும் வர்க்கத்தினரின் ஒற்றுமையால் பெறப்படுவதல்ல, அவர்களின் தன்னலம் தரும் நம்பிக்கையால் ஈடேறக்கூடியது. தங்கள் பெற்றோர்களைக் காட்டிலும் கூடுதலாகக் கல்வியறிவுபெற்றுள்ள தொழிலாளர்களின் வாரிசுகளான இளைய தலைமுறையிடம் இக்குணத்தை அதிகம் காண்கிறோம். காரணம் பெற்றோர்களின் தொழில்முறை வாழ்க்கை ஏறக்குறையத் தோல்வி அடைந்ததென்ற உண்மையை அவர்கள் அறிந்துள்ளார்கள். இங்கே பத்தொன்பதாம் நூற்றாண்டின் மத்தியில் பிரெஞ்சுக் குடியானவர்களுடைய வாழ்க்கை நிலை பொதுத்தன்மையுடன் இருந்தபோதும் ஒரே வர்க்கமாக இணைய வேண்டும் என்ற விருப்பமில்லாதவர்களாய் அவர்கள் இருந்ததைப் பற்றிப் பேசும் மார்க்ஸ், "பிரெஞ்சு சமுதாயத்தின் பெருந்திரளான மக்கள் ஒரு கூட்டுமதிப்புகளின் சமன், ஏறக்குறைய ஒரு மூட்டை உருளைக்கிழங்கு எனப் பெயர் கொள்வதற்கு உருளைக்கிழங்குகளின் பங்களிப்பு என்னவோ அதை இவர்களுக்கும் ஒப்பிடலாம்" என்கிறார். பின்னர் 'ஒரு வர்க்கமாக உருவாகத் தவறிய' குடியானவர்களின் பிரிவினைையைக் குறித்தும் பேசுகிறார். அவர்களுடைய தன்னலத்தில் ஒற்றுமை இருந்த

போதும் பொதுநலத்தில் ஒற்றுமைகாணத் தவறியதால் தங்களுக்கென ஓர் அரசியல் பிரதிநிதித்துவத்தைக் காணத் தவறினார்கள்.

உழைக்கும் வர்க்கத்தில் ஏற்படும் பிரிவினை ஒழுங்கமைவு குறித்துக் கேள்வி எழுப்புகிறது. உழைக்கும் வர்க்கம். 'ஓர் கூட்டுமதிப்புகளின் சமன்' என்று போகிறபோக்கில் சொல்ல முடியாமல் இருப்பதற்குள்ள ஒரே காரணம் சில பொது நிறுவனங்களும் அரசு சார் நிறுவனங்களும் பணியின் உட்பிரிவுகள், பணியின் மூலம், பணியின் விபரமென்கிற உழைக்கும் வர்க்கத்தின் நலன்சார்ந்த பிரிவினைகளையெல்லாம் கடந்ததொரு பொது நலன் (சமூகப் பாதுகாப்பு, பணி ஓய்வு, பணி உரிமைகள் – உ.ம் – நிரந்தர வேலை) தேவை என்னும் புரிதலைக் கட்டமைக்கும் வகையில் தொடர்ந்து முயன்றுவருவதாகும். மேற்கத்திய நாடுகளில் மற்ற நாடுகளில் எப்படியோ ஆனால் பிரான்சுக்கும் இத்தாலிக்கும் கட்டாயம் இம்முயற்சிகள் தேவை. 1968 சமூக எழுச்சிக்குப் பிறகு, மேற்கண்ட துறைகளின் போக்கை ஆதரிக்கும் வகையில் உழைக்கும் வர்க்கத்தின் நீண்டகாலப் போராட்டங்களை நியாயப்படுத்தும் செயல்பாடுகளும் இல்லாமலில்லை. ஆகமொத்தத்தில் முதலாளித்துவச் சமுதாயத்தில் இன்றளவும் மாற்றங்களை எதிர்பார்க்கும் நிலையிலுள்ள ஒரே வர்க்கமாக இருப்பது உழைக்கும் வர்க்கமென்னும் உண்மையை இதனூடாக விளங்கிக்கொள்கிறோம். அவ்வர்க்கம் இறந்த காலத்தின் சாட்சியம், எதிர்காலத்தைப் பற்றிய எவ்வித உத்தரவாதமும் அதனிடத்திலில்லை, உள்ள நிலைமையைச் சீர்குலையாமற் பார்த்துக் கொள்வதும் கடந்தகாலத்தில் போராடிப் பெற்ற உரிமைகளை முடிந்தவரை காப்பாற்றிக்கொள்வதுமே இன்று அதற்குள்ள தலையாய பிரச்சினை. தவிர, முழுக்க முழுக்கத் தொழிலாளர் நலன் சார்ந்து சுதந்திரமாக இயங்கக்கூடிய தொழிற்சங்கங்கள் இன்று சோகை பிடித்திருக்கின்றன. உழைப்பாளர்கள் கட்சி என்று கூறிக்கொள்ளும் அரசியல் கட்சிகளில் உழைப்பாளிகளில்லை, பொதுத் துறை நிறுவனங்களிலேயே தொழிற்சங்கங்கள் வலுவுடனும் இருக்கின்றன.

மீண்டும் நடுத்தரவர்க்கம்

கருதுபாடு 4: முதலாளித்துவத்தின் உயர் அலுவலர்களும் அதிகாரிகளும் முறையின்படி முதலாளித்துவத்தைச் சார்ந்தவர்கள், இவ்வர்க்கத்தைச் சேர்ந்த மனிதர்கள் சமூக உடைமைநெறிவாதிகளாகவோ பொதுவுடைமை வாதிகளாகவோ வரக்கூடிய சாத்தியங்களுண்டு, எனினும் பொதுவாக வர்க்க அமைப்புகள் தலைகீழான மாற்றங்களுக்குக் காத்திருப்பதாகக் கூற முடியாது. ஆதிக்க வர்க்கங்களின் வரிசை இருப்பு *(stratification)* அத்தனை எளிதாகத் தீர்மானிக்கப்பட்டதல்ல. எனவே எதிர்காலத்தில் இதுதான் நடக்குமென்று உறுதிப்படுத்த இயலாது. இங்கே கடைசியாக என்ன சொல்லப்பட்டிருக்கிறதென்பதைக் கவனத்திற்கொள்ள வேண்டும். 'உழைக்கும் வர்க்கம்' என்ற சொல்லை முறையாகப் பொருள்கொள்வோமெனில் அடிமை வர்க்கத்திற்கு அவர்கள் மிகச்சிறந்த உதாரணம் என்று விளங்கிக்கொள்வோம். இவ்வர்க்கத்தினர் சமுதாயத்தில் வர்க்க ஒழுங்கொன்றை ஏற்படுத்த விரும்பினால் கண்டிப்பாக முதலாளித்துவ வர்க்கத்

தின் சிந்தனை சாராத பிற வர்க்கத்தினர் அனைவரையும் தங்களோடு இணைத்துக்கொள்ள வேண்டும். அதாவது பொறியியலாளர்கள், மேலாண்மை யாளர்கள், நிதிஅலுவலர்கள் ஆகியோரைக்கொண்டு உழைக்கும் வர்க்கத்தின் நோக்கங்களை நிறைவேற்றும் வகையில் 'உற்பத்தியாளர்கள் கூட்டணி'யை உருவாக்க வேண்டும். மார்க்ஸுக்கு இச்செயல்பாடு நியாயமாக முன்னெடுக்க வேண்டிய நடவடிக்கையின் ஒருபகுதி : முதலாளித்துவ வர்க்கத்திற்கும் உழைக்கும் வர்க்கத்திற்கும் இடையிலுள்ள அனைவரையும் சிறிதுசிறிதாகத் தொழிலாளர் அணிக்குக் கொண்டுவருவதால் உருவாகும் புதிய அணி, சுதந்திரமாகச் செயல்படக்கூடிய அரசியல் கட்சியாக மாறக்கூடும் என மார்க்ஸ் நம்பிக்கை வைத்தார். ஜெர்மன் சிந்தனையாளரும் சமூகவியல் அறிஞருமான ஃபெர்டிணன் லாசல் *(Ferdinand Laasalle)* அபிமானிகள், உழைக்கும் வர்க்கம் அல்லாத பிற வகுப்பினரைப் 'பிற்போக்கு மந்தைக'ளாகக் கருதினார்கள், அவர்களுக்கு மாறாக மார்க்ஸ் தமது "ஜெர்மன் உழைப்பாளர் கட்சியின் செயல்திட்டங்களைப் பற்றிய விமர்சனம் *(Critique of the Gotha Program)*" என்ற நூலில் 'பொதுவுடைமை கட்சியின் அறிக்கை'யில் கூறியதை மீண்டும் நினைவுகூர்கிறார். அதன்படி, "நடுத்தர வர்க்கத்தினர் புரொலெட் டேரியட் *(proletariat)* என்ற பாட்டாளி வர்க்கத்தினருடன் ஒன்றிணைவதற்கு முன்பாகப் புரட்சியாளர்களாக நடந்துகொள்கிறார்கள்" என்கிறார்.

மார்க்ஸ் முன்வைத்த இக்கருத்தியல் அடிப்படையில் பொருள்கொண்டது. படித்த ஒரு சிறு பூர்ஷ்வாவாதி பொதுவுடைமையில் ஐக்கியமாகக்கூடும் என்பதை உறுதிப்படுத்த அவரைவிட பொருத்தமானவர்கள் இருக்க முடியாது. முதலாளிகள் வர்க்கத்திலுங்கூடச் சொற்ப எண்ணிக்கையில் ஒருசிலர் சமூக உடைமைநெறி அல்லது பொதுவுடைமை நெறியால் ஈர்க்கப்பட்டிருந் தார்கள். முதலாளி என்ற வகையிலும் நிறுவனத்தின் தலைவர் என்ற வகையிலும் வேல்ஸைச் சேர்ந்த சமூகவியலறிஞர் ராபர்ட் ஓவன் *(Robert Owen)* என்பவரே முதன்முதலில் பொதுவுடைமை நிறுவனங்களைக் காண முயன்றார். ப்ரூதோனியன் *(Proudhoniennes)* சிந்தனைகளும் ஃபூரியேரிஸ்த் *(Fourieristes)*[1] சிந்தனைகளும் பல நிறுவனங்களின் அதிபர்களை எதார்த் தத்தைப் புரிந்துகொண்டு செயல்படத் தூண்டுகோலாக இருந்திருக்கின் றன. எங்கெல்ஸ்ஸை எடுத்துக்கொண்டால் அவருங்கூட வாழ்க்கையின் கணிசமான ஒரு பகுதியைத் தமது எங்கெல்ஸ் அண்ட் பார்மென் நிறுவனத் தின் கிளையில் கழித்திருக்கிறார். உழைக்கும் வர்க்க இயக்கங்களை வழி நடத்திய பலரும் தொழிற் கலைஞர்களும் அவர்களது தோழர்களுமாக இருந்திருக்கிறார்கள். ஆகஸ்டு பெபெல் என்ற ஜெர்மன் சோஷியல் டெமோகிரஸி இடதுசாரிச் கட்சியின் தலைவர் அடிப்படையில் ஒரு கடைசல் வேலைசெய்தவர், பின்னர் சகதொழிலாளர் தோழர்களுடன் இணைந்து சிறு நிறுவனமொன்றை ஆரம்பித்து நடத்தினார். அறிவுஜீவி களும் பேராசிரியர்களும் குறிப்பாகப் பள்ளி ஆசிரியர்கள் சமூக உடமை நெறி அல்லது பொதுவுடைமை சார்ந்த அமைப்புகளின் உருவாக்கத்திலும் வழிநடத்துதலிலும் ஆர்வங்காட்டியுள்ளனர். பிரான்ஸ் நாட்டைப் பொறுத்த வரை பள்ளி ஆசிரியர்கள் தொழிற் சங்கங்களில் தீவிரமாகப் பங்கெடுத் துள்ளனர், பொதுவுடைமை இயக்கங்கள் விவசாயத் துறைகளிலும் பிரான்சில்

பரவியமைக்குச் சாட்சியங்கள் உண்டு. இத்தகைய அனுபவங்களை மேற்கத்திய நாடுகளில் பிரான்ஸைத் தவிர இத்தாலியும் சந்தித்துள்ளது.

ஆனால் கடந்த நூற்றாண்டின் வரலாறு தெரிவிக்கும் உண்மை வேறு, மிகவும் முரண்பாடு கொண்ட நடுத்தர வர்க்கச் செயல்பாடுகளை அது பதிவுசெய்துள்ளது. காலனி நாடுகளில் நடுத்தர வர்க்கத்தினர் பெரும் பாலும் புரட்சிக்கு ஆதரவான நடவடிக்கைகளில் ஈடுபட்டிருந்தனர். சமூகத்தின் வலிமைபெற்ற பிரிவினர் ஆதரவுடன் செயல்பட்ட இத்தகைய நடுத்தர வர்க்கங்களை (உம். கிழக்கு ஆசிய நாடுகளில் கொம்ப்ரடோர் பூர்ஷ்வாக்கள் *(Bourgeoisie Comprador)* என்றழைக்கப்பட்டவர்கள்). முதலாளிய வர்க்கத்தில் நாம் காணும் பூர்ஷ்வாக்களின் மாற்றுப் பிம்பங்களென்று கருத வேண்டும். மாறாக வளர்ந்த நாடுகளில் அப்போது நிலைமை வேறு. அங்கே அவர்கள் புரட்சிக்கு எதிராகச் செயல்பட்டனர். குறிப்பாக பாசிஸமும் நாஜிஸமும் வேகமாக வளர்ந்த காலங்களில். ரஷ்யப் புரட்சியின் போது விவசாயக் குடிகளும் பூர்ஷ்வா குடும்பங்களைச் சேர்ந்த அறிவு ஜீவிகளில் சொற்ப எண்ணிக்கையினரும் போல்ஷ்விக்குகள் அல்லாத அல்லது போல்ஷ்விக்குகளுக்கு எதிர்த் தரப்பினரின் அரசியல் புரட்சி களுக்குப் பக்கபலமாக இருந்தனர். உற்பத்தியாளர்கள் சங்கம் என்ற சொல்லாடல் 'பூர்ஷ்வா விற்பன்னர்கள்' என்ற சொல்லுக்குத் தாரைவார்க்கப் படத் தங்கள் இருப்பைத் தகவமைத்துக்கொள்ள போல்ஷ்விக்குகள் அனைத்து முறைகளையும் கையாண்டனர், அவற்றுள் நெற்றிப்பொட்டில் துப்பாக்கி முனைகொண்டு எதிரிகள் உயிர்களைப் பறித்ததும் அடக்கம்.

நடுத்தர வர்க்கங்களின் ஊசலாட்டச் செயல்பாடுகள் தொடர்கதை யானது. பொருளாதாரத்தில் வளமான முப்பது ஆண்டுகளென்று கருதப் படுகிற 1945–1973க்கும் இடைப்பட்ட காலத்தில் புதிய நடுத்தரவர்க்கமாக உருப்பெற்ற வியர்வை சிந்தாத அலுவலக ஊழியர்கள் தொழிலாளர் வர்க்கத்துடன் இணைந்து புதியதொரு உழைக்கும் வர்க்கத்தைத் தோற்று விக்கும்வகையில் நடந்துகொண்டனரென்று பிரெஞ்சுப் பத்திரிகையாளர் செர்ழ் மல்லெ *(Serge Mallet)* எழுதினார். அறுபதுகளில் பிரெஞ்சு இடது சாரிகளின் நோக்கம் பொறியியலாளர்கள், தொழில்நுட்ப வல்லுநர்கள், உயர் அலுவலர்கள் ஆகியோரைத் தங்கள் தரப்பில் கொண்டுவருவதாக இருந்தது. மாறாக எழுபதுகளில் தொடங்கி நடுத்தரவர்க்கத்தினரின் செயல் பாடுகள் வேறுதிசைகளில் பயணித்தன. தற்போது அதிகாரப்பூர்வமாக நமக்குச் சொல்லப்படும் கதையின்படி, "அறிவு ஜீவிகள் அலெக்ஸாண்டர் சோஜநீட்சன் *(Aleksandr Solzhenitsyn)* தயவால் 'உண்மையான சமூக உடைமை நெறியை' விளங்கிக்கொண்டார்களென்றும், அதுமுதல் மார்க்ஸியத் திலிருந்து தங்களை விடுவித்துக்கொண்டு முற்போக்கு, தாராளமயவாதம் திசைக்காய்ப் பயணித்தனர் என்பதும் ஆகும். ஓர் அறிவுஜீவியின் முதற்பணி, "உண்மையைத் தேடி அறிதல்" என்பதற்கொப்ப முப்பதுகளிலிருந்தே 'உண்மை யான சமூக உடைமைநெறி' என்ற முழக்கத்தின் பொருளைப் புரிந்து கொண்டனர் என்பது கூடுதல் தகவல். மால்ரோ, ரொமன் ரொலான், அராகோன், எலுவார் போன்ற பிரெஞ்சு அறிவுஜீவிகளும் அவர்களைப் போன்ற பிறரும் மாஸ்கோவில் என்ன நடக்கிறதென்று தெரிந்திருந்தும்

கண்டும் காணாமல் இருந்திருக்கிறார்கள். குலாக் பற்றிய உண்மைகள் ட்ரோக்கிஸ்டுகளின் தொடர்புகள் மூலமாகவும், விக்டர் செர்ழ் போன்ற வர்களின் எழுத்துக்களிலும் ஸ்டாலின் காலத்துச் சிறைகளையும் கடந்து மிகத் துல்லியமாகத் தெரிந்துகொண்டாயிற்று. உதாரணமாக ஸ்பெயின் உள்நாட்டு யுத்தத்தின்போது அந்நாட்டின் தீவிர இடதுசாரி உறுப்பினர் களை ரஷ்ய உளவுப்படையே கொன்றது என்ற உண்மை. ஆக ரஷ்யாவைப் பற்றிய மர்மங்கள் சோஜநீட்சன் தயவால் தெரியவந்தது எழுபதுகளில் தான் எனச் சொல்லிக்கொண்டிருப்பதில் பொருளில்லை. படித்த வர்க்கத் தின் மேல்தட்டினர் பொதுவுடைமைக் கருத்தியலில் தங்களுக்கிருந்த பற்றை விலக்கிக்கொண்டதற்கு வேறுகாரணமிருந்தது. அக்காரணம் உலக நாடு களின் அரசியலுறவுகள் ஏற்படுத்தித் தந்த மாற்றங்களால் விளைந்தது. ஆதிக்கச் சக்திகளின் உறவுகளில் செய்த திருத்தங்கள், எழுபத்தைந்துகளில் ஆரம்பித்து முதலாளித்துவ நிர்வாக அமைப்பில் தெரிந்த மாற்றங்களுக் கான அறிகுறிகள். அவற்றை ரீகன், தாட்சர் போன்றவர்கள் நடைமுறைப் படுத்த காட்டிய ஆர்வம் ஆகியவற்றையும் இங்கே கணக்கிற்கொள்ள வேண்டும். "மக்கள் சமூக உடைமை நெறியாளர்கள் அல்லது பொதுவுடைமை யாளர்கள் வழிமுறைச் சிந்தனைப் பள்ளியைச் சேர்ந்தவர்களும் சமத்துவ வாதிகளுமாக *(egalitarians)* நேற்றுவரையிருந்த நடுத்தர வகுப்பினரில் ஒரு பிரிவினர் தங்களுக்கு இலாபம் தரும் என நினைத்ததால் ஏற்றத் தாழ்வுகள் நல்லதெனக் கருத ஆரம்பித்தனர். அவர்களின் இப்புதிய மனப் பாங்கிற்கு அப்போதைய நெருக்கடியும் உதவியது, உழைக்கும் வர்க்கத்தில் ஒரு பிரிவினர் நிலைமை மிக மோசமாகச் சீரழியவே தங்களைக் காப்பாற்றிக்கொள்ள வேண்டியது அவசியமாக அவர்களுக்குத் தோன்றி யிருக்கிறது. ஆக கிறிஸ்டோபர் லாஷ் வர்ணித்த 'மேன்மக்கள் கலகத்தை'ச் சந்திக்கிறோம். இச்சம்பவத்தை ஏதோ படித்த மேல்தட்டு மக்கள் இடதுசாரிக் கொள்கையிலிருந்து வலதுசாரிக் கொள்கைக்குத் திரும்பியதன் ஒரு பகுதி யாக எடுத்துக்கொள்ள முடியாது. இப்புதிய வகுப்பினருக்கு விக்டோரிய காலத்துத் தார்மீகச் சிந்தனைகளில் ஆர்வமில்லை. அவர்கள் அக்கறைகொள்ள வேறு விஷயங்களிருந்தன. அமெரிக்காவில் ஆய்வுசெய்த லாஷ் மெத்தப் படித்த இப்புதிய நடுத்தர வர்க்கத்தினரின் வளர்ச்சியை மிகத்தெளிவாகச் சுட்டிக்காட்டுவதோடு அவ்வளர்ச்சிக்கு மூலதனப் பெயர்ச்சியும், பரவி வரும் உலக வர்த்தகமும் காரணமென்கிறார்.

"மெத்தப்படித்த இப்புதிய வர்க்கம் வெகுண்டெழுந்தது அவர்களு டைய அபிப்ராயத்தின்படி இரண்டுங்கெட்டானாகவிருந்த அமெரிக்காவுக்கு எதிராக அதாவது தொழில் நுணுக்க அறிவியலில் பின்னடைவும், அரசிய லில் பிற்போக்கும் பாலியலில் அடக்குமுறையும் அற்ப பூர்ஷ்வாக்களுக்கு ரிய ரசனையும் இருப்பதைக்கொண்டு திருப்தியுறும் போக்கும் விரக்தியும் புலம்பலும் கொண்ட அமெரிக்காவுக்கு எதிராக. இப்புதிய அறிவுஜீவி களால் ஈர்க்கப்பட்டவர்களும் அல்லது விரும்பி அவர்களோடு இணைத்துக் கொண்டவர்களும் இருவகையான போக்குகளில் கவனம் செலுத்துபவர்கள். ஒருபக்கம் சொந்த நாட்டை மறந்து பணத்தின் வீச்சு, ஆடம்பரம், ஆடை அலங்காரம், மலிவான கலை இலக்கியம் என வலம்வரும் உலகச்சந்தை

என்ற வார்த்தையில் மயக்கமுற்றிருப்பார்கள். இவர்களுக்கு அமெரிக்கர்கள் என்ற நினைப்புக் கூட இருக்குமா? என நினைக்கத் தோன்றும். அவர்களது விழுமியங்களில் தேசப்பற்று இறுதியில் வரும். இன்னொரு பக்கம் 'பன்முகக் கலாச்சாரம்' என்ற பெயரில் உலகச்சந்தை எடுத்திருக்கிற வடிவம் அவர் களுக்கு மிகவும் உகந்ததாக இருக்கும். ஏனெனில் அச்சந்தையில் விதவித மான உணவுவகைகள், ஒயிலான ஆடைகள், இசை, உலகின் பூர்வீகப் பண்பாடுகள், பொருளற்ற சடங்குகளைக் கொண்டிராதவை, தீவிரமாகப் பங்கெடுக்க வேண்டுமென்ற நிர்ப்பந்தமில்லாதவையென அவர்கள் சந்தோஷம் கொள்ள நிறைய இருக்கின்றன. சமூகத்தின் இப்புதிய மெத்தப் படித்த வகுப்பினர் தங்கள் வீட்டில் இருப்பதைப்போன்ற உணர்வைப் பயண இடைவெளிகளில் *(transit)* மட்டுமே உணர்வார்கள். அவை மிகப் பெரிய கலந்தாய்வுகளாக இருக்கலாம், கோலாகலமான விழாவின் தொடக்க நிகழ்ச்சியாக இருக்கலாம், உலகத் திரைப்பட விழாவாக இருக்கலாம், இதுவரை பொதுமக்களுக்குத் திறக்கப்படாத சுற்றுலாத் தலமாக இருக்க லாம். அவர்களுடைய உலகத்தைப் பற்றிய பார்வை ஒரு சுற்றுலாவாசியின் பார்வைக்குச் சமம். அப்பார்வைகள் ஜனநாயகத்தின் காதல் கொள்வ தென்பது அரிது." *(P.17-18)*[2]

லாஷ் தரும் இவ்விளக்கம் பிரான்ஸ் நாட்டில் மனம்போனபோக்கில் வாழும் உல்லாச பூர்ஷுவா வாசிகளுக்கும் பொருந்தும். நடுத்தர வர்க்கத் தின் மேல்தட்டுவாசிகளாகிய இவர்கள் தங்களை அறிவார்ந்த மேட்டிமை வாசிகளாக எண்ணிக்கொள்கின்றனர். ஆக இவர்களைத் தேசியவாதம், இனவாதம் என்றிருக்கும் பாசிசம் அரசியலுக்குக் காரணமாகும் சில்லறை பூர்ஷ்வாக்களோடு ஒப்பிடக் கூடாது. உல்லாச பூர்ஷ்வாக்களான இந் நடுத்தர வர்க்கம் சோஷலிஸ்டுகள், பொதுவுடைமைவாதிகள் வைக்கும் கோரிக்கைகளுக்கும் எதிரானவர்கள்; இனம், நிறம், பாலியல் அடிப்படை யிலான பேதங்களுக்கு எதிரானவர்கள் என்றபோதிலும் சமுதாயத்தில் இது போன்ற பேதங்கள் இயற்கையானவை, தவிர்க்கவியலாது என்பவர் கள். தீவிர வலதுசாரிகளை எதிர்க்கும் இவ்வறிவார்ந்த மேட்டிமைவாசி களை அரசியல் மற்றும் பண்பாட்டளவில் இடதுசாரிகள் எனவும் சமூக அளவில் வலதுசாரிகளெனவும் கருத இடமுண்டு. எனினும் கடுமையாக இவர்களை விமர்சிப்பதும் சரியல்ல. முதலாவதாக மெத்தப் படித்தவர் களில் சிறியதொரு பிரிவினரே முற்போக்கு, தாராளமயம் என்றிருக்கிறார் கள். அடுத்து வருவாயில் ஏற்பட்டுள்ள சரிவும் சமூகத்தில் கண்ட இறக்க மும் இப்பேராசிரியர்களை உழைக்கும் வர்க்கத்திடமும் அலுவலக ஊழியர் களிடத்திலும் மேலும் நெருக்கமாக இருக்க உதவியுள்ளன. சிறிய மற்றும் நடுத்தர அலுவலக ஊழியர்களும் புரட்சியாளர்கள் அல்ல, ஆனால் தாட்சர் தனமான பிரெஞ்சு அரசாங்கத்தின் நடவடிக்கைகளை எதிர்ப்பதில் முக்கியப் பங்களிப்பு செய்திருக்கிறார்கள். இறுதியாக மெத்தப்படித்த இந்நடுத்தர வர்க்கத்தினரின் இன்றைய நிலையை இதுவே முடிவென்றும் சொல்ல முடியாது. முதலாளித்துவம் உருவாக்கியிருக்கும் சமுதாயத்தின் மைய ஈர்ப்பு விசைக்கு சூழல் காரணமாகத் தற்போதைக்கு வலப்புறத்தில் உள்ளனர் அவ்வளவுதான். மற்றபடி நாளை எதுவும் நடக்கலாம்.

நடந்திருப்பது நாம் நினைத்ததுபோலல்ல

மேற்கண்ட கருதுகோள்கள், 'கண்முன்னே நடக்கிற உண்மை நிகழ்வுகள்.' அவற்றில் மூலதன நூலில் சொல்லப்பட்டிருக்கும் அடிப்படை உண்மைகள் தெளிவாக உள்ளன. ஆனால் விளைவுகள் பொதுவுடமை சமுதாயப் பாட்டையில் செலுத்தக்கூடியவையாக இல்லை. மாறாகக் கலப்படமற்ற தொரு முதலாளித்துவத்தை அமைக்கும் முயற்சியில் அவை 'சோஷலிஸ கனவுக'ளையெல்லாம் கலைத்துக்கொண்டிருக்கின்றன. நேற்றைய சோஷலிஸ்டு களின் கனவுகளும் உற்பத்தியாளர்க்கிடையே பகிர்வு, இழந்த தனிமனித சுதந்திரத்தை மீட்பது என்பதாகத்தானே இருந்தன? ஊதியதாரர்களை இல்லாதொழிப்பதென்பது, சட்டம் ஊதியதாரர்களுக்கு வழங்கியுள்ள பாதுகாப்பை விலக்கிக்கொண்டு அவர்களை பிற தொழிலாளர்களின் நிலைமைக்கு கொண்டுவரும் முயற்சியாகும். கனவின்போது விருப்பங்கள் கொடுங்கனவுகளாக அவ்வப்போது வடிவமெடுப்பதுண்டு (உறக்கத்திலும் தன்முனைப்பு சாதுர்யமாகச் செய்யப்படுவதன் விளைவு) மார்க்ஸின் உடமைபறித்தோரின் உடமை பறிப்போர் சிந்தனைக்கும் அதுதான் நேர்ந் துள்ளதுபோலத் தெரிகிறது.

அடிக்குறிப்புகள்

1. *Pierre Joseph Proudhon (1809–1865) – Frncois Marie Charles Fourier (1772-1837)* பிரான்ஸ் நாட்டைச் சேர்ந்த பொருளியில், சமூகவியல் சிந்தனையாளர்கள்.
2. *The Revolt of the Elites and the Betrayal of Democracy, Christopher (Kit) Lasch – 1994*

அத்தியாயம் 7

அரசுகளின் வீழ்ச்சி

மரபார்ந்த மார்க்ஸியச் சிந்தனையின்படி, 'உடைமை பறிப்போரின் உடைமை பறிப்பும்' முதலாளித்துவ ஆதிக்க சக்திக்குப் பதிலியாக 'உற்பத்தியாளர்களின் கூட்டுறவு' வருகையும், அரசுகளின் வீழ்ச்சிக்குச் சாத்தியமாகும். ஒரு வகுப்பினர் மற்றொரு வகுப்பினரை ஆதிக்கம் செய்வதற்கு அரசாங்கம் ஒரு கருவியாக இருப்பது உண்மையெனில் வகுப்பினரிடையே உள்ள பகைமைகள் மறையும் போது, இயல்பாக அந்நிகழ்வு அரசின் மறைவையும் கொண்டுவரும். வகுப்புகளிடையேயான பகைமைகள் ஓரிரு நாட்களில் களையக் கூடியவை அல்லவென்பதால் அரசின் மறைவும் மெதுவாகவே நிகழும். இது குறித்த பல்வேறு மனோபாவங்களும் அவை காரணமாக நிகழும் பொருளற்ற சண்டைகளும் நமக்கு அவ்வளவு அவசியமானவையல்ல. நமது கவனத்தை அதிகம் ஈர்ப்பது மார்க்ஸின் 'அரசாங்கத்தின் வீழ்ச்சி'யென்னும் சொல்லாடல். உலகப் பொருளாதார ஜாம்பவான்கள், பெரும் எண்ணிக்கையில் விமர்சகர்கள், அரசியல் விற்பன்னர்கள், தத்துவவாதிகள் ஏன் சில வேளைகளில் அதிசயிக்கத்தக்க வகையில் அரசியல் தலைவர்களுங்கூட வற்புறுத்துவதால் நாமும் இதைப் பரிசீலிக்க வேண்டியுள்ளது. உலகமயமாக்கம் மும்முரமாக நடைபெற்றுக்கொண்டிருக்கிற இத்தருணத்தில் இறையாண்மை அரசு *(Souverign State)* என்பதற்கான தேவையென்ன? என்ற கேள்வி எழுப்பப்பட்டுள்ளது, நியாயமானதே. ஆனால் இறைமையை *(sovereignty)* ஓய்வுபெறச்செய்து (அதன் வடிவம் எத்தகையதாயினும்) அவ்விடத்தில் ஆளுகையைப் *(governance)* புகுத்துவதாலேயே அரசற்றதொரு சமுதாயத்தைக் காணவிருக்கிறோம் என்பதில் உண்மையில்லை... ஆனால் ஒன்றுமட்டும் உறுதி, மார்க்ஸியப் பகுப்பாய்வு செய்திருந்த மக்கள் சமுதாயம், அரசாங்கம் என்ற இரண்டு முகாம்களுக்கும் இடையில் நிலவும் பகையுணர்வை ஒழிக்கும் வகையில் பயணிக்கிறோம். அரசுசாரா தொண்டு நிறுவனங்களில் ஆரம்பித்து ஐரோப்பிய ஒன்றியம் போன்ற பேரமைப்புகள் வரை அரசியல் அதிகாரத்தில் வடிவங்கள் அடிப்படையில் மாற்றங்கள் ஏற்பட்டுள்ளன. பொதுவில் பலரும் அறிந்திராத 'ஆளுகை' என்ற சொல்லைக்கொண்டு அரசாங்கத்தைவிட நாம் மேலானவர்கள் என்கிறோம். அதாவது மக்களும் அரசாங்கமும் பின்னிப்பிணைந்த,

புதிய விதிமுறைகளைக் கட்டியெழுப்புகிற நம்முடைய வழிமுறை அரசாங்கத்தின் மரபுவழி பணிகளுக்கு மேம்பட்டதென்பது நமது எண்ணம்.

அரசாங்கத்தை இல்லாதொழித்தல்: புனைவுகளும்-உண்மைகளும்

நமது சமூகத்தில் அரசியல், அரசு போன்ற சொல்லாடல்களும் அவற்றைப் பற்றிய விவாதங்களும் இன்றைக்கு வாடிக்கையாகியுள்ளன. குழப்பும் இது போன்ற குரல்களில் ஏதேனும் உண்மையுண்டா? இப்பரு பொருள்பற்றிய மையப்பிரச்சினைக்குள் நுழைவதற்கு முன்பாக மீண்டும் மார்க்ஸிடம் வருவோம். முந்தைய அத்தியாத்தில் சிற்சில சொற்களைக் குறித்து, அதிலும் மார்க்ஸின் பொதுவுடைமை சூத்திரமான 'உற்பத்தி யாளர்கள் சங்கம்' பற்றிக் கூடுதலாகப் பேசியிருக்கிறோம். இச்சூத்திரம் மார்க்ஸுக்குத் சொந்தமானதே அல்ல, காரணம் பொருளாதார வல்லுந ரும், தத்துவவாதியுமான பிரான்ஸ் நாட்டைச்சேர்ந்த அறிஞர் சேன் சிமோன் ஏற்கனவே இதைக் கையாண்டிருக்கிறார். அவருடைய சேன் சிமோன் உற்பத்தியாளர்கள் சங்கம் தொழிலாளர்கள், சோம்பியிராத தொழில் முனைவோர்கள் என்ற இருதரப்பினரையும் இணைத்து உருவாகி யிருந்தது. மேலோட்டமாகப் பார்க்கும்போது இச்சங்கம் முதலாளிய உடைமைபறிப்போர்களை மையப்பொருளாகக் கொண்ட மார்க்ஸின் சங்கத்திற்கு முரண்பட்டதுபோலத் தோன்றும். ஆனால் முதலாளித்துவ உடைமை பறிப்பென்பது முதலாளித்துவ உற்பத்தி நிகழ்முறையின் இயற்கை விதியை அடிப்படையாகக் கொண்டதென்பதிலும் முதலீட்டாரின் பணிகளை 'மூலதனம்' என்ற ஊழியரைக்கொண்டு முடிப்பதிலும் உற்பத்தி நிகழ்முறையில் தேவைப்படுகிற எப்பணியையும் செய வல்லவராக அம்'மூலதன' ஊழியர் இருப்பாரென்பதிலும் மார்க்ஸுடன் உடன்படுவோமெனில் செயிண்ட் சிமோனுக்கும் மார்க்ஸுக்கும் இவ்விடயத்தில் வேற்றுமை களில்லை என்பது தெரியவரும். இதுதவிர மற்றொரு மிகப்பெரிய சூத்திரமும் சேன் சிமோன் கருத்துடன் இணங்கிப்போகிறது. 'பொதுவுடமைக் கட்சி யின் கொள்கைப்பிரகடனத்தில் ***(Manifeste)***' மார்க்ஸ் 'அரசாங்கம் ஓர் எளிய உற்பத்தித் துறை நிர்வாகமாக உருமாற்றம்' பெறுவதைப் பற்றிப் பேசுகிறார். எங்கெல்ஸும் சமூக உடைமைநெறியை யுத்தோப்பியன், அறிவியல் ***(Socialism: Utopian and Scientific)*** என்று வைத்து ஆய்வுசெய்யும் போது மனிதர்கள் அரசியல் நிர்வாகம் என்ற கட்டத்திலிருந்து பருப் பொருள்கள் மற்றும் உற்பத்திமுறை நிர்வாகமென்ற கட்டத்திற்கு வந்து சேர்வதை சேன் சிமோன் ஏற்கனவே தமது அறிவியல் சமூக உடமை நெறியில் கூறியிருப்பதைக் கோடிட்டுக் காட்டுகிறார். இதையே பின்னர் லெனினுங்கூடத் தம்முடைய 'அரசும் புரட்சியும் ***(The State and Revolution)***' என்பதில் எடுத்தாண்டார், ஆக இவை மார்க்ஸியமே அல்ல.'[1]

நிர்வாகம், மனிதர் அரசியல் என்ற பண்பிலிருந்து, பருப்பொருள்கள் மற்றும் உற்பத்திமுறை பண்பிற்கு மாறும்வகை சூத்திரத்தையே 'ஆளுகை' *(governance)* என்ற பெயரில் தகவமைத்துக்கொண்டு ஐரோப்பிய ஒன்றியம், உலகச்சுகாதார நிறுவனம் போன்ற பன்னாட்டு அமைப்புகள் கொண்டாடு கின்றன. வியப்பிலாழ்த்தும் முடிவு! எங்கே தொடங்கி எங்கே வந்த டைத்திருக்கிறது கவனியுங்கள். வழக்கம்போல இங்கும் எதார்த்தத்தோடு

ஒட்டாத, பகுத்தறிவு பார்வை என்ற விதைநீக்கிய மார்க்ஸியக் கருத்தியத்தைக் கையிலெடுத்துக்கொண்டு குழப்பும் மற்றுமொரு நடவடிக்கை.

சுத்திகரிக்கப்படாத பருப்பொருளாகக் கருதி இப்பிரச்சினையை அணுகலாம். 'பன்னாட்டுடமை' என்பதென்ன? பல்வேறு பிராந்திய அரசுகள் ஒரு பரந்த பிரதேசத்தின் அடிப்படையில் தங்கள் அரசியலதிகாரப்பணியைக் குறைத்துக்கொண்டு ஒன்றிணைவதென்பது முதல் கட்டம். உ.ம். ஐரோப்பிய ஒன்றியம். பின்னர் அவை உலக அளவில் அதிகாரம் படைத்த மிகப்பெரிய பன்னாட்டு அமைப்புகளின் (பன்னாட்டு நிதி நிறுவனம், உலக வங்கி, உலகச் சுகாதார நிறுவனம்). கீழ் ஒப்படைத்துக் கொள்வதென்பது இரண்டாவது கட்டம். ஆய்வாளர்களில் பலரும் வளர்ந்து வரும் பரஸ்பர பொருளாதார நடவடிக்கைகள் மற்றும் நிதி ஓட்டங்களுமே உலகமயமாக்கலென்றும், 'இறையாண்மை அரசு' என்னும் கருத்துப்படிவத்தைச் சிதைப்பதொன்றே அவற்றின் நோக்கமென்றும் கருதுகிறார்கள். 'அரசு' இருபக்கமும் கபளீகரம் செய்யப்படுகிறது. மேற்பகுதியை உலக அமைப்புகளும் அரசாங்கங்களின் பதிலிகளாக இருக்கும் 'ஆளுகை'களும் கபளீகரம் செய்கிறதெனில் கீழ்ப்பகுதியை உலகமெங்கும் கிளைபரப்பியுள்ளப் பெரு நிறுவனங்களும் தகவல் தொழில்நுட்பத்தின் உதவியால் அரசின் பிடியிலிருந்து எளிதாக தப்பமுடிகிற தனி மனிதர்களும் கபளீகரம் செய்கிறார்கள்.

அரசுகள் தங்கள் அடிப்படைப் பண்புகளை விடாமற் தக்கவைத்துக் கொண்டிருக்கின்றன என்பதையும் அவற்றின் துணைகொண்டே ஜனநாயகத்தைச் செயல்படுத்துகின்றன என்பதையும் 'அரசுகளின் வீழ்ச்சி' பற்றிய கோட்பாட்டாளர்கள் மறுப்பதில்லை. ஆனால் அவர்களின் இச்சமதம், 'ஆளுகை', ஜனநாயக இறையாண்மைவாதிகளின் *(souverainiste)* அரசைக் காட்டிலும் மேம்பட்டதென்ற கருத்தை நியாயப்படுத்தும் வகைமை சார்ந்தது. அரசுகள் மெல்ல மெல்ல மறைந்துபோகுமென்னும் வாதத்திற்கு இரு காரணங்கள் முன்வைக்கப்படுகின்றன:

1. சட்டங்களுக்குத் தோற்றுவாய் அரசுகள் என்ற கருதுகோள் வலுவிழந்து, உலகளாவிய என்ற கருதுகோளுக்கான மகத்துவம் கூடியுள்ளமை. அடுத்து இத்தோற்றுவாய் பண்புப் பொருளாதார நடவடிக்கைகளில் ஈடுபடுவோருக்கிடையே உருவாகும் ஒழுங்கமைவுகளால் பெறுவதன்றி சட்டமன்ற உறுப்பினர்களின் இறையாண்மை நடவடிக்கையிலிருந்து வருவதல்ல.
2. அரசு, வலுமிக்க இறையாண்மையுடன் இருக்க விரும்பினாலும் – அவ்வாறு இருப்பதாகத்தான் அரசுகள் பலவும் பாவனைசெய்கின்றன – அவற்றின் அரசியல் அதற்குத் தடையாக உள்ளது. உதாரணமாகப் பொருளாதாரத் துறையில், மீண்டும் கட்டியெழுப்ப வேண்டுமென்ற கொள்கைகளுக்கு கினேசியன் வகைமையின் தேவையுள்ளது, ஆனால் உலகமயமாக்கத்தின் காரணமாக அவற்றைச் செயல்படுத்த முடிவதில்லை.

உண்மையில், சட்ட விதிமுறைகள் என்பவை பெரும்பாலும் உலகமயமாக்கப்பட்ட பரிவர்த்தனைகள், தகவல் தொலைதொடர்புத் துறைகள், உலகளாவிய அமைப்புகள் போன்ற வெளியுலகச் சக்திகளால் தீர்மானிக்கப்

படுவனவாகும். எடுத்துக்காட்டாக ஐரோப்பிய பாராளுமன்றத்தினுடைய முடிவுகள் தேசிய பாராளுமன்றங்கள் எடுக்கும் முடிவுகளுக்கு எதிராகப் பல துறைகளில் இருக்கின்றன. வர்த்தக விதிமுறைகளென்பது நிர்ப்பந்திக்கப்பட்ட நாடுகளைக் கொண்டு உருவாகும் பொதுவான வர்த்தக விதிகளாகும். பன்னாட்டு வர்த்தகம் இவ்விதிமுறைகளின்படியே இயங்க வேண்டும். உடன்படிக்கையில் கையொப்பமிட்ட நாடுகள் ஒப்பந்த விதிகளை மீறும்பொழுது உடன்பாட்டு விதிகளுக்கொப்ப பன்னாட்டு சட்ட அமைப்பால் தண்டிக்கப்படுவார்கள். ஐரோப்பிய நாடுகளின் வரவு செலவுத்திட்டம் ‘மாஷ்ற்றிஸ்ட் உடன்படிக்கையின்படியும்’ *(Maastricht treaty), 1996*ஆம் ஆண்டு டப்ளினில் கையொப்பமிடப்பட்டு, பின்னர் *1997*ஆம் ஆண்டு ஆம்ஸ்டர்டாமில் உறுதிசெய்யப்பட்ட ‘ஸ்திரதன்மைக்கான ஒப்பந்தப்படியும்’ *(Stability pact)* உருவான ஐரோப்பிய ஒன்றியத்தின் கடுமையான விதிமுறைகளேற்ப அமைய வேண்டும். உறுப்பு நாடுகளிலொன்று ஐரோப்பிய ஒன்றியத்தின் விதிமுறைகளை மீறினால் கணிசமானதொரு அபராதத்தொகையைக் கட்ட வேண்டியிருக்கும்.

இத்தகைய சூழலில் உடனடியாக நம் கண்முன்னே நிற்பது பல்வேறு வகைபட்ட கடந்தகால அரசுகளே குற்றம்சுமத்தும் முதலாளித்துவம், ஆனால் தாராளமயவாதத்தினர் பெருமை கொள்வது போலவோ அல்லது பலரும் நம்ப வேண்டுமென நினைப்பதுபோலவோ, சமூகத்தின் சுய – நிர்ணய *(Self-organization)* நலனுக்காகத் தமது அதிகாரத்தை முதலாளித்துவம் விட்டுக்கொடுப்பதில்லை. மாறாக ஒருபுறம் நெறிமுறைகளைப் பலப்படுத்திக்கொண்டே இன்னொருபுறம் தமது அதிகாரத்தைச் சிறுகச் சிறுக இழந்துகொண்டிருக்கும் தேசிய அரசும் எதிர்வினையாற்றும் திறனை இழந்த குடிமக்களுமே உள்ளனர்.

1. எங்கெல்ஸ் போல, மார்க்ஸ் ஒருபோதும் செயின்ட் சிமோன் உபயோகித்திருந்த சொற்களைக் கையாண்டவரல்ல என்பது உண்மை, ஆனால் அவர் உற்பத்தி நிர்வாகத்தில் பொதுவுடைமை சமுதாய அரசாங்கத்தின் செயல்பாடுகளை அவ்வப்போது ஒப்பிடுகிறார். அடுத்து அரசென்கிற நிறுவனத்தின் சரிவு பற்றிப் பேசும்போது, எவ்வாறு ஓர் அரசாங்கம் தமது அரசியல் பண்பை இழக்குமென விளக்குகிறார். எனவே இக்கருத்தில் மார்க்ஸை எங்கெல்ஸ்க்கு எதிராக நிறுத்த முடியாது.

புதிய தாராளமயமும் ஊதிப் பெருத்த அரசும்

பொருளாதாரத் துறையில் அரசின் சட்டவரைவுகளை அறவே நீக்கியமை எண்பதுகளில் எடுக்கப்பட்ட மிகப்பெரிய நடவடிக்கை எனலாம். கொள்கை வேறுபாடின்றிப் பல்வேறு அரசாங்கங்கள் ஒத்துழைப்போடு எடுத்த இந்நடவடிக்கை அரசு பலவீனமடைந்ததின் அடையாளமல்ல. உண்மையில், விதிமுறைகளை மாற்றியமைத்த வகையில் முதலீட்டார்ளகளுக்கு கூடுதலாகச் சுதந்திரம் கிடைத்தது. எப்போதும் பழமையில் ஊறிய விதிகளின் இடர்ப்பாடுகளைச் சந்தித்த அவர்கள் இப்போது விருப்பம்போலச் செயல்பட்டார்கள். அதேவேளை சமூக இயக்கங்களிடமிருந்தும் சுயநலத்தின் பாற்பட்ட, தாராளமயத்தின் அடிப்படைக் கூறுகளை மிகக் கடுமையாக எடுத்துக்கொண்டு, ‘சாமர்த்தியமுள்ளவன் சம்பாதிப்பான்’ *(que le plus malin gagne)* எனக்கூறித் திரிந்தவர்களிடமிருந்தும் கிடைத்த சுதந்திரத்தைக் காப்பாற்றிக்கொள்ள வேண்டியவர்களாக முதலீட்டாளர்கள் இருந்தார்கள். விளைவு : 'சமூக நலனைப் பேணும் அரசாங்கம்' மெலிந்துபோக, 'அடக்கு முறை அரசாங்கம்' ஊதிப்பெருத்தது.

உண்மைகள் அனைவருக்கும் தெரிந்ததுதான். அவற்றைச் சுருக்கமாகப் காண்போம்: தலையானது, வளர்ந்த நாடுகளில் அசாதாரணமாகப் பெருகி யுள்ள வீடியோ கண்காணிப்பு முறை: சந்தேகத்துக்குரியவர்கள் பட்டியலில் இடம்பெறாமலும் பதிவு செய்யப்படாமலும் நாம் வெளியிற்சென்றுவிட்டு வீட்டுக்குத் திரும்புவது இயலாததுபோலிருக்கிறது. பெய்ஜிங்கிலுள்ள தியெனென்மென் வெளியில் ஒவ்வொரு இருபது மீட்டருக்கும் ஒரு புகைப்படக் கருவி என்று வைத்துள்ளனர். தனிநபர் பாதுகாப்புக்கு உத்தரவாதமும் ஆள் கொண்ர்வு மனுவிற்கு மரியாதையும் கிடைக்கக்கூடும் என எதிர் பார்க்கப்படும் லண்டன் நகரமுங்கூடப் பொதுவுடமை சர்வாதிகாரத்தின் பாதச்சுவடையே பின்பற்றுகிறது. எல்லா நகரங்களும் ஏறக்குறைய இக் கொள்கையை ஏற்றுக்கொண்டுள்ளன. கண்காணிப்பு முழுவதையும் போதி யளவு முதலீடின்றி மனிதர்களை மட்டுமே நம்பி செய்ய இயலாது. இந்நிலை யில் பெருங்கூட்டத்தில் பிறர் நடவடிக்கைகளிலிருந்து மாறுபட்ட ஒருவ னின் இயக்கத்தைத் தனிமைப்படுத்தி எடுத்த புகைப்படங்களை ஆய்வு செய்ய உதவக்கூடிய மென்பொருள்களின் தேவை, நாளுக்குநாள் வீடியோ கண்காணிப்பிற்கு அதிகரித்துவருகிறது. ஜனநாயகமென்று பெருமைகொள் ளும் வகையில் நமது சமுதாயத்தின் பரிணாம வளர்ச்சியில் குறிப்பிட்டுச் சொல்ல ஒன்றுமில்லை. இன்றையதினம் ஒரு மனிதனின் நடவடிக்கைகள் பெருவாரியான மனிதர்களோடு இணங்கத் தவறினால் அவன் சர்வவல் லமைகொண்ட ஒரு குற்றவாளி. ஒரு தனிமனிதனின் அடைப்படைச் சுதந்திரம் அனைத்தும் நொறுக்கப்பட்டுள்ளது. சுதந்திரமாக ஒருவன் வெளியில் நடமாட முடியாது. நீதித்துறையின் ஆணைகள் எவையுமின் றியே பிரான்ஸ் நாட்டில் ஒரே இளைஞனை மூன்றுமுறை ஏற்கனவே அவனை நன்கு அறிந்திருந்தாலுங்கூட, "முகம்மது, இங்கே வா. உனது அடையாள அட்டையை எடு", என பொலிஸார் சோதனை இடலாம். நாம் கொடுங்கோல் அரசுக்கும் ஜனநாயக நாட்டிற்கும் இடைப்பட்ட தேசங்களில் வாழ்ந்து கொண்டிருக்கிறோம் என்பதை நிலைநாட்ட இந்த அணுகுமுறை போதும். வாகனச் சோதனைகள், செய்தித் தொடர்புகளை ஒட்டுக்கேட்டல் போன்றவை நமது அந்தரங்க வாழ்க்கை மெல்லமெல்ல சீர்குலைந்து வருவதற்கான அறிகுறிகள். மார்க்ஸ் ஏற்கனவே தனியுடைமை யின் அழிவுக்கு முதலாளித்துவ உற்பத்திமுறை காரணமாகுமென்று கூறி யிருக்கிறார். சமூகத்தில் பொதுமக்களின் பாதுகாப்பு என்ற பெயரில் எடுக்கும் நடவடிக்கைகள் அனைத்தும் மார்க்ஸின் கூற்றை உறுதிசெய் கின்றன.

நவீன தொலைத்தொடர்பு சாதனங்களை உபயோகித்து அந்தரங்க செய்தி பரிவர்த்தனையை வேவுபார்த்தலுக்கு வருவோம். முற்காலத்தில் தனிமனிதச் சுதந்திரத்தை மதிக்கும்வகையில் செய்திப்பரிமாற்றத்தின் ரகசியத்திற்கு உத்தரவாதம் தந்ததோடு, அது அடிப்படை உரிமையாகவும்

கருதப்பட்டது. அராஜக ஆட்சியில் மட்டுமே அரசுக்கு எதிரான கருத்துகள் இடம்பெற்றிருக்கிறதா என்றறியக் கடிதங்களைப் பிரித்துப் படித்தார்கள். பனிப்போர் சூழல்நிலவியபோது அமெரிக்கா இங்கிலாந்துடன் (தனி மனிதச் சுதந்திரத்தை ஒழிப்பதில் எப்போதும் முன் நிற்பவர்கள்) இணைந்து அனைத்து மின்னணுத் தொலைத்தொடர்புகளையும் கண்காணிக்கும் வகையில் ஒரு மகா உளவறியும் திட்டமொன்றை எஷெலோன் செயல் திட்டம் **(Echelon programme)** என்ற பெயரில் உருவாக்கினார்கள். 1947இலேயே அமெரிக்காவும் இங்கிலாந்தும் ஓர் இரகசிய ஒப்பந்தம் மூலமாக பிள்ளையார்சுழி போட்டிருந்தனர். பின்னர் இவர்களோடு நியுசிலாந்தும் கனடாவும் ஆஸ்திரேலியாவும் சேர்ந்துகொண்டன. இருந்தபோதிலும் 2000த்தின்போது சில ஆவணங்களை அமெரிக்க அரசின் பாதுகாப்பு துறை பிரித்து மறுவரிசைக்கு உட்படுத்தியபொழுதுதான் வெளி உலகுக்கு இப்படியொரு திட்டமிருப்பது தெரியவந்தது. அடுத்து 2001 செப்டம்பர் 11 சம்பவத்திற்குப் பிறகு புதிய சூழல்களுக்கேற்ப 'பேட்ரியாட் சட்டம்' **(Patriot Act)** கொண்டுவரப்பட்டு விதிமுறைகள் கடுமையாக்கப்பட்டன. 2005ஆம் ஆண்டு பிரான்ஸ்நாடும் ஏறக்குறைய இதற்கு ஈடானதொரு சட்டத்தைக் கொண்டுவந்தது.

காவல் துறைக்குச் செலவிடும் நிதியில் கணிசமான பகுதியை அரசுகள் உளவுத்துறை போன்ற நிறுவனங்களுக்கு மிகுந்த அக்கறையுடன் செலவிடுகின்றன. இன்றைக்கு ஏற்பட்டுள்ள முன்னேற்றத்தில் குறிப்பிடத்தகுந்த சிறப்பு அம்சம் தொழில்நுட்பத்தின் உதவியால் வலைத்தளங்கள், கைத்தொலைபேசிகள் ஆகியவற்றில் ஏற்பட்டுள்ள வளர்ச்சி. வலைத்தளங்களில் நடைபெறும் தகவல் பரிமாற்றங்கள் அடிப்படையில் ஏற்கனவே தனிப்பட்ட வகையில் பரிவர்த்தனை செய்துகொண்ட கடிதப்போக்குவரத்தின் குணங்களையே கொண்டிருக்கின்றன. மின்னஞ்சலின் குறியீடாக ஒரு கடித உறை இருக்கிறது. ஆக பரிபூரணமாகக் கடிதப்பரிவர்த்தனையை நம்பலாம்: கடந்த தலைமுறைக் கடிதத்தின் நவீன வடிவமே மின்னஞ்சல். அக்காலத்தில் கடிதப் பரிமாற்றங்கள் பணியைத் தூதுவர்களோ அஞ்சலகமோ செய்துவந்தது. கடிதங்கள் வந்துசேரவோ அல்லது சென்றடையவோ எடுத்துக் கொண்ட நேரத்தில்தான் வேறுபாடு. இன்று நொடியில் அது நடந்துமுடிகிறது. மின்னணுக்கள் குதிரையைக் காட்டிலும் வேகமானவை. இப்புதிய கடிதப்போக்குவரத்தின் அபிமானிகள் பெருமிதம் அடைவதும் இதன் அடிப்படையிலேயே. உண்மையில் நேரத்தைக் கணிப்பது கடினம். முத்திரையிடப்பட்டு, இடையில் பிரித்துப் பார்ப்பதற்கான செலவும் நேரமும் அதிகமென்ற அளவில் இருந்துவந்த கடந்தகாலக் கடிதப்பரிமாற்றத்தோடு ஒப்பிடும் போது இன்று மின்னஞ்சல் இயல்பில் பொதுமன்றத்தில் நடக்கும் உரையாடலுக்குச் சமம். கடிதங்களில் ரகசியம் என்ற பண்பு இன்றில்லை, அறவே ஒழித்தாயிற்று, தவிர அரசுகளும் அதை ஒளிப்பதில்லை. அண்மையில் பிரான்ஸ் நாட்டில் நிறைவேற்றப்பட்ட சட்டங்கள் இதைத் தெளிவாகவே உணர்த்துகின்றன.

ஒன்றுதிரட்டுதல், பார்வையிடல், தகவல்களின் அடிப்படையில் கடிதங்களின் மையப்பொருளைப் புரிந்துகொள்ளுதல் என்பனவற்றின் அடிப்படையில் தனிமனிதன் இனி அதிகாரத்தின் கண்களுக்குத் தெளிவானதொரு பிம்பம், அதாவது பொருள்பொதிந்த பிம்பம். 'பிறந்தபிறகு எங்கே

ஒளிவது?' *(Quand tu es ne, tu ne plus te cacher)*. மார்க்கோ துல்லியோ ழியோர்தனாவின் *(Marco Tullio Giordana)* இத்திரைப்படம் வெளிநாட்டினர் பிரச்சினையை மையமாகக் கொண்டதென்னும்போதும், குடிமக்கள் அனைவருக்கும் பொருந்தும். உயிரியில் தொழில்நுட்ப அடிப்படையில் அடையாள அட்டைகள் வந்தபின்பு ஒளிவதென்பது ஏது? அரசாங்கத்தின் கைவசமுள்ள சாதனங்களின் எண்ணிக்கையையும் அடக்குமுறைக் கென்று உள்ள மனிதர் படையையும் பார்க்கும்பொழுது அரசுகளுக்கு எதிராக போராட்டம், எதிர்வினை போன்றவற்றுக்குச் சாத்தியமில்லை.

கீழ்க்கண்ட கட்டத்தில் நாமிருக்கிறோம். உயிரியல் தொழில் நுட்பமும் கணினிச் சாதனங்களும் தகவல் தொலைத்தொடர்பு சார்ந்த மின்வலை வசதிகளும் இணைந்து கண்காணிப்பை மிக நுணுக்கமாகச் செயல்படுத்த உதவுகின்றன. தனிமனிதனின் ஒவ்வொரு குறுகிய தருணமும் உளவறியப் படுகிறது, அதாவது ஒருவகையில் தனிமனிதனின் சுவடைத் தேடும்முறை. விழித்திரைப்படலத்தைக் கண்டறிதல், இலக்கப் பதிவுமுறையில் கைரேகைகளை எடுத்தல், கண்காணிக்கும் காப்புகள் என உலகை நெறிப்படுத்துவதாகச் சொல்லிக்கொள்ள அரசாங்கத்திற்கு உதவ இது போன்ற சாதனங்கள் காத்திருக்கின்றன. செப்டம்பர் பதினொன்றுக்குப் பிறகு வான்போக்குவரத்தின் பாதுகாப்புக்கு உயிரியல் தொழில்நுட்பங்கள் உதவுகின்றன. அமெரிக்கா, உயிரியல் தொழில்நுட்ப அடிப்படையிலான புள்ளிவிவரங்களைக் கொண்ட கடவுசீட்டைக் **(Biometric passports)** கட்டாயத் தேவையாக அறிவித்துள்ளது. பிற நாடுகளும் அமெரிக்காவின் இந்நடவடிக்கையை ஏற்றுக்கொண்டுள்ளன, அவர்களில் தங்கள் மக்களுக்குள்ள சுதந்திரத்தை (இங்கிலாந்து குடிமகன் களுக்கு அடையாள அட்டைகூட அவசியமற்றதெனக் கூறிவந்தவர்கள்) அதிகம் சிலாகிக்கிற இங்கிலாந்தும் அடக்கம். உயிரியல் தொழில்நுட்ப அடையாள அட்டைகளை மிகப்பெரிய தொழிற்சாலைகளிலும் குறிப்பாகக் கணினி முனையங்களில் **(computer terminal)** பாதுகாப்பு கருதி உபயோகிக் கின்றனர். பாலியல் குற்றவாளிகள் தங்கள் தண்டனைக்காலம் முடிந்து வெளியில் வரும்போது அவர்கள் நடமாட்டத்தை அறிய கண்காணிப்பு காப்புகள் பயன்படுத்தப்படுகின்றன. 2005ஆம் ஆண்டில் உள்நாட்டுப் பாதுகாப்புச் சட்டம் அமலில் வந்த பிறகு பாலியல் குற்றவாளிகளிடம் மரபணு ரேகைகள் எடுப்பது வழக்குக்கு வந்து இன்று அது பரவலாகக் கடைப்பிடிக்கப்படுகிறது. இம்மாதிரியான கண்காணிப்பிலிருந்து தப்ப முடிகிற குற்றவாளிகளும் உண்டு. அவர்கள், நிதித்துறைக் குற்றவாளிகள். இது போன்ற கண்காணிப்புகளை அவர்களுக்கும் வேண்டுமென வற்புறுத்த முடியுமா என்ன? மாறாகத் தொழிற்சங்கவாதிகள் தங்கள் நடவடிக்கை களுக்காக இவ்வகையான கண்காணிப்புகளுக்கு உடன்பட்டே ஆக வேண்டும். மரபணுச் சோதனைக்கு நீதிமன்ற தண்டனையைப் பெற்றிருக்க வேண்டுமென்ற கட்டாயமில்லை. ஒரு காவல் அதிகாரி உங்கள் தினசரி வாழ்க்கையில் குறுக்கிட்டால் போதும். கூடிய சீக்கிரம் இம்முறைமை அனைத்துக் குற்றவாளிகளிடத்திலும் கடைப்பிடிப்பார்கள். குடிமக்களுக்கும் அநேகமாகப் பயன்படுத்த நேரலாம். அதுபோலவே பாலியல் குற்றவாளிகளுக்குப் பயன்படுத்தப்படும் மின்னணுக் காப்புகளின் உபயோகம் ஏதோ ஒரு வடிவில் இனிப் பரவலாக்கப்படும். மேற்கத்திய நாடுகளில் கணினிமயமாக்கப்பட்ட தொழுவங்களில் கால்நடைகளுக்குப் போடப்படும் தடுப்பு ஊசியின் வரிசை

எண்ணை அவற்றின் காது வளையத்தின் மூலம் அறியலாம். இப்போது மின்னணு சில்லையும் காதுகளில் பொருத்துகிறார்கள். இச்சில்லில் கால்நடையின் தீனிகுறித்த தகவல்கள் அடங்கியிருக்கும். அதுபோல வருங்காலத்தின் அரசாங்க மேய்ப்பனுக்கு நல்ல கால்நடைகளாகக் குடிமக்கள் நடந்துகொள்ள வேண்டுமெனில் மின்னணுச் சில்லுகளைச் சுமக்கவேண்டிவரும் . . .

மேற்கண்ட எதார்த்தத்திலுள்ள முரண்பாடு சிந்தனைக்குரியது. மிகவும் சர்வாதிகாரமாக நடந்துகொண்டாலும் 'ஜாக்கோபின்' (*Jacobin* – பிரெஞ்சு புரட்சியின்போது ஜாக்கோபின் அமைப்பு புரட்சிகரமான சிந்தனைகளைக் கொண்டிருந்த இயக்கம்) அரசாங்கத்தை இறையாண்மை அரசு, மைய அரசு என்றெல்லாம் அழைத்தார்கள். எனினும் 1789இல் ஆரம்பித்து 1793 வரையிலும் முன்வைக்கபட்ட அரசியல் யாப்புகள் அனைத்தும் அடிப்படையில் ஒரு குடியரசுக்குரிய பண்புகளுடன் ஆதிக்கத்திற்கு எதிராகவும் சுதந்திரத்திற்கு உத்தரவாதம் அளிக்கும் வகையிலும் இருந்தன. இங்கே சுதந்திரத்திற்கு அளித்த உத்தரவாதமென்பது ஒப்புக்கு அளிக்கப் பட்ட உத்தரவாதமாக இருந்தாலுங்கூட. அதேவேளை பிரிட்டிஷ் தத்துவ வாதியான தாமஸ் ஹோபசுவின் (*Thomas Hobbes*) ஹோபசுவகை அரசாங் கத்தை – அதாவது முழுமையான அரசாங்கம் என்ற கோட்பாட்டுக்குப் பொருத்தமானதொரு அரசாங்கத்தை – மறுகட்டமைப்பு செய்யவும் அவர்கள் தயங்கவில்லை. மக்களின் பாதுகாப்புக்கு முக்கியத்துவம் தருவதென்பது தாமஸ் ஹோபஸ் கோட்பாட்டின் வழிமுறை. அதன்படி அரசு என்பது அனைத்து அதிகாரத்தையும் கொண்டதொரு வலுவான இறைமை. குடிமக்கள் உரிமைகள் அனைத்தையும் அதனிடம் கையளிப்பர். அவ்வாறு கையளிப்பதால் 'ஒவ்வொரு மனிதனும் மற்றொருவனுடன் சண்டையிடும்' இயல்பு கொண்டவர்கள் என்பதால் விளையும் வன்முறைகளினின்று அரசாங்கம் அவர்களைப் பாதுகாக்கும். வரம்பற்ற அதிகாரத்தைக்கொண்ட தொரு அரசு (எதிர்ப்பற்ற அரசு) பாதுகாப்புக்கு உத்தரவாதம் தராதவரை வாழ்க்கை சோதனை மிகுந்தும், அற்ப ஆயுள் கொண்டதாகவும் இருக்கும். இன்றைய பாதுகாப்பு அரசுகளுக்கு மாறாக ஹோபெஸ் கூறுவது கதை யல்ல. அவர் வரையில் : ஓர் அரசுக்கு மக்களின் பாதுகாப்பொன்றுதான் பிரச்சினையெனில் அங்கே சுதந்திரமென்ற பேச்சுக்கே இடமில்லை. அவருக்கே உரிய உண்மையான அக்கறையுடன், "கோபுரங்களிலும், நகரத்தின் வாயில் களிலும் பெரிய பெரிய எழுத்துகளில் சுதந்திரத்தின் பெயரை பொறிக்கிற போதும், சுதந்திரம் நகரத்தின் சரீரத்திடம் அக்கறைகொண்டதே தவிர சராசரி மனிதர்களிடமல்ல; அதற்கு (சுதந்திரத்திற்கு) முடியாட்சியிலுள்ள ஓர் ஊரைக்காட்டிலும், மக்களாட்சியிலுள்ள ஓர் ஊர் வேண்டப்பட்ட தில்லை. எல்லாமொன்றுதான்."

இயற்கை சூழலுக்குத் திரும்பவும், அங்கே விளைவுகளுக்கு உயிர் வாழ்க்கையைப் பணயம் வைக்கவுமன்றி வேறுவகையில் சுதந்திரம் சாத்திய மல்ல. சுதந்திரத் தை வேண்டுகிற பலரும் மற்றவர்கள் தொடந்து அடிமைச் சேவகத்தில் இருக்க வேண்டுமென நினைக்கிறார்கள் என்கிறார் ஹோபெஸ். "தன்னைச் சுற்றியுள்ளவர்கள் அடிமைப்பட்டுக்கிடக்க, தனக்கு மட்டும் சுதந்திரம் வேண்டுவது, ஆதிக்கத்தை விரும்புவதன்றி வேறென்னவாம்?" மிகத் துல்லியமான ஹோபெஸ் சிந்தனையின் சாரம் இது. வழக்கம்போல அவரது பேரறிவை சட்டென்று நமக்கு

நினைவுகூருகிறது. மனிதனின் இயற்கை பண்பு 'யுத்தம்'. யுத்தத்தின் நாகரிகமான வடிவம் (சொல்லலாம் தவறில்லை) பொருளாதார யுத்தம், அதாவது ஒவ்வொரு தனிமனிதனிட மும் இருக்கும் போர்க்குணத்தை – ஒருவன் மற்றவனுக்கெதிராக – செயல் படுத்துவதற்கு உகந்த யுத்தம். ஆனால் செல்வந்தர்கள் தாங்கள் விரும்பும் வகையில் இயங்குவதற்குரிய சுதந்திரத்தை தக்கவைத்துக்கொண்டே, தங்கள் சொத்துகளுக்கும் திரட்டிய செல்வத்தின் பயனை அனுபவிக்கவும் பாதுகாப்பு உத்தரவாதம் தேடி அலைகிறார்கள். இத்தேடலில் உள்ளதெல்லாம் ஆதிக்க உணர்வே. எனவே 'உரிமைகள்' என்ற திருத்தி அமைக்கப்பட்ட பட்டிய லில் முதலிடத்தைப் பிடித்திருப்பது பாதுகாப்பு. மாறாக அத்தியாவசிய மான இப்பட்டியலில் சுதந்திரத்திரத்திற்கென்று கொடுத்துள்ள இடம் அவ்வளவு முக்கியம் வாய்ந்ததல்ல. எனவேதான் அடிமைகளின் எதிர் வினைகள் அனைத்தும் சகித்துக்கொள்ளவியலாத வன்முறையோடு ஒப்பிடக் கூடியதாக இருக்கிறது.

பதிலளிக்கவியலாத ஒரு கேள்வி, அரசின் நிலைப்பாடு

ஆக, அடக்குமுறையையே தொழிலாகக்கொண்ட அரசாங்கங்களின் நடவடிக்கைகளை வைத்து, 'மூலதனத்தின் சேவைக்காக ஆயுதம் ஏந்தும் கூலிப்படை' எனக் கருதப்படும் அரசுக்கு வீழ்ச்சியில்லை. அதற்குக் காத தூரம் இருக்கிறது. இந்நிலையில் விசாரணைக்குட்படுவது, சோதனையிடப் படுவது, வேவுபார்க்கப்படுவது, வழிநடத்தப்படுவது, சட்டத்தை மதிப்பது, விதிமுறைகளுகேற்ப நடப்பது, சிறையிலிருப்பது, அறிவுறுத்தப்படுவது, மதிப்பிடப்படுவது, கட்டுப்பட்டிருப்பது, தணிக்கைக்கு உட்படுவது, ஆணைக்கு அடங்கி நடப்பது போன்றவை ஆளப்படுவோர் செய்ய வேண்டியவையென்றும்; அவற்றை அறிவியல், பண்பு, தகுதியென்று எதுவுமற்ற மனிதர்கள் பிரயோகிப்பவர்களென்றும் ப்ரூதோன் *(Proudhon)* எழுதியதை வரி பிறழாமல் கடைபிடிக்க வேண்டுமென நினைத்தவர்கள் போல உலகிலுள்ள அரசுகள் பலவும் தொடர்ந்து கடுமையாக முயல் கின்றன.

எனினும் 'அரசு' பலவீனமடைந்து வருகிறது. குறிப்பாக அதனுடைய இருப்பை யார் தீர்மானிக்கிறார்களோ அவர்களிடத்தில் அரசு மெல்ல மெல்ல நம்பிக்கை இழந்து வருகிறது, அதாவது ஆட்சியாளர்களையும் அவர்கள் பின்பற்ற வேண்டிய அரசியலையும் தீர்மானிக்கிறவர்களாகவும் அங்கீகரிக்கிறவர்களாகவும் இருக்கிற நாட்டின் பிரஜைகளிடத்திலும் அவர்களின் அமைப்புகளிடத்திலும் புதிய தாராளமயவாத அரசு *(The neoliberal state)* வலுப்பெறுவதும் அரசியல் அரசு *(political state)* வீழ்ந்து வருவதும் சேர்ந்தே நடைபெறுகிறது. 'ஆளுகை'யின் *(governance)* வரவு அரசாங்கத்தை *(government)* விவாதத்திலிருந்து விலக்கியிருப்பதோடு மார்க்ஸ் எதிர்பார்த்ததைப் போலவே மனிதர்களின் அரசாங்கமென்ற கட்டத்திலிருந்து பொருள்களின் அரசாங்கமென்ற மாற்றம் நிகழ்வதையும், அதனுடன் இணைந்து மந்தகதியில் ஜனநாயகமும் கரைந்துகொண்டிருக்கிற தென்பதையும் உறுதிபடுத்துகிறது. வரலாற்றின் நிரலொழுங்குகளில் மீண்டும் பிரச்சினைகளில்லை, ஒருசில கூறுகள் மார்க்ஸின் ஊகங்களுக்கு ஒத்தவை யாகவும் இருக்கின்றன. ஆனால் வழக்கம்போல அந்த ஒளிமயமான எதிர்காலம் கொடுங்கனவுகளாலானது.

அத்தியாயம் 8

சமூகக்குடியரசு அல்லது தொழிலாளர்கள் கட்சியின் கட்டுக்கதை

மார்க்ஸின் தீர்க்கதரிசனத்திற்கு வடிவம்தர எடுத்த மிகப்பெரிய முதல் முயற்சியே 'சர்வதேசத் தொழிலாளர்கள் அமைப்பு'. பாரீஸ் கொம்யூன் *(Commune de Paris)*[1] சம்பவத்திற்கு ஏற்பட்ட தோல்வி காரணமாகவும்; பழமைவாதிகளான மார்க்ஸிஸ்டுகளுக்கும் தீவிரக் குடியரசுவாதிகளுக்கும் *(The radical Democrats)* இடையில் நிகழ்ந்த யுத்தமும் 1864ஆம் ஆண்டு இலண்டன் நகரில் நடந்துமுடிந்த கூட்ட மொன்றில் முறைப்படி தொடங்கிவைக்கப்பட்டிருந்த சர்வதேசத் தொழிலாளர் சங்கத்தின் ஆயுளை முடித்திருக்க வேண்டும். 1871ஆம் ஆண்டு பாரீஸ் கொம்யூனின் தலைவர்களில் பலர் 'சர்வதேச அமைப்பின் *(L'Internationale)*' உறுப்பினர்கள் என்றபோதுங்கூடச் சர்வதேசத் தொழிலாளர் சங்கத்தின் உட்கட்ட அமைப்புகள் வெகுசன ஆதரவைப் பெறத்தவறியதால், மார்க்ஸின் கனவுகளையும் தீர்க்க தரிசனங்களையும் கொண்டிருந்த இரண்டாவது சர்வதேசத் தொழிலாளர் அமைப்பின் *(The Second International 1889 - 1916)* காத்திரமான பணி தோல்வியடைந்தது. பத்தொன்பதாம் நூற்றாண் டின் பிற்பகுதியில் ஐரோப்பாவெங்கும் 'தொழிலாளர்கள் கட்சி' எனக்கூறிக்கொண்ட அமைப்புகள் தோன்றின, இவர்கள் பின்னர் 1889 ஆண்டு ஜூலை மாதம் பாரீஸில் கூடி உத்தியோகபூர்வமாகச் 'சர்வதேச சமூக உடமை நெறிவாதிகள்' என்று அறிவித்துக்கொண்டனர். முதல் உலகப்போரை அடுத்து பொதுவுடமை கட்சிகளிலேற்பட்ட பிரிவினைகள் காரணமாகச் 'சர்வதேசத் தொழிலாளர்கள் மற்றும் சம உடைமைவாதிகள்' *(Labour and Socialist International)* என்ற பெயரில்' அழைத்துக்கொண்டபோதிலும், இன்றைய தேதியில் அமைப் பின் பெயர், 'சர்வதேசச் சம உடைமைவாதிகள் *(Socialist International)*.'

சமூகக் குடியரசு: தொழிலாளர் கட்சியின் வம்சாவளி

இரண்டாவது சர்வதேசத் தொழிலாளர் அமைப்பின் வரலாறு ஒன்றுபோதும் இப்பிரச்சினையை நாம் முழுமையாக விளங்கிக்

கொள்ள. மார்க்ஸ் இறுதிக்காலத்தில் முன்வைத்த கணிப்புகளையும் அடுத்துவந்த இருபது முப்பது ஆண்டுகளின் கூறப்பட்டவற்றையும் முடிந்த அளவு மிகச் சிறப்பாக பின்பற்றியதெனச் சொல்ல வேண்டும். 1914ஆம் ஆண்டு இவ்வமைப்பின் பிரதான தலைவர்கள், தங்கள் சொந்த நாடுகளில் ஆட்சியில் பங்கெடுக்க விரும்பி இணைந்துகொண் டனர், இந்நிலையில் அமைப்பிலிருந்த தொழிலாளர்களுக்கிடையே மோதல் உருவாக அவர்கள் ஒருவருக்கொருவர் வெட்டி மாய்ந்தனர், குறிப்பாக பெல்ஜியம், பிரான்ஸ் நாட்டின் வடக்கு கிழக்குப் பகுதிகளில் இக்காட்சி கள் அரங்கேறின. ஆக வெளிப்படையாகவே கொள்கைக்குத் துரோகம் இழைக்கப்பட்டது, சர்வதேச அமைப்பின் இலட்சியக்கனவுகளைக் காலி லிட்டு மிதித்தாயிற்று, ஆனபோதிலும் பாதிப்புகளேதுமின்றி இரண்டாவது சர்வதேசத் தொழிலாளர் அமைப்பு உயிர் வாழ்ந்தது. ‘சமூக உடைமை நெறி’ என்ற சொல் அதனுடைய பொருளை இக்கொள்கைசார்ந்த தலைவர் களிடத்திலும் உறுப்பினர்களிடத்திலும் இழந்திருந்தபோதிலும், கிட்டத் தட்ட சமூக உடமைநெறிவாதிகளையும், சமூகக் குடியரசுவாதிகளையும் சராசரி ‘பூர்சுவாக்களிடமிருந்து’ வேறுபடுத்திப் பார்ப்பதும் அத்தனை எளிதல்ல என்கிறபோதும் ‘சர்வதேச அமைப்பு’ என்ற பெயரில் கூடிவிவா திப்பது மட்டும் ஒரு சடங்காக இன்றைக்கும் தொடர்கிறது.

‘சர்வதேசச் சமூக உடைமைநெறிவாதிகள்’ எனச் சொல்லிக்கொள் கிறவர்கள் எல்லோருமே மார்க்ஸிஸ்டுகளல்ல வென அடித்துக் கூறலாம். 1914ஆம் வருட யுத்தத்திற்குச் சற்று முன்புவரை மார்க்ஸியக் கொள்கையை உத்தியோகபூர்வகாகக் கொண்டிருந்த ஒரே அரசியல் கட்சி SPD (Sozialdemokratische Partei Deutschlands) என்று ஜெர்மன் அரசியல் கட்சியைக் கூறலாம். மார்க்ஸியத்தோடு ஐக்கியமானபோதிலும் லஸ்ஸல்[2] ஆதரவாளர்கள் தங்கள் சொந்த கொள்கைகளை விட்டுக்கொடுத்ததில்லை. அதன் தாக்கம் சர்வதேச அமைப்பிலும் எதிரொலித்தது. பிரான்ஸ் நாட்டில் கெஸ்திஸ்துவவாதிகள்[3] என கூறிக்கொண்டவர்களில் பலரும் பலவிதமான சமூக உடைமைநெறிக் கொள்கைவழி வந்தவர்கள். கிரேட் பிரிட்டனிலும் ஸ்காண்டநேவியா நாடுகளிலும் (டென்மார்க், நார்வே, சுவீடன் . . .) மார்க்ஸி ஸத்தைத் தேடிப்பிடிக்க வேண்டிய நாடுகள்; இத்தகைய பின்புலத்திலிருந்து வந்த ‘சர்வதேசச் சமூக உடைமைநெறி’ அமைப்பு வெளிப்படையாகவே சீர்திருத்தத்தை ஆதரிப்பதாகவிருந்தது. அமைப்பிலிருந்த பங்குதாரர்கள் அவ்வளவுபேரும் பூர்வீகத்தில் தங்கள் கட்சிகள் தொழிலாளர் கட்சி களாகத்தான் இருந்தன என்பதை உறுதிப்படுத்த ஆர்வங்காட்டினார்கள். அதாவது சமூகத்தின் பிற வர்க்கங்களுக்கு எதிராகத் தங்களுக்குப் பாட்டாளி வர்க்கத்தின் நலன்களே முக்கியம் என்பதை வற்புறுத்தும் நடவடிக்கை களில் இறங்கினார்கள். ஒருவகையில் இது வரவேற்கக்கூடியதுதான். அங்கத்தினர்களின் வெளிப்படையான கருத்துகள், தலைவர்களிடமிருந்த உறுதிகள், உண்மையான போராட்டங்களின் தோற்றம் ஆகியவை நியாயமாக அன்றைக்கிருந்த சமூக ஒழுங்கமைவை அறவே ஒழித்திருக்க வேண்டும். பெரிய பெரிய உற்பத்தி நிறுவனங்களின் வளர்ச்சிக்கேற்ப அதிகரித்த தொழிலாளர் எண்ணிக்கை, அவர்களின் ஒருமுகப்படுத்தப் பட்ட கவனம், கல்வியில் ஏற்பட்ட முன்னேற்றம், தங்கள் உடனடிப் பருப்பொருள் தேவைக்காக (ஊதியம், பணிச்சூழல்கள்) இணைந்து போராடிய

சந்தர்ப்பங்களெனப் பலவும் அவர்களை, எந்தவொரு கட்சியுடனும் கூட்டின்றித் தனித்து சுதந்திரமாக இயங்கவல்ல ஓர் இயக்கத்தைத் தோற்றுவிக்கத் தூண்டியது. அவ்வியக்கமும் ஏறக்குறைய சமூக ஒழுங்க மைவைப் புரட்டிப்போடும் நடவடிக்கையிலும் இறங்கியது. அத்தலைகீழ் மாற்றத்தின் விளைவாக அதிகாரக் கைப்பற்றல் மகுடம் சூடிக்கொண் டிருக்க வேண்டும். அது சமூக உடமைநெறியைக் கட்டமைக்கவும் வர்க்கப் பேதமற்ற சமுதாயத்த்திற்கான வழித்தடத்தையும் ஏற்படுத்தியிருக்க வேண்டும்.

சமூக உடைமைநெறி இயக்கங்களின் தங்குதடையற்ற வளர்ச்சிகள், வரலாற்றின் இது போன்ற கணிப்புகளை நியாயப்படுத்துகின்றன. தேர்தல் முறைகளில் ஏற்பட்ட முன்னேற்றமும் அதனுடன் பின்னிப் பிணைந்து, தொழிற்சங்கங்கள், கூட்டுறவுத் துறைகள், கூட்டுறவு நிதிநிறுவனங் கள் ஆகியவற்றில் ஏற்பட்ட மாறுதல்களும் சமூக உடைமைநெறிவாதி களையும் சமூகக் குடியரசுவாதிகளையும் பூர்ஷ்வாக்களுக்கு எதிரான தொரு சமூகத்தைத் தோற்றுவிக்கச் செய்தன. இவ்விடத்தில் எங்கெல்ஸும் இரண்டாம் சர்வதேச அமைப்பின் முக்கியத் தலைவர்களும் 'தவிர்க்க முடியாத' இறுதி வெற்றியையும் அது விரைவில் நடக்கவிருப்பது பற்றியும் எப்போதும் வன்முறையுடன் கூடிய மோதலையே நோக்கமாகக்கொண்ட ஆதிக்கசக்திகள் அதனைத் தடுக்கும் செயல்களில் – குறிப்பாக சமத்துவக் குடியரசால் உறுதியளிக்கப்பட்ட வெற்றியைத் தடுக்கும் காரியங்களில் – இறங்கக்கூடுமென அஞ்சியதையும் இங்கே நினைவுகூர்தல் வேண்டும் . . .

கோட்பாட்டளவில் மார்க்சியவாதிகளான ஜெர்மனைச் சேர்ந்த கார்ல் கௌஸ்ட்கியும் *(Karl Kautsky)*, கார்கி பிளெகானொவ்வும் *(Georgi Plekhanov)* எங்கெல்ஸ் உதவியுடனும் அவருடைய வழிகாட்டுதலின் பேரிலும் மார்க்ஸின் சித்தாந்தத்தை முறைப்படுத்தினர். இப்புதிய வடிவம் – மரபார்ந்த மார்க்ஸியம் *(Orthodox Marxism)* என்ற பெயரில் இயக்கத்தை வலுவூட்ட உதவியது. இச்சித்தாந்தம் மூன்று கூறுகளை அடிப்படையாகக் கொண்டது.

1. **தத்துவ அடிப்படை:** எங்கெல்ஸின் முயற்சி – பெயர் 'பொருள்முதல் வாத உரையாடல். *(Dialectical materialism)*. அறிவியல் துறைக்கு வார்க்கப்பட்ட பொருள்முதல் வாதத்தையும் ஹெகெல் உரையாடலை யும் இணைத்ததொரு கருத்தியம். நோக்கம் மார்க்ஸின் தத்துவ விசாரணைகளை ஒரு புதிய சிந்தனாவாதமாக முன்னிலை படுத்துதல்.
2. **வரலாறு அடிப்படை :** வரலாறுபற்றிய அறிவியல் பார்வை. வரலாற்றில் பொருள்முதல்வாதம் என்பது ஐந்துகட்டங்களைக் கொண்டதென எளிதாக அடிக்கடி சொல்லக் கேட்கிறோம். அதாவது உலக வரலாறு தொடர்ச்சியாக எதேச்சதிகாரம் பண்டைக்கால அடிமைமுறை, நிலப்பிரபுத்துவம், முதலாளித்துவம், பொதுவுடமையென்ற ஐந்து படிநிலைகளைக் கொண்டது. இக்கருத்தியத்தில் நம்பிக்கைவைத் துள்ளவர்களுக்கு, தாங்கள் பயணம் செய்யும் இரயில் பொதுவு டைமையை நோக்கி அதிவேகமாகச் சென்றுகொண்டிருக்கிறது.
3. **அரசியல் அடிப்படை :** இது அரசியல் உத்திகளைக்கொண்டது. ஆட்சியைக் கட்டுக்கோப்பான தொழிலாளர் வர்க்கத்தினரைக்

கொண்டு கைப்பற்றுதல் அதிலொன்று. வேறு தந்திரங்களும் உள்ளன. முற்போக்குச் சிந்தனைகள்கொண்ட பூர்ஷ்வாக்களுடன் கூட்டணி வைத்துகொள்ளல், அதன்மூலம் ஜனநாயகத்தைக் கட்டிக்காக்க முடியுமென நம்பிக்கைவைத்தல். பின்னர் அதற்காக விமர்சனத்திற்கு ஆளாகக்கூடியவகையில் ஆட்சியிலும் பங்கெடுத்தல் போன்றவை இதிலடங்கும் . . . சற்றேறக்குறைய இரண்டாம் உலகப்போர் மற்றும் பனிப்போர் காலம்வரை இது தொடர்ந்தது. பிரெஞ்சு இடதுசாரி அரசியல்வாதியான லெயோன் பிளன் *(Leon Blun)* வேடிக்கையாக இதனை 'ஆட்சியைப் பிடித்தலும் ஆட்சிசெய்தலும்' என வகைப் படுத்துகிறார்.

ஏற்கத்தக்கவகையில் முன்வைக்கப்பட்ட இக்கருத்தியம், மார்க்சியம் செயல்படும் போக்கைத் தெளிவாகவே விளக்கியது. ஆனாலும் 'மரபான மார்க்சியம்' முற்றிலும் ஓர் இலட்சியவாதம், செயல்பாடு என்று வந்தபோது நேரெதிரான விளைவுகளுக்குக் காரணமாயிற்று.

அடிக்குறிப்புகள்

1. 1871ஆம் ஆண்டு மார்ச் 18இல்தொடங்கி 28 மேவரை பாரீஸில் தொடங்கிப் பின்னர் பிரான்ஸ் நாட்டின் முக்கிய நகரங்களில் கொம்யூன்கள் *('Commun'* என்ற சொல்லின் பிரெஞ்சுவடிவம். இங்கே பொதுமக்கள் எனப் பொருள்கொள்ள வேண்டும்) அரசுக்கு எதிராகக் கலவரத்தில் இறங்கினர். மே 21 – 28 வரை ஒருவாரம் 'இரத்தம் சிந்திய வாரம்' *(Semaine sanglante)*. மிகக்கடுமையான நடவடிக்கையூடாகக் கலவரம் ஒடுக்கப்பட்டது. மார்க்ஸைப் பொறுத்தவரை இச்சம்பவம் பாட்டாளிகளின் தன்னிச்சையான முதல் எதிர்வினை.
2. *Ferdinand Lassalle* (1825 – 1864) ஜெர்மன் நாட்டு இடதுசாரி, SPD கட்சியின் ஸ்தாபகர்.
3. *Jules Guesde* (1845 – 1922) பிரெஞ்சு இடதுசாரி, சமூக உடமை நெறியில் இவரது சித்தாந்தம் *'Guesdism'* என அழைக்கப்பட்டது.

சமூகக் குடியரசு: ஊதிய வர்க்கத்தினரின் பாதுகாப்பகம்.

சர்வதேசச் சமூகக் குடியரசு என்பது உண்மையில் ஊதியவர்க்கம் மற்றும் முதலாளிகளற்ற சமுதாயத்தைத் தோற்றுவிக்க வேண்டும் என்ற கடப்பாடுகொண்ட பாட்டாளிகள் இயக்கமாக ஒருபோதும் இருந்ததில்லை. பதிலாக முதலாளித்துவ உற்பத்தி நிகழ்முறையில் ஊதியவர்க்கத்தையும் உள்வாங்கிக்கொள்வதென்ற நிலைபாட்டுடனேயே இருந்துள்ளது சுய நிர்ணயத்திற்கு உதவுதல், தொழிலாளர்களின் தன்னிச்சையான நடவடிக்கை களுக்குத் தூண்டுகோலாக இருத்தல் போன்ற நடவடிக்கைகளுக்கும் இயக்கத்திற்கும் வெகுதூரம் என்றபோதிலும் தொழிலார்களின் உணர்வு களை ஒருமுகப்படுத்துவது, எதிர்ப்புகளை முறைப்படுத்துவது போன்ற வற்றிற்கு ஒரு கருவியாக இருந்து வந்துள்ளது. இயக்கத்திற்குப் பின்புலமாக இருந்தவர்கள் இது பற்றிய பிரக்ஞையற்றுக் கூட்டங்களிலும், மாநாடு களிலும் வீரவசனங்களைப் பேசிக்கொண்டிருந்தபோதும் தொடக்கத்தி

லிருந்தே இதுதான் நிலைமை. தொழிலாளர்களின் இயக்கம் என்றவகையில் சமூகக்குடியரசு தனது தலைவிதியைத் தொழிலாளர்களின் ஆற்றலிலும் ஒழுங்கிலும் பிணைத்துக்கொண்டு, மற்றவர்களின் விமர்சனங்களைக் குறித்த கவலைகளெவையுமின்றி முதலாளித்துவ உற்பத்தி நிகழ்முறையின் பராமரிப்பிலும் முன்னேற்றத்திலும் அக்கறைகொண்டிருந்தது, அதாவது இன்றும் நாம் அவதானிக்கிற நிலைமைக்கொப்ப. புரட்சி இயக்கங்களின் இரண்டாவது சர்வதேச அமைப்பைச் சேர்ந்தவர்களில் ஒருபிரிவினர் நிரந்தரமாக பூர்ஷ்வாக்கள் அணியில் ஐக்கியமானதை லெனினிஸ்டுகளும் ட்ராக்கிஸ்டுகளும் 1914ஆம் ஆண்டு நடந்ததென்கிறார்கள். வேடிக்கைக்காக சொல்லப்பட்டதென்றே எடுத்துக்கொள்ள வேண்டும். அவ்வளவு பெரிய இயக்கம் – லட்சக்கணக்கில் மனிதர்களையும் தொழிலாளர்களையும் புரட்சிகரமான சிந்தனைகளால் உரமேறியிருந்த ஆறிவுஜீவிகளையும் பெற்ற ஓர் இயக்கம் சிற்சில கிழமைகளில் அல்லது சிற்சில வருடங்களில் தங்கள் இயல்புக்கு மாறானதொரு முடிவை எடுத்திருக்கச் சாத்தியமே இல்லை. லெனினிஸ்டுகள் மற்றும் ட்ராக்கிஸ்டுகள் வலியுறுத்துவதில் வேறொரு உண்மை இருக்கிறது. 1914ஆம் ஆண்டு சமூகக் குடியரசு கட்சியினர், 'யுத்தகடன்' மசோதா காரணமாகத் தடாலடியாகத் தங்கள் இயல்பை மாற்றிக்கொண்டார்கள் என்னும்போதும் 1889க்கும் 1913க்கும் இடைப்பட்ட காலத்தில் இயக்கத்தின் வளர்ச்சியை முன்னெடுத்த தங்கள் கொள்கையின் புனிதம் கெடாமல் பார்த்துக்கொண்டது உண்மையெனில் இவர்களும் (லெனினிஸ்டுகள், ட்ராக்கிஸ்டுகள்) தங்கள் பங்கிற்குக் கண்டும் காணாமல், மறுவாசிப்பிற்குப் பிறகு கட்டமைக்கப்பட்ட 'மரபார்ந்த மார்க்ஸியத்தை' வரலாற்றின் புதிய சகாப்தத்திற்கு இசைந்தவகையில் எப்படிக் கையாளுவதென யோசிக்கலாம். எனினும் உழைக்கும் வர்க்கத்தை ஒரு படைபோல நடத்தி உரிமைகளை நிலைநாட்டவும், வளர்ச்சிபெறவும் விரும்பும் புதிய மெத்தப்படித்த பூர்ஷ்வாக்களுக்கும் எளிய பூர்ஷ்வாக் களுக்கும் மார்க்ஸியம் ஓர் உற்சாகமூட்டும் வாசனைத் தைலம். லெனின் முன்னுதாரணமாகக் கொள்ள வேண்டுமென நினைத்த ஜெர்மன் சமூகக் குடியரசுக் கட்சியைப் பற்றி ரோச லுக்சம்பூகிற்கு முன்னதாகவே அபிப்ராயமிருந்தது. ***Anarcho-syndicalism*** என அழைக்கப்பட்ட சுயநிர்ணய பிரெஞ்சு தொழிற்சங்கங்களுடன் தொடர்புவைத்திருந்தவரும் பொது வேலைநிறுத்தம், தொழிலாளர்கள் வன்முறை போன்ற பிரச்சினைகளை நன்கு ஆய்வுசெய்தவருமான ஜார்ஜ் சோரெல் ***(George Sorel)*** பழமை வாதத்தை அடிப்படையில் கொண்டிருந்த சமூகக் குடியரசின் ஒரு பிரிவினரைப் புரிந்துகொண்டவராக, 'அழுகிப்போன மார்க்ஸியம்' ***(The Decomposition of Marxism)*** என 1908ஆம் ஆண்டு அதே பெயரில் அவரால் எழுதப்பட்டிருந்த நூலில் தெரிவிக்கிறார். மார்க்ஸின் சீடர்களைப் பற்றிய அவரது வார்த்தைகள் கடுமையானவை : "அவ்வளவுபேரும் கற்பனை மனிதர்கள்." குறிப்பாக பால் லஃபார்கு ***(Paul Lafargue)***. ஜெர்மானிய சமூக உடைமைநெறி இயக்கத்தின், குறிப்பாக மார்க்ஸியத்தின் போப்பாண்டவர் என அழைக்கப்பட்ட கார்ல் கோட்ஸ்கியும் கடுமை யான விமர்சனத்திற்குள்ளானார். ஆனால் சோரெல் கருத்தியத்தின் நோக்கம் இரண்டாவது சர்வதேச அமைப்பின் பிற்போக்குவாத வேர் களைக் கண்டறிவது. முதல் தலைமுறை சமூகச் சீர்திருத்தவாதிகள்,

யுத்தோப்பியன்கள், சமூக உடைமைநெறியாளர்கள் ஆகியோரை நுணுக்கமாக அவதானித்ததில், அவர்கள் அனைவரிடத்திலும் புரட்சியைப் பற்றிய அச்சமும் பாட்டாளிகளையும் பூர்ஷ்வாக்களுடன் இணைத்திட வேண்டுமென்ற கனவும் இருந்திருக்கிறதென்ற உண்மை தெரியவந்தது. ஜெர்மானியச் சமூக உடமைநெறியிலேற்பட்ட மாற்றங்கள் தனிக்கவனம் பெறுகின்றன. மறுபரிசீலனைக் கோட்பாட்டிற்கெதிராகவும் பெர்ன்ஸ்டைனுக்கு *(Bernstein)* எதிராகவும் எழுந்த சர்ச்சைகளும்; பெபெலும் *(Bebel)*, கோட்ஸ்கியும் *(Kautsky)* கொண்டாடிய மரபார்ந்த மார்க்ஸியமும் கண்கட்டு வித்தைகளன்றி வேறல்ல. *1899*இன் ஆரம்பத்திலிருந்தே ஜெர்மன் சமூக உடைமைநெறிக் கட்சி அதாவது *SPD* 'அசலான சமூக உடமைநெறி அரசாங்கத்திற்கானதொரு செயல்திட்டம்' என்ற பேரில் எடுத்த நடவடிக்கைள், *Critique of the Gotha Program* மூலம் மார்க்ஸால் கடுமையாகக் கண்டிக்கப்பட்டது. *SPD* போன்ற மிகப்பெரிய இயக்கங்கள் வர்க்கங்களுக்கிடையே சுமுகமான உறவை நடைமுறைப்படுத்துவதில் அக்கறை கொண்டிருந்தனவேயன்றி, தங்கள் அடிப்படைக் கொள்கையான வர்க்கப் போராட்டத்தை முன்னெடுப்பதில் அக்கறைகாட்டவில்லையென்கிறார் சோரெல். அரசியல் யுத்தத்தில், அறிவுஜீவிகளின் படையானது உழைப்பாளிகளைப் பீரங்கிகளாகப் பயன்படுத்திக்கொள்வதென்ற 'கட்சி' முறை பண்பைக்காட்டிலும் சொரெல்லுக்கு பிரான்ஸ்நாட்டு தொழிலாளர்களின் புரட்சிகர 'வர்க்க' நடவடிக்கைகள் விரும்பக்கூடியனவாக இருந்தன.

சமூகவியலறிஞரான ரொபெர் மிஷெல் *(Robert Michels)* ஒரு காலத்தில் சுய – நிர்ணயத் தொழிற்சங்க நடவடிக்கைகளில் மிகவும் ஈர்க்கப்பட்டவராக இருந்தவர், இரண்டாம் சர்வதேச அமைப்பின் பழமைவாத சமூக உடமைநெறியாளர்கள் கூட்டத்தில் அவருமிருந்தார், அரசாங்கம் பிரமுகர்கள் கைக்குப் போய்ச்சேர வேண்டுமென்பதற்காக அதிகார வர்க்கத்தின் தேர்வுக்குழுவில் பணியாற்றிவர், தம்முடைய *Political Parties* என்ற நூலில் கறாரான விமர்சனத்தை முன்வைக்கிறார். பெருந்திரளான அடிமட்டத் தொண்டர்களின்றி அரசியலில்லையெனத் தெளிவாகவே கூறிவிடுகிறார். 'உழைக்கும் வர்க்கத்தின் உயிராதாரமாக' இயக்கம் சித்தரிக்கப்படவும் இதுவே காரணமென்கிறார். தவிர "இயக்கத்தின் மூலாதாரமான பழமைவாதிகள் ஜனநாயகமென்ற வெளியில் அதிக அளவில் கலக்கிறபோது சிற்சில நேரங்களில் வெள்ளப்பெருக்கேற்பட்டு ஜனநாயக வெளியையே மூழ்கடித்துவிடுகிறார்கள்" *(P.26)* என்பது அவர் தரும் கூடுதல் தகவல். சோரெலைப் பொறுத்தவரை உழைக்கும் வர்க்கத்தின் ஜீவாதாரமான செயல்களில் இன்னமும் அவருக்கு நம்பிக்கை இருக்கிறது. மாறாக மிஷெலுக்கு அதிகாரமயமாக்கல் முறைமை தவிர்க்கவியலாத விளைவைக் கொண்டது. அவ்விளைவு பெருந்திரளான அடிமட்டத் தொண்டர்கள் தங்கள் தலைவர்களின் மீது எல்லையற்ற பணிவும் மரியாதையும் கொண்டிருப்பதால் நிகழ்வதென்றும், தலைவர்கள் தங்கள் கொள்கைக்கு மாறான நிலையை எடுப்பதற்கும் மிகவும் புனிதமென்று தீர்மானித்த எல்லா முடிவுகளையும் வெகு எளிதாக ஏமாற்ற முடிவதற்குங்கூட அவையே காரணமென்பது மிஷெலின் வாதம். "இயக்கத்தின் அடிப்படைக் கொள்கைகளிலிருந்து தலைவர்கள் எங்ஙனம் பகிரங்கமாகவே முரண்படுகிறார்களென்பதும், அதன் விளைவுகள் தொண்டர்களிடத்தில் எதிரொலிப்பதில்லை

யென்பதும் உழைக்கும் வர்க்கத்தின் வரலாற்றில் தினசரிக் காட்சிகள்" *(p.79)* என்ற மிஷெலின் கணிப்பு பொய்க்கவேயில்லை. மிஷெலின் நூல் வெளிவந்த ஒருசில ஆண்டுகளிலேயே சமூக உடமைநெறிக் கட்சிகளும், சமூககுடியரசுவாதிகளும் 'தங்கள் அடிப்படைக் கோட்பாடுகளினின்று பகிரங்கமாகவே முரண்படுகிறார்கள்', அதாவது அவரவர் அரசாங்கத்தின் சார்பில் யுத்தத்தில் கலந்துகொள்கிறார்கள். அதன் எதிரொலியாகத் தொண்டர் களிடத்தில் 1917வரை எவ்வித மாற்றமுமில்லை. 1917ஆம் ஆண்டு நடந்த ரஷ்யப் புரட்சியே சமூக உடைமைநெறிக் கட்சிகள் உடைவதற்கும் பொது உடைமை கட்சிகள் உருவாகவும் காரணமாயிற்று.

சோரெல் போன்றவர்கள் தொழிலாளர் இயக்கத்திற்குள் பூர்ஷ்வாக் கள் மற்றும் சாதாரண பூர்ஷ்வாக்கள் இணைவதை சீர்திருத்த போக்காகக் கருதுவதற்கு மாறாக மிஷெல் "எங்கும் எப்பொழுதும் சீர்திருத்த மனப்பாங் குடன் மிகசிறப்பான வகையில் செயல்படக்கூடிய இயக்கங்கள் தொழிலாளர் இயக்கங்கள்" எனக் குறிப்பிடுகிறார். இரண்டிலுமே உண்மையில்லை. வட ஐரோப்பாவின் சமூக உடைமைநெறிக் கட்சிகளையோ அல்லது பிரிட்டனின் தொழிற்கட்சியையோ எடுத்துக்கொண்டீர்களெனில் தொடக் கத்திலிருந்தே அவை தென் ஐரோப்பாவின் கட்சிகளைக் காட்டிலும் அல்லது SPD கட்சியைக் காட்டிலும் அதிக எண்ணிக்கையில் தொழி லாளர்களை உறுப்பினர்களாகப் பெற்றிருந்தன. எனினும் புரட்சி உணர்வு துளிக்கூட அக்கட்சிகளிடத்தில் தலைகாட்டவில்லை. இங்கே சுவீடன் நாட்டுச் சமூகக் குடியரசு கட்சி நாஜிகளுடன் இணைந்து அரசியல் நடத்தியதைத் தனியாக ஆய்வுசெய்ய வேண்டும். பிரான்ஸ் நாட்டிலும் இத்தகைய போக்கையே அவதானிக்க முடிந்தது. தூர் *(Tours)* என்ற நகரில் கூடிய சமூக உடைமைநெறியினர் மாநாட்டில் 1920ஆம் ஆண்டு *SFIO* என்ற பழைய பிரிவிலிருந்து, *SFIC* என்ற பொதுவுடமைக் கட்சி தோன்றியது. பிரான்ஸ் நாட்டின் நோர் மற்றும் பா – தெ – கலே தொழிலா ளர்கள் தாய்க் கட்சியிலேயே தங்கிவிட மாச்சிஃப் பகுதி விவசாயக்குடிகள் பெரும் எண்ணிக்கையில் புதிய கட்சிக்கு வந்திருந்தனர்.

சமூகக் குடியரசு வஞ்சித்துவிட்டதா?

1914க்கு முன் அல்லது பின் என்று எதுவுமில்லை. சமூகக் குடியரசு வரலாற்றில் மிகப்பெரிய பிழை நேர்ந்துவிட்டது. முதலாளித்துவத்தை தோற் கடித்திருக்கக்கூடிய அவ்வளவு சாத்தியங்களையும் கைகழுவியது. இருக் கின்ற ஆதாரங்களைவைத்து, எப்படியிது நடந்ததென பிரெஞ்சு வரலாற் றாசிரியர் ஃபெர்னான் ப்ரோதெலைப் *(Fernand Braudel)* போலவே நாமும் குழம்பிப்போகிறோம். சமூக உடைமைநெறி மற்றும் சமூகக் குடியரசு இயக்கங்களின் பிரமிக்கத்தக்க வளர்ச்சியை அவதானிக்கிற ப்ரோதெல், "1901இன் ஆரம்பித்திலிருந்தே 'இரண்டாவது சர்வதேச அமைப்பிற்கிருந்த' செல்வாக்கையும் இப்போதுள்ள சூழல்களையும் பார்க்கிறபொழுது யுத்தத்தின் விளிம்பில் இருந்ததைப்போலவே சமூக உடைமைநெறியின் விளிம்பில் மேற்கத்திய நாடுகள் 1914ஆம் ஆண்டில் இருந்தன" என்று எழுதுகிறார். ஆக சமூக உடைமைநெறி அதிகாரத்தைக் கைப்பற்றும் தருணமது, ஒருவேளை இன்றைக்குள்ள ஐரோப்பாவைக் காட்டிலும் மேலானதொரு

நவ ஐரோப்பாவைக் கட்டமைத்துமிருக்கலாம், அதற்கான வாய்ப்பைப் பெற்றிருந்தது, சூழலும் நிலவியது. ஒன்றிரண்டு நாட்களில், ஏன் மணிக் கணக்கில் என்றும் வைத்துக்கொள்ளலாம். யுத்தம் எல்லாக் கனவுகளையும் சிதைத்தது. யுத்தத்தைத் தடுக்கமுடியாமற் போனது சமூக உடைமை நெறிவாதிகளின் மன்னிக்க முடியாத தவறென்று சொல்ல வேண்டும். அவரென்றில்லை, சமூக உடைமைநெறிக்கு ஆதரவான பிற வரலாற்றாசிரியர்களும் உழைக்கும் வர்க்கத்தின் வரலாற்றில் நிகழ்ந்த இத்திசைமாற்றத்திற்கு அப்போதையை சமூக உடைமை இயக்கங்களே பொறுப்பென்று விமர்சிக்கின்றனர். 27–07–1914 அன்று பிரெஞ்சு தொழிற்சங்கத் தலைவர்களிருவரும், ஜெர்மன் தொழிற்சங்கத் தலைவர் ஒருவரும் பிரஸ்ஸல் நகரில் எதிர்பாராதவிதமாக ஒரு காப்பி பாரில் சந்திக்க நேர்ந்ததெனப் பின்னர் தெரிவிக்கப்பட்டது. என்ன நடந்திருக்கும்? தங்கள் ஏமாற்றத்தைப் பகிர்ந்து கொண்டிருக்கலாம், நம்மால் வேறு எதையும் அச்சந்திப்பின் அடிப்படையில் அனுமானிக்க முடியவில்லை. அவ்வாறே பிரெஞ்சு சமூக உடைமை நெறிவாதியான ழான் ழொரேவின் *(Jean Jauré)* யுத்தத்திற்கு எதிரான நடவடிக்கைகள் யாருக்கு இடையூறாக இருந்ததெனத் தெரிய வில்லை, 31–07–1914 அன்று கொலைசெய்யப்பட்டார். “ஐரோப்பியச் சமூக உடைமைநெறிவாதிகள் யுத்தத்தைத் தடுக்க முடியவில்லையெனில் அல்லது அதற்கான முயற்சிகளில்கூட அவர்கள் இறங்கவில்லையெனில் அது ‘தவறு’ (வஞ்சித்தலென்றுகூடக் கருதலாம்) என ப்ரோதலால் உபயோகப் படுத்தப்பட்ட வார்த்தை, எதார்த்தத்தோடு பொருந்தாத ஆனால் எதிர் பார்ப்புகளைக் காட்டிலும் நிலவும் சூழலுக்கு முக்கியத்துவம் கொடுக்க வேண்டுமென நினைத்து, சமய போதனைபோல அமைந்த ‘இரண்டாவது சர்வதேச அமைப்பு’ உரைமீது நம்பிக்கைக்கொண்டிருந்தவர்கள் முன் வைத்ததாகும்.

தலைவர்களின் ஊழல்; ஜனநாயகப் பிரதிநிதித்துவமுறையில் நிகழ்ந்த தேர்வுகளினால் கிடைத்த கட்சிப் பொறுப்புகள், செல்வாக்கு, அபரிதமான வருமானம்; மனிதர்களின் எந்திரத்தன்மை – இது சற்றுக் கூடுதலாகவே இருந்தது – ஆகியவற்றிற்கு எதிரானவை என்றும் நம்பப்பட்ட மிகப்பெரிய தொழிலாளர் இயக்கங்களும் – பெருந்திரளான அதன் உறுப்பினர்களும் அறிவுஜீவிகளிடம் அல்லது அப்படியானவர்களென நம்பப்பட்டவர்களிடம் அடைக்கலமடைந்த சம்பவமும் ஜனநாயகத்திற்கு விரோதமாகத் தங்கள் அரசியலைத் தடங்கலின்றித் தொடர்ந்ததும், முரண்களை வளர்த்துக் கொண்டதும் இப்பிரச்சினையில் முக்கிய பங்கைவகிக்கின்றன. ஆனால் ஒரு மார்க்சியவாதியின் பார்வையில் கூர்தீட்டப்பட்ட வர்க்க முரண்கள், போராட்டக் குணமுள்ள உழைக்கும் வர்க்கத்தினரைக்கொண்டு எந்திரத் தனமாகச் செயல்பட்ட அதிகாரவர்க்கமயமாக்கலைத் தடுத்து அவர்களிடை (உழைக்கும் வர்க்கத்தினரிடத்தில்) அவ்வப்போது விழிப்புணர்வைத் தூண்டி, திரும்பவும் அவர்களைத் தங்கள் இயக்கத்தின் அடிப்படைக் கொள்கை பக்கம் அழைத்துவந்திருக்க வேண்டும். அப்படியான எதுவுமே நடைபெற வில்லை, மாறாக இரண்டாம் சர்வதேச அமைப்பை அதிரச்செய்த நெருக்கடி யென்று சொல்ல வேண்டுமெனில் அக்டோபர் புரட்சிக்குப் பிறகு சோவியத் யூனியன் பொதுவுடைமைக்கட்சி புதிதாகத் தோற்றுவிக்க நினைத்த சர்வதேசத்

தொழிலாளர்கள் அமைப்பைக் கூறலாம். ஆக இம்மாற்றம் வெளியிலிருந்து வந்ததேயன்றி, இரண்டாம் சர்வதேச அமைப்பைச் சார்ந்தவர்களால் கொண்டுவரப்பட்டதல்ல.

சமூக – குடியரசு ஒருபோதும் புரட்சிகர இயக்கமாகச் செயல்பட்ட தில்லை. அவ்வாறு செயல்படாமைக்கு அது தொழிலாளர் கட்சி அல்ல என்பது காரணமாகாது, அல்லது குட்டி முதலாளித்துவத் தொழிலாளர் கட்சி என்ற அவதாரத்தை எடுத்ததோ அல்லது 'பூர்ஷ்வா வர்க்கத்தினரின் தொழிலாளர் படைத்தலைமையாகச்' செயல்பட்டதோ காரணமல்ல. பதிலாக அது என்றும்போல அசலான அல்லது உண்மையான தொழிலாளர் கட்சியாக இருந்ததே காரணம். கட்சியைத் தோற்றுவித்தபோது தொழி லாளர் வர்க்கத்தின் வாழ்க்கைத்தரத்தை அல்லது தொழிலாளர் நலனைப் பாதுகாப்பதே நோக்கமாக இருந்தது. அதாவது முதலாளித்துவச் சமுதாயத்தில் தொழிலாளர் வர்க்கத்தின் நலனைப் பாதுகாக்க வேண்டும், அதைத் தவிர்த்து வேறு நோக்கங்களில்லை. அவ்வாறான கொள்கையை ஒரு வகை யில் இயல்பாகவே கொண்டிருந்த கட்சி புரட்சிகரமான சமூக மாற்றத்தின் பிறப்பிடமாக இருக்குமென்ற மாயை இருந்தது. அம் 'மாயை' உண்மை யான மார்க்ஸியத்தாலும், கடந்த நூறு ஆண்டுகளாக அரசியல்வாதிகள் மற்றும் அறிவுஜீவிகள் வாழ்க்கையில் மேலாதிக்கம் செலுத்திவந்த பாரம் பர்ய மார்க்சியத்தாலும் கட்டமைக்கப்பட்டிருந்தது. இப்பிரச்சினையைக் கொஞ்சம் தெளிவாகப் பார்ப்போம்.

உழைக்கும் வர்க்கமென்று மார்க்ஸின் கண்களுக்குப் புலப்படுபவர்கள் : உரத்த குரல்களுடன் சிற்சில நேரங்களில் வன்முறைகளில் இறங்கியவர்கள்; 1838இலும் 1848இலும் சாலைமறியல்களில் பாரீஸிலும், பின்னர் 1871இல் கொம்யூனிலும் போராட்டங்களில் குதித்தவர்கள்; அனுபவமற்ற அத் தொழிலாளர் அமைப்பு கடந்தகால முதலாளிய உற்பத்திமுறை விளைவுகளிலொன்று. அவ்வமைப்பில் பின்னர் விரக்தி நிலையிலிருந்த கலைஞர்கள் இணைந்தனர். உ.ம். லியோன் நகரில் 1831இல் நடந்தேறிய கானட்டுகள்[1] போராட்டம், இன்றளவும் வரலாற்றில் இடம்பெற்றிருப்பது அதன் தனிச்சிறப்பு. தொழிலாளர்கள், கலைஞர்கள் என்றிருந்த இயக்கத் தில் அடுத்து நிரந்தரக் குடியிருப்பு வசதியில்லாதவர்களும் சேர்ந்துகொண் டனர். இவர்கள் ஓரிடமாக இருக்கமாட்டார்கள், ஓயாமல் அலைந்துகொண் டிருப்பவர்கள், ஒரு நகரத்திலிருந்து மற்றொன்றிற்கெனப் பயணிப்பவர்கள். இத்தொழிலாளர் வர்க்கம் அவர்களுக்கென்று ஓர் உலகை நிலை நிறுத்திக் கொண்டிருந்தது. பூர்ஷ்வா சமுதாயத்தின் விளிம்பு நிலைமக்களாக இருந்த அவர்களுக்கு அறநெறிகள் பற்றிய கவலைகளெவையுமில்லை. இவ்வர்க்கத் தினரைச்சேர்ந்த ஆணும் பெண்ணும் பெரும்பாலும் பாரம்பர்ய மண வாழ்க்கையை மறுத்து, பதிலாக சேர்ந்து வாழும் மரபைக் கடைபிடித்த வர்கள். புனிதம், ஒழுக்கம் என்றிருந்த சமுதாயத்தில், இவ்வர்க்கத்தினிடை முறையற்ற வழிகளில் பிறந்த குழந்தைகளின் எண்ணிக்கை அதிகரித்தன. மொத்தத்தில் மரபான வாழ்க்கையை மீறப் பழகியிருந்தனர். அடிமைப் பட்டுக்கிடந்த இத்தொழிலாளர் வர்க்கத்தைச் சேர்ந்த ஆண்களும் பெண் களும் தாங்கள் இழந்திருந்த, ஆனால் கைக்கெட்டும் தூரத்திலிருந்த சுதந்திரத் திற்குக் கனவு காணலாம் என நினைத்தார்கள். இழந்திருந்த சுதந்திரத்தை

நோஸ்ட்டால்ஜியாக அவ்வப்போது யுத்தோப்பியன் சமூக உடைமைநெறியில் பார்க்க முடிந்தது. இவ்வர்க்கம் தங்களை புரட்சியாளர்களாகக் கற்பனை செய்திருந்தது, காரணம் தாங்கள் மீண்டும் பின்னோக்கிப் போகமுடியுமென (தொழிலாளர்களின் தனியுடமையை மீண்டும் நிலைநாட்டுவது – 'மூலதனம்' குறிப்பிடுவதுபோல) நம்பினார்கள். லூயி ஒகிஸ்து பிளான்க்கியைக் *(Louis Auguste Blanqui)*[2] கூச்சமின்றி மார்க்ஸூம், எங்கெள்ஸூம் பாட்டாளிகளின் கதாநாயகனென்ற நிலையில் வைத்து பகுப்பாய்வு செய்ததையும் விளக்கியதையும் இங்கே நினைவுகூர்தல் வேண்டும். மத்தியவாத கட்சியைச் சேர்ந்த பிளான்க்கி செயல்வீரர்களாகவிருந்த சிறுபான்மை அணியைச் சேர்ந்தவர், தேசியவாதி, நடுநிலைவகித்த இவரது இயக்கம் மரபார்ந்த சமூக அமைப்பில் மாற்றத்தைக் கொண்டுவர அதிரடி நடவடிக்கைகளில் இறங்கியது. அநேக வகைகளில் அவரது பிளாங்க்கிஸம் *(Blanquism)* மார்க்ஸியத்திடமிருந்து வேறுபட்டது. எனினும் தங்கள் குருநாதர் போலன்றி மார்க்ஸிய சீடர்களுக்கு பிளான்க்கிபற்றி மாற்றுக் கருத்து இருந்தது. மார்க்ஸியம் சிறுபான்மையினர் நடவடிக்கைகளை மறுக்கிறது; மாறாக பெருந்திரளான மக்களின் ஆதரவையும் அவர்களின் விழிப்புணர்வையும் நம்பியிருப்பது (தொழிலாளர்களின் விடுதலை, அவர்களுடைய சொந்த முயற்சியால் பெறுவது என்றார் மார்க்ஸ்). ஆக அரசியல் நடவடிக்கையை முன்னெடுப்பதல்ல, சமூக மாற்றத்தைக் கொண்டுவருவதே மார்க்ஸியம். இறுதியாக மார்க்ஸியம் ஒரு சர்வதேசவாதம் *(Internationalism)*. எனினும் மார்க்ஸ் பாட்டாளிகளின் புரட்சி இயக்கத்திற்கு பிளான்க்கிஸ்டு கட்சியே முன்னோடி எனக் கருதியதால் அதனை ஆதரித்தார். ஆக இம்முரண்பாட்டிற்கு நம்மால் தரக்கூடிய ஒரே விளக்கம் மார்க்ஸின் கற்பனையில் உதித்த தொழிலாளர் வர்க்கத்திற்கு பிளான்க்கியின் திருவுருவம் கச்சிதமாகப் பொருந்துகிறது என்பதாகும்.

பழைய சமூக அமைப்பின் அடிப்படையில் தன்னைக் கட்டமைத்துக் கொள்வது முதலாளியத்திற்கு இல்லையென்றானபிறகு; மீண்டும் பின்னோக்கிச் செல்ல முடியுமென்ற நம்பிக்கை கரைந்துபோன நிலையில்; கூட்டுறவு உற்பத்தியில் தொழிலாளர்கள் தாங்களும் ஓர் உண்மையான பங்காளர்கள் என்பதை உணர்த்தும் வகையில் அவர்களுக்கு ஒழுக்கத்தையும் மேதமையையும் முதலாளித்துவத்தின் உண்மையான ஆதிக்கம் போதிப்பதால், தொழிலாளர்கள் தங்களுக்குள் அணிதிரள்வது சாத்தியமாகிறது. ஆனால் அவ்வாறு ஒன்றுதிரள்வது நாளைக்கே கிளர்ச்சியில் இறங்க வேண்டுமென்பதற்காகவல்ல, அதைக் காட்டிலும் முதலாளித்துவ உற்பத்தி நிகழ்வு முறையில் தங்கள் இருப்பிற்குப் பாதுகாப்பும் வருவாயில் தங்களுக்குரிய பங்கைக் கேட்டுப்பெறுவதும் அவர்களுக்கு முக்கியம். வேலைநாளின் வரையறை, சிறுவர்களைப் பணிக்கமர்த்துவதை மட்டுப்படுத்துவது, இரவு நேரப் பணிகளிலிருந்து பெண்களுக்கு விலக்கு என்பதுபோன்ற சட்டங்கள் மார்க்ஸுக்குத் தொழிலாளர் வர்க்கத்தின் உண்மையான அரசியல் போராட்டங்களின் பயன்களாகத் தெரிந்தன (பார்க்க: அத்தியாயம் 10, முதல்பாகம், மூலதனம்). இவற்றோடு ஊழியர்களின் பொதுநலனைக் கருத்திற்கொண்ட ஊதியம், தகுதியை அங்கீகரித்தல், சமூக நலத் திட்டங்களை அமல்படுத்துதல் ஆகியவற்றுக்கான போராட்டங்களும் சேர்க்க

வேண்டியவை. ஆனால் மேற்குறிப்பிட்ட அனைத்துப் போராட்டங்களும் அவை அவசியமானவையாகவும், சாதனைக்குரியவையாகவும் இருந்தாலுங் கூட முதலாளித்துவ உற்பத்திமுறையின் எல்லைக்குட்பட்டதே, மறந்துங் கூட அதன் எல்லைகளைத் தாண்டிவிட முடியாது. இப்போராட்டத்தில் தொழிலாளர்கள் நலன் ஒரு பக்கம், முதலாளிகள் நலன் மற்றொருபக்க மென இருப்பது உண்மை. ஆனாலும் இப்போராட்டத்திற்கான தீர்வு முதலாளித்துவ எல்லைக்குள்தானிருக்கிறது. தவிர முதலாளித்துவம் தாம் வழங்கிய சலுகைகளைத் தமக்குச் சாதகமாகப் பயன்படுத்திக்கொண்டு முன்னேறும் கலையிலும் தேர்ந்ததென்பதை நாம் நினைவிற்கொள்ள வேண்டும்.

ஆக மொத்தத்தில் மார்க்ஸ் முதலாளித்துவ ஆதிக்கத்தை வீழ்த்தவல்ல தாக இங்கே போராட்டத்தை அவதானித்தார். நாமும் போராட்டங்களை நிறையச் சந்தித்துள்ளோம். அவை பெரும்பாலும் கடுமையானதாகவும், சிற்சில சமயங்களில் கொலைச் சம்பங்களுடனும் முடிந்திருக்கிறது, அது பற்றிய தகவல்கள் முதலாளித்துவ வளர்ச்சியின் இயங்கியலிலேயே உள்ளன. அவற்றில் சாதகமான பலன்களை அளித்தவையும், மேலானவையுங்கூட உண்டு, சமூகக் குடியரசு அத்தகைய வாய்ப்பை நமக்குத் தரவேயில்லை. வரலாற்றில் சொல்ல நிறைய இருக்கிறது, மார்க்ஸின் கருத்துப்படி முதலாளித்துவ உற்பத்திமுறையில் ஏற்பட்ட முன்னேற்றங்கள், அதே முதலாளித்துவ உற்பத்திமுறையின் ஆதிக்கத்திலுள்ள சமூகக் கட்டமைப்பு களை மாற்றியிருக்க வேண்டும். குட்டி முதலாளிகள் பாட்டாளிமயமாக்கத் தால் உள்வாங்கிக்கொள்ளப்பட அதே வேளையில் மூலதன மையப் படுத்துதல் மற்றும் ஒருமுகப்படுத்துதல் நடவடிக்கைகளால் முதலாளித்துவ வர்க்கம் விரல்விட்டு எண்ணக்கூடியவர்களாகச் சுருங்கிப்போகின்ற நிலையில் அவர்களை இல்லாதொழிப்பது சுலபம். அக்காலக்கட்டத்தில் பாட்டாளிகளின் எண்ணிக்கை சமுதாயத்தில் கணிசமாக அதிகரித்துவிடு மென்பதால் ஜனநாயகத் துருப்புகளைச் சாதுர்யமாகக் கையாண்டு அவர்கள் அதனை முடித்துவைப்பார்கள். இவ்வுண்மையின் அடிப்படையி லேயே, தமது வாழ்நாளின் இறுதிக் காலத்தில் முன்னேறிய நாடுகளில் பாராளுமன்ற வாக்குகளைக்கொண்டு பொதுவுடைமையை அமைதி வழியில் அடைய முடியுமென மார்க்ஸ் எதிர்பார்த்தார். நடந்திருப்பதென்ன? முதலாளித்துவத்தின் வளர்ச்சி உற்பத்தி பரிவர்த்தனையில் ஈடுபட்ட தனிநபர்களை (விவசாயிகள், கைவினைஞர்கள் ...) அழித்தது உண்மை யென்றாலும் சமூகக் கட்டமைப்பில் இருதுருவங்களை உண்டாக்கியிருக் கிறது. ஒருபக்கம் பாட்டாளி வர்க்கத்திற்கு, ஒத்த தன்மைகொண்ட வர்க்க மாகத் தாம் உருவாக முடியுமென்ற நம்பிக்கையில்லை. அது அவ்வளவு எளிதான காரியமுமல்ல. வாழ்க்கைத்தரம், பணி, தகுதி, ஆகியவற்றில் 'தொழிலாளர் பிரபுக்கள்' (தொழில் நுட்ப வல்லுநர்கள், விற்பன்னர்கள், உயர்தகுதிவாய்ந்த தொழிலாளர்கள், அதிகாரிகள் ...) என மார்க்ஸியவாதி களால் அழைக்கப்படும் மேல்தட்டினருக்கும்; ஏழ்மையில் உழல்பவர்களும், மேலும் சரிவைச் சந்திக்கக்கூடிய வாய்ப்புள்ளவர்களென நம்பப்படும் கீழ்தட்டுமக்களான 'இடர் செரிந்த உழைப்பாளர்களுக்கும்' நிறைய வித்தியாசங் களிருக்கின்றன. ஒவ்வொரு நாட்டிலும் நிலவும் இப்பேதம் ஒருபக்கமெனில் நாடுகளுக்கிடையே மேலும் அதிகம். இன்னொருபக்கம் முதலீட்டாளர்கள்

வர்க்கத்திலும் மிகுந்த பேதமிருக்கிறது. உற்பத்தித் துறைகளைப் பொறுத்த தென்பது வெளிப்படையென்றாலும், பெரிய நிறுவனங்கள் சிறிய நிறுவனங் கள்; அரசு பூர்ஷ்வாக்கள், அதிபர் பூர்ஷ்வாக்கள்; நிதித்துறை தலைவர்கள், மேலாண்மை நிர்வாகிகள் . . . என்று அதைப் பட்டியலிடலாம். இச்சூழ் நிலையில் பல விளைவுகள் காரணமாகின்றன. பொருளாதாரத்தின் எதிர் காலம் மங்கிக்கொண்டிருக்கிறபொழுது, ஊதிய வர்க்கத்தினிடை காணும் பேதங்கள் அலட்சியப்படுத்தக்கூடியதல்ல. அதிலும், ஒவ்வொரு பிரிவின ருக்கும் அடுத்த பிரிவினரின் அழிவின்பேரிலேயே தங்கள் நலன் காக்கப் படுமென்றாலும் அதற்கும் சம்மதம். மிகமோசமாகப் பயன்படுத்தப் படுகிறதென நம்பப்படும் தாராளமய முதலாளித்துவ அரசியல், தொழிலாளர் வர்க்கத்தில் சிறப்புச்சலுகை பெறுகின்றவர்கள் அதாவது மேல்தட்டினர் ஏற்றத்தாழ்வுகள் இருந்தாலும் பரவாயில்லை என்பதாலேயே நடமுறைப் படுத்தப்படுகிறது. தவிர சமூகநலஅரசு என்ற அரசியலிலுங்கூட, நிர்வாகம் முதலாளித்துவ வர்க்கத்திடம் ஒப்படைக்கப்பட்டிருக்கிறதென்பதை மறந்துவிடக் கூடாது.

தொழிலாளர் கட்சியின் தோற்றம் முதலாளித்துவச் சமுதாயத்தில் தொழிலாளர்களின் நலன்களைக் காப்பது என்ற நோக்கில் அமைந்தது, சமூகக் குடியரசு இயக்கமோ தொழிலாளர் வர்க்கத்தினரில் மேல் தட்டினரின் அதாவது அரசு ஊழியர்கள், கல்வி மற்றும் அனுபவத்திறன் வாய்ந்த தொழிலாளர்கள், தொழில்நுட்பக் கலைஞர்கள், அதிகாரிகள் ஆகியோரின் ஆதரவைக் கொண்டிருந்தது. சமூகக் குடியரசின் நிர்வாக அமைப்பு மேற்கண்ட மனிதர்களின் செல்வாக்கால் இயங்கியதென்றே சொல்ல வேண்டும். ‘இரண்டாம் சர்வதேச அமைப்பில்’ இடம்பெற்ற கட்சிகள் சமூக உடைமை அரசாங்கமொன்றையும் அடிப்படை அரசியல் சுதந்திரம், குறைந்தபட்சத் தொழிலாளர் உரிமைகள் ஆகியவற்றைச் சார்ந்திருந்ததோடு, பொதுப்படையான தங்கள் கோரிக்கைகளை ஏற்கக்கூடிய சக்திவாய்ந்த தொரு முதலாளித்துவத்தையும் அவை சார்ந்திருந்தன. எனவே எந்தெந்த நியாயங்கள் சமூக உடைமைநெறிக் கட்சிகளுக்கும், தொழிலாளர் கட்சிகளின் சமூகக் குடியரசு கட்சிகளுக்கும் அடிப்படைக் காரணமாக இருந்தனவோ, அதே நியாயங்களே கட்சிகள் தங்கள் சொந்த முதலாளித்துவத்திற்கு ஆதர வாகப் போராடவும் – முதலாளித்துவ மேலாதிக்கத்தின் கீழுள்ள நாடு களிலுங்கூட – காரணமாயின. உதாரணம் ஐரோப்பியச் சமூகக் குடியரசு கட்சிகள் பலவும், பல்வேறு வகையான ஐரோப்பிய முதலாளித்துவ வர்க்கங் களைக் காட்டிலும் கூடுதலாக அமெரிக்க மோகம் கொண்டிருந்தமை. இத்துரோகச்செயல் 1914ஆம் ஆண்டுக்குரியதல்ல. யுத்தக்கடன் மசோதா விற்கு ஜெர்மன் சமூகக் குடியரசு கட்சியை வாக்களிக்கத் தூண்டிய எங்கெல்ஸிடம், தவறை நியாயப்படுத்தும் சமிக்ஞைகளுள்ளன. பெபெல் என்பவருக்கு எழுதிய அக்கடிதத்தை இங்கே நினைவூட்டுவது பொருத்த மானது ஜெர்மனும் ரஷ்யாவும் யுத்தத்தில் இறங்குமானால் எவ்வகை யான நிலைபாட்டை எடுக்க வேண்டுமெனத் தமது அபிமானிகளுக்குத் தெளிவாக உணர்த்துகிறார்:

“ஜெர்மானியச் சமூக உடைமைநெறிக் கட்சியின் கடந்த முப்பதாண்டுக் கால இடைவிடாத உழைப்பும் தியாகமும், உலகில் வேறு சமூக உடைமை

நெறிக் கட்சிகள் எட்ட முடியாத இடத்தை அளித்திருக்கின்றன. மிகக் குறுகிய காலத்தில் அரசியல் அதிகாரத்தைக் கையிலெடுத்திருக்கிறது. சர்வதேசத் தொழிலாளர் இயக்கத்தில் உயர்ந்த மரியாதையும், அதிகமான பொறுப்புகளும்கொண்ட மேலானதோர் பணியில் 'சமூக உடைமையாளர் களின் ஜெர்மன்' இன்றுள்ளது. இப்பணியை உலகமே எதிர்த்து நின்றாலும் ஆற்ற வேண்டிய கடமை அதற்குண்டு. ஜெர்மன் நாட்டை, யுத்தத்தில் ரஷ்யா வீழ்த்துவதாக வைத்துக்கொண்டால் அவ்வீழ்ச்சி சமூக உடைமை நெறிக்கு ஏற்படும் வீழ்ச்சி. இத்தகைய சூழ்நிலையில் ஜெர்மானிய சமூக உடைமைநெறிவாதிகளின் கடமை என்னவாகயிருக்கும்? தங்கள் இருப்பை அச்சுறுத்தும் விளைவுக்கு மௌனமாக அடிபணிவார்களா? தாங்கள் வென்றடைந்த இடத்தை எதிர்ப்பின்றித் தாரைவார்ப்பார்களா? அவ்வா றானால் உலகமெங்குமுள்ள தொழிலாளர்களுக்குப் பதில்சொல்ல வேண்டி வருமே? பதில் நம்மிடம் தெளிவாக உள்ளது. கூடாது என்பதுதான் அப்பதில். ஐரோப்பியப் புரட்சியின் நலனை முன்னிட்டு, அடைந்துள்ள நிலைப்பாடுகளை அவர்கள் பாதுகாக்க வேண்டியவர்கள், பிறரால் வீழ்த்தப் படுதல் கூடாது. எதிரிகள் வெளிநாட்டினரோ உள்நாட்டினரோ யாரென் றாலும் இதுதான் முடிவு; இதனை நிறைவேற்ற ரஷ்யாவுடனும் அதனு டைய கூட்டாளிகளுடனும் – அவர்கள் யாரென்றாலும் – கடுமையாகப் போரிட வேண்டும். பிரெஞ்சு குடியரசு மாட்சிமைமிக்க சார் மன்னருக் காகவும், ரஷ்யாவின் பிரபுகளுக்காகவும் உதவுவது தனது கடமையென நினைக்குமெனில் ஜெர்மானிய சமூக உடைமைநெறிவாதிகள் பிரான்சுடன் போரிடவே வேண்டும், அது வருத்தத்திற்குரியதென்றபோதும். பிரெஞ்சு குடியரசு ஜெர்மானிய முடியாட்சிக்கு எதிராகவும் இருக்கலாம், பூர்ஷ்வா புரட்சிக்கு எதிரானவர்களாகவும் இருக்கலாம். மாறாக கோன்ஸ்டான், ரூவியே மற்றும் கிளெமான்ஸோ குடியரசுகளுக்கு, குறிப்பாக ரஷ்ய சார் மன்னருக்கு ஆதரவாகச் செயல்படும் குடிஅரசுகளுக்கு ஜெர்மானியச் சமூக உடைமைநெறி என்பது பாட்டாளிகளின் புரட்சி. ருஷ்யாவும் பிரான்ஸும் ஜெர்மன் மீது தொடுக்கும் போர் என்பது அதன் அழிவுக்குச் சமம். எனவே தேசத்தின் இருப்பை உறுதிப்படுத்த மிகவும் புரட்சிகரமான நடவடிக்கைகளில் இறங்க வேண்டும். தற்போதுள்ள அரசாங்கம் பிறர் நிர்ப்பந்தத்தாலன்றி புரட்சியைத் தூண்டும்வகையில் நடந்துகொள்ளப் போவதில்லை. ஒரே ஒரு சக்திக்கு மட்டுமே அது சாத்தியம், தேவையெனில் அரசாங்கத்தின் இடத்தை அதனால் நிரப்பவும் முடியும். அச்சக்தி சமூக உடைமைநெறி கட்சி. 1793ஆம் ஆண்டு பிரான்ஸ் நமக்களித்த மிகச்சிறந்த உதாரணம் இன்றும் நினைவிலுள்ளது. அச்சம்பவத்தின் நூற்றாண்டு நெருங்கு கிறது. சார் மன்னனின் நாடுபிடிக்கும் ஆசையும் பிரெஞ்சு பூர்ஷ்வாக்களின் கட்டுக்கடங்கா தேசியவாதமும் ஜெர்மன் சமூக உடைமைநெறிவாதிகளின் அமைதியான வெற்றிக்குக் குறுக்கே நிற்பார்களெனில், பின்னவர்கள் தயார். இன்றுள்ள ஜெர்மானியரை நூறாண்டுகளுக்கு முன்பு, பிரெஞ்சு பாட்டாளிகளை நடத்தியதுபோலக் கேவலமாக நடத்த முடியாதென்பது நிரூபணமாகும், 1893ஆம் ஆண்டு 1793ஐவிட மேம்பட்டதென விளங்கும். பிறகு கோன்ஸ்டான் வீரர்கள் ஜெர்மன் மண்ணில் அடியெடுத்துவைத்த தும், *"Quoi, ces cohortes étrangères feraient la loi dans nos foyer?"* என்னும் பாடலுக்கு வீரவணக்கம் செய்வார்கள்.[3]

இப்பனுவல் சமூக உடைமைநெறியைத் தூக்கிப்பிடிக்கும் ஊர்பேர் தெரியாத மனிதரொருவருக்குச் சொந்தமானதென நினைக்கவேண்டாம். மார்க்ஸின் நெருங்கிய தோழரும், உண்மையில் மார்க்ஸியத்தின் தந்தையுமான எங்கெல்ஸுக்குச் சொந்தமானது. இப்பனுவலில் 1914இல் நடந்து முடிந்த பேரிடரை நியாயப்படுத்த எல்லாக் காரணங்களுமுள்ளன. அதே வேளை 1914க்குப் பிறகு தொடர்ந்த சமூகக்குடியரசின் வரலாற்றுக்கான விளக்கமும் இதிலடங்கியுள்ளது. ஜெர்மானியச் சமூக உடைமைநெறியைப் பேச வேண்டிய இடத்தில் 'சமூக உடைமையாளர்களின் ஜெர்மன்' என்ற சொல்லை எங்கெல்ஸ் பாவிக்கிறார்: நம்மால் சமூக உடைமைநெறியையும் தேசத்தையும், தேசத்தின் நலனுக்கும் சமூக உடைமைநெறியின் நலனுக்கும் உள்ள பந்தத்தையும் சரியாக விளங்கிக்கொள்ள முடிவதில்லை.

சமூகக் குடியரசு நம்மை வஞ்சிக்கவில்லை. மாறாகப் பாரம்பர்ய மார்க்ஸியம் முன்வைத்த சிந்தனையையே நடைமுறைப்படுத்தியது என்பதை ஏற்றுக்கொள்வோமெனில், இரண்டாம் சர்வதேச அமைப்பிலும் அதில் அங்கம் வகித்த வெவ்வேறு கட்சிகளிலும் படிப்படியாக ஏற்பட்ட முன்னேற்றங்களை விளங்கிக்கொள்வதில் சிரமங்கள் இராது. யுத்தத்திற்குப் பிறகு மறுகட்டமைக்கப்பட்ட சமூகக் குடியரசு, தனது கோட்பாட்டைத் (வர்க்கப் போராட்டம்; பாட்டாளிகளின் எதேச்சாதிகாரம் முதலியன.) தொடர்ந்து பராமரித்து வந்ததுடன் முதலாளித்துவ ஜனநாயகவாதிகளுடன் நீண்டகால அடிப்படையில் உறவை ஏற்படுத்திக்கொண்டது. குறிப்பாக அமெரிக்காவுடன். உத்தியோகபூர்வமான மார்க்ஸியத்தோடு அக்டோபர் புரட்சியைச் சரியாக மதிப்பிட்டிருந்தவர்கள், முதலாளித்துவ நாடுகளில் மிகவும் முன்னேறிய நாடுகள் மட்டுமே சமூக உடைமை நெறி மற்றும் பொதுவுடைமைக்குத் தங்களை மாற்றிக்கொள்வதற்குரிய பக்குவத்தைப் பெற்றிருப்பார்களெனக் கணித்திருந்தார்கள். அக்டோபர் புரட்சிக்குப் பின்பு நிகழ்ந்த ரஷ்ய உள்நாட்டுப் போரின்போது சமூகக் குடியரசு ஒருபோதும் கண்டிராதவகையில் ரஷ்யாவின் *White Army*க்குத் துணைபோன கூட்டுநாடுகளுக்கு ஆதரவளித்ததன் மூலம் புரட்சியாளர்களுக்கு எதிராக நடந்துகொண்டது. பின்னர் பனிப்போரின்போது 'பொதுவுடைமை அபாயத்திற்கு எதிராக' என்று கூறிக்கொண்டு சமூகக் குடியரசு அமெரிக்காவுடனும் அட்லாண்டிக் நேச நாடுகளுடனும் கூட்டு சேர்ந்தது. இப்பிரச்சினையில் அமெரிக்க உளவுத்துறை நிறுவனமான *CIA* பின்னணியில் இருந்ததாகப் பேசப்பட்டது. ஐரோப்பியச் சமூகக்குடியரசு கட்சிகளும் சில தொழிற் சங்கங்களும் பொதுவுடைமைக் கட்சியின் மிதமிஞ்சிய தலையீட்டை வெறுத்திருந்த நேரத்தில், சோவியத் யூனியன் மற்றும் கிழக்கு ஐரோப்பிய நாடுகளின் மேலாதிக்கத்தைப் பெற்றிருந்த *WFTU*[4] தொழிலாளர் அமைப்புக்கு மாற்றாக *ICFTU*[5] என்ற அமைப்பிற்கு அமெரிக்கா தனது முகமைகள் ஊடாகவும் *AFL-CIO*[6] என்னும் தொழிலாளர் கூட்டமைப்பை இடைத் தரகராகக்கொண்டும் உதவியது. *AFL-CIO* அமைப்பின் ஐரோப்பியப் பிரதிநிதி இர்விங் பிரௌன் *(Irwing Brown)* 1947ஆம் ஆண்டு பிரான்ஸ் நாட்டின் தொழிற்சங்கத்தை *(CGT)* இதே காரணத்தின் அடிப்படையில் பிளவை ஏற்படுத்திப் புதிய அமைப்பிற்கு *'Workers Force (Force ouvrier)'* என்னும் பெயர் சூட்டவும் காரணமானார். அமெரிக்க அரசாங்கத்தின்

ஆதரவின்றி பிரௌன் செயல்பட்டிருக்க மாட்டாரென்பது உண்மைதான், எனினும் தொழிலாளர் இயக்கத்தின் செயல்பாடுகளில் பலவகைகளிலும் இருந்த ஸ்டாலினிய குறுக்கீடு சமூக உடமைவாதிகளையும் ட்ரொக்கிஸ்டு களையும் முகம்சுளிக்கவைத்திருந்தது, தொழிலாளர் இயக்கங்களின் தன்னுரிமை பறிக்கப்படுவதாக அவர்கள் கருதினார்கள். ஆக தொழிலாளர் இயக்கங்களில் ஒரு பிரிவினரது அமெரிக்க மோகத்தின் நியாயத்திற்கும் தோழர்களை ரஷ்ய முடியாட்சிக்கு எதிராக தயார்செய்த எங்கெல்ஸின் நியாயத்திற்கும் அடிப்படையில் வேறுபாடுகளில்லை.

ஐரோப்பியக் கூட்டமைப்பைத் தோற்றுவித்ததற்கு போரால் ஏற்பட்ட பேரழிவையும், ஐரோப்பியக் கண்டத்தில் நிரந்தரமான அமைதியின் தேவையையும் உணர்ந்திருந்த பெருவாரியான ஐரோப்பிய மக்களின் ஆதரவைக் காரணமாகக் குறிப்பிட்டாலும், உண்மையில் அது தொடக்கத்தி லிருந்தே, பொதுவுடைமை நெறி ஐரோப்பாவில் பரவாமல் தடைசெய்வதற் கான ஒரு முன்னேற்பாடு. அவர்களின் போக்கையும் கொள்கைகளையும் நியாயப்படுத்த போதும்போதுமென்ற அளவிற்குக் சமூகக் குடியரசுவாதி களுக்குக் காரணங்களிருந்ததைப் போலவே ஐரோப்பிய ஒன்றியத்தைத் தோற்றுவிக்க முக்கியப் பங்கை அளித்த கிறித்துவ ஜனநாயகவாதிகளுக்கு மிருந்தன.

சமூகக் குடியரசு கட்சி தானொரு தொழிலாளர் இயக்கம் என்னும் பெருமையைத் தனது சமூக – தேசியத்தினாலோ, அமெரிக்க மோகத்தி னாலோ, ஏகாதிபத்தியம் அல்லது காலனி ஆதிக்கம் ஆகியவற்றை ஆதரித்த காரணத்திலோ ஒருபோதும் இழந்ததில்லை. ஒவ்வொரு சமூக உடைமைக் கட்சியும் தங்கள் தொழிலாளர்களை, குறிப்பாகத் தமது தொழிலாளர் வர்க்கத்தை பிறர் அபகரித்துவிடாது முற்று முழுமையாகப் பத்திரப்படுத்த வேண்டியிருக்கிறது. மிகச் சிறந்த வாழ்க்கைத் தரம், அதிகபட்ச சமூக நலனை ஈட்டுதல் ஆகியவற்றில் சாதகமான பலன்களைப் பெற வேண்டு மெனில் எதிர்த்தரப்பில் ஆரோக்கியமான முதலாளித்துவமும் அதற்கு வேண்டியிருக்கிறது. ஆக முதலாளித்துவத்திற்கு எதிராக ஒரு முதலாளித்துவத் தேசத்திற்குள் தங்கள் கட்சிக்காரர்கள் மற்றும் தொழிற்சங்கங்களுடன் இணக்கம்பெற்ற முதலாளிய வர்க்கத்திற்காகவும் வர்க்கப் போராட்டத்தை நடத்தின. இந்நிலைப்பாடு, ஓர் உற்பத்தி நிறுவனத்தைச் சேர்ந்த ஊழியர்கள் எதிரி நிறுவனங்களுக்குப் பதிலாகத் தங்கள் நிறுவனம் ஆரோக்கியத்துடன் இருக்க வேண்டுமென நினைப்பதற்கு ஒப்பானதாகும். சமூக உடைமைவாதி களின் இப்புதிய ‘அரசியல்’ வர்க்கப் போராட்டத்தின் பின்புலத்தில் அணுகப்பட்டது. இப்புதிய போக்கை மார்க்ஸ் கணிக்கத் தவறியபோதிலும், ‘தனிமனிதர்களின் துர்க்குணத்தையோ, அல்லது நற்கருணையையோ கணக்கிற்கொள்ளாது, கெடுமதியாளர்களின் சூதைச் சந்தேகிக்காது, உற்பத்தி மற்றும் பகிர்வு தொடர்பான சமூக உறவின் இயக்கத்தில் மட்டுமே கவனம் செலுத்த வேண்டு’மென்னும் மார்க்ஸிய வழிமுறையின் அடியொற் றிருப்பதைப் பார்க்கிறோம்.

‘சமூகக் குடியரசு’ கட்சி ஊதிய வர்க்கத்திற்குரியது முதலாவது பிரதான உண்மையெனில், மேற்கண்ட ஊதிய வர்க்கத்தினரிடை ஏற்றதாழ்வுகள்

உண்டென்பது இரண்டாவது பிரதான உண்மை. சமூகக் குடியரசு என்பது முதலாளித்துவச் சமுதாயத்தில் ஊதியவர்க்கத்தினர் நலனைப் பாதுகாக்கும் ஒரு கட்சியெனில், அக்கட்சிக்கு அதே ஊதிய வர்க்கத்தில் நன்னிலையிலிருக்கும் ஒரு பிரிவினரின் நலனைப் பாதுகாக்கும் பொறுப்புமுள்ளது. ஊதியவர்க்கத்தைச் சேர்ந்த இம்மேட்டுக்குடியினர் நன்றாக இருக்கிறார்களெனில் முதலாளித்துவத்திற்கு அவர்களின் இருப்பு கூடுதலாகத் தேவைப்படுகிறதென்று பொருள். அதைப் புரிந்துகொண்டே இம்மேல்தட்டு ஊதிய வர்க்கமும் முதலாளிகளுக்கு எதிராகத் தங்கள் கோரிக்கைகளை முன் வைத்து அதில் வெற்றியும் பெறுகின்றனர்.

இது போன்ற மேட்டிமைத் தொழிலாளர்களும் அறிவார்ந்த ஊதிய தாரர்களும் தொழிலாளர் அமைப்பின் நிர்வாகிகளும் தாங்கள் அடையும் பலன்களைப் பிறருடன் பங்குபோடவியலாதென்பதை நன்கு அறிந்தவர்கள். இந்நிலையில் ‘தரப்படுத்துதல்’ மிகவும் அத்தியாவசியமென வாதிடவும் இவர்கள் தயங்குவதில்லை. விளைவாக ‘இருப்பின் பரிசீலனை, செல்வப் பகிர்வு ஆகியன இயல்பானதென்பதால் ஏற்றதாழ்வும் இயற்கையானதே’ என்ற கருத்தைக்கொண்ட தாராளமய முதலாளித்துவ இயக்கங்களோடு சேர்ந்து பணிபுரிவதில் இவர்களுக்குச் சங்கடங்களிருப்பதில்லை, தவிர இவையெல்லாம் அநீதிகளே அல்ல என நினைப்பவர்கள். இச்சமயத்தில் இத்தகைய ஊதியவர்க்கத்தினரின் மேல்தட்டுமக்களுக்குள்ள ஓர் அச்சம், தீவிரமான சமூகப் போராட்டங்கள், தாங்கள் சுகபோகமாகவுள்ள தற்போதைய சமூக அமைப்பைப் பலவீனப்படுத்திவிடுமென்பதாகும். அமைப்பின் பழமைவாதம் ஏற்கனவே மிஷெல் என்பவரால் பகுப்பாய்வு செய்யப்பட்டுள்ளது, சமூகக் குடியரசின் வேராக இருப்பதும் அதுதான். சமூகக் குடியரசின் மேற்கண்ட இருகுணங்களும் ஊதிய வர்க்கத்தின் நலிந்த பிரிவினரிடமிருந்தும் சுரண்டப்படும் பிரிவினரிடமிருந்தும் அக்கட்சியைக் காலப்போக்கில் விலக்கி வைத்தன. அதேவேளை இயக்கத்தின் அரசியல் மற்றும் தொழிலமைப்பின் மேட்டுக்குடியினர், ஆதிக்கவர்க்கத்தினருடன் ஒன்றுபடவும் காரணமாயிற்று.

அடிக்குறிப்புகள்

1. *Canuts Lyonnais* – பிரான்ஸ் நாட்டின் லியோன் நகரத்தைச் சேர்ந்த விசைத்தறி நெசவாளர்கள்.

2. *Louis Auguste Blanqui (1805 – 1881)* பிரான்ஸ் நாட்டைச் சேர்ந்த சிந்தனையாளர். அரசியல்வாதி – *Blanquism* என்ற புரட்சிகரமான கோட்பாட்டியலுக்குச் சொந்தக்காரரர்.

3. *Le Socialisme en Allemagne, 1892, reproduit dans le recueil de Roger Dangeville, Le Parti de classe, tome iv, p 88-89, Maspero 1973.*

4. *World Federation of Trade Unions established in 1945 to replace International Federation of Trade Unions.*

5. *The International Confederation of Free Trade Union.*

6. *The American Federation of Labour and Congress of Industries Organisations.*

மரணப்படுக்கையிலிருக்கும் சமூகக் குடியரசு

எனவேதான் எதிர்காலத்தில் சமூகக் குடியரசு இருக்குமா? என்ற கேள்வி எழுகிறது. இக்கேள்வி அதனுடைய புறவுலகப் பிரச்சினைகளால் வருவதல்ல (ஜனநாயகத்தின் அடிப்படைச் சுதந்திரத்திற்கு ஏற்பட்டுள்ள அச்சுறுத்தல், போட்டியாகவுள்ள இதரப் புரட்சி அமைப்புகள் ...) மாறாக இக்கட்சிகள் இயங்கும் முறைமைகளால் இக்கேள்வி எழுகிறது. இத்தாலி நாட்டில் ஏற்பட்ட மாற்றங்கள் அதற்கு ஓர் அறிகுறி. 90களில் 'கைச் சுத்தம்' **(*mani pulite*)** என்னும் பெயரில் எடுக்கப்பட்ட நடவடிக்கைகளால் ***PSI (Partito Socialista Italiano)*** என்ற இத்தாலிய சமஉடைமை கட்சி காணாமற் போனது, அவ்விடத்தை ***PCI (Partito Comunista Italiano)*** என்னும் இத்தாலிய பொதுவுடைமைக் கட்சி கைப்பற்றியது. சாமான்ய மக்களின் உண்மையான சமூகக் குடியரசுக் கட்சியெனப் பெயரெடுத்திருந்த அவ்வியக்கமுங்கூடப் பின்னர் மத்திய இடதுசாரிகள் என்ற குழப்பமான முகவரியுடன் *PDS* ***(Partito Democratico della Sinistra)*** என்ற கட்சியானது. இங்கிலாந்தில் எப்போது தொழிற்சங்கங்களின் ஆதிக்கத்திலிருந்து முழுமையாக *New Labour* விடுபட்டதோ, அன்றிலிருந்தே இப்புதிய தொழிற்கட்சிக்கும் பழைய தொழிற்கட்சிக்குமான பாரதூரங்கள் அதிகமென்று தெளிவாயிற்று. ஐரோப்பிய நாடுகளிலுள்ள சமூகக் குடியரசு கட்சிகளின் தலைவிதியும் தெளிவற்று உள்ளது. ஐரோப்பாவிற்கு வெளியில் சமூகக் குடியரசு என்ற முத்திரையுடன், சர்வதேச சமூக உடைமைநெறியில் ***(Internationale socialiste)*** அங்கம்வகித்துக்கொண்டிருக்கும் பெரும்பாலோர் வலதுசாரிகளே. உதாரணம் வெனிசுலா மற்றும் பிரேசில். சமூக உடைமைநெறியென்ற பெயரில் வலம்வரும் புதிய சர்வதேசக் கட்சியும் ***(Socialist International)***, அமெரிக்கா வின் ஜனநாயகக் கட்சி போன்ற அரசியல் அமைப்புகளும் தொழிலாளர் வர்க்கத்திற்கும் தொழிலாளர் இயக்கத்திற்கும் நம்பிக்கையளிக்கக்கூடிய கட்சியென்று பெயரெடுத்திருந்த சமூகக் குடியரசுக் கட்சியின் அழிவுக் கான அடையாளங்களென்பதில் ஐயமில்லை.

பெரும்பாலும் சராசரி அரசியல்வாதிகளின் கைப்பாவை, சந்தையில் மிகவும் நாளாகிப் போனதொரு சரக்கென்ற நிலைமை நாளுக்குநாள் அதிகரித்துவர இச்சூழலை வேடிக்கையாக 'அந்திமக் காலம்' எனவும் சுட்ட முடியும். ஆனால் முக்கியமானதொரு சிக்கல் இருக்குமிடம் வேறு. சமூகக் குடியரசு இன்றைய பரிதாபநிலை என்பது வர்க்கப் போராட்டம் பற்றிய கருத்துருவங்களுக்கும் சமூக உடைமைநெறி மற்றும் பொதுவுடைமைக் கொள்கைகளுக்கும் ஏற்பட்டுள்ள முடிவின் அடையாளமென நம்மால் தீர்மானிக்க முடியும். பரம்பரைப் பொதுவுடமையின் நிலைமையை அதாவது இருபதாம் நூற்றாண்டின் பொதுவுடமையை அடுத்த அத்தியாயத்தில் பார்ப்பதற்கு முன்பு இத்தாலிய நாட்டின் வெல்ற்றோனி ***(Veltroni)***யின் ***PDS*** கட்சியும் இங்கிலாந்தின் பிளேர் மற்றும் கோர்டென் பிரெளனுடைய நியு லேபர் கட்சியும் பிரான்ஸ் நாட்டின் *PS* கட்சியும் மார்க்ஸிஸ்டுகளின் கனவுகளைக் கொடுங்கனவுகளாக மாற்றியுள்ளன என்பதை நாம் விளங்கிக்

கொள்ள வேண்டும், ஆக சமூகக் குடியரசு மட்டுமே மரணப்படுக்கையில் இன்றில்லை. உலகில் ஏற்பட்டுள்ள இம்மாற்றத்திற்கு பெர்லின் சுவர் இடிபட்டதோ, சோவியத் தலைமையிலிருந்த கிழக்கு ஐரோப்பிய அணிக்கு ஏற்பட்ட சீர்குலைவோ காரணங்களல்ல, மாறாக உற்பத்திக்காரணிகளுக்கு இடையேயான சமூக உறவில் ஏற்பட்ட மாற்றம் மேற்கண்ட இயங்கங் களைப் படுக்கையில் தள்ளியிருக்கிறது.

இப்போக்கிற்கு மார்க்ஸியத்தின் பகுப்பாய்வைக் குறைசொல்ல முடியாது. மாறாக அவருடைய பகுப்பாய்வு முழுமையாக செய்யப்படவில்லை, ஒரு பகுதிதான் கணக்கில் கொள்ளப்பட்டிருக்கிறது, சொல்லமறந்த அல்லது விடுபட்டவையும் இருக்கின்றன. ஒரு சில மார்க்ஸியவாதிகள் – லெனின், கிராம்ஸ்கி குறிப்பாக மார்க்ஸியத்திற்கும் நடைமுறை வரலாற்றிற்குமுள்ள இடைவெளியை உணர்ந்திருந்தார்கள். இவர்கள் விலக நேர்ந்ததற்கான முதற்காரணம் மார்க்ஸின் பனுவலிலேயே இருக்கிறது. அதிலுள்ள அம் முரணை மார்க்ஸ் வாசகர்களும் பெரும்பாலான மார்க்ஸியவாதிகளும் பலமுறை கவனத்திற்கொள்ளாமல் இருந்திருக்கின்றனர். மூலதன நூலில், முதலாளித்துவ உற்பத்திமுறையைத் தோற்கடிப்பது, பதிலாக 'உற்பத்தி யாளர்கள் ஒன்றிணைந்த' உற்பத்திமுறையொன்றிற்கு வழிகோலுவது என்ற பணியைத் தொழிலாளர் வர்க்கத்தினர் மட்டுமே நிறைவேற்றுவார்களெனச் சொல்லப்படவில்லை. மாறாக அப்பணி ஏற்கனவே நாம் கூறியிருப்பது போல உற்பத்திமுறையில் பங்கேற்கும் அனைவருக்கும் சொந்தமானது – அதாவது தொழிலாளரில் ஆரம்பித்து நிறுவனத்தின் இயக்குனர்வரை. இப்பிரச்சினையில் மார்க்ஸ் முதலாளித்துவ நிறுவனமொன்றின் ஊதியத் திற்குப் பணியாற்றும் இயக்குனரோடு, கூட்டுறவு உற்பத்திமுறையில் ஈடுபட் டிருக்கும் நிறுவனமொன்றின் இயக்குனரை ஒப்பிட்டு முன்வைக்கும் கருத்தைக் குழப்பமின்றிப் புரிந்துகொள்கிறோம். மாறாக மார்க்ஸ் அரசியல் போராட்டத்தின் வேலைதிட்டமென்று வரும்போது, அப்பணியைச் செயல்படுத்தும் பிரதான கர்த்தாக்களாகச் சொல்லபடுபவர்கள் 'உற்பத்தி யில் ஒன்றிணைந்தவர்களல்ல – அவர்கள் தொழிலாளர் வர்க்கம்.'

இரண்டாவது காரணத்தை மார்க்ஸின் மூலதனத்திற்குள்ளிருக்கும் முரணில் இருந்தல்ல, வெளியே அவர் சொல்ல மறந்தவற்றிலிருந்து தேட வேண்டும். முதலாளித்துவ உற்பத்திமுறை பற்றியும் எந்திரத்தனமான அதன் செயல்பாடுபற்றியும் தொழிலாளர்கள் எவ்வாறு அந்நியப்படுத்தப் படுகிறார்கள் என்பது பற்றியும் மிகச்சிறந்தவகையில் மூலதன நூல் பகுப்பாய்வு செய்துள்ளது. என்றென்றும் நிலைத்திருக்கக்கூடிய அரிய உழைப்பு இப்பகுதி. நியாயமாகப் பார்க்கும்போது இங்கே குற்றங்கூற ஒன்றுமேயில்லை. மூலதன நூலை ஒருபோதும் வாசித்திராத, வாசித்தும் குறைகூற வேண்டுமெனத் தீர்மானித்து அதில் தேர்ந்த ஒருசிலர் மட்டும் ஏதாவது விமர்சித்துகொண் டிருக்கலாம். ஒரு சமுதாயம் அல்லது நன்கு கட்டமைக்கப்பட்ட சமூக அமைப்பொன்று உற்பத்திமுறை ஆதிக்கத்தால் சிறுமைப்படுத்தப்படு வதற்குச் சாத்தியமல்ல. பொதுவாக ஆதிக்க உற்பத்திமுறை என்று இருக்கும் போது, அருகிலேயே நிகழ்வில் ஏறக்குறைய முக்கியப் பங்குவகிக்கிற வேறுசில உற்பத்திமுறைகளுமுள்ளன. அவற்றைக்கொண்டு மனிதர்கள் தங்களுடைய வாழ்க்கைச் சாதனங்களை உற்பத்திசெய்கிறார்கள், வாழ்க்கைச்

சாதனங்கள் உற்பத்தியென்பது ஒருவகையில் அவர்களையே உற்பத்தி செய்வது போல. இது தவிர மார்க்ஸ் பகுபாய்வுசெய்துள்ள முதலாளித்துவ உற்பத்திமுறை சதைப் பற்றை நீக்கிய கொட்டை. திடமான வர்க்கத்தின் கட்டமைப்புகளை ஒதுக்கியாயிற்று, அவ்வாறே சமுதாயத்திலுள்ள பல்வேறு வர்க்கத்தினருக்கிடையே உள்ளும் புறமுமுள்ள உறவுகளின் செயல்முறைகளையும் தெளிவுபடுத்தவில்லை. இறுதியாக இப்பிரச்சினையை அரசியல் சார்ந்தும் கையாளவில்லை. 'அரசாங்கம்' என்பதற்குப் பொருந்தக்கூடிதொரு உண்மையான கோட்பாட்டை முன்வைக்க மார்க்ஸ் மறந்திருந்தார். மார்க்ஸியவாதிகள் அவரது கோட்பாட்டை மறுகட்டமைக்க எவ்வளவுதான் முயன்றாலும் உண்மை இதுதான். மூலதன நூலின் ஆரம்ப செயல்திட்டமாக ஒரு பாகத்தைச் சமூக வர்க்கங்கங்கள் என்ற பொருளிலும் மற்றொன்றை 'அரசு' என்ற பொருளிலும் கொண்டுவருவதென்ற தீர்மானமிருந்தது. மார்க்ஸுக்கு இவ்விரண்டு நூல்களையும் இறுதிவரை எழுத முடியவில்லை. மூலதனத்தின் முதல் பாகத்தைக் கடந்துவருவதில் அவருக்குச் சிரமங்களிருந்தன. மூலதன நூலின் இரண்டாவது, மூன்றாவது பாகங்கள் எங்கெல்ஸின் முயற்சியால் முடிந்தவரை உபயோகித்துக்கொள்ள முடிந்து வெளிவந்த கையெழுத்துப் பிரதிகளின் குவியல்கள். மூலதன நூலை மார்க்ஸ் நிறைவுசெய்யவில்லை என்பதற்குப் பதிலாக மார்க்ஸுக்குப் பின்வந்த மார்க்ஸியவாதிகள் அவர் முக்கியமாக எதைச்சொல்ல வேண்டுமென நினைத்தாரோ அதைச் சொல்லியிருக்கிறாரெனவும் இனி செய்ய வேண்டியது பரவலாகவும் அறிவுபூர்வமாகவும் ஏற்கப்படுகின்ற வகையில் அவரது சிந்தனையை இன்றைய சூழலுக்கொப்ப நவீனப்படுத்த வேண்டும் என்கிறார்கள். பத்தொன்பதாம் நூற்றாண்டின் இறுதிப்பகுதியிலும் இருபதாம் நூற்றாண்டின் தொடக்கத்திலும் சமூக உடைமை நெறிகட்சிகளிலும் சமூகக் குடியரசு கட்சிகளிலுமிருந்த 'அதிகார வழிபாடும்' முன்னோடிகளைக் குறித்த 'தனிநபர் வழிபாடும்' சிந்தனைபற்றிய நினைவையே செயலிழக்கச் செய்திருந்தன. ஜார்ஜ் சோரெல் தன்னுடைய *The Decomposition of Marxism* என்னும் கட்டுரையில், "மதங்களில் மட்டுமே காணக்கூடிய இப்பணிவு பெரும்பாலான மார்க்ஸியவாதிகளிடம் இருந்தது" என்கிறார். உதாரணத்திற்கு, "முதலாளித்துவச் சமூகம் மாற்றத்திற்கு உள்ளாகும்வரை இந்த நூற்றாண்டின் மிகப்பெரிய சிந்தனாவாதிகளான மார்க்ஸ் மற்றும் எங்கெல்ஸ் படைப்புகளை ஒருவேளை அவற்றிலுள்ள பொருளியல் மற்றும் வரலாற்று உண்மைகளுக்காகச் சமூக உடைமைவாதிகள் பரவலாகக் கொண்டுபோக வென்று நெருங்கலாமேயன்றி மற்றபடி அக்கோட்பாடுகளை விமர்சிக்கவும், ஏன் தொட்டுப் பார்க்கவுங்கூடத் துணிச்சல் வேண்டும்" என்ற போல் லஃபார்கின் வாசகத்தைக் குறிப்பிடுகிறார்.

சமூகக் குடியரசு ஒரு பாரம்பரிய மார்க்ஸியமென்பது உண்மைதான் என்னசெய்வது? இன்று சிறுத்து, காயடிக்கப்பட்டு, வறுமையில் உழலும் மார்க்சியம். நம் கண்ணெதிரிலேயே மெல்ல மெல்லச் செத்துக்கொண்டிருக்கிற மார்க்ஸியம்.

அத்தியாயம் 9

இருபதாம் நூற்றாண்டு பொதுவுடைமையின் வீழ்ச்சி

சமூகக் குடியரசு இதுவரை கூறியதெதுவும் அதனுடைய மூலப்பிரதியை நினைவூட்டுவதாக இல்லை. தவிர இவையெல்லாம் ஏற்கனவே மார்க்ஸியச் சிந்தனையாளர்களால் முன்வைக்கப்பட்ட வையே. அவற்றைத்தான் நாமும் தொகுத்தும் ஓரளவிற்கு விளக்கவும் முயன்றோம். உண்மையில் பிரிட்டனைச் சேர்ந்த பொதுவுடமை வாதியும் மார்க்ஸிய சிந்தனையாளருமான எரிக் ஜான் ஹாப்ஸ்பாம் *(Eric John Hobsbawm)* 'வழமைக்கு மாறான காலம்' *(The Age of Extremes: The Short Twentieth Century, 1914 – 1991)* எனக் குறிப்பிடும் இருபதாம் நூற்றாண்டு அசாதாரண முயற்சிக்கும் மிகவும் சோகமான வரலாற் றுக்கும் சொந்தமாக இருந்திருக்கிறது. குறிப்பாக முதல் உலகப்போரின் பதுங்குகுழிகளில் சமூகக் குடியரசு மரித்ததெனக் கருதப்பட்டு மார்க்ஸி யத்தின் மாற்றொன்றை நிறுவ எடுத்துக்கொண்ட பிரயத்தனத்தால் விளைந்தது. அவற்றின் செயல்திட்டத்திலேயே உண்மைகள் தெளிவாக உள்ளன. போல்ஷெவிஸம் *(Bolshevism)* தனது இருக்கையை ஸ்டாலினிய அராஜகத்திற்குத் தாரைவார்க்க வேண்டியிருந்தது. அது நடைபெறா மலிருந்தால் போல்ஷ்விக் காவலர்களின் தலைகளும் சிதைந்திருக் கும், மாஸ்கோ வழக்கொன்றில் நிகழ்ந்ததைப்போல.

உண்மையான சமூக உடைமைநெறி வரலாற்றில் ஏற்பட்ட இத்தடங்கல்களின் காரணத்தைப் புரிந்துகொள்ளக் குறிப்பிட்ட வரலாற்றின் சூழல்களைக் கடந்த கருத்தியல் தோல்விகள் இருக் கின்றன. ரஷ்ய நாட்டில் ஏற்பட்ட பேரழிவும் சீன நாட்டில் ஏற்பட்ட மாற்றமும் அதனை உறுதிப்படுத்துகின்றன:

1. புத்துணர்வற்ற சிந்தனைகளைக் கொண்டு ஏழ்மையைப் பகிர்ந்துகொள்வதில் ஏற்பட்ட தோல்வி.
2. ஒரு நாட்டு தனியுடமை அறைகூவலுக்கு நேர்ந்த தோல்வி.
3. அரசியல் நடவடிக்கை கொண்டோ அல்லது தன்னிச்சை யாக வர்க்கங்களற்ற சமுதாயத்தை நிறுவ முயன்று அடைந்த தோல்வி.

மார்க்ஸியத்திற்கு எதிரான லெனின்?

முதலில் இப்பிரச்சினைகளில் தனிமனிதர்களை முன்னிலைப்படுத்துவதையும், பின்புலத்திலுள்ள சதிகள் குறித்து விவாதிப்பதையும் தவிர்த்துவிட்டு மேலே போகலாம். ஸ்டாலினிய முறைமைகளைக் குறித்துச் செய்யப்பட்டப் பகுப்பாய்வுகள் அனைத்துமே மோலியர் *(Molier)* மருத்துவர்களுக்கு ஒப்பியத்தின் உறங்கவைக்கும் குணம், விலைகூடியது என்ற பார்வை கொண்டதாகவே பெரும்பாலும் உள்ளன. இந்த வரலாற்றின் பங்குதாரர்கள் சந்தித்த அரசியல் பிரச்சினைகளிலிருந்தே நாமும் தொடங்குவோம். ரஷ்யாவின் அரசியல் விடுதலைக்குரிய செயல்வரைவை 1903 ஆண்டிலேயே லெனின் தீர்மானித்திருந்தார். இதுவே பின்னர் போல்ஷெவிஸம் என்ற பெயர் பெற்றது. தமது 'செய்ய வேண்டியதென்ன?' *(What Is to Be Done?)* என்ற பிரதியில் இடம்பெற்றுள்ள அநேக யோசனைகள் ரஷ்யாவின் நிலையை மனத்திற்கொண்டே தயாரிக்கப்பட்டவை: ரகசிய அமைப்பின் உதவியின்றி சர்வாதிகார அரசாங்கத்தையும் அடக்குமுறை அரசியலையும் எதிர்த்து எவ்வாறு போராடுவது? ஒழுங்கும் மத்திய அதிகாரத்திற்குட்படாத ரகசிய அமைப்பை எவ்வாறு கட்டிக்காப்பது? எனப் பல எவ்வாறுகளைப் பிரதி பேசுகிறது. ஆனால் வெகுசீக்கிரம் உரையாடல் ஒழுங்குகளிடமிருந்து முரண்படத் தொடங்கியது : லெனின், மார்க்சியத்தின் அடிப்படை நெறியைக் கேள்விக்குட்படுத்தினார். ஊதியவர்க்கத்தையும் முதலாளித்துவத்தையும் அறவே ஒழிப்பது என்ற நிலையிலிருந்து முதலாளித்துவச் சமுதாயத்தின் வளத்தை உரியமுறையில் பகிர்வு செய்தல் வேண்டும் என்பதை மட்டுமே கருத்திற்கொண்ட 'தொழிற் சங்கங்கள்' என்ற சிறைக்குள் அடைபட்டுக்கிடக்கும் தொழிலாளர் வர்க்கம் ஒருபோதும் தங்கள் சொந்த பலத்தைக்கொண்டு புரட்சியாளர்களாக மாறுவதென்பது நடவாதென்றார் லெனின். அம்மாற்றத்திற்கு உழைக்கும் வர்க்கம் சமூக அமைப்பிலிருந்து விலகித் தங்களுக்கென ஒரு புதிய கட்சியை அல்லது இயக்கத்தைத் தோற்றுவிக்க வேண்டும், இயக்கத்தின் அங்கத்தினர்களாகச் சமூக மாற்றத்தைக் கனவுகாணும் எவ்வகுப்பினரும் தேர்வுசெய்யப்படலாம். சமூகத்தைக் குறித்து ஒரு பொதுகருத்தைக் கட்டமைக்கவல்ல பூர்ஷ்வா அறிவுஜீவிகளையும் லெனின் மறக்கவில்லை. கோட்ஸ்கியைக் குறித்தும், ஜெர்மன் சமூக உடைமை நெறிகட்சி பற்றியும் – குறிப்பாகத் 'தொழில்முறைப் புரட்சியாளர்களைக்' கொண்ட கட்சியின் மத்திய நிர்வாக அமைப்பு பற்றி – லெனின் வெளிப்படையாகவே நல்ல அபிப்பிராயங்கள் வைத்திருந்தபோதிலும் மார்க்ஸியவாதிகளுக்கு லெனினுடைய பனுவல் சாத்தான் வேதமாகவே இருந்துவிட்டுப் போகட்டும். பிரச்சினைகளைத் துணிந்து கைக்கொள்வதில் லெனின் ஆர்வங்காட்ட, ரஷ்யப் புரட்சி வெடித்தது. தொழிலாளர் வர்க்கம் அதிகாரத்தைக் கைப்பற்றி ஆட்சியில் உட்கார முடிந்ததா?

இருபதாம் நூற்றாண்டில் பொதுவுடைமை இயக்கங்களின் பின்புலத்தால் ஆட்சிக்குவந்த அரசியல் கட்சிகளின் இயல்பை அறிவதற்கு முன்பாக மேற்கண்ட கேள்வி நமக்கு அவசியமாகிறது. ரஷ்யப் புரட்சி பாட்டாளிகளின் சர்வாதிகாரத்தை நிறுவுவதற்காகப் பாட்டாளிவர்க்கத்தினர் நடத்திய புரட்சியாகப் பார்க்கப்படுகிறது, உண்மையில் நடந்திருப்பது வேறு. பிப்ரவரி புரட்சி ஒரு வெகுசனப் புரட்சி. குட்டி பூர்ஷ்வாக்களில் ஆரம்பித்துத்

தொழிளார்கள் வரை சமுதாயத்தின் அனைத்துப் பிரிவினரும் இடம் பெற்ற இப்புரட்சியில் விவசாயிகளும் பங்குபெற்றிருந்தனர். பெரிய தொழில் நிறுவனங்களின் ஊழியர்களும் சமுதாயத்தின் ஏனைய பிரிவினரைப் போலவே தொடக்கத்தில் தீவிரமாகப் பங்கெடுத்தபோதிலும் முன்னின்று நடத்திய தொழிலாளர்களைப் பின்தொடராது அடுத்து விலகிக்கொண்டனர். இப்பிரச்சினையில் மார்க்ஸ் ஒன்றைக் கணிக்கத் தவறிவிட்டார். நிலப் பிரபுத்துவம் பரவலாக ஆதிக்கம் பெற்றிருந்த பிற்போக்கான ஒரு நாட்டில் அதாவது பொருளாதார வரலாற்றின் ஐந்தாவது கட்டத்தின்படி நாட்டின் காலம் சமூக உடைமைநெறிக்குரியதல்ல; பூர்ஷ்வாக்களின் ஜனநாயகச் செயல்பாடுகளையும் நிலப் பிரபுத்துவத்திற்கு எதிரான மாற்றங்களையும் உறுதிப்படுத்த வேண்டிய காலம். தேசியவாத பூர்ஷ்வாக்கள் சோர்ந்திருந்த நிலையில், போல்ஷ்விக்குகள் கோட்பாட்டைத் திருத்தினர். விவசாயிகள் மற்றும் பாட்டாளிகளைக்கொண்ட ஜனநாயகச் சர்வாதிகாரத்தை வற்புறுத்தினர். அவ்வமைப்பு மட்டுமே பின்னடைவிலிருந்து நாட்டை வெளியிற்கொண்டுவரும் திறனுடையதென்று வாதிட்டனர். ஆனால் புரட்சியின் போக்கு முன்வைத்த சிந்தனைகள் அனைத்தையும் சிதைத்தது. மேற்கு ஐரோப்பிய நாடுகள் கடந்துவந்த பாதையை முழுவதுமாக அரசியலிலும் சமூக அமைப்பிலும் பின்பற்றியுள்ள நாடான ரஷ்யாவிற்கு ஜனநாயக வழிமுறை புரட்சியைக் காட்டிலும் சமூக உடைமைநெறி புரட்சியே உகந்ததென்ற ட்ரோட்ஸ்கியின் கருத்துடன் லெனினுடைய ‘ஏப்ரல் கோட்பாடு’ உடன்பாடு கண்டது. ஏப்ரல் கோட்பாட்டின் அடிப்படையிலேயே எண்ணற்ற தடங்கல்களுடனும் குழப்பங்களுடனும் பாட்டாளிவர்க்கத்தின் ஒத்துழைப்புடன் அதிகாரத்தைக் கைப்பற்றுவதென போல்ஷ்விக்குகள் முடிவுசெய்தனர். வெகுசனங்களின் தன்னார்வத்தில் நம்பிக்கையின்றி அல்லது அது இல்லையென்றான பிறகு அக்டோபர் 25 அன்று (பழைய ஜுலியன் முறை நாட்காட்டியின் படி, இப்போது வழக்கிலுள்ள கிரிகோரியன் நாட்காட்டியின்படி நவம்பர் 7) போல்ஷ்விக்குகள் உண்மையான ஆட்சிக் கவிழ்ப்பில் ஈடுபட்டார்கள், ஆனால் இதை நிறைவேற்றியவர்கள் ட்ரோட்ஸ்கி தலைமையிலான பெட்ரோக்ராடு **(Petrograd)** ராணுவப்படையினர். தொடர்ந்து குளிர்கால மாளிகையைக் ***(Winter Palace)*** கைப்பற்றுதல், கெரென்ஸ்கி ***(Kerenski)*** அரசாங்கத்தின் வீழ்ச்சி என முடிந்து பின்னர் சோவியத் காங்கிரஸின் ஒப்புதலையும் பெற்றார்கள். கனவுகள் நனவாயின, ஆட்சியைத் தொழிலாளர்கள் கைப்பற்றினார்கள். அதாவது தொழிலாளர் வர்க்கத்தின் சில பிரிவினர் ஆட்சியைக் கைப்பற்றப் பின்புலமாக இருந்தார்கள், ஆனால் ஆட்சியில் அவர்கள் இடம்பெறவில்லை.

முடிவை வைத்துக்கொண்டு லெனினும் அவரது கூட்டாளிகளும் தவறிழைத்துவிட்டனர் எனக் கூறவியலாது. ரஷ்யாவின் நிலைமை ஒரு போரைத் தொடர்ந்து நடத்தவோ போரில்லையெனில் சமாதானம் பேசவோ ஆற்றல் கொண்ட நிர்வாகத்தினர் பதவியிலில்லை. அரசாண்டவர்கள் மிகவும் பலவீனமாகவும் எந்த நேரமும் எதிராளிகளால் குறிப்பாக ராணுவத்தால் ஆட்சிக்கு ஆபத்து நேரலாம் என்ற அச்சத்திலும் இருந்தனர் (உதாரணம் கொர்னிலோவ் ***(Kornilov)*** என்ற ராணுவத்தளபதியின் தலைமை யில் நடந்த கலவரமும் ஆட்சியைக் கவிழ்க்க எடுத்துக்கொண்ட முயற்சியும்). அவ்வாறே விவசாயிகளும் ஆட்சிக்கு எதிரான மனநிலையைக் கொண்

டிருந்தனர். இந்நிலையில் மிகவும் பலம் வாய்ந்த அமைப்பின் தலையீடும் கடுமையான நடவடிக்கைகளை எடுக்கக்கூடிய நிருவாகத்தின் தேவையும் அன்றிருந்தது, இது புரட்சியாளர்களுக்கு மட்டுமே சாத்தியம். லெனின் உண்மையில் தேர்ந்த அரசியல் மேதை, மாக்கியவல்லியின் அரசகுமாரன் அதாவது அரசின் நலனும், அரசாள்பவனின் நலனும் பிறபண்புகளைக் காட்டிலும் மேலானதென்ற கருத்துக்குச் சொந்தக்காரர், துணிச்சலும் மனோதிட்பமும் வாய்ந்த ஆசாமி. ஐரோப்பாவிலும் அதைத் தொடர்ந்து உலகமெங்கும் நடக்கவிருக்கும் என்ற அவரது புரட்சிக்கனவிற்கு ரஷ்யப் புரட்சியே முதற்படி. ஆனால் 1917இல் ஆரம்பித்து 1924வரை நல்ல அரசாங்க மொன்றை ஏற்படுத்த வேண்டுமென்ற நோக்கில் கடுமையான பிரச்சினை களை எதிர்கொள்ள வேண்டியிருந்தது, உதாரணமாகத் தேசிய அடை யாளம். லெனின் இப்பிரச்சினையில் மென்மைத் தன்மையைக் கையாண் டிருக்கிறார், இம்மென்மைத் தன்மை இன்று கோக்காஸஸ் *(Caucasus)* பிரச்சினைக்கும் தேவைப்படுகிறது.

ஸ்டாலின் காலத்துக் கொடூரங்களுக்கான வேரெங்கேயென்று போல்ஸ்விக்குகள் பாவங்களில் தேடிக்கொண்டிருப்பது வீணில் முடியும். யுத்தங்களாலும் உள்நாட்டுப் போராலும் பேரழிவைக் கண்டிருந்த ஒரு நாட்டில் திடீரென்று பொதுவுடைமையைக் கட்டியெழுப்புவது அரசிய லால் முடியாதென்பதை விளங்கிக்கொண்ட லெனினுடைய கவனம் பொருளாதார நடவடிக்கைகளின்பாற் திரும்பியது. புதிய பொருளாதாரக் கொள்கையின் *(The New Economic Policy)* மூலம் அரசாங்கத்தின் தலையீடு, தனியார்துறையை ஊக்குவித்தல், சந்தைப் பொருளாதாரம் என ஆர்வங் கொண்டு செயல்பட்டதன் பலனாக ஸ்டாலினிய முறை உள்ளே நுழை கிறது, இறுதியில் லெனினுடைய புதிய பொருளாதாரக் கொள்கைக்கும் கொள்ளிவைக்கிறது. ஸ்டாலினுடைய சர்வாதிகாரம் 1929 – 1934 இந்த ஐந்து ஆண்டுகளிலேயே கட்டிஎழுப்பப்பட்டது. புதிய பொருளாதாரக் கொள்கையைத் தீவிரமாக ஒருகாலத்தில் ஆதரித்த ஸ்டாலின் ‘தொழில் மயமாக்கல்’ என்ற புதிய திட்டத்தால் அனைத்தையும் தலைகீழாகப் புரட்டிப் போட்டார், திட்டம் முழுவீச்சில் செயல்படுத்தப்பட்டது, அவ்வாறே நிர்ப்பந்தப்படுத்த கூட்டுழைப்பு இலட்சக்கணக்கான மனித உயிர்களை பலிகொண்டது. கடைசியில் இக்காலக்கட்டத்தின் இறுதியில் எஞ்சியிருந்த லெனினுடைய அடையாளங்கள் அனைத்தையும் சுத்தமாகத் துடைத்திருந் தார். 1934ஆம் ஆண்டு காங்கிரஸ் ஸ்டாலினுக்குள்ள செல்வாக்கை நிரூபித்தது. கிரோவ் கொலையைக் காரணமாக வைத்து நடத்திய துப்புரவாக்கல் *(Great Purge)* கொலை தாண்டவம் ஸ்டாலினின் கடந்தகால நண்பர்களைக் கூட விட்டுவைக்கவில்லை.

துன்பவியலும் கதைமாந்தர்களும்

இடையில் ஒன்றைக் குறிப்பிட்டாக வேண்டும். ட்ரோட்ஸ்கியும் எதிரணி இடதுசாரிகளும் (1927இல் தோற்கடிக்கப்பட்டுக் கட்சியிலிருந்து வெளியேற்றப்பட்டவர்கள்), ஸ்டாலினும் அவரது முதன்மைக் கூட்டாளி களும் குறிப்பாக புக்காரின் *(Boukharine)* முதலோர் பணக்கார விவசாயி களுக்கு ஆதரவாக இருந்துகொண்டு, தொழில்மயப்படுத்துதலைக் கைவிட்ட

தாகக் குற்றஞ்சாட்டினர். ரஷ்ய மார்க்சியவாதிகள் சமூக உடைமை நெறியை அடைவதற்கு முன்பாகத் தங்கள் நாடு முதலாளிய வளர்ச்சி என்ற கட்டத்தைக் கடந்தாக வேண்டும் என்ற எண்ணத்திலிருக்க, நிரந்தரப் புரட்சியென்கிற கருத்தியத்தில் சிறைப்பட்டிருந்த ட்ரோட்ஸ்கிக்கும் அவரது நண்பர்களுக்கும், புதியபொருளாதாரக் கொள்கை *(The New Economic Policy)* முதலாளிய நலனைக் கருத்திற் கொண்டதென்பதோடு, ரஷ்ய நாட்டை வெகுதூரம் பின்னோக்கியும் அழைத்து செல்லக்கூடியதெனவும் நினைத்தார்கள். ஸ்டாலினை 'போனபார்த்' *(Napoleon Bonaparte)* என வர்ணிக்கவும் அவர்கள் தயங்கவில்லை. அதாவது 'பிரான்ஸ் நாட்டை மறுகட்டமைப்பு செய்த (இங்கே முதலாளித்துவத்தை) முதலாம் நெப்போலியன் போல நடந்துகொள்கிறார்' என்ற பொருளில். ஸ்டாலின் 'மத்தியவாதிபோல' *(Centrist)* நடந்துகொண்டாரென்பதும் உண்மை. அவரது அரசியல், புக்காரின் ஆதரவாளர்கள் மற்றும் புதிய பொருளாதாரக் கொள்கையைக் கொண்டாடியவர்கள் என்றிருந்த வலதுசாரிகளுக்கும் எதிரணி இடதுசாரிகளுக்குமாகத் தொடர்ந்து ஊசலாடியது. ஸ்டாலின் ரஷ்யப் புரட்சியின் நெப்போலியனென்னும் உவமானத்தை ஏற்போமெனில் புரட்சிக்குப் பிறகு புதிய உடைமை உறவுகளுக்கு ஸ்திரமான இருக்கையைக் கொடுத்தவராகவும் அவர் இருந்திருக்க வேண்டும். உண்மையில் புதிய பொருளாதாரக் கொள்கை நிலையான இருக்கையைப் புதிய நிர்வாகிகளுக்கு அனுமதிக்கவில்லை. ஸ்டாலின் தலைமையில் அணிதிரண்ட இப்புதிய நிர்வாகிகள் எதிரணி இடதுசாரியினரின் கொள்கையைக் கையிலெடுத்துக்கொண்டது ட்ரோக்கிஸ்டுகள் கண்ட புரட்சிக் கனவுகளைத் தொடர்வதற்காக அல்ல, அவற்றைக் குழிதோண்டி புதைக்க. ஒருபக்கம் புதிய பொருளாதாரக் கொள்கை, இன்னொரு பக்கம் ஸ்டாலினுடைய அதிகார பலம் ஆக இரண்டும் 1929க்கும் 1934க்கும் இடைப்பட்ட கால ரஷ்ய வரலாற்றின் முக்கியத் திருப்பத்தின்போது எதிரணி இடதுசாரிகளைப் பந்தாடின, அவர்கள் தூக்கியெறியப்பட்டார்கள். பின்னாளில் ட்ரோட்ஸ்கிக்கு, ஸ்டாலினோடு ஒப்பிடுகையில் வலதுசாரியான புக்காரின் இடதுசாரி எதிரணியின் பிரதிநிதிபோல செயல்பட்டிருக்கிறாரென்ற உண்மை தெரியவந்தபோது காலம் கடந்திருந்தது. வேறுவார்த்தைகளில் சொல்வதெனில் புதிய பொருளாதாரக் கொள்கையை நீர்த்துப்போகச்செய்ய ஸ்டாலின் கையாண்ட தவறான வழிமுறைகள் பொதுவுடமை அரசியலுமல்ல பொதுவுடைமை நலனுக்காகவுமல்ல. மாறாக அவை சமூக அமைப்பு மற்றும் அரசியலில் புதியதொரு அதிகார வகுப்பைத் தோற்றுவிக்கும் நோக்கத்துடன் செயல்படுத்தப்பட்டவை என்ற எதார்த்தம் ட்ரோஸ்கிக்குப் புரியவந்தபோது காலம் கடந்திருந்தது.

மிகப்பெரியதொரு அவலச் சம்பவமே ரஷ்யப்புரட்சியின் வரலாறு. துயரத்தின் அவ்வளவு கொடூரங்களும் அவ்வரலாற்றிலுள்ளன. விக்டர் செர்ழ் *(Victor Serge)*, எழுதியுள்ள *Memoirs of a Revolutionary* என்னும் நூல் உயிர்ப்புள்ளதொரு சாட்சியம், சொல்லொணா வலியைத் தரக்கூடியதுங்கூட. இத்துன்பவியலின் சிறப்பு அம்சம் கதைநாயகர்கள் இறுதியில் ஊழ்வினைக்குப் பலியாவது : ஊழ்வினை அவர்களுடைய தேர்வு அல்ல, திணிக்கப்படுகிறது, தப்புவதற்கு எடுக்கும் முயற்சிகள் பலிப்பதில்லை, வேறு வழிகளின்றி ஊழ்வினையை முடித்துவைக்கிறார்கள். இதில்

பிரச்சினை என்னவெனில் நினைப்பிற்கு மாறாக, எடுக்கும் முயற்சிகளே அவர்களுக்கு எதிராகத் திரும்புகின்றன. அதாவது கிரேக்கர் புராணத்தில் வருகிற எடிப்பஸ் *(Oedipus)* ஓராக்கிள் *(Oracle)* நிமித்தப்படி தனது ஊழ்வினையை முடித்துக்கொள்வதுபோல. போல்ஸ்விக் கதைநாயகர்களின் முடிவும் மேற்கண்ட கதைமாந்தர்களின் முடிவை ஒத்தவையே. வர்க்கமற்ற சமுதாயத்தை அமைப்பதென முழுமூச்சாகப் பாடுபட்டவர்கள் கண்டதென்னவோ வர்க்கமுள்ள சமுதாயம். உழைக்கும் வர்க்கத்திற்காக அர்ப்பணித்துக்கொண்டு உடைமை பறிப்போர் அரசியலை கடைசிவரை வழிநடத்தியவர்கள் இவர்கள், மாறாக உழைக்கும் வர்க்கமோ அரசியல் அதிகாரத்திற்காக ஒருபோதும் தங்களை முன்நிறுத்திக்கொள்ளவில்லை. தொழிலாளர்கள் புரட்சியில் கலந்துகொண்டார்கள், ஆனால் அதிகாரத்தில் பங்குபெறவில்லை. 1917ஆம் ஆண்டு பிப்ரவரி மாதப் புரட்சியில் சமூகக்குடியரசுவாதிகளும் தாராளமய பூர்ஷ்வாக்களும் இணைந்த கூட்டணி உருவானது. சமூக உடைமைநெறி புரட்சிவாதிகள் *(Party of Socialists - Revolutionaries)*[1], மென்ஷ்விக்குகள் *(Menchviks)*[2], எந்த அணியிலும் இடம் பெறாதிருந்த சுயேச்சையாளர்கள் உ-ம். கெரென்ஸ்கி *(Kerenski)* போன்றவர்களின் செல்வாக்கு ஓங்கியது. சோவியத்துகளின் *(Soviets)*[3] தற்காலிக அரசுக்கு, ஒரு தற்காலிக எதிர்ப்பை மேற்கண்ட கூட்டணியினர் உருவாக்கியிருந்தனர். இந்நிலையில் நெருக்கடியிலிருந்து மீள இரண்டே இரண்டு வழிமுறைகள்தாமிருந்தன. ஒன்று சோவியத்துகள் தங்கள் பலத்தால் இரு தரப்பினரையும் வீழ்த்துவது, இரண்டு சோவியத்தில் போல்ஸ்விக்குகள் பெரும்பான்மைபலத்தை அடைவது. இந்நெருக்கடியை போல்ஸ்விக்குகள் சந்தித்தபோது போல்ஷ்விக்குகளிடையே மூன்று பிரிவுகள் இருந்தன: 1. புரட்சி நடவடிக்கைகள் கூடாதென்றவர்கள். 2. தற்காலிக அரசுக்கு எதிராகப் புரட்சியைக் கட்டாயம் நடத்த வேண்டுமென்றவர்கள். 3. இப்பிரச்சினை கட்சி மட்டத்தில் விவாதிக்கப்பட வேண்டியதெனவும், முடிவுகளைத் தீர்மானிப்பதும் – புரட்சியை வழிநடத்துவதும் கட்சியாக இருக்க வேண்டுமேயன்றி சோவியத்தில் வைத்து அல்லவென்ற லெனின் போன்றவர்கள்.

இறுதியாக பெட்ரோகிராடு சோவியத்தின் தலைவரான ட்ரோட்ஸ்கியின் தூண்டுதலின்பேரில் சோவியத் காங்கிரஸில் நடந்த வாக்கெடுப்பில் புரட்சியை முன்னெடுப்பதென்ற கருத்து ஏற்கப்பட அதற்கு முன்பாகவே போல்ஷ்விக்குகள் புரட்சியில் குதித்திருந்தனர். இவ்விவகாரத்தில் ட்ரோட்ஸ்கியின் நடவடிக்கை 1917 அக்டோபரில் அதிகாரத்தை சோவியத்துக்குள் இருக்கும் தொழிலாளர் வர்க்கம் கைப்பற்ற வேண்டுமென்ற கனவைக் கட்டிக்காப்பதாக இருந்தது. அவ்வரசியல் லெனின் குறிப்பறிந்து சூழலைப் புரிந்துகொண்டு நடைமுறைபடுத்தப்பட்டது. எனினும் கட்சி புரட்சியை முன்னின்று நடத்துகிறது. அதாவது தொழிலாளர் வர்க்கம் அதனுடைய சொந்த ஆற்றலைக்கொண்டு தொழிற்சங்கம் என்ற பார்வையைக் கடந்து புரட்சியை நடத்தப் போதாதென்று 1903இல் லெனினின் தெரிவித்திருந்தற்கொப்ப, போல்ஷ்விக்குகள் தொழிலாளர் வர்க்கத்தை ஒருபடைபோலவே நடத்தினர், அப்படைக்குத் தளபதிகளாக இருந்தவர்கள் அவர்கள். உள்நாட்டுப்போர் இந்நிலைமையை

மேலும் தீவிரமாக்கியது. பலவீனமாகிப்போன சோவியத்தில் புரட்சியாளர்கள் என அழைக்கப்பட்ட – லெனின் அணியினரும் அவரது கூட்டாளிகளான SR இடதுசாரிகளும் *(Left Socialist-Revolutionaries)* அதிகார மறுப்புவாதிகளும் *(Anarchistes)* வலுப்பெறுகிறார்கள். பின்னர் SR இடதுசாரிகளையும், அதிகார மறுப்புவாதிகளையும் முற்றாக ஒழித்துவிட, அதிகாரத்தைக் கைப்பற்றியிருந்தவர்களின் குரல் மட்டுமே ஓங்கி ஒலித்தது.

இவ்விவகாரத்தில் அதிகாரமறுப்புவாதிகளும் பிற இடதுசாரி அணியினரும் செய்த தவற்றுக்கு போல்ஷ்விக்குகள் ஏதோ மனமறிந்து தொழிலாளர்வர்க்கத்தை ஆதிக்கம் செய்யவிரும்பி இதைச் செய்தார்களென நாம் முடிவெடுப்பதும் தவறு. காரணத்தை விளங்கிக்கொள்வது மிகவும் சுலபம். சில இலட்சம் தொழிலாளர்கள், பித்துப்பிடித்த நிலையிலிருந்த இலட்சியவாதத்தில் கலப்பதைத் தவிர ஓர் ஆதிக்கச் சக்தியாகத் தங்களை மாற்றிக்கொண்டிருக்க முடியுமென்பது ஒருபோதும் நடவாத காரியம். புரட்சிகர மார்க்ஸிஸ்டுகளின் வழிகாட்டியெனக் கருதப்படும் *The State and Revolution (1917)* என்னும் பிரதியில் லெனின், பாட்டாளிவர்க்க சர்வாதிகாரம் என்பதை, ஓர் அரசாங்கத்தில் சமையல்காரி நாட்டின் பிரச்சினைகளைக் கவனித்துக்கொள்வதற்கு ஒப்பிடுகிறார். அதனூடாக அவர் சொல்லவருவது கட்சியின் மேற்பார்வையில் அரசாங்கத்தின் பொறுப்புகளை அவள் கவனித்துக்கொள்வதில் சங்கடங்களிருக்காது, இக்கூட்டு ஞானம் ஒரு புதிய வர்க்கம் அதாவது சமுதாயத்தில் விழிப்புணர்வுகொண்டதொரு வர்க்கம் அல்லது புதிய உற்பத்தி உறவின் வடிவம். உண்மையில் நடந்தது வேறு. சமையற்காரிக்குச் சமையலில் மட்டுமே கவனமிருந்தது. பொருளாதாரத்தை இயங்கவைப்பதற்காக நிர்வாகத்தினர் அளித்த அறிக்கைகளை வாசிப்பதற்கேனும் அவளுக்குக் கொஞ்சம் நேரமுண்டு. மாறாக அதிகாரத்தின் எதிர்பார்ப்பின்படியும், ஆணைகளின் படியும் செயல்பட அவளுக்குக் கால அவகாசம் போதவே போதாது.

புரட்சி ஒரு குறைப்பிரசவமா?

மிகவும் பின்தங்கியும் (ட்ரோக்கிசமும் பொதுவுடைமை கட்சியினரில் ஒரு பிரிவினரும் தரும் இறுதி விளக்கங்களின்படி), உள்நாட்டுப் போரில் வெகுவாகச் சீரழிந்திருந்துமிருந்த ரஷ்யாவில், தொழிலாளர் வர்க்கத்தின் ஜனநாயகத்தைக் (தொழிலாளர் வர்க்கத்தின் நேரடி அதிகாரத்தின் கீழ்) காலம் மற்றும் இடங்களின் அடிப்படையில் நடைமுறைப்படுத்துவதற்குச் சாத்தியமே இல்லையென்றும் பதிலாக வேறு சூழல்களிலெனில் மார்க்ஸியத்தின் கணிப்பை நூறு சதவீதம் எவ்வித பிரச்சியினையுமின்றி நிறைவேற்றியிருக்க முடியுமெனச் சொல்லப்படுபவற்றை நம்ப வேண்டியவர்களாகவிருக்கிறோம். நிரந்தரப் புரட்சியை வற்புறுத்தும் ட்ரோட்ஸ்கியக் கோட்பாடும் வளர்ந்த முக்கியமான முதலாளித்துவ நாடுகளில் புரட்சியைப் பரவலாக்குவதொன்றே சமூக உடைமைநெறியை அடைவதற்கான உத்தரவாதம் என்கிறது. மிகவும் சோகத்திற்குரிய ரஷ்யப் புரட்சியின் முடிவே அதிகரிக்கும் வெகுசனங்களின் பிடிப்பற்ற தன்மைக்கும் மிகவும் சோகத்திற்குரிய ரஷ்யப் புரட்சியின் முடிவே அரசாங்கத்தின் முதுகெலும்பான அதிகாரத்தின் பரவலுக்கும் ஏற்படும் என்பதில் சந்தேகமில்லை. இந்நியா

யங்கள் எல்லாமும் கறைபட்டுள்ள மார்க்ஸியப் புரட்சிகரச் சிந்தனைகளைக் காப்பாற்றும் முயற்சிகள். ரஷ்யாவின் இக்குறிப்பிட்ட சூழ்நிலைகளைக் குறித்த விளக்கத்தை அது (மார்க்சியம்) வைக்கத் தவறிவிட்டது. கோட்பாட்டுக்கு மாறாக, சோஷலிஸ அல்லது பொதுவுடைமைப் புரட்சி அதன் நோக்கங்களுக்குப் பொருத்தமற்ற சூழல்களுள்ள இடத்தை ஏன் தேர்வுசெய்ய வேண்டும், புரட்சியை நடத்த வேண்டும்? பதிலாக எங்கே தொழிலாளர் வர்க்கம் அதிகாரத்தைக் கைப்பற்றியிருக்க முடியுமோ அந்த நாடுகளில் – அமெரிக்கா, பிரிட்டன், பிரான்ஸ், ஜெர்மனி போன்ற நாடுகளில் – புரட்சி நடைபெறாமல் போனதற்கும், ரஷ்ய புரட்சிக்கு அந்நாடுகளில் செவிசாய்க்காமல் இருந்ததற்கும் என்ன காரணம்? ஏன்? பிரான்ஸ் நாட்டின் 1871ஆம் ஆண்டு கொம்யூன் புரட்சியில் தனித்துப் பங்குபெற்ற தொழிலாளர்வர்க்கம் கடைசியில் ஒப்பாரி பாட வேண்டியிருந்த நிலையை மார்க்ஸ் குறைப்பிரசவமென்று கருதியதைப் போல ரஷ்யப் புரட்சியும் குறைப் பிரசவமா?

இரண்டாவதாக வேறுவகை கேள்விகள் சட்டென்று எழுகின்றன. அக்டோபர் புரட்சியின் இறுதித் தோல்வி ஊகங்களின் அடிப்படையிலான காரணங்களோடு தொடர்புகொண்டதா என்பது முதலாவதாக நமக்குள் எழும் கேள்வி. அவ்வாறில்லையெனில் தோல்விக்கும் சோஷலிஸப் புரட்சியின் அடிப்படை நோக்கமான தொழிலாளர் வர்க்கத்திடம் அதிகாரத்தை ஒப்படைப்பதென்ற பிரச்சினைக்கும் ஏதேனும் தொடர்பிருக்குமா என்பது பற்றியது இரண்டாது கேள்வி. நமது கேள்விகளுக்கான விடை அவற்றிலேயே உண்டெனில் நல்ல மார்க்ஸியவாதிகளாக நாம் பின்வரும் முடிவுக்கே வரவேண்டியுள்ளது. கடந்த நூற்றாண்டில் சமூக உடைமைவாதிகள் மற்றும் பொதுவுடைமை வாதிகள் புரட்சியென்ற பெயரில் முன்வைத்தவை அனைத்தும், புதிய வர்க்கச் சமூகத்தின் முதலாளித்துவமல்லாத ஆனால் தொழிலாளர் வர்க்கத்தைச் சுரண்டுவதில் மாற்றுக்குறையாததொரு புதிய ஆதிக்க வர்க்கம், அதிகாரத்தைக் கைப்பற்றுவதற்காக அணிந்த முகமூடிகளே என்பது அம்முடிவு.

இருபதாம் நூற்றாண்டில் பொதுவுடைமை பட்ட அவலத்திற்கும் நேர்ந்த கொடூரமான கருச்சிதைவிற்குமான நியாயங்கள் மேற்கண்ட கேள்வித் தொகுப்புகளுக்கான பதில்களில் தெளிவாகவே உள்ளன. முதலாவது வகை கேள்விகளுக்கு வருவோம்: 1917ஆம் ஆண்டு டிசம்பர் மாதம் 24ஆம் தேதி, அதிகாரம் போல்ஷ்விக்குகளின் கைக்கு வந்து சில நாட்கள் ஆகியிருந்தன. கிராம்ஸ்கி தன்னுடைய அவந்தி *(Avanti)* இதழில் 'மூலதனத்திற்கு எதிராக ஒரு புரட்சி' என்றொரு கட்டுரையைப் பிரசுரித்திருந்தார். அதில் ரஷ்யாவில் 'மூலதன நூல்' பாட்டாளிகளைவிட, பூர்ஷ்வாக்களுக்கு வேண்டியிருக்கிறது ஏனெனில் ரஷ்யாவின் இன்றைய தேவை பூர்ஷ்வாசியேயன்றி, முதலாளிய சகாப்தமல்ல எனக் குறிப்பிடுகிறார். மிகவும் தீவிரமாகச் செயல்பட்ட போல்ஷ்விக்குகள் கார்ல் மார்க்ஸை விலக்கியிருந்ததோடு, பொருள்முதல் வாத வரலாற்றுச் சட்டமென்பது பலரும் நினைத்தது போலக் கடுமையானவை அல்ல என்பதைப் போல அவர்களுடைய நடவடிக்கைகள் இருந்தன. கிராம்ஸ்கி தனது கட்டுரையில் மார்க்ஸை அதற்காக வரலாற்றுக் குப்பையில் வீசியவரல்ல. அவருக்கு

பாரம்பர்ய மார்க்ஸிசம் ஒருவகையில் தொல் எச்சம், செயல்பாட்டைக் கொண்டு மார்க்சிய சிந்தனையை உயிர்ப்பிக்க வேண்டுமென்றார். மார்க்ஸியத்தை முன்வைத்து என்றவகையில் அல்லது பின்னர் வரிசையாக மார்க்ஸியச் சிந்தனையை அடிப்படையாகக்கொண்டு வெளிவந்த நூல் களுள் இது முதலாவது. நூலின் மையப்பொருள்: 'இரண்டாம் சர்வதேசத் தின்' தொல் எச்ச மார்க்ஸியத்திற்கு எதிராக மார்க்ஸின் ஜீவனுள்ள சிந்தனையைப் பாதுகாப்பது. ரஷ்யப் புரட்சியின் பாதை மார்க்ஸிய வழியைத் தேர்ந்தெடுக்கவில்லை அல்லது அப்பாதையை விலக்கியிருந்தது. 'ஏகாதிபத்திய சங்கிலி எங்கே பலவீனமாக இருந்ததோ அங்கே அறுப்பட்ட தென்னும்' லெனினுடைய ஒரு வாக்கியத்தைக்கொண்டு ரஷ்யப் புரட்சி யைக் விளங்கிக் கொள்ள முடியும். ஏகாதிபத்திய சங்கிலி அறுபட்டதெனில் அங்கே (ரஷ்யா வில்) முதலாளித்துவம் நோஞ்சானாகவும், வளர்ச்சியடை யாமலும், பிறவிடங் களுடன் ஒப்பிடும்பொழுது தனது இடத்தை உறுதிப் படுத்திக்கொள்ள வக்கின்றியும் இருந்தது; விளைவு, பொருள்முதல்வாத வரலாற்றின் கூற்றுப்படி, ரஷ்யா நாடு சமூக உடைமைநெறி மாற்றத்திற்கு வேண்டிய தயார்நிலையில் இல்லை என்பது நிதர்சனம்.

அடிக்குறிப்புகள்

1. *Party of Socialists – Revolutionaries* : இருபதாம் நூற்றாண்டின் ஆரம்பத்தி லிருந்த முக்கியமானதொரு அரசியல் கட்சி. ரஷ்யப் புரட்சியில் முக்கியப் பங்கை வகித்த கட்சி. பிப்ரவரி புரட்சிக்குப் பிறகு, இக்கட்சியைச் சேர்ந்தவர்கள் இதர சோஷலிஸ்டு கட்சிகளுடன் இணைந்து மாகாண அரசாங்கத்தில் பங்குபெற்றிருந்தார்கள்.
2. *The Mensheviks* : ரஷ்யப் புரட்சி இயக்கத்தின் ஒரு பிரிவினர். ரஷ்ய சமூக உடைமைநெறிக் கட்சியில் 1904 ஆண்டின் இரண்டாவது காங்கிரஸின்போது லெனினுக்கும் மற்றொரு தலைவரான ஜூலியஸ் மர்த்தோவ்க்கும் (*Julius Martov*) ஏற்பட்ட கருத்து மோதலில் மர்த்தோவ் தலைமையில் பிரிந்தவர்கள் எண்ணிக்கையில் சிறு பான்மையினராக இருந்தார்கள். குறிப்பாக கட்சியின் அங்கத்தினர் பற்றிய வாக்கெடுப்பின் போது. ஆக சிறுபான்மையினரான மர்த்தோவ் பிரிவினர் மென்ஷ் விக்குகள் என்றும் பெரும்பான்மை வாக்குகளுக்குச் சொந்தக்காரர் களாகவிருந்த லெனின் தலைமையில் அணி திரண்டவர்கள் போல்ஷ்விக்குகள் எனவும் அழைக்கப்பட்டனர்.
3. *Soviet* என்னும் சொல் சார் மன்னர் காலத்தில் முற்போக்கு சிந்தனை கொண்டிருந்த தொழிலாளர்கள், விவசாயிகள், போர் வீரர்கள் ஆகியோர் சேர்ந்து தோற்றுவித்திருந்த செயற்குழு அமைப்பாகும். தொழிற்சாலைகள், நகரம் மற்றும் மாகாண நிர்வாகங்களை 1905 ஆண்டிலிருந்து இவர்களின் (சோவியத்துகளின்) கைக்கு வர ஆரம்பித்தன. பழைய ரஷ்யாவின் நகர நிர்வாகத்தில் வலிமை வாய்ந்த அமைப்புக்கும் சோவியத் என்றே பெயர்.

குட்டி பூர்ஷ்வாக்களின் தேசியப் புரட்சிகள்

பின்வந்த தசாப்தங்களின் வரலாறு ரஷ்யப் புரட்சியில் நாம் கண்ட வற்றை உறுதிசெய்தன : சமூக உடைமை நெறிவாதிகளின் புரட்சிகள்

அல்லது அப்படியொரு பெயரில் பொதுவுடமைவாதிகள் வழிநடத்திய சமபவங்கள் நடைபெற்ற நாடுகள் ட்ரோஸ்க்கியின் வார்த்தையில் சொல்வ தெனில் 'வளர்ச்சியில் பின்தங்கிய முதலாளித்துவ நாடுகள்' (சீனா, கியூபா, வியட்நாம்), பிறகு யுத்தத்தால் சீரழிந்திருந்த நாடுகள் (1945ஆம் ஆண்டு கிழக்கு ஐரோப்பிய நாடுகள்). ஆனால் அங்குங்கூடத் தங்கள் கோரிக்கை களுக்காக உண்மையான புரட்சியை ஒருமுறைகூடச் சுதந்திரமாகச் செயல் பட்டதொரு தொழிலாளர்வர்க்கம் நடத்தியதாகச் சான்றுகளில்லை. மேலும் அக்டோபர் புரட்சி என்பது, பழங்காலத்து வகைப் புரட்சி அதாவது உழைப்பாளர்கள் முக்கியப் பங்காற்றுவதோடு, போராட்டத்தின் போது முன்வரிசையிலும் நிற்பார்கள், தலைமையை இடதுசாரிபோக்கைக் கடைப்பிடிக்கவும் அது உந்தும். இப்புரட்சிகள் நடந்த (இச்சொல்லை உபயோகிக்க அதிகம் யோசிக்க வேண்டியுள்ளது) கிழக்கு ஐரோப்பிய நாடுகள், சீனா, வியட்நாம் மற்றும் கியூபா இப்படி எந்த நாட்டிலும் தொழிலாளர் அமைப்புகள் தங்கள் சொந்தப் பிரச்சினைகளுக்காகப் போராடினார்களென்று கூறமுடியாது. அடிமட்டத்தில் விவசாயிகளையும் குட்டி பூர்ஷ்வாக்களின் வழிநடத்துதலையும் கொண்ட முடிவுற்ற கியூபா நாட்டின் பாரம்பரிய வெகுசனப் புரட்சிகொண்டு ஓர் நல்ல உதாரணம். கஸ்ட்ரோ, செகுவாரா இருவருமே ஒரு உழைப்பாளியின் போர்க்குணத்தையோ வர்க்கப் போராட்டத்தையோ கோரிக்கைகளை முன்வைத்து போராட்டத் தில் குதிக்கிற தொழிற்சங்கங்களையோ அறிந்தவர்களல்ல. அவர்களது செயல்பாடு களைக் குறித்து அவர்களிருவருக்கும் எத்தகைய மதிப்பீடுகள் இருப்பினும் தேசிய ஜனநாயகப் புரட்சியொன்றின் பிரதிநிதிகளாக இருந்திருக்கிறார்கள். பத்தொன்பதாம் நூற்றாண்டின் சம்பவங்களுக்குத் தலைமை கேந்திரமாக ஐரோப்பா இருந்ததுபோல. சீனர்களின் விவகாரமும் கூடுதலாகவே விவாதத்திற்குரியது. 1927ஆம் ஆண்டு 'ஷங்காய் கொம்யூன்' இயக்கம் கடுமையாக ஒடுக்கப்பட்ட பிறகு புரட்சி நடவடிக்கைகளில் தொழிலாளி களின் பங்களிப்பு முற்றாக இல்லையென்றானது. தொடக்கத்திலேயே ஏற்படுத்தப்பட்ட ஒருவகையான அடக்குமுறை நிர்வாகம் தொழிலாளர் செயல்பட எவ்வித வாய்ப்பையும் தரவில்லை. சீன நாட்டின் பொது வுடைமைக் கட்சியைத் தோற்றுவித்தவரும் தலைவருமான பெங் – ஷி – ட்சே *(Peng Shu-tse)* ட்ரோட்க்கிஸத்தின் அனுதாபியாக மாறிய பிறகு கூறுகிறார்:

1927ஆம் ஆண்டு புரட்சி தோல்வியடைந்த பிறகு, பிரெஞ்சு பொது வுடைமைக் கட்சி ரகசிய காவற்படையொன்றை ஏற்படுத்தியது. இப்படை யின் முக்கியப் பணி குமன்ட்டாங் *(Cumintang)* ஆட்களால் கட்சியில் நிர்வாக அமைப்புகளுக்கு ஏதும் ஆபத்துவராமல் பார்த்துக்கொள்வது. பின்னர் மா சே – துங் *(Mao Tse-toung)* 'சீன சோவியத்தின் அரசு' என்ற ஒன்றை கியாங்சுவில் *(Kiangsu)* ஏற்படுத்தியபொழுது ரகசியக் காவற்படை அங்குக் கொண்டுசெல்லப்பட்டு உள்ளூர் காவல் துறையாக பயன்படுத்திக் கொள்ளப்பட்டது. பின்னர் 1935ஆம் ஆண்டில் மாசேதுங்கும் அவருடைய தோழர்களும் யானன் பகுதியில் தங்களை உள்வாங்கிக்கொண்டபோதும் இந்த ரகசியக் காவற்படை தொடர்ந்து இயங்கியதோடு, சோவியத் யூனிய னுடைய *GPU* வின் உதவியையும் யோசனைகளையும் ஏற்றுக்கொண்டு

மேலும் வளர்ச்சிபெற்றது. 1949ஆம் ஆண்டு வெகுசன அரசு பீஜிங்கில் ஏற்பட்டதும் ரகசியக் காவற்படையின் ஆதிக்கம் நாடெங்கும் விரிவாக்கப் பட்டது. ரஷ்ய GPU அமைப்பின் வல்லுநர்கள் ஆலோசகர்களாக வர வேண்டுமெனக் கேட்டுக்கொள்ளப்பட அவர்களும் செயல்திட்டங்களை வகுத்து புதிதாகப் பொறுப்பேற்கும் அதிகாரிகளுக்குப் பயிற்சியும் அளித்து ரகசியக் காவற்படையின் பணியைப் பொதுமக்களின் பாதுகாப்புக்கென விரிவுசெய்தார்கள்.[1]

பொதுவுடைமைக் கட்சி எங்கெல்லாம் நலிந்திருந்ததோ அங்கே அவர்கள் செய்த முதல்வேலை சுதந்திரமாக இயங்கிய தொழிற்சங்கங்களை இல்லாதொழித்தது. சிறிய அளவிலிருந்த ட்ரோட்க்கிஸ்ட் இயக்கமும் அழிக்கப்பட்டது. அவர்களில் ஓரளவு வாய்ப்பிருந்தவர்கள் பிறநாடுகளில் அடைக்கலம் தேட முடிந்தது. மாவோவின் பொதுவுடைமைக் கட்சி ஆட்சியைப் கைப்பற்ற முடிந்ததற்குக் காரணம் அது தொழிலாளர் கட்சி என்பதாலல்ல, ஜப்பானியப் படையெடுப்பின்போது வறிய ஏழைக்குடி யானவர்களைக் கொண்ட படையினரின் ஆதரவுடன் மிகப்பெரிய எதிர்ப்பு சக்தியாக அது இருந்ததென்பதே. ஆக *Mutatis mutandis* அதாவது எது நடக்க வேண்டுமோ அது நடந்தது. வியட்நாமியப் பொதுவுடமையிலும் அதுவே நிகழ்ந்தது. ஹோசிமின்[2] மற்றும் கியாப்பின் *(Giap)* படை என்பது தொழிலாளர் வர்க்கத்திலிருந்து பிறந்ததல்ல, அப்படியொரு வர்க்கம் அங்கு இல்லவே இல்லையெனக் கூறலாம், பதிலாக தேசபக்தி நிறைந்த பொதுமக்களிலிருந்து பிறந்ததாகும். எனவேதான் 1939ஆம் ஆண்டு *Tha-Thu-Tau, Tran-Van-Trach* இரு ட்ரோக்கிஸ்டுகள் உள்ளூர் தேர்தலொன்றில் அரசாங்க வேட்பாளர்களைவிட 80 சதவிகித வாக்குகளைப் பெற்றவர்கள். யுத்தத்தின்போது *Con Lon* தீவில் சிறைவைக்கப்பட்டு ஸ்டாலின்வாதி களால் கொல்லப்பட்டனர். சீன நாட்டைப் போல இங்கும் உழைக்கும் வர்க்கம் எதிரியாக நடத்தப்பட்டது.

கம்போடிய நாட்டைப் பற்றியும் சொல்லாமல்விட முடியாது. இரண்டு அல்லது மூன்று மில்லியன் மக்கள் கொல்லப்பட்டதாக சில தகவல்கள் தெரிவிக்கின்றன. அதாவது நாட்டின் மக்கள்தொகையில் மூன்றில் ஒரு பங்கினர் கொன்று குவிக்கப்பட்டதென்பது கேமர் ரூழ் *(The Khmer Rouge)*[3] அரசு கொலைநடவடிக்கையில் பெறப்படும் தகவல். தொடக் கத்தில் இவ்வியக்கம் உண்மையில் மாவோ கொள்கையோடு இறுதிவரை மிகவும் நெருக்கம் கொண்டிருந்தது, இருந்தபோதிலும் அமெரிக்கா இவர் களை ஆதரித்தது. இவர்களுக்கு நகரமும் நகரமக்களும் ஆகாதவர்கள். குறிப்பாகப் பண்பாட்டு அளவில் முரண்கொண்டிருந்தவர்கள் அனை வரும் எதிரிகளாகக் கருதப்பட்டுக் கொலைசெய்யப்படுகிறார்கள். இருபதாம் நூற்றாண்டுப் பொதுவுடைமை இவர்களிடத்தில் வேறுபார்வைகொண் டிருந்தது. 1975ஆம் ஆண்டு ஏப்ரல் 17க்கும் 18க்கும் இடையிலான ஓர் இரவில் அறிவுஜீவி எனச் சந்தேகிக்கப்படுகிறவர்கள் – உதாரணமாக மூக்குக் கண்ணாடி அணிந்திருந்தவர்கள் – அனைவரும் வேட்டையாடப்பட்டனர். கிட்டத்தட்ட போனம் பென் *(Phnom Penh)* நகரை முழுமையாக காலி செய்தனர். கேமர் ரூழ் கொலைகளை ருவாண்டாவில் டுட்ஸீ மக்களையும்

அவர்களுக்கு ஆதரவாகத் திரண்ட ஹிட்டூஸ் மக்களையும் கொன்றுகுவித்த ஹிட்டூஸ் இனத்தினரின் நடவடிக்கைகளோடு ஒப்பிடலாம். எனினும் மேற்கத்திய நாடுகளிலுள்ள இடதுசாரிகளுள் ஒருசிலர் கேமர் ரூழ் அரசாங்கத்தைத் தூக்கிப்பிடிப்பதுதான் நம்மை வியப்பில் ஆழ்த்துகிறது. எது எப்படியோ ஆர்வெலின் '1984' கற்பனை அல்ல என நிரூபித்தவர்கள். இருபதாம் நூற்றாண்டில் இக்கட்சி மட்டுமே நகர மாந்தரையும் நகரப் பண்பாட்டையும் உடன் தொழிலாளர் வர்க்கத்தையும் அழித்தொழிப்பதை நோக்கமாகக்கொண்டிருந்தது. இதில் வேடிக்கை என்னவென்றால் கடைசியில் கேமர் ரூழ் கோரதாண்டவத்திற்குப் பலியாகிக்கொண்டிருந்த கம்போடியாவை மீட்டதென்னவோ வியட்நாம் ராணுவம். பல ஆண்டுகளாக போனெம் பென்னிலிருந்து துரத்தப்பட்ட கேமர் ரூழ் தாய்லாந்து, சீனா மற்றும் அமெரிக்கா ஆதரவுடன் வியட்நாமுக்கு எதிராகக் கெரில்லா யுத்தத்தை நடத்தியது.

கிழக்கு ஐரோப்பிய நாடுகளைப் பொறுத்தவரை புரட்சி என்பது சோவியத் அரசாங்கம் மற்றும் கட்சியின் அமைப்புடன் அந்நாடுகளின் பொதுவுடைமைக் கட்சிகளுக்குமிருந்த தொடர்பின் அடிப்படையிலும் செம்படையின் தலையீட்டாலும் நடந்தேறியவை. ஜெர்மனியிலும் சரி, அங்கேரியிலும் சரி, செகோஸ்லாவாக்கியாவிலும் சரி, தொழிலாளர் இயக்கங்கள் முக்கியப் பங்கு வகித்ததாகப் பதிவுகளில்லை. இந்நாடுகளைச் சேர்ந்த தொழிலாளர்கள் விழித்துக்கொண்டபொழுது அவர்கள் 'ஏகாதிபத்தியத்தின் ஆட்கள்' என விமர்சனத்திற்குள்ளாகியதோடு ஸ்டாலின் அரசாங்கத்தின் கடுமையான அடக்குமுறைக்கும் பலியானார்கள். 1953ஆம் ஆண்டு கட்டடக்கலைத் தொழிலாளர்கள் கிழக்குப் பெர்லின் நகரில் பொது வேலைநிறுத்தமொன்றிற்கு அழைப்பு விடுத்தபோது கடுமையாக ஒடுக்கப்பட்டனர் என்பதை இங்கே உதாரணமாகக் குறிப்பிடலாம். இதைக் ஜெர்மன் நாட்டுக் கவிஞரும் நாடக ஆசிரியருமான பேர்தல்ட் பிரிஷ் *(Bertolt Brecht)* கசப்புடன் எழுதுகிறார்:

ஜூன் 17

கொந்தளிப்பை அடுத்து

எழுத்தாளர் சங்கத்தின் துண்டுப்பிரசுரங்கள்

ஸ்டாலின் வீதியெங்கும்

வாசிப்பும் அரசிடம் நம்பிக்கை தொலைப்பும்

நம்பிக்கையை மீட்க

அரசறிந்த எளிய உபாயம்

தொலைத்த மக்களைக் கலைப்பதும்

தொலைக்காத மக்களை அழைப்பதும்[4]

அங்கேரி, போலந்து (1956), பின்னர் 1968இல் செக்கோஸ்லாவாக்கியா என்று தொடர்ந்து அத்தனை நாடுகளிலுமிருந்த 'பாப்புலர் டெமோக்கிரஸி' அரசுகளும் மக்களிடம் நம்பிக்கை இழந்தபோது, தங்களை மாற்றிக்கொள்ளவில்லை, மக்களை மாற்றினர்.

அடிக்குறிப்புகள்

1. *The Chinese Revolution - Peng Shu-tse - Peng Plan.*
2. *Ho Chi Minh (1890 – 1969)* வியட்நாமிய மார்க்சிஸ்ட் தலைவர். *1945 – 1969* பதினான்கு ஆண்டுகள் வியட்நாம் அதிபராக இருந்தவர். வியட்நாம் படைத்தளபதி, வியட்நாம் யுத்தத்தின்போது பிரான்ஸும் அமெரிக்காவும் தோல்வியடைந்ததில் இவருக்குக் கணிசமான பங்குண்டு.
3. கம்போடியா பொதுவுடைமைக் கட்சியின் தலைவர்களுக்கு அளிக்கப் பட்ட பெயர், போல் போட் *(Pol Pot)* என்னும் சோலத் சார் *(Saloth Sar)* முக்கியத் தலைவர்.
4. *B. Brecht La solution* ஜெர்மன் மொழியிலிருந்து *Jean-Pierre Lefebvre* என்பவரின் பிரெஞ்சு மொழியாக்கத்தின் தமிழ் வடிவம்.

உழைக்கும் வர்க்கத்தின் நைந்துபோன சரித்திரம்

இருபதாம் நூற்றாண்டில் எங்கெல்லாம் முதலாளித்துவம் களையப் பட்டதோ அங்கெல்லாம் உழைக்கும் வர்க்கம் உடனடியாக அரசியலி லிருந்து விலக்கப்பட்டுள்ளது (உதாரணம் ரஷ்யா) அல்லது அப்படியான சம்பவங்கள் தொழிலாளர்களின் பங்களிப்பின்றியே நடந்து முடிந்திருக் கின்றன. போல்ஷ்விக்குகள் குறிப்பாக லெனினும் அவருடைய சகாக்களும் புரட்சியின் தொடக்கக் காலங்களில், தொழிலாளர் வர்க்கம் பற்றியதொரு தெளிவான கருத்தைக் கொண்டிருந்தார்களென்ற உண்மையை ஏற்றுக் கொள்ள வேண்டும். ஆனாலும் தொழிலாளர்வர்க்கத்தின் பேரால் புரட்சியை அவர்கள் நடத்தினார்கள். சோகை பிடித்திருந்த தொழிலாளர்வர்க்கத் தினரால் உடனடியாகப் புரட்சியை நடத்த இயலாததென்பதால், புரட்சியை முன்னெடுத்துச்செல்லத் தங்களைக் கேட்டுக்கொண்டது போல பாவனை யும் செய்தார்கள். புரட்சிக்குத் தொழிலாளர் வர்க்க முத்திரை இருக்குமா னால் மேற்கத்திய தொழிலாளர் வர்க்கம் தங்கள் பங்கிற்குப் புரட்சியை (குறைப் பிரசவ ?) முதலாளித்துவத்திற்கு எதிராகத் தொடர்ந்து கொண்டு போக முடியுமென்னும் எதிர்பார்ப்பு அவர்களிடமிருந்தது. ஆக சற்று முன்பு நாம் எழுப்பியிருந்த இரண்டாவது வகைக் கேள்விகள் தொகுப்பில் இது வருகிறது. ஆனால் அவர்கள் நினைத்தபடி எதுவும் நடக்கவில்லை. *'Freikorps (Free corps)'*தொண்டர் படையினரும் ஜங்க்கர்கள் என்ற ஜெர்மன் நிலவுடைமையாளரும் நடத்திய அராஜகங்களைக் கண்டும் காணாமலும் ரகசியமாக அவர்களை ஆதரித்தும் பழகியிருந்த சமூகக் குடியரசு 1919ஆம் ஆண்டின் ஜெர்மன் புரட்சியைக் கடுமையாக ஒடுக்கியது. ஜெர்மன் சமூகக் குடியரசினரின் இப்போக்கு ஹிட்லரின் ஆட்சிக்கு வகை செய்த தோடு பின்னர் அவருடைய கையாலேயே அழிவைத் தேடிக்கொள்ளவும் காரணமாயிற்று என்பதை வெய்மர் குடியரசின் வரலாறு *(Weimar Republic)*[1] தெரிவிக்கிறது. ஜெர்மன் நாட்டில் இரண்டாவது புரட்சியை நடத்துவதற்கு 1923ஆம் ஆண்டு இலையுதிர் காலத்தைத் தேர்வுசெய்ததும் பின்னர் அம்முடிவை *Komintern*[2] கடைசி நிமிடத்தில் ரத்துசெய்ததும் உலகறிந்தது.

இத்திடீர்முடிவை ட்ரோக்கிஸ்டுகள் மிகமோசமான துரோகமென்று விமர்சித்தனர். அவர்கள் கூற்றில் ஒருபாதிதான் உண்மை. மாஸ்கோவிலிருந்து நிறுத்துங்களெனக் கட்டளை வந்தவுடன் நிறுத்தப்பட்ட அச்சம்பவம் நடந்திருந்தால் அதில் வெற்றிக்கான விழுக்காடுகள் எவ்வளவு என்பதையும் யோசிக்க வேண்டியுள்ளது.

தவிரத் தொழிலாளர் வர்க்கம் நெடுகிலும் மிகத் தீவிரமாகவே போராட்டத்தில் பங்குகொண்டபோதிலும் முதலாளித்துவ உற்பத்திமுறையை உண்மையில் நெருக்கடிக்கு ஆளாக்கினார்களா என்றால் இல்லை. இரண்டு உலக யுத்தங்களுக்கிடையில் பிரான்ஸ் மற்றும் ஸ்பெயின் நாட்டில் உருவான 'பாப்புலர் ஃபிரண்ட்' (*Popular Front*) என அழைக்கப்பட்ட பாப்புலர் முன்னணிகள் மாஸ்கோவின் கட்டளைக்கும் தூண்டுதலுக்கும் ஆட்படாத தன்னிச்சையான அமைப்புகள். பிரெஞ்சு பாப்புலர் ஃபிரண்ட், எதிரணியினரின் தாக்குதலிலிருந்து (1934ஆம் ஆண்டு பிப்ரவரி 6) தப்பிக்க அல்லது பாதுகாத்துக்கொள்ள இடதுசாரி அணிகளிடையே ஏற்பட்ட அமைப்பு ஆகும். 12 பிப்ரவரியின்போது இரு பிரிவுகளாக (*CGT, CGTU*) ஊர்வலம் போன தொழிற்சங்கங்கள் தாங்கள் ஓரணியாக இயங்க வேண்டியதற்கான அவசியத்தைத் தங்கள் தலைவர்களிடம் வற்புறுத்தினர். ஓரணியாகத் திரண்ட *CGT/CGTU*, விரைவில் *PCF/SFIO* என்று வடிவம் பெற்று, தீவிரக் கட்சிக்காரர்களுடன் கைகோத்துகொண்டு ஒரு பாப்புலர் முன்னணியை உருவாக்கியவர்களின் முதல் நோக்கமே பாசிஸ்டுகளை எதிர்ப்பது, எனவே தொழிலாளர் பிரச்சினைகள் இரண்டாம் நிலைக்குத் தள்ளப்பட்டன. (40மணி நேரப் பணி, விடுமுறையுடன் ஊதியம் 1936ஆம் ஆண்டு பொதுவேலை நிறுத்தத்தின்போது பறிக்கப்பட்டது, பாப்புலர் முன்னணியில் அவற்றையெல்லாம் மறந்திருந்தார்கள்). சுருக்கமாகச் சொல்வதெனில் மீண்டும் சுதந்திரத் தொழிலாளர் இயக்கமென்பது உண்மையில் கூட்டணியால் கட்டியிழுத்து செல்லப்பட வேண்டியதாக இருந்தது. தொழிலாளர் இயக்கம் எப்போதும்போல 'ஜனநாயக பூர்ஷ்வாக்கள்' அதிகாரத்தின்கீழ் அதாவது பாசிஸ்டுகளுக்கு எதிராகத் தொழிலாளர் இயக்கத்தை நெறிப்படுத்துபவர்களாகவும் வழி நடத்துபவர்களாகவும் சமூக உடைமைவாதிகளும் பொதுவுடைமையாளர்களும் தொழிற்சங்கத் தலைவர்களும் இருந்தார்கள். ஸ்பெயின் நிலைமையிலும் மாற்றமில்லை பாப்புலர் முன்னணி கூட்டணியின் தலைவிதியைத் தீர்மானிப்பதாக உள்நாட்டுச் சண்டை இருந்தது.

இத்தொடரில் கடைசியாகச் சொல்லக்கூடிய உதாரணம் போர்ச்சுகல் நாட்டுக்குரியது. கெட்டானோ (*Caetano*) சர்வாதிகாரத்தின் வீழ்ச்சிக்குப் பிறகு போர்ச்சுகல் நாடு ஒரு புரட்சிக்குரிய சூழலுடன் அதாவது 1917ஆம் ஆண்டு ரஷ்யாவுக்கொப்ப இருந்தது. கலவரத்திற்கு ராணுவ அதிகாரிகளும் *MFA*[3] வைச் சேர்ந்த துணை ராணுவ அதிகாரிகளும் காரணமாவர். எனினும் படைகளுக்குள்ளேயே மோதல்கள் வெடித்தன : நிதானத் தரப்பினரில் ஆரம்பித்து, தீவிர இடதுசாரியினர், பாரம்பரியக் கட்சிகள், சூழலுக்கேற்பச் சமூகக் குடியரசுவாதிகளென அழைத்துக்கொண்ட பூர்ஷ்வாக்கள், சமூக உடைமைவாதிகளென நீளமான பட்டியல் அப்பிரிவினைக்குத் தேவைப்படுகிறது. உண்மையில் முதலாளித்துவ ஜனநாயக வழிமுறைக்கு இப்பிரிவினரில் ஆதரவாக இருந்தவர்கள், முயற்சியில் இறங்கியவர்கள் ராணுவத்

தரப்பினர். முதலில் MFA ஓர் அரசியல் சாசனம் தயாரித்தது, வழமையான பாராளுமன்ற அரசியலையும் புரட்சிகரச் சிந்தனையாளர்களையும் அது விலக்கியிருந்தது. எனினும் தொழிற்சங்கங்கள் மட்டுமே தங்களுக்குப் பாதுகாப்பைத்தரும் (முதலாளிக்கு எதிராக மட்டுமல்ல; புரட்சியாளர்கள் அல்லது ஜனநாயக அரசியலில் நம்பிக்கை கொண்டவர்கள் அரசாங்கத் திற்கு எதிராகவும் இருக்கலாம்) என்ற நினைப்புடன் அவற்றில் இணையத் தொடங்கிய தொழிலாளர்களை இப்புதிய அரசியல் சாசனம் தடுத்து நிறுத்தத் தவறியது. 25 ஏப்ரல் 1974க்குப் பிறகு புரட்சிகர அமைப்பைச் சார்ந்த அத்தனைபேரும் போர்ச்சுகல் நாட்டை சமூக உடைமைநெறியின் ஐரோப்பிய சோதனைக்களமாகப் பார்த்தார்கள். இருபதாம் நூற்றாண்டின் இறுதியில் ஏற்பட்ட மிகப்பெரிய பகற்கனவென இதைச் சித்தரிக்கலாம். இரண்டு வருடங்களுக்குப் பிறகு, மரியோ ரோரெஸ் தலைமையிலான சமூக உடைமைநெறி அரசாங்கம் இயல்பு நிலைக்குத் திரும்பியதோடு ஐரோப்பிய ஒன்றிய கட்டமைப்பிலும் தன்னைப் பிணைத்துக்கொண்டது.

மார்க்ஸியப் புரட்சியாளர்களை (உதாரணமாக ட்ரோட்கிஸ்டுகளை) உலகமெங்கும் ஏற்பட்டுள்ள இவ்வாறான முடிவுக்கு அதாவது அவர்களின் கணிப்புக்கு முற்றிலும் எதிர்மாறாக ஏற்பட்டுள்ள முடிவுக்கு என்ன விளக்கம் கொடுக்க முடியுமெனக் கேட்டோமெனில், கிடைக்கக்கூடியது ஒரே ஒரு பதில்தான்: தொழிலாளர் கட்சிகளின் தலைவர்கள் அனைவரும் அதாவது சமூகக் குடியரசுவாதிகளும் பொதுவுடைமைவாதிகளும் கொள்கைக்குத் துரோகம் இழைத்துவிட்டார்கள் என்பார்கள். முந்தைய அத்தியாத்தில் நாம் தெளிவாகவே எத்தகைய வழிமுறையில் இரண்டாவது சர்வதேச அமைப்பைச் சேர்ந்த சமூக உடைமைவாதக் கட்சிகளும் சமூகக் குடியரசுக் கட்சிகளும் ஊதியவர்க்கத்தினரின் கட்சிகளாக மாறின என்று பார்த்தோம். ஊதிய வர்க்கத்துக்குச் சாதகமான முதலாளித்துவத்தை ஏற்றுக்கொள்வ தென்ற மனப்பாங்குடனேயே கட்சிக்குள் வந்திருந்த அவர்கள் புதிதாகத் துரோகமிழைக்க என்ன இருக்கிறது? புரட்சிகளுக்கு ஏற்பட்ட தோல்வி களுக்குத் தலைவர்கள் செய்த துரோகம் என்பது சரியான பதிலாகவே இருந்திருக்கக்கூடும் தோல்வி ஒன்றிரண்டுமுறை மட்டுமென்றால், ஆனால் இங்குத் தொடக்கத்திலிருந்து முடிவுவரை எங்கும் எதிலுமல்லவா தோல்வி நேர்ந்திருக்கிறது. பாட்டாளிகள் வர்க்கம், தங்களை வெகு எளிதாக ஏமாற்று கிறவர்களை நம்புவதும், இது போன்ற தலைவர்களிடம் கவனமாக இருக்க வேண்டுமென எச்சரிக்கும் உண்மையான தலைவர்களை நம்பாததும் ஏனென்று நமக்குப் புரிவதில்லை. மார்க்ஸிய அபிமானிகளுக்கு, அகவயம் சார்ந்த இவ்விளக்கங்கள் அனைத்துமே அளவை மீறியவை. ஒரு நூறாண்டுக்குக் கூடுதலான வரலாற்றை, பாரதூரமான அதன் செயல்பாட்டை, ஏராளமான குற்றங்களை, புதைக்கப்பட்ட நம்பிக்கைகளை, காவியத்தன்மைகொண்ட தியாகங்களை இத்தகைய மதிப்பீட்டின் அடிப்படையில் பரிசீலிப்பதேகூட ஓரளவு வெட்கத்திற்குரியதுதான்.

உலகெங்கும் இருபதாம் நூற்றாண்டு, பொதுவுடைமை முதலாளித்துவத் திடம் நிர்வாகத்தை ஒப்படைத்துள்ளது: பகிரங்கமாகப் பொதுவுடை மையை ஏற்ற நாடுகள் இருக்கின்றன, உ-ம். ரஷ்யா. பொதுவுடைமை அடக்குமுறை அரசியலைக்கொண்டு முதலாளித்துவ உற்பத்தி முறையைப்

பராமரிக்கும் ஆனால் இன்னமும் உத்தியோகபூர்வமாகப் பொதுவுடைமை நாடுகளெனக் கூறிக்கொள்ளும் நாடுகளும் உள்ளன. உ—ம். சீனா, வியட்நாம். நாளை கியூபா நாட்டின் தற்போதையை அதிபர் ராவுல் காஸ்ற்றோவும் இவற்றில் ஒன்றைப் பின்பற்றக்கூடும். தவிரப் பொதுவுடைமையென்று இன்றைக்கு எஞ்சியிருப்பவை கொஞ்சம் கசடுகள். ஐரோப்பாவில் வெகு சனங்களின் ஆதரவைப்பெற்ற பொதுவுடைமைக் கட்சிகளெனச் சொல் பவை பிரான்ஸ் மற்றும் இத்தாலியிலுள்ள பொதுவுடைமைக் கட்சிகள். அங்கும்கூட நிலைமை சிலாகிக்கும் அளவிலில்லை. ஆக இந்த முடிவிற்கு எதையாவது பதிலாகக்கூறிச் சமாளிப்பதெல்லாம் இனி நடவாது. தோல்வி பொதுவுடைமைக்கல்ல, ஸ்டாலினிஸத்திற்கே என்பவர்கள் முழுப்பூசணியைச் சோற்றில் மறைக்கிறார்கள். தொடக்கத்திலிருந்து ஸ்டாலின் நெறிமுறையை எதிர்த்துவந்தவர்கள் தலையிலும் பெர்லின் சுவர் இடிந்து விழுந்திருக்கிற தென்பதுதான் உண்மை. மிகக் கொடுமையான அநீதி நேர்ந்திருக்கிறது! என்னசெய்வது, நன்றும் தீதும் சேர்ந்ததுதான் வரலாறு.

அடிக்குறிப்புகள்

1. *Weimar Republic* : 1919ஆம் ஆண்டு ஜெர்மனியில் முடியாட்சி முறை முடிந்து, பாராளுமன்ற முறை அரசாங்கம் அமைந்தபோது அவ்வரசுக்கு வரலாற்றறிஞர்கள் சூட்டிய பெயர்.
2. *Komintern* : மூன்றாவது சர்வதேசத் தொழிலாளரமைப்பின் அரசியல் பிரிவு அல்லது சர்வதேசப் பொதுவுடைமை.
3. *Movimento das Forcas Armadas* : போர்ச்சுகல் ராணுவத்தின் துணை அதிகாரிகளைக் கொண்டதொரு இயக்கம்.

அத்தியாயம் 10

சோவியத் யூனியனைக் குறித்த மீள்பார்வை

சென்ற அத்தியாயத்தின் கணிப்பீடுகளைத் தெளிவாய்ப் புரிந்துகொள்ளவும், வரலாற்றில் அதுவரை அறிந்திராத 'சோவியத் சமூக உடைமைநெறி' பற்றியும், சீரழிவுக்கு அதனை இட்டுசென்ற காரணங்கள் குறித்தும் விளக்கக் கூடுதலாகச் சொற்கள் தேவைப் படுகின்றன. எழுபதுகளில் சோவியத் யூனியனுக்கு எதிராகச் செய்யப் பட்ட பிரச்சாரங்கள்வழி சோவியத் ஆட்சியின் ஸ்திரத்தன்மை குறித்துப் பேசியவர்கள்: மாஸ்கோவாசியை பூதாகாரமான தோற்றத் தின் அடிப்படையில் மருட்டியும் அச்சுறுத்தியும் வைத்திருக்கும்வரை சோவியத் நிர்வாகத்தின் ஸ்திரத்தன்மைக்குப் பங்கமில்லை என்றார் கள். ஆனால் நடந்துமுடிந்த வரலாற்றைப் பார்க்கும்போது சோவியத் யூனியனைக் குறித்து நாம் தெரிந்துகொண்டது சொற்பம். நாம் நம்பும் இந்த (சோவியத் யூனியனின்) ஸ்திரத்தன்மை உண்மையில் அங்கு நிலவிய ஸ்திரமற்ற சம பலமின்மையின் விளைவு. சமூகம் மற்றும் அரசியலில் எல்லா முரண்களையும் கொண்ட இரும்பா லான GPU *(State Political Directorate* – ரகசிய போலீஸ் படை) மேலா டையை சோவியத் யூனியன் அன்று பூட்டியிருந்தது.

தூய்மைப்படுத்துதல் என்னும் பெயரில் ஸ்டாலினால் ஏற்பாடு செய்யப்பட்ட மாஸ்கோ வழக்குகளை ஊன்றிப் படித்திருந்த ட்ரோட்ஸ்கி *(Trotsky)* அவருடைய பாணியில், சோவியத் சமூகத் திற்கும் ஸ்டாலின் சர்வாதிகாரத்திற்கும் துளியும் இணக்கமில்லை என்பதையே தனது அவதானிப்பின் மூலம் கண்டறிந்ததாக எழுதினார். நமது அபிப்ராயங்களை உறுதிபடுத்தும்வகையிலுள்ள அவரது கருத்து கள் உண்மைகளை அடிப்படையாகக் கொண்டவை. முகாம்கள், பலம்வாய்ந்த காவல் துறை, வானளாவிய அதிகாரமென்ற தனித்தன்மை ஆகிய அம்சங்களெல்லாம் நெறிபிறழ்வுளென்ற போதிலும், நிர்வாகத் தின் உயிர்வாழ்க்கைக்கு முக்கியத் தேவையாக அவை இருந்தன. காரணம் நீண்டகால அடிப்படையில் எவ்விதக் கருத்தொருமித்தலை யும் சமூகத்தில் சோவியத் நிர்வாகம் எட்டியதில்லை. அப்படியொன்று ஏற்பட்டதெனில் அது மிகப்பெரிய தேசிய யுத்தத்தின்போதென்றே

கூற வேண்டும். யுத்தம் சோவியத் நிர்வாகத்தையும் சோவியத் சமூகத்தையும் ஒற்றுமைப்படுத்தியிருந்தது. சர்வாதிகாரத்திற்கு எதிரான பாரீஸ் தீரர்கள் அதிகாரத்தின் அடிப்படையிலான எல்லாக் கருத்தியல் களையும் எதிர்த்தார்கள். மாறாக மக்களுடன் இணக்கத்தை ஒருபோதும் அடைய முடியாத கொள்கையையும், கிராம்ஸ்கியின் தனித்துவத்தை பின்பற்ற வேண்டிய நிர்ப்பந்தமும் உடைய ஓர் அரசாங்கம் உண்டென் றால் அது ஸ்டாலினுடைய சோவியத் யூனியன் அரசாங்கமே என்பதை யும் நாம் ஏற்க வேண்டும். ஆளும் வர்க்கத்திற்கும் வெகுசன வர்க்கத்திற் கிடையிலுமான இடைவெளி வெகு ஆழமாகவே அன்றிருந்தது. 'அவர்கள்' 'நாங்கள்' என்ற இருதரப்பினருமே தங்களுக்கிடையேயுள்ள குரோத உணர்வை அத்தனை எளிதாகக் குணப்படுத்திவிட இயலாதென்பதை அறிந்திருந்தார்கள். எனவே அதன் விளைவுகளைப் புரிந்துகொண்டு நடக்கப் பழகியிருந்தார்கள் – சந்தர்ப்பவாதமும் – சாதுர்யமாகப் பேசுவதும் இரு பக்கத்தினருக்கும் எளிதாக வந்தது. இந்த அவதானிப்புக் கொள்கைக்கு முக்கியத்துவமளிக்கும் சர்வாதிகாரத்தைப் பற்றிய சிந்தனையாளர்களின் அர்த்தமற்ற மொழிபு களை ஏற்பதற்காகவல்ல, யுத்தகாலப் பிரச்சாரத் தேவைக்கென்று திருத்தி எழுதிய வரலாற்றுக்குப் பதிலாக, சோவியத் யூனியனின் உண்மை வரலாற்றை ஓரளவு அறிந்தவர்களுக்கு.

பொதுவுடைமை வரலாற்றுக்கு நேர்ந்த சோகம்

கூட்டுறவு முறையும் ஐந்தாண்டுத் திட்டங்களும் ரஷ்ய அரசியலில் அறிமுகமான பிறகே 'ஸ்டாலின் முறையும்' காலூன்றுகிறது. தொடக்கத் தில் பார்க்கும்போது ஏதோ சராசரி வல்லாதிக்கமென்ற எண்ணத்தையே பொதுவாக ஏற்படுத்தியது, ஆனால் காலப்போக்கில் மனிதகுலம் இதுவரைக் கண்டிராத மிகமோசமான நிர்வாகமாக மாறியது, குறிப்பாக கிரோவ் கொலைசெய்யப்பட்டதைத் தொடர்ந்து (சந்தேகமே வேண்டாம், ஸ்டாலின் ஆணைப்படியே நடந்தது) எடுக்கப்பட்ட நடவடிக்கைகள். இச்சம்பவத்திற்கு முன்பும் வதைமுகாம்கள் இருந்திருக்கின்றன, சார் முடியாட்சியில் இம் முறை வெகுகாலமாகவே வழக்கில் இருந்து வந்திருக்கிறது, போல்ஷ்விக்கு கள் ஆட்சிக்கு வந்ததும் தயக்கமின்றித் தொடர்ந்தனர். ஸ்டாலின் நிர்வாகத் தின் கீழ் இத்தண்டனைமுறை ஒரு பாரியவீச்சை அடைந்தது. சிற்சில சமயங்களில் வதைமுகாம்களைச் சேர்ந்தவர்கள் ஒட்டுமொத்தமாகக் கொலையுண்டார்கள். 1930களில் அவ்வப்போது தூய்மைப்படுத்துதலென்ற (கட்சி நிர்வாகிகளையும் பொருளியல் அமைப்பைச் சேர்ந்தவர்களையும் கும்பல் கும்பலாகக் கைதுசெய்தல்) கோட்பாட்டின் பெயரில் ஜோடனை செய்த வழக்குகளும் சந்தேகத்திற்குரியவர்கள் எவரென்றாலும் ரஷ்ய உளவுப்படையான KGBயின் நிலவறையில் வைத்து கொல்லப்படுவதுமான கூத்துகளும் நிறைய அரங்கேறின. இரண்டாம் உலகப்போர் தொடக்க நாளைக்கு முதல்நாள்வரை ரஷ்யச் செம்படையினர் இத்தகைய தூய்மைப் படுத்துதலில் இறங்கியிருந்தனர், அதன் விளைவாகவே ஜெர்மன் படை யெடுப்பின்போது ரஷ்யர்கள் தயார் நிலையில் இருக்கத் தவறினார்கள். நாஜிப்படையினருக்கு இரண்டு நீர்த்துளிகள் போலத் தோற்றம் தந்த

ஸ்டாலின் நிர்வாகம் உண்மையில் கொடூரமும் நிரந்தர உள்நாட்டுச் சண்டைகளும் கொண்ட ஓர் அரசாங்கம். தல்லெராண் *(Talleyrand)* என்னும் பிரெஞ்சு அரசியல்வாதி கூறுவதுபோலத் துப்பாக்கிமுனை கத்தியைக்கொண்டு எதையும் செய்யலாம், அதன்மீது உட்காருவதைத்தவிர, என்பதுபோல அவர்கள் செயல்முறைகளிருந்தன. 1953லிருந்தே மாஸ்கோ வின் உயர்மட்ட நிர்வாகத்தினருக்கு அடக்குமுறை அதிகாரத்தைக்கொண்ட தங்கள் காவல்துறை எல்லைமீறிப் போய்விட்டதென்பதை உணர்ந்திருந் தனர். 'மருத்துவர்கள் சதி' *(Doctor's Plot)* என்ற வழக்கிற்குப் பிறகு அடுத்த கட்ட தூய்மைப்படுத்துதலுக்குத் தயாரானபோது, ஆட்சி பீடத்திலிருந்த வர்கள், கட்சியின் தலைமை நிர்வாகிகள் ஆகியோரெல்லாங்கூட இம்முறை கதிகலங்கிப் போனார்கள். அதிர்ஷ்டவசமாக ஸ்டாலின் இறந்தார். நல்ல டக்கம் முடிந்த மறுநாளே ஸ்டாலின் முறையை ஒழிக்க நடவடிக்கைகள் ஆரம்பித்தாயிற்று.

நிக்கிட்டா குரூச்சேவ் தலைமையில் அமைந்த அதிகார வர்க்கம், இதுவரை வழக்கிலிருந்த அடக்குமுறையைச் சற்றுத் தளர்த்துவதென்றும், மக்களிடம் இழந்த நம்பிக்கையை மீட்பதென்றும், பேதமின்றி அதிகாரத்தின் எல்லா மட்டத்தினரையும் ஆதரிப்பதென்றும் தீர்மானித்தது. ஸ்டாலின் தலைமையின் கீழ் ரகசிய போலீஸ் படையின் *(NKVD)* தலைவராகப் பணியாற்றிய பெரியா*(Beria)*வின் மறைவு இவ்வகையில் முதலாவது பெரிய நிகழ்வென்று சொல்ல வேண்டும். பெரியாவின் மறைவு, இருபதாவது காங்கிரஸில் ஆரம்பித்து இருபத்திரண்டாவது காங்கிரஸ்வரை குரூச்சேவ் ஆற்றிய ரகசிய உரைகள் *(Secret Speech)* ஸ்டாலின் நடவடிக்கைகளைத் தளர்த்தும் போக்கிலிருந்தன. ஆனால் அடுத்து நடந்த நிகழ்வுகள் வேறு வகையானவை. அப்போதைய நிர்வாகத்தில் சுதந்திரச் செயல்பாட்டை விரும்பியவர்களுக்குப் பதிலளிக்கும் பொறுப்பை கிரெம்ளின் தலைவர்கள் தாங்களே எடுத்துக்கொண்டனர் : 1953ஆம் ஆண்டு ஆகஸ்டு மாதம் கிழக்கு ஜெர்மன் தொழிலாளர்கள் தங்கள் மனக்கசப்பை வெளிப்படுத்தும் வகையில் வீதியிலிறங்கியபொழுது, அவர்கள் போராட்டம் இரக்கமற்றவகையில் கடுமையாக ஒடுக்கப்பட்டது. 1956ஆம் ஆண்டு ரஷ்யக் கவச வாகனங்கள் புதாபெஸ்டுக்குள் நுழைந்தன. இச்சம்பவத்தில் மாற்றத்தை விருப்பிய 3000க்கு மேற்பட்ட எதிர்தரப்பினர் கொல்லப்பட்டனர். அங்கேரிய புரட்சியின் தலைவர்கள் பலரும் கொல்லப்பட்டார்கள். அவர்களுள் முன்னாள் பொது வுடைமை இயக்கத்தின் தலைவர்களுள் ஒருவரான இம்ர நாஜியும் *(Imre Nagy)* அடக்கம்.

ஆக குரூச்சேவ் வழிநடத்திய கிரெம்ளின் நிர்வாகம் 'தனிநபர் வழிபாட்டுக் காலம்' *(Cult of personality)* என வர்ணிக்கப்பட்ட ஸ்டாலின் கால வழி முறையை விலக்கி, தவறான அடக்குமுறை வழிமுறையை ஓரளவு கட்டுப் பாட்டிற்குக் கொண்டுவந்ததென்ற போதிலும், மற்றொரு பக்கம் தனது கட்டுப்பாட்டின்கீழிருந்த பிற நாடுகளின் வெகுசன எதிர்ப்புகளை அதே அடக்குமுறைகளைப் பாவித்து ஒடுக்கியதில் அந்நாடுகளைக் கதிகலங்கச் செய்தது. பின்னர் சொந்த நாட்டிலும் அது பரவியபோது புதுவகை எதிர்ப் பாளர்களை சோவியத் யூனியன் சந்திக்க வேண்டியிருந்தது. பிரச்சினை

களை எத்தனை காலத்திற்கு இருவேறு நெறிமுறைகளில் ரஷ்யா எதிர் கொள்ள முடியும்? அதுவும் தவிர எடுத்திருந்த பொருளாதாரச் சீர்திருத்த முயற்சிகளும் தோல்வியில் முடிந்திருந்தன. சோல்ஸிநிட்ஸைன் *(Solzhenitsyn)* எழுதிய, *One Day in the Life of Ivan Denisovich (1962)* என்ற நாவல் இரண்டு விடயங்களை நமக்குத் தெரிவித்தது : சோவியத் யூனியனில் கலை, இலக்கியம் மற்றும் பண்பாட்டுத் துறையில் ஏற்பட்ட மாற்றமென்பது ஒன்று; குரூச்சேவ் ஆட்சியிலும் கட்டாய வேலை முகாம்களும் அடக்குமுறையும் தொடர்ந்தன என்பது மற்றொன்று. அப்போதே குரூச்சேவ் ஆட்சிக்கு நாட்குறித்தாயிற்று. எனினும் அவரது வீழ்ச்சியோ அவரிடத்தில் ஆட்சிக்குவந்த பிரெஸ்நேவ் என்பவராலோ சோவியத் யூனியன் நிர்வாகத்தில் மாற்றங்களில்லை; தொடர்ந்து நிகழ்ந்தன.

அடக்குமுறைகளையும் கடந்து எதிர்ப்பாளர்களின் போராட்டங்கள் பல்கிப் பெருகின. நாட்டைப் பற்றிய தகவல்களை வெளிநாடுகளுக்கு அனுப்பிவைத்த குற்றச்சாட்டின்பேரில் 1967இல் நடைபெற்ற டானியல் *(Daniel)* மற்றும் சினியாவ்ஸ்கி *(Siniavski)* வழக்கும் (அமெரிக்க உளவு நிறுவனமே இவர்களைப் பற்றிய உண்மையை ரஷ்ய உளவுத் துறைக்குத் தெரிவித்ததாக நம்பப்படுகிறது), ரகசியமாக அச்சிடப்பட்டுப் பொதுமக்க ளிடத்தில் விநியோகிக்கப்பட்ட சமிஸ்டாட் *(Samizdat)* இதழ்களின் வளர்ச்சி யும் ஆட்சியாளர்களுக்கிருந்த பெருமளவு எதிர்ப்பை ஐரோப்பிய நாடுகள் அறியச் செய்தன. நிர்வாகத்திற்கெதிராக, எழுத்தாளர்களோடு பின்னர் மெட்வெடெவ் *(Medvedev)* சகோதரர்கள், ராணுவ தளபதி கிரிகோரென்கோ *(Grigorenko)*, ஆந்த்ரே சக்கரோவ் *(Andre Sakhrav)* போன்றவர்களும் இணைந்து கொண்டனர். லியோனிட் பிலிஅவுட்ச் *(Leonide Pliouchtch)* என்னும் கணிதவியல் அறிஞரை விடுவிக்க உலக நாடுகளின் தலையீடு வேண்டி யிருந்தது. ஸ்டாலின் முறைமையை உத்தியோகம் பூர்வமாக மீட்டெடுக்க பிரஸ்நேவ் எடுத்த முயற்சிகள் எதிர்த்தரப்பினரின் நடவடிக்கைகளால் தடைபட்டன. அடக்குமுறைக்கு எதிரானதொரு பொது உணர்வு வலுவுற்ற துடன், தேசிய அடையாளக் கோரிக்கைகளும் எழுந்தன. தளபதி கிரிகோ ரென்கோ எழுதியிருந்த நூலொன்றில் இரண்டாம் உலகப்போரில் ஸ்டாலி னுடைய பங்களிப்பை மிக மோசமாக விமர்சித்ததோடு, ஆட்சியாளர் களால் பெருமளவில் நாடுகடத்தப்பட்ட கிரிமியன் டாட்டார்ஸ் *(Crimian Tatars)* மக்களுக்கு ஆதரவாகப் பிரச்சாரத்தில் ஈடுபட்டதைக் குறிப்பிட் டாக வேண்டும்.

எதிர்ப்பாளர்களின் எண்ணிக்கை அதிகரிப்பும்; செக்கோஸ்லாவாக்கியா, போலந்து முதலான நாடுகளில் உண்டான நெருக்கடிகளும் அடக்குமுறை கொள்கையொன்றே தங்களுக்குப் பாதுகாப்பானது என்ற சிந்தனையை ஆட்சியாளர்களிடத்தில் ஏற்படுத்தியிருந்தது. லியோனிட் மனநோய் மருத்துவ மனையிலிருந்து விடுவிக்கப்பட்டாரெனில், எதிர்ப்பாளர்கள் பலர் 'குலாக்' கில் *(Gulag)* சிறை வைக்கப்பட்டனர். விளைவை அறியாது கண்களைக் கட்டிக்கொண்டு எடுக்கப்பட்ட இது போன்ற நடவடிக்கைகள் ஆட்சி யாளர்களை மேலும் மேலும் தனிமைப்படுத்தக் காரணமானதோடு, இனி

ஸ்டாலின் நடைமுறைகள் இல்லாதொழிக்கப்படுமென இருபதாவது காங்கிரஸ் ஏற்படுத்தியிருந்த நம்பிக்கைகளையும் தொலைத்திருந்தது.

பொருளாதார முனையிலும் நிலைமை மெச்சக்கூடியதாக இல்லை. உற்பத்தித்திறனைத் தூண்ட சார் காலத்துச் சாட்டை முறையை *(Knout)* மீண்டும் நடைமுறைப்படுத்த அதிகார வர்க்கம் யோசித்தது. தங்கள் அதிகாரத்தையும் ஆட்சியையும் நியாயப்படுத்த திட்டமிடப்பட்டப் பொருளாதார நடவடிக்கைகளின் விளைவாகப் பெருமிதங்கொள்ளும்வகையில் முன்னேற்றமடைந்திருக்கிறோம் எனக் கூறிக்கொண்டார்கள். ஆனால் பாதகமான வகையில் அத்திட்டங்களில் உற்பத்தியாளர்களை வெளியேற்றிப் பதிலாக 'ஆணையர்களை' நியமித்ததன் மூலம் உண்மையான சமூக உடைமை திட்டங்களுக்கு எதிரானதொரு நிலையெடுக்கப்பட்டது, தவிர திட்டமிடப்பட்டப் பொருளாதார நடவடிக்கைகளின் ஸ்தாபகர்களின் கோட்பாட்டிற்கு மாறாகவும் இருந்தது. முதல் பத்தாண்டுகள் பொய்யான தகவல்களையும் புள்ளிவிவரங்களையும் கொண்டு திட்டங்கள் வெற்றி அடைந்ததாக ஜோடனை செய்யப்பட்டதன் பின்னே வீண்விரயமும் சொல்லொணா துயரங்களும் உள்ளன. பூர்வீக முதலாளித்துவ தொடக்க மூலதன திரட்டலுக்கும் சமூக உடமையின் தொடக்க மூலதன திரட்டலுக்கும் ஆகமொத்தத்தில் பேதமில்லையெனப் புரிந்துகொள்ள இந்நடவடிக்கைகள் உதவுகின்றன. வெகுசீக்கிரம் திட்டங்கள் முடிவுக்கு வந்தன. விவசாயத்தில் ஏற்பட்ட தேக்கநிலை கொள்ளைநோய் அன்றைய ரஷ்யச் சமுதாயத்தைப் பற்றிய பொதுப்புரிதலுக்குக் காரணமாகிறது. தவிர ஆட்சியாளர்கள் இரக்கமற்ற வகையில் தொழிலாளர்களுக்கு எதிராக நடவடிக்கைகள் எடுத்தனர்: ஊதிய வர்க்கத்தினரின் அமைப்புகளுக்குள் முடிந்த அளவிற்கு பிரிவினையை ஏற்படுத்தி வலுவிழக்கச்செய்தார்கள். அரசைச் சாராமல் சுதந்திரமாக இயங்கிய தொழிற்சங்கங்களுக்குள்ளும் பிளவுகளை ஏற்படுத்தினர். மீண்டும் தொழிலாளர்கள் தங்கள் எதிர்ப்பைத் தெரிவிக்க சதிவேலைகள், உற்பத்தியைப் பாதிக்கும் நடவடிக்கைகள் எனப் பழங்கால முறைகளைக் கையாளும் நிர்ப்பந்தத்திற்கு ஆளானார்கள். ஆக மொத்தத்தில் வானவெளி ஆய்வு, அறிவியல் துறை எனக் குறிப்பிட்ட துறைகளைத் தவிர்த்து பிறவற்றில் அதாவது உற்பத்தித் திறனில் இனிச் சாத்தியமில்லை என்ற அளவிலும் பொருட்களின் தரத்தில் சுமார் என்றளவிலும் தொழில்நுட்பத் துறைகளில் மேற்கத்திய நாடுகளோடு போட்டியிட இயலாதென்ற நிலைமையிலும் அன்றைய சோவியத் யூனியன் இருந்தது.

முடிவின் ஆரம்பம்

எந்த விதிகளுக்கும் பொருந்தாமலும் இழுத்துப்பறித்துக்கொண்டுமிருந்த ரஷ்யப் பொருளாதாரம் ராணுவத்தினரின் நெருக்கடிக்குப் பணிந்து தேசியவருமானத்தில் கணிசமான பகுதியை ராணுவத் துறைக்குத் தாரைவார்க்க வேண்டியிருந்தது. 1980 தொடக்கம் ஒருபக்கம், ஆப்கானிஸ்தான யுத்தம் இன்னொருபக்கம், வல்லரசுகளுக்கிடையிலான ஆயுதப் போட்டியென்ற ஊசலாட்டத்தில் சோவியத் பொருளாதாரத்தின் ஒட்டு

மொத்த இயக்கமும் தடுமாறுகிறது. இந்நிலையில் உடனடியாகச் சீர்திருத் தத்தைக் கொண்டுவருவது அவசியமாயிற்று. அதேவேளை அது வெற்றி பெற்றிடக் கூடாதென்பது போலவும் காரியங்கள் நடந்தன. இந்நிலையில் அந்நெருக்கடியில் சிக்குண்டு தவித்தவர் கோர்பச்சேவ்.

சோவியத் சமூகத்தில் இந்நெருக்கடி அனைத்து மட்டத்திலும் எல்லாத் துறைகளிலும் பரவிற்று. குடித்துச் சீரழிவதேகூட இச்சீர்கேட்டோடு ஒப்பிடுகையில் இரண்டாம் பட்சமெனலாம். ஊழல், சிபாரிசு, தனிச் சலுகைகளின் பெருக்கம், சமூகப் பிரிவினரிடையே ஏற்றதாழ்வுகளென நாடு எல்லா முனைகளிலும் சீர்குலைந்தது. இன்றுள்ள ரஷ்யா அதாவது முதலில் எல்ட்ஸின், பின்னர் புட்டின் மற்றும் மெட்வெடெவ்வுக்குச் சொந்தமான இன்றைய ரஷ்யா மேற்கண்ட வரலாற்றின் எச்சமே. இவ் வரலாற்றை மறந்து இன்றைய ரஷ்யாவைப் பற்றிய ஒரு தீர்மானத்திற்கு நம்மால் வர முடியாது. ரஷ்யாவின் நிலைமை குடிகார மாலுமியின் படகுக்குச் சமம், அந்நியர் கொள்ளையிடல் வெகு எளிது. இந்நிலையில் மேற்கத்திய அரசியல் தலைவர்கள் ஜனநாயகம் என்ற பெயரில் ரஷ்யா வில் ஏற்படுத்தப்பட்ட மாற்றங்களைப் பாராட்டுவதன்றி வேறு செய்யக் கூடியதென்று ஒன்றுமில்லை. ஆனால் நாட்டின் நிலைமையைச் செம்மை படுத்துகிறேனென்று *KGB* யிடம் பெற்றிருந்த ஞானத்தின் அடிப்படையில் புட்டின் எடுக்கும் நடவடிக்கைகள் மேற்கத்திய நாடுகளுக்குப் போட்டி யாக மட்டுமல்ல எதிரியாகவும் ரஷ்யா பலருக்குத் தோற்றம் தருகிறது. தங்கள் அரசியலையும் அதிகாரத்தையும் காப்பாற்றிக் கொள்வதற்காக யுத்த அபாயத்தை சதா எதிர்பார்க்கிறவர்களைத் தவிர்த்து மற்றவர்களுக்கு, இன்றைய ரஷ்யாவைப் பற்றிய ஒரு நியாயமான மதிப்பீடு தேவை.

சோவியத் ஆட்சியை, ஆசிய எதேச்சாதிகாரங்களோடு ஒப்பிடலாம். மார்க்ஸூம் இப்படி ஒப்பிட்டிருக்கிறார். அவருக்குப் பின்னர் நீர்ப்பாச னத்தை அதாவது விவசாயத்தை மட்டுமே அடிப்படையாகக்கொண்ட சமூகத்தை, ‘கீழ்த்திசை சர்வாதிகாரம்’ என்றெழுதிய விட்போகெலும்[1] சோவியத் சர்வாதிகாரத்தைக் கீழ்த்திசை நாடுகளின் சர்வாதிகாரத்தோடு ஒப்புமைப்படுத்தியிருந்தார். சோவியத் யூனியன் சமூக அமைப்பிற்கும் சீனச் சமூக அமைப்பிற்கும் அடிப்படையில் பேதங்களில்லை. எழுபது களின் ஆரம்பத்திலிருந்தே ரஷ்ய நிர்வாகம் ஸ்திரமற்றதாக இருந்தது. குருச்சேவுடையது மட்டுமல்ல பிரெஸ்நேவுடைய பொருளாதாரச் சீர்திருத்த முயற்சிகளும் தோல்வியில் முடிந்தன. பொருளாதார முன்னேற் றம் தடங்கலின்றி நடைபெற வேண்டி, வெளிப்பட்ட தனிநபர் முயற்சிகள், அதிகாரவர்க்க ஏகபோக உரிமையுடன் மோதலைச் சந்தித்தன. இத்த னைக்கும் ஏகபோக உரிமைகள்குறித்து விவாதங்களும் எழுப்பப்பட்டிருந் தன. அடிப்படைக் காரணம், அதிகார வர்க்கத்தினருக்குள் நிலவிய பேதங்கள். பல்வகையான போக்கைக் கொண்டவர்கள் அதில் இடம்பெற்றிருந்தனர். ஒரு சிலருக்குத் தங்கள் அரசியல் மற்றும் அதிகாரம் குறித்து கனவுகள், வேறு சிலருக்குத் தங்களுடைய சிறப்புச் சலுகைகள் பற்றிய கவலைகள், தவிரக் கருத்தியல் அடிப்படையிலும் வேறுபாடுகள் இருந்தன: உதாரண மாக உள்ளூர் சிறிய கட்சிப் பிரமுகர்களுக்கும் பெரிய நிறுவனங்களின்

நிர்வாகிகளுக்கும் இடையிலும்; மேலாண்மை, நிதித் துறை, வர்த்தகம் ஆகிய துறைசார்ந்த வெளிநாட்டினருடன் தொடர்புடனிருந்த நிர்வாகிகளுக்கும் நிர்வாகப் படிநிலையில் ஸ்திரமற்ற பொறுப்புகளில் இருந்தவர்களுக்குமிடையிலும் நிலவிய பேதங்கள் போன்றவை அவ்வப்போது ஆட்சியிலுள்ளவர்களின் அடிப்படைக் கொள்கை அரசியலிலேயே தடுமாற்றங்களை ஏற்படுத்தியிருந்தன. 1930லேயே அதற்குச் சாட்சியுண்டு. பூட்டென்கோ *(Boutenko)* என்னும் சோவியத் தூதுவர் முசோலினி இயக்கத்தில் தன்னை இணைத்துக்கொண்டபோது மாஸ்கோவிலிருந்த தலைவர்கள் பலர் பாசிஸ்டுகளே என்று தெரிவித்திருந்தார். ஆக ஜெர்மனிக்கும் ரஷ்யாவிற்கும் ஏற்பட்ட உடன்பாடு ரஷ்யப் பாதுகாப்பு கருதி தந்திரமாக ஏற்படுத்திக் கொண்ட உடன்பாடு அல்ல, ஸ்டாலினையும் சேர்த்து கிரெம்ளின் தலைவர்கள் பலர் ஹிட்லரிடத்திலும் அவரது நிர்வாகத்தினிடத்திலும் கொண்டிருந்த மோகத்தின் காரணமாக எனக் கூறலாம். எழுத்தாளரும் சோவியத் நிர்வாகத்தை எதிர்த்து வெளியேறியிருந்த அதிருப்தியாளருமான வசிலி க்ரோஸ்மன் *(Vassili Grossmann)* தனது *Life and Fate* என்னும் நூலில் உண்மையில் இம்மோகம் இருதரப்பிலுமே இருந்ததென்பதை நன்றாகவே தெளிவுபடுத்தியிருக்கிறார். இதே போன்று ட்ரோட்ஸ்கி, ஹிட்லரையும் ஸ்டாலினையும் இரண்டை நட்சத்திரங்களென்று வர்ணித்ததை இங்கே நினைவுகூர்தல் வேண்டும். ஹிட்லர் என்ற நட்சத்திரம் முந்திக்கொண்டு இற்று விழுந்ததெனில் ஸ்டாலின் நட்சத்திரம் பத்தாண்டுகளைக் கூடுதலாக எடுத்துக் கொண்டது. இரு சர்வாதிகாரிகளுக்கும் அடிப்படையிலுள்ள பல ஒற்றுமைகள் தற்செயலாக நேர்ந்ததல்ல. முதலாளித்துவத்தின் சாராம்சத்தை மிகத் தீவிரமாக உள்ளடக்கி ஹிட்லர் தன்னை வெளிப்படுத்திக்கொண்டதற்கும், எங்கும் அச்சத்தை விதைத்து ஸ்டாலின் மேற்கொண்ட அரசியலுக்கும் பேதங்கள் துளியுமில்லை. இவ்விரண்டுமே ஆதிக்க அரசியலின் சாராம்சங்கள்.

ஸ்டாலினின் மறைவுக்குப் பிறகு, பல தசாப்தங்களாகவே இரும்புத் திரை நாடு என்ற பின்புலத்தில் கிரெம்ளினில் அதிகாரமட்டத்தில் இருந்தவர்களுக்கும் வட அமெரிக்கா அல்லது ஐரோப்பிய முதலாளித்துவ தலைவர்களுக்குமிடையில் நெருக்கமான உறவுகள் இருந்துவந்திருக்கின்றன. அறுபது மற்றும் எழுபதுகளில் சில சோவியத் நிறுவனங்கள் சர்வதேச முதலாளியப் பொருளாதாரத்தில் முக்கியப் பங்குவகித்துள்ளன. அவ்வகையில் ஐரோப்பிய வங்கி *(Eurobank)* என அழைக்கப்படும் சோவியத் யூனியனின் வட ஐரோப்பிய வர்த்தக வங்கி *(Banque Commerciale pour l'Europe du Nord)* பன்னாட்டு நாணய விதிமுறைகளில் ஏற்படுத்திய மாற்றங்களிலும் யூரோடாலர்கள் *(eurodollars)*[2] வர்த்தகத்தை அறிமுகப்படுத்தியதிலும் முக்கியப் பங்குவகித்துள்ளது. சோவியத் பொருளாதாரம் சர்வதேச சந்தையில் தவிர்க்க முடியாததொரு பிரதிநிதியாக இருந்து வந்தது மட்டுமல்ல, முதலாளித்துவ உற்பத்தி முறையின் மற்றொரு கட்டமான தாராளமயம் அல்லது புதிய தாராளமயம் ஆகியவற்றின் பிறப்புக்கும் அதன் பங்களிப்பு நிறைய உண்டு, ஏதோ ரீகனும் தாட்சரும் மட்டுமே காரணமென்று போகிறபோக்கில் சொல்லிவிடக் கூடாது.

சமூக அமைப்பின் எதிர்முனையில் புதியவகை ஆர்வங்கள், கனவுகள் தோற்றம் கொள்கின்றன. எழுபதுகளில் ஆரம்பித்து இலட்சியக் கொள்கைகளுடன் தங்களைப் பிணைத்துக்கொள்ளும் ஆட்சியாளர்கள் இல்லை என்றானது. அவர்கள் எப்போதாவது எதிர்த்தரப்பினருடனும் மக்களுடனும் இணக்கம் காணும் அதிசயமும் நடந்தது. அவ்விணக்கம் ஆட்சியாளர்களின் சமூக உடமைநெறி கொள்கை சார்ந்து அல்ல; மாறாக தேசியம், நாட்டில் அமைதியை நிலைநாட்டுவது என்பதன் அடைப்படையில். இறுதியாக நடந்துமுடிந்த உலக யுத்தத்தில் சோவியத் மக்கள் கொடுத்திருந்த பாரிய விலையை நம்மால் மறக்கவியலாதெனில் ஆட்சியாளர்களின் மனத்தில் அமைதியைக் குறித்து என்ன கருத்து இருந்திருக்குமென்பதை விளங்கிக்கொள்கிறோம். எச்சமாகத் தொக்கிநிற்கும் 'தேசியத்தின் பேரால் மகாயுத்தம்' என்ற பழைய வாசகத்தை எப்படிக் கையாளுவதென்ற உத்தியை இன்றைய புட்டினும் நன்கு அறிந்திருக்கிறார்.

'ஸ்டாலினுக்குப் பின்பு' என்ற சோவியத் யூனியன் ஆட்சியில் தொழிலாளர்கள் தங்கள் வலிமையைத் தகவமைத்துக்கொள்ள முடிந்தது. குறிப்பாக உழைப்புச் சந்தையின் கட்டமைப்பில், செய்யும் பணியிலிலிருந்து விடுவித்துக்கொள்ளவும், வேறிடத்தில் கூடுதலாக நன்மைகள் கிடைக்கக்கூடிய புதிய பணியில் அமரவும் அவர்களுக்குச் சாத்தியமானது. மாறாக சோவியத் யூனியன் தொழிலாளர் வர்க்கம் தொழில் துறையில் முன்னேற்றம் கண்டிருந்த, குறிப்பாக ஐரோப்பிய நாடுகளின் தொழிலாளர் வர்க்கத்தின் நலன்கள் அளவையெட்ட வெகுதூரம் பயணிக்க வேண்டியவர்களாக இருந்தார்கள். மருத்துவ வசதிகள் கோட்பாட்டளவில் இலவசம் எனச் சொல்லப்பட்டிருந்தது. ஆனால் நடைமுறையில் கையூட்டளித்தாலொழிய உரிய சேவையைப் பெற முடியாதென்ற நிலை. உயர்கல்விக்கான வாய்ப்புகளுக்கு மேற்கத்திய நாடுகளின் விதிமுறைகளே பின்பற்றப்பட்டன. பொதுவுடைமைவாதிகள் தங்கள் பிரச்சாரத்தால் சோவியத் தொழிலாளர்களின் 'உண்மைச் சுதந்திரத்திற்கும்' முதலாளித்துவ நாடுகளின் 'வரையறுக்கப்பட்ட சுதந்திரத்திற்குமுள்ள' முரண்களைச் சுட்டிக்காட்டியதில் பொருளேயில்லை. முதலாளித்துவ நாடுகளைப் போலவே தொழிலாளர்களின் உரிமைகள் என எழுதப்பட்டவை அனைத்தும் அதிகாரம் மற்றும் அடக்குமுறைக்கு எதிராகப் பொருளற்றுப் போனதுடன் தொழிலாளர் வர்க்கம் அதை எதிர்த்துப் போராடும் வகையில் பிரநிதித்துவமோ கூட்டமைப்போ தொழிற்சங்கமோ அல்லது சுதந்திரமாக இயங்கும் அதிகாரம் படைத்த வேறு அமைப்பையோ கொண்டிருக்கவில்லை. இங்கே குறிப்பிட்டுச் சொல்ல வேண்டியது எழுபதுகளின் இறுதியில் போலந்து நாட்டில் சொலிடார்நோஸ்க் *(Solidarnosc)* என்ற சுதந்திரமான தொழிலாளர் அமைப்பின் தோற்றமும் அதே காலகட்டத்தில் ஸ்டாலின் முறைமைகளை அழித்தெடுப்பதற்கான முயற்சிகளின் தொடக்கத்திலும் அமைந்திருந்த ஒற்றுமை. தங்கள் சொந்த ஆற்றலில் செயல்படுவதென்று பாட்டாளிகள் முடிவெடுத்த மறுகணமே, ஒரு பாட்டாளி நிர்வாகத்தின் அடித்தளம் ஆட்டங்காணவும் இடிந்துவிழவும் நேர்ந்தது.

சோவியத் இளைஞர்களுக்கும் மாற்றம் வேண்டியிருந்தது. எழுபதுகளில் தொடர்ந்து நிலவிய சூழல்களையும் பழமையான மரபுகளையும் சகித்துக்

கொள்ளச் சிரமப்பட்டனர். 'ராக்' கலாச்சாரம், மேற்கத்திய கலாச்சாரத்தின் மொத்த இறக்குமதி ஆகியவை அதற்கான சாட்சிகள். பணம் சம்பாதிப்பதொன்றையே கனவாகவும் நுகர்வோர் சமூகத்திற்குப் பயனளிக்கும் வகையில் வாழ்க்கையை அமைத்துக்கொள்ளவும் சோவியத் இளைஞர்கள் திசை திருப்பப்பட்டனர் எனச் சொல்வது ஒருதலைபட்சமானது. உண்மையில் அவ்வாறான போக்கு இருபது ஆண்டுகளுக்கு முன்பே சோவியத் யூனியனில் ஆரம்பமாயிற்றென கூற வேண்டும்.

ஆக மொத்தத்தில் சோவியத் நிறுவனத்தின் வீழ்ச்சிக்குக் காரணம் மக்களின் இயல்பான எதிர்ப்போ அல்லது அறிவார்ந்த எதேச்சாதிகாரமோ *(Enlightened absolutism)* காரணமல்ல, அது கீழ்மட்ட அமைப்பிற்கும் அதிகாரத்தில் தலைமையில் இருந்தவர்களுக்குமான முரண்களின் விளைவாகும். புரட்சியொன்று உருவாகும்போது சமூகத்தில் அங்கம் வகிக்கும் எல்லா வர்க்கத்தினரும் கூடித் திட்டமிடுகிறார்கள். பிரபுக்கள் இல்லங்களில் வரவேற்பு அறைகளில் அறிவொளிகாலச் சிந்தனைகள் விவாதிக்கப்பட்டன. பிரபுக்களின் செல்வாக்கை அழித்ததில் முடியாட்சிக்குப் பங்குண்டு. மெத்தக் கற்றிருந்த பூர்ஷ்வாக்கள் போராட்டங்களின் பின்னணியில் இருந்தவர்கள். இறுதியாகப் பொதுமக்களின் தலையீடு அதை புரட்சியாக வடிவம்கொள்ள வைக்கிறது. இது போன்றே எல்லோருடைய பங்களிப்பையும் பெற்றே சோவியத் யூனியனில் மாற்றம் விளைந்தது: அதிகாரவர்க்க தலைமைகளுக்கிடையில் ஒரு வகையான இணக்கமின்மை ஆரம்பித்தது. அதனுடன் அதிருப்தியாளர்களாக மாறிய அறிவுஜீவிகளையும் கணக்கிற் கொள்ள வேண்டும். இவ்விடயத்தில் கவனத்திற் கொள்ள வேண்டியது அசாதாரண அமைதிகாத்த சோவியத் மக்களை – குறிப்பாகத் தொழிலாளர்களை. ஏனெனில் உண்மையான சம உடமைநெறி வாதிகளெனக் கூறிக்கொண்ட பிற நாடுகளில் அடிமட்ட மக்கள் பங்களிப்பென்பது கணிசமாக இருந்திருக்கிறது. சோவியத் ஆட்சியின் வீழ்ச்சிக்கு வேலைநிறுத்தமோ வீதிகளில் ஊர்வலமோ போக்குவரத்துக்குத் தடைகளையோ தொழிலாளர்கள் செய்ததில்லை. அவர்கள் செய்ததெல்லாம் எளிமையான வழிகளில் நிர்வாகத்திற்குக் குழிபறிப்பது. அதைத் தங்கு தடையின்றிச் செம்மையாகச் செய்தனர், தவிர பிரஸ்நேவ் ஆட்சியில் அவர்களால் முடிந்தது அதுவொன்றுதான். ஆட்சியாளர்களின் வாக்குறுதிகளைப் பற்றிய நீண்ட அனுபவத்தின் காரணமாக சுய நிர்வாகத் தொழிலமைப்புகளுக்கு வாய்ப்புண்டென பெரெஸ்ற்றோயிக்காவின்போது கோர்பச்சேவ் அளித்த உத்தரவாதத்தை நம்பும் நிலையில் சோவியத் தொழிலாளர்களில்லை.

மையப்படுத்தப்பட்ட திட்டங்களில் தனிநபர் பங்களிப்பை ஊக்கப்படுத்துவதே சீர்திருத்தவாதிகளின் முதல் நடவடிக்கையாக இருந்தது, அவ்வகையில் நிர்வாக ஏதேச்சாதிகாரத்திற்கு எதிராக நடவடிக்கை எடுக்கப்போக அவர்கள் விருப்பத்திற்கு மாறாக மொத்த அமைப்பையும் அது நிலைகுலையச் செய்தது. இவ்வரலாற்றோடு இரண்டு மனிதர்கள் தொடர்புடையவர்கள் : கோர்பச்சேவ், எல்ஸ்டின். இருவருமே இம்முறைமையின் நல்ல தயாரிப்புகள். இருவருமே அதிகாரவர்க்கத்தின் பலத்தை பின்புலத்தில் வைத்திருந்தார்கள். சோவியத் யூனியனை ஆபத்திலிருந்து

காப்பாற்றுவதற்கு ஆழமான சீர்திருத்தத்தின் அவசியத்தை இருவருமே உணர்ந்திருந்தனர். ஆனால் தரைமட்டமாக்கியதுதான் இறுதிப்பலன். கொர்பச்சேவ் தனது விருப்பத்திற்கு மாறாகவே எல்ஸ்டினை ஆதரிக்க வேண்டியிருந்தது, பின்னவரும் தனது தேர்ந்த அரசியல் தந்திரத்துடன் அதிகார வர்க்கத்தினரோடு மிகவும் ஆபத்தான விளையாட்டை நடத்தினார் என்றபோதும் தனது அதிபர் காலத்தின் இறுதியில் அவர் சிதைவுண்டதையும் அறிவோம்.

எது எப்படியோ, 'உண்மையான சோஷலிஸத்தின்' வீழ்ச்சியென்பது முதலில் சோவியத் ஆட்சியாளர்களின் உட் கட்டமைப்பிற்குள் ஏற்பட்ட நிகழ்வு, இதற்காக அமெரிக்க உளவு நிறுவனமான *CIA*யின் சதியாக இருக்குமா அல்லது வர்க்க எதிரிகளின் கீழறுப்புவேலையாக இருக்குமோ என்றெல்லாம் தலையைச் சொறிந்துகொண்டிருப்பதில் எப்பயனுமில்லை. மேற்கத்திய நாடுகளின் இரகசிய உளவுநிறுவனங்கள் சோவியத் நிர்வாக அமைப்பின் உயர்மட்டத் தலைவர்கள் சிலரின் ஒத்துழைப்புடன் நிச்சயம் இந்த சீர்குலைவிற்குக் காரணமாக இருந்திருக்கிறார்கள். ஆனால் அவர்கள் மட்டுமே காரணமல்ல என்பதை நாம் விளங்கிக்கொள்ள வேண்டும். ஆக மீண்டும் மற்ற பிரசினைகளுக்குரிய நீதிதான் இங்கும். அதாவது உண்மையைப் புரிந்துகொள்ளக் குற்றவியல் புனைவுகளை நம்புவதில் எவ்விதப் பயனுமில்லை. அவ்வாறே நிர்வாகத்தின் கொடுங்கோன்மை குறித்தும் அதிகம் கவனமெடுத்துக் கொள்ளப்பட்டுள்ளது. *The Black Book of Communism : Crimes, Terror, Repression* என்னும் நூலில் சொல்லப்படுவதுபோன்று சம்பவங்களின் அடிப்படையில் எத்தனை பிணங்கள் என்றெல்லாம் எண்ணிக்கொண்டிருப்பதால் எவ்விதப் பயனுமில்லை. அதைக் காட்டிலும் இருபதாம் நூற்றாண்டு முதலாளித்துவ மரணங்களை எண்ணுவதும், அதனடிப்படையில் பயமுறுத்துமொரு முடிவை எட்டுவதும் மிகவும் சுலபம்: காலனித்துவ கால இறப்புகளோடு இனப்படுகொலையையும் கணக்கிட இங்கே எவரும் முன்வரமாட்டார்கள் ஏனெனில் இவ்விடயத்தில் கிரேட் பிரிட்டன், ஜெர்மன், பெல்ஜியமெனப் பலரைக் குற்றம்சாட்ட வேண்டிவரும். இரண்டு உலகப்போர்களில் ஏற்பட்ட இறப்புகள், காலனிய யுத்தங்களால் விளைந்த மரணங்கள், பொதுவுடமையால் ஏற்பட்டதெனச் சொல்லப்படும் நூறு மில்லியன் இறப்புகள் . . . தலைசுற்றுகிறது. இக்கணக்கெடுப்பின் முடிவில் நாம் கண்டறிவது தொடரும் படுகொலைகளாலானது மனிதகுல வரலாறென்ற பயங்கரமான உண்மை. ஜெயித்தவர்கள் தோற்றவர்களைக் கொல்வதென்பது, அப்படியொன்றும் மெய்சிலிர்க்கவைக்கும் உண்மையுமில்லை.

அடிக்குறிப்புகள்

1. *Oriental Despotism: a Comparative Study of Total Power, Yale University Press, 1957 - Karl August Wittfogel (1896 - 1988)* ஒரு ஜெர்மானிய அமெரிக்கர். இரண்டாம் உலகப்போருக்கு முன்புவரை மார்க்ஸியவாதி, பொதுவுடைமைக் கட்சியில் உறுப்பினர், பின்னர் நேரெதிரான நிலையை எடுத்தவர். சீனவியலில் *(Sinologist)* தேர்ந்தவர்.

2. *Eurodollars* என்பவை அமெரிக்காவுக்கு வெளியே வைப்புநிதியாக பிற வங்கிகளில் வைத்திருக்கிற அமெரிக்க டாலர்களாகும், இவ் வைப்பு நிதி அமெரிக்காவின் *Federal Reserve*ன் விதிமுறைகளுக்குப் பொதுவாக அடங்கியதல்ல.

சோவியத்யூனியன் முதலாளித்துவத்தைத் தனது கட்டுப்பாட்டில் வைத்திருந்த அரசோ அல்லது சமூக உடமைநெறி அரசோ அல்லது பொதுவுடமை அரசோ அல்ல

சோவியத் யூனியன் எம்மாதிரியான சமூக – பொருளாதாரக் கட்டமைப்பின் கீழ்வந்தது? அக்கட்டமைப்பிற்கும் ஸ்டாலினுடைய கொடிய நிர்வாகத்திற்கும் அல்லது அவருக்குப் பின்வந்தவர்கள் நிர்வாகத்திற்கு மிருந்த உறவுகள் எப்படி? என்பதை முதலில் புரிந்துகொள்வது நல்லது.

முதலாவதாகக் கவனத்திற்கொள்ள வேண்டியது: சோவியத் பொருளாதாரமுறை அக்டோபர் புரட்சியின் விளைவாகப் பிறந்ததல்ல. வரலாற்றை முன்வைத்து, லெனின் சிற்சில தவறுகளை இழைத்திருக்கிறார். ஆகவே சோவியத் யூனியனுடைய பொருளாதார அமைப்புக்கு அவரே பொறுப்பு எனக் கூறுவதில் நியாயமில்லை, காரணம் அதனுடன் வெகு காலம் போராடி வந்தவர். 'யுத்த பொதுவுடைமை'யைக் *(War Communism or Military Communism)*[1] கொண்டுவந்தவர்கள் புக்காரின் தலைமையிலான இடதுசாரி போல்ஷ்விக்குகள். மார்க்ஸியச் சிந்தனைக்கு இணக்கமான வகையில் அத்தியாவசியத் தூய்மையின் அவசியத்தின் பெயரில் நெருக்கடி நிலைக்கொத்த கடுமையான சட்டங்களைக் கொண்டுவந்தார்கள். மூன்று மில்லியன் தொழிலாளர்களையும் 100 மில்லியன் விவசாய மக்களையும் துணைகொண்டு மிகவும் பின்தங்கிய ஒரு நாட்டைப் பொதுவுடமை நாடாக அறிவிப்பதென்பது அவ்வளவு எளிதல்லவென்பதை வெகுசீக்கிரம் லெனினும் ட்ரோட்ஸ்க்கியும் புரிந்துகொள்கிறார்கள். ஆக *NEP*யென்று சுருக்கமாக அழைக்கப்பட்ட புதிய பொருளாதாரக் கொள்கை *(New Economic Policy)* தேவையாகிறது. சந்தைவிதிகளுகேற்பவும், அரசாங்க சமூக உடமை நெறிக்கொள்கைக் கட்டுப்பாட்டின் கீழும் செயல்படக்கூடியதாக இப்பொருளாதாரக் கொள்கை அமைந்தது. லெனின் ஒரு கட்டத்தில் தனியுடமை முதலாளித்துவத்தை எதிர்கொள்ளக்கூடிய திறன் அரசு நிறுவனங்களுக்கு மட்டுமே உண்டெனவும் கூறுகிறார்.

ஆக ஸ்டாலின் காலத்திலும் அவருக்குப் பின்னும் கடைப்பிடிக்கப் பட்ட பொருளாதார வழிமுறையை, 1927 – 1928 வரை ஒருவரும் கற்பனை செய்திருக்க முடியாது. தமது முதலாவது ஐந்தாண்டு திட்டங்களைக்கொண்டு கட்டாய தொழில்மயமாக்கம், கூட்டுப்பண்னை சாகுபடி ஆகியவற்றை வழிநடத்தி 1930இல் திருப்புமுனையை உண்டாக்கியவர் ஸ்டாலின். சோவியத் மக்கள் இதற்காகக் கொடுத்த விலை மிகமிக அதிகம். இலட்சக்கணக்கான மக்கள் கைதுசெய்யப்படுகிறார்கள், வதை முகாம்களுக்குக் கட்டாயசேவைக் கென அனுப்பிவைக்கப்படுகின்றனர். அங்கே அவர்கள் பட்டினிகிடந்து சாகிறார்கள். ஹிட்லரின் *Nacht und Nebel* (மூடுபனி இரவு)[2] நடவடிக்கைக்கு

முன்னுதாரணமென அதைக் கருதலாம். போல்ஷ்விக் புரட்சியின் வெற்றி குடியானவனுக்கு நிலவுரிமையை வழங்கியது, மாறாக ஸ்டாலினுடைய எதிர் புரட்சியோ அவனிடமிருந்த நிலத்தைப் பிடுங்கிக்கொண்டதோடு சோவியத் நாட்டின் விவசாயத்தையே வெகுகாலத்திற்கு எழமுடியாமற் செய்தது. தூக்கிலிடப்பட்டவர்கள், வதைமுகாம்களுக்குக் கொண்டுபோன போது வழியில் இறந்தவர்கள் அல்லது வதைமுகாம்களில் இறந்தவர்கள், தங்கள் சொந்தக் குடியிருப்பிலிருந்து வெளியேற்றப்பட்டு வேறு இடங்களில் குடி அமர்த்தியதால் பட்டினியால் இறந்தவர்கள் எனக் கூட்டுப்பண்ணை முறைக்குப் பலியானவர்கள் இருபத்திரண்டு மில்லியன் மக்களென்கிறார்கள். இது போன்றதொரு பேரழிவை சீனாவிலும் காண்கிறோம். குறிப்பாக முன்னோக்கிய பெரிய பாய்ச்சலின் *(The Great Leap Forward)*[3] போதும் கலாச்சாரப் புரட்சியின்[4] போதும் கணிசமான உயிரிழப்பை வரலாறு கண்டிருக்கிறது. அதேவேளை சோவியத் தொழிலாளர்கள் ஒரு புதியமுறை வேலை ஒழுங்கின் அடிப்படையில் அரசு அதிகாரவர்க்கத்தினரின் முழுக் கட்டுப்பாட்டின் கீழ் வந்தார்கள். உழைப்புத் திறனை அதிகரிக்கவென்று நடைமுறைப்படுத்தப்பட்ட ஸ்டாக்கானோவிட் இயக்கம் *(Stakhanovite movement)*[5], முதலாளித்துவ உழைப்புச்சுரண்டலின் அடியொட்டியது என்பதைக் கவனிக்க வேண்டும். தொழிலாளார்களின் வழக்கமான உழைப்பை நிறைவுசெய்ய, முகாம்களுக்குக் கொண்டுசெல்லப்பட்டவர்களின் கட்டாயப்பணிகள் உதவின. 'புராதன அடிமைமுறையின்றி நவீன சமூக உடமைநெறியில்லை'யென்ற எங்கெல்ஸ் கூற்றை மறந்துவிட முடியாது. ஆக ஸ்டாலின் மரபார்ந்த கோட்பாட்டைச் செயலில் கொண்டுவந்தார். கட்சித் தொண்டர்களில் ஆரம்பித்து தலைவர்கள்வரை தூய்மைப்படுத்தப்படுகிறது, அசுத்தங்கள் வெளியேற்றப்படுகின்றன. இடதுசாரியான ட்ரோட்ஸ்க்கியை ஒழித்தபிறகு வலதுசாரியான புக்காரியன்கள் கதையையும் முடித்து வைக்கிறார்கள். இங்கே வலது, இடது என்ற முத்திரைகள் முக்கியமற்றவையாகின்றன. ட்ரோட்ஸ்க்கிக்கு ஸ்டாலின் இடமும் அல்ல வலமுமல்ல அவர் வேறொரு சமூக வர்க்கத்தின், அரசியல் அதிகாரத்தின் பிரதிநிதி.

மத்திய நிர்வாகத்தின் கட்டுப்பாடற்ற அதிகாரத்தின் கீழ் நடைமுறைப்படுத்தபட்ட புதிய பொருளாதாரக் கொள்கை ஏற்படுத்திய பாதகங்கள் கொஞ்சநஞ்சமல்ல, கதிகலங்க வைப்பவை. 1930களை நினைவூட்டும் வகையில் பஞ்சம் மீண்டும் தலைவிரித்தாடியது. சோவியத் சமூகத்தில் எந்த நேரமும் எதுவும் நடக்கலாமென்ற கொந்தளிப்பு நிலை, அதைச் சரியாகப் புரிந்துகொண்டதுபோல உண்மையான ஸ்டாலினிய ஆதரவாளர்களின் முதலாவது காங்கிரஸ் – 'வெற்றிபெற்றவர்களின் காங்கிரஸ்' என ஸ்டாலின் அழைக்கிறார் – 1934இல் நடந்துமுடிந்த மறுதினம் ஸ்டாலின் உத்தரவுப்படி 'கிரோவ்' கொலைசெய்யப்படுகிறார், அதைத் தொடர்ந்து மாஸ்கோ வழக்குகள் சகாப்தம் வரலாற்றில் அரங்கேறுகின்றன.

முப்பதுகளின் இறுதியில் சோவியத் யூனியன், சமூகம் மற்றும் அரசியலில் 1917இல் புரட்சி ஏற்படுத்தியிருந்த நிர்வாகமுறைக்கு முற்றிலும் மாறுபட்டதொரு நிர்வாகத்தைச் சந்திக்கிறது. கொள்கைகள், வழிமுறைகள், பொதுவான சில நம்பிக்கைகளென்று 1920வரை நீடித்த எச்சசொச்சங்கள் பின்னர் சோவியத் மண்ணில் சர்வதேசச் சமூக உடமைவாதிகளின்

செயல்பாடுகளைத் தடைசெய்தபோது முற்றாக முடிவுக்கு வந்தன. ஒரு புதியவர்க்கம் – சார் மன்னர்கள் காலத்து அதிகார வர்க்கத்தினரின் வழிவந்த பிரிவினர், இருபதாம் நூற்றாண்டு ஒற்றை முதலாளித்துவப் போக்கை ஆதரிக்கும் பிரிவினர் – வழக்கமான முதலாளித்துவத்திடமிருந் தும், அதைத் தோற்றுவித்தவர்கள் நோக்கிலிருந்தும் மாறுபட்டதொரு சமூக உடமைநெறியிடமிருந்து வெகுவாக விலகிப் புதிய பொருளியல் முறையொன்றை முன்னெடுத்துச்சென்றார்கள். அப்புதிய வர்க்கத்தினரில் லெனினும் ஒருவர். பொருளாதார நடவடிக்கைகளும் அடக்குமுறை அரசியலும் பின்னிப்பிணைந்திருந்த நிர்வாகம் மையப்படுத்தப்பட்ட திட்டங்களுடனும் சிறு விவசாயிகளை அடிமைப்படுத்தும் போக்குடனும் இருந்தது. நாஜிகள் 1942இல் படையெடுத்தபோது, அக்டோபர் புரட்சி மரணித்து ஆண்டுகள் பல கடந்திருந்தன. வதைமுகாம்களுக்கு மக்களை ஏற்றிச்சென்ற நடவடிக்கைகள், அதிகாரவர்க்க அரசியல் சக்தியின் அடிப்படைப் பொருளாதாரச் சக்தியாகக் கட்டாயக் கூட்டுபண்ணை முறைகள் உபயோகம் ஆகியவை அம்மரணத்திற்குக் காரணமாகவிருந்தன.

ஒருமுகப்படுத்தப்பட்ட திட்டமிடுதல்களும் அதன் பக்க விளைவான 'தேவையின் நிமித்த எதேச்சாதிகாரமும்' புதியமுறை பொருளாதாரக் காப்பறையின் திறவுகோல். திட்டமிடுதலைப் பற்றிய விரிவானதொரு பகுப்பாய்வு கட்டாயம் தேவை, ஏனெனில் திட்டமிடுதல் நியாயங்களின் பெயரிலேயே ட்ரோட்கிஸ்டுகளும் ஸ்டாலினியம் சார்பற்ற பிற பொது வுடைமைவாதிகளும் சோவியத் யூனியனின் சோஷலிஸ நிர்வாகத்தை – கொடிய அடக்குமுறை அரசியலைப் பிரயோகித்தபோதிலும் – அதனை ஒரு முற்போக்கு நிர்வாகமாகக் கருதிவந்திருக்கிறார்கள். ஆக மொத்தத்தில் 'கட்டுப்பாடற்ற தொழிலாளர் அரசு' என்ற பார்வையைக் கொண்டிருந்த ட்ரோட்ஸ்கியச் சிந்தனை, பொருளாதாரத்தின் அடிப்படைக்கூறுகள் பிரச்சினைகளின்றி அல்லது கிட்டத்தட்டப் பிரச்சினைகளின்றி இருப்ப தாகவும், நிர்வாக அரசியலின் தலைமைபீடத்தில் மட்டுமே பிரச்சினைகள் என்றும் கருதுகிறது. எனவே அவர்களுக்குத் திட்டங்களும் அரசு நிறுவனங் களும் பாதுகாக்கப்பட வேண்டியவை. பதிலாக ஸ்டாலினுடைய அதிகார வர்க்க அரசியல் எதிர்க்கப்பட வேண்டியது. பொருள்முதல்வாதத்தின் எஜமானர்களுக்கு ஒருவழியாக அரசியல் அதிகாரத் தலைமையும் சமூக – பொருளாதாரக் கட்டுமானங்களும் எதிரெதிர் திசைகளில் இருப்பது புரியவந்தது. 'திட்டமிடுதலிலுள்ள நியாயங்கள்', 'முற்போக்கு' என்பவை யெல்லாம் ஒருவகையான மாயை, குணத்தில் அவை ஆடம் ஸ்மித் வர்ணிக்கும் 'சந்தைப் பொருளாதாரத்தின் ஒளிந்திருக்கும் கைக்கு' ஒப்பா னவை. உண்மையில் 'திட்டங்கள்' என அரங்கேற்றப்பட்டவை அனைத்தும் பொருளாதாரம், அரசியல் ஆகிய இரண்டு துறைகளிலும் தங்கள் பலத்தை ஒழுங்கமைத்து கொள்ள சோவியத் யூனியனுக்குத் தலைமைதாங்கிய அதிகாரவர்க்கத்தினர் எடுத்த நடவடிக்கைகளன்றி வேறெதுவுமல்ல.

முதலாளித்துவத்தையுவிட சோவியத் முறை மேலோங்கியது என்பதை உறுதிப்படுத்துவற்குரிய சான்றுகளை வெளிஉலகிற்குத் தெரிவிக்க வேண்டிய கடமை தனக்கு இருப்பதுபோல 'ஸ்டாலினிய வெற்றி' நடந்துகொள்ளும்

காலமும் வந்தது. ஐந்தாண்டு திட்டங்கள், 'ஸ்புட்னிக்', 'ககாரின்' போன்ற தோத்திரப்பாடல்கள் தொழில் உற்பத்தி, தொழில்நுட்பம் என்ற மொழியில் எழுதப்பட்டு சோஷலிஸ சோவியத் அரசாங்கத்திற்குத் தங்களுடைய மேம்பாட்டைக் குரலெடுத்துப் பாட வேண்டிய அவசியமிருந்தது, பாடவும் செய்தனர். அறுபதுகளின் தொடக்கத்தில் குரல் கம்மிப்போனது, துயரங்கள் பல்கிப்பெருக ஆரம்பித்தன.

அடிக்குறிப்புகள்

1. *War Communism* அல்லது *Military Communism* (1918 – 1921) என்றழைக்கப்பட்ட இக்கொள்கை ரஷ்ய உள்நாட்டுப்போரின் போது சோவியத் யூனியன் கடைப்பிடித்த அரசியல் மற்றும் பொருளாதார வழிமுறை.
2. *Nacht und Nebel* – டிசம்பர் 7, 1941 அன்று இட்லர் கையொப்பமிட்ட அரசாணை. அரசுக்கும் அதன் கொள்கைக்கும் எதிரானவர்களென்று எவரையும் கைதுசெய்யவும் பின்னர் அவர்களை வதைமுகாம்களுக்கு அனுப்பவும் இவ்வாணை உதவியது.
3. *The Great Leap Forward:* சீனநாட்டின் பொதுவுடைமை கட்சி1958 – 61களில் மேற்கொண்ட திட்டங்கள் அடிப்படையில் மேற் கொண்ட பிரச்சாரம். மக்களின் எண்ணிகையை வைத்து விவசாயத்தை நவீனப்படுத்த முடியுமென்ற சிந்தனையைக் கொண்டது.
4. *The Great Proletarian Cultural Revolution* என்னும் பாட்டாளிகளின் கலாச்சாரப் புரட்சி மாசேதுங் வரலாற்றோடு இணைந்தது. 1966 தொடங்கி 1978 வரை நீடித்தது. புராதனக் கலைகள், வரலாற்றுத் தடயங்கள் தேவையற்றவையெனக் கருதி அழிக்கப்பட்டன.
5. *The Stakhanovite Movement* : 1935இல் இரண்டாம் ஐந்தாண்டு திட்டத்தின் போது ஒரு புதியவகை சமூக உடமைப் போட்டியாக அறிமுகமானது. *Aleksei Stakhanov* என்னும் தொழிலாளி ஆறுமணி நேரத்தில் சுமார் 102 டன் நிலக்கரியை வெட்டியெடுத்துச் சாதனை புரிந்ததன் பேரில் உருவானது. எனினும் இச்சாதனை பின்னர் வேறொரு தொழிலாளியால் முறியடிக்கப்பட்டதாகச் சொல்லப்டுகிறது. இவ்வியக்கத்தின் நோக்கம் தொழிலாளரின் உழைக்கும் திறனை அதிகரிப்பதாகும்.

சாத்தியமற்ற திட்டமிடல்கள்

சோவியத் பொருளாதாரம் *(The Soviet Economy, 1961)* என்ற நூலில் அலெக்ஸாண்டர் நோவ் *(Alexander Nove)* – சோவியத் யூனியனுடன் அவருக்குக் கசப்பென்று எதுவுமில்லை – சோவியத் யூனியனின் பொருளாதார முறை இயங்கும் வகைமையை மிக நுணுக்கமாகப் பகுப்பாய்வு செய்திருக்கிறார், குறிப்பாக எப்படி, எவ்வகையான கூறுகளின் அடிப்படையில் வருவாய், உற்பத்தித் துறைகளில் பகிர்ந்துகொள்ளப்பட்டன என்பதை தெளிவுபடுத்தியிருக்கிறார். சோவியத் யூனியனின் முறைமையை விமர்சிக்கும் மேற்கத்தியர்கள் – அவர்கள் இடமோ வலமோ – வழக்கமாக எடுத்

தாளும் துறைகளை முற்றிலும் தவிர்த்தே அவரது மதிப்பீடு இருக்கிறது. சோவியத் முறைமை அரசாங்கத்தின் உடைமையென்பது ஓர் அடிப்படை அளவை, ஆனால் அதைப் புரிந்துகொள்ள இந்த ஓர் அடையாளம் மட்டுமே போதாது. ஏனெனில், "சோவியத் முறைமை நிர்வாக விதிமுறைகளுக்கும் ஆணைகளுக்கும் உட்பட்டதேயன்றி வர்த்தகத்தின் ஆணைகளுக்கும் விதி முறைகளுக்கும் உட்பட்டதல்ல" (பக்கம் 9) என்பதை அவசியம் நாம் புரிந்துகொள்ள வேண்டும். 'திரைமறைவு' பொருளாதாரம் என்றவொன்று இருந்தபோதிலுங்கூட – இதை உத்தியோகபூர்வமாக ஏற்றுக்கொண்டு பிரச்சினைகளைச் சமாளிக்க கோர்பச்சேவும் முயன்றதுண்டு – ஏறக்குறைய மொத்தப் பொருளாதார இயக்கத்தையும் சோவியத் பொருளாதாரமுறை தமது விதிமுறைகளுக்குள் வைத்திருந்ததோடு கண்காணிக்கவும், "ஒருமுகப் படுத்தப்பட்ட விதிமுறைககளைக்கொண்டு எல்லாவகை செயல்பாடு களிலும் தலையிடுவதென்ற கொள்கையையும் கொண்டிருந்தது, உதாரணம் உலர்ந்த புல்களை, கோதுமைதாள்களைக் கட்டுவதற்குக் கம்பிகளைப் பயன்படுத்த வேண்டுமென்ற விதி" (பக்கம் 32). இம்முறைமை மிகமோச மான பொருள் விரயத்திற்குப் பின்புலமாக இருந்துள்ளதென்பது வெளிப் படை. சோவியத் இதழியலாளர்கள் காட்டமாகக் குறைகூறியிருக்க வேண்டும். 'சதிகாரர்கள்', 'முதலாளித்துவத்தின் கைக்கூலிகள்' என்றறியப்பட்ட கதை களெல்லாம் பாட்டாளிகளின் ஒழுகலாறுகளுக்கு உகந்தவையல்ல. (இங்கே கோர்பச்சேவின் முயற்சிகளுக்கு முன்பிருந்தே 'ஒளிவின்மை' (*transparency*) சோவியத் முறைமையில் இருந்திருக்கிறதென்னும் உண்மையும் தெரிய வருகிறது.)

இங்கே நமக்குள்ள பிரச்சினை சோவியத் யூனியனுடைய இன்றைய சிதைவு பற்றியதல்ல. பெருங்குழப்பத்தில் தத்தளித்திருந்த சோவியத் யூனியன் இத்தனை காலமும் தாக்குப்பிடிக்க முடிந்தது எவ்வாறு? என்ற கேள்வி யால் வருவது. புரிந்துகொள்ள மீண்டும் 'நோவ்'வுடைய நூலின் பக்கம் 33ற்குச் செல்ல வேண்டும். அதில், "பெரும்பாலான உற்பத்தி நிறுவனங்கள், கிட்டதட்ட ஒரேவிதமான பொருட்களை ஆண்டுதோறும் தயாரித்ததே பெரிய விபத்தொன்றை சோவியத் யூனியன் தவிர்க்க முடிந்ததற்கான காரணம்" என்கிறார். அவ்வகையில் சோவியத் யூனியனின் திட்டமிடல்: வளர்ச்சியில் அக்கறையும் எதிர்கால நோக்கும் கொண்டதாகவும்; கட்டுப் பாடற்ற முதலாளித்துவத்துவத்திற்குத் தாம் விரோதியென்றும் தெரிவித்துக் கொண்டது. இதனடிப்படையில் உற்பத்திசெய்யப்பட்ட பொருட்கள் புதிய முயற்சிகளைக் கொண்டிராமல் எப்போதும் ஒரே மாதிரியாகவும் நீண்ட கால அடிப்படையில் மாற்றத்திற்கும் உள்ளாகும் நோக்கமின்றியுமிருந்தன. இந்நடைமுறை தொடக்கத்தில் திட்டமிடல்களுக்குக் காரணமாக இருந் தவர்கள் அறிவித்த கொள்கைகளுக்கு எதிரானது. நீண்டகால அடிப்படை யில் உண்மையான திட்டமிடலின் 'இன்மை' விவசாயம், பெருந்தொழில் களால் விளையும் நச்சு சூழல்கள் போன்ற துறைகளை வெகுவாகப் பாதித்திருந்தது. திட்டமிடலின் வெற்றி என்பது, உற்பத்தி துறைகளுக் கிடையே நியாயமான இருப்புநிலை வேண்டுமென்பதற்காக எதிர்காலப் பலன்களைக் கணக்கில்கொள்ளாது அதிகாரவர்க்கமெடுத்த பைத்தியக்கார நடவடிக்கைகள், முதலாளித்துவத்தில் இலாபவிகிதத்தை அதிகரிப்பதற் காக நிகழும் போட்டிகளுக்கு நிகரானவை.

இந்நிலைமைக்குப் பல காரணங்கள் உள்ளன : அதிகார வகுப்பினரின் அடங்காப் பசியும் அவர்களை இயக்கிய மனநிலையுங்கூட அதில்தான் சேர்த்தி. சோவியத் யூனியனின் முடிவுக்குப் பிறகும் விளைவுகளில் சில வேறுபாடுகளிருந்த போதிலும், நிர்வாகத்தில் இருப்பவர்களின் செயல் பாடுகளில் பெரிய மாற்றங்களில்லை. பொதுவாகக் கடைப்பிடிக்கப்பட்ட ஒருவகையான உளவியல் அடிப்படையிலான ஆதிக்கமே அதற்குக் காரண மென்றபோதிலும், 'திட்டமிடல்' கொள்கையின் அடிப்படையையே நாம் சந்தேகிக்க வேண்டியிருக்கிறது. கொள்கைகள்மீது அதிகாரவர்க்கத் தினருக்குள்ள அக்கறை (சோவியத் யூனியனில் மட்டுமல்ல உலகமெங்கும் அதிகாரவர்க்கத்தினர் ஒரே இனமே) – 'அனைத்தையும் தீர்மானிக்கும் மேலதிகாரிகளின் உரிமை' – அதாவது நிறுவனங்களின் உண்மையான வளர்ச்சி அனைத்தையும் நிர்வாக விதிமுறைகளைக்கொண்டு சமன் பாடுகளுக்குக் கொண்டுவந்துவிட முடியுமென்று அவர்கள் சாதுர்யமாகக் கணக்குப்போட்டிருந்தனர். துரதிர்ஷ்டவசமாக நடைமுறையில் இக்கருத் தியம் மிகவும் சிக்கல் தன்மையை எதிர்கொள்ள வேண்டியிருந்தது. "உக்ரேனியன் தலைநகர் கீயிவ் (*Kiev*) கணக்கியல் அறிஞர்கள் உக்ரேனியக் குடியரசுக்கு மட்டும் ஒருவருடத்திற்கு உற்பத்திச் சாதனங்கள் மற்றும் தொழில் நுட்பங்கள் தேவை எவ்வளவென்பதைத் துல்லியமாகக் கணக் கிட்டிருந்தார்கள் ஆனால் உண்மையில் உலகிலுள்ள மக்கள் அனைவரும் இலட்சகணக்கான வருடங்கள் அதற்கு உழைக்க வேண்டும்" (பக்கம் 43), என்ற தேவையில் உக்ரேனியன் இருந்தது. காரணம் பொருளாதாரம் பன்னாட்டுப் பொருளாதாரமாக வளர வளரத் தேவைகளும் பல்கிப் பெருகுகின்றன (இன்றைக்கும் நாம் காணும் சமூகம், "அவ்வாறு இல்லை யெனில்..." என்ற விதிமுறையின் கீழ் இயங்கும் சமூகம்.), அதன் விளை வாகப் போட வேண்டிய கணக்குகளும் அதிகம். வேறு வார்த்தைகளில் சொல்வதெனில் ரஷ்ய சார் மன்னராட்சி காரணமாக மிகவும் பின் தங்கியிருந்த நாட்டின் முதுகில் திட்டமிடல் பிரச்சினைகளைச் சுமக்க வைப்பதால் அடையக்கூடிய பலனென்று எதுவுமில்லை. உண்மையில் சோவியத் திட்டமிடல், அப்போதைய சோவியத் யூனியனின் நிலைமைக்கு, மிகுந்த திறன்வாய்ந்ததாகவே தோற்றம் அளித்தது. ஒன்றிரண்டு நூற்றாண்டுகளுக்கு முன்பு முன்னேறிய நாடுகள் தூரதேச வர்த்தகத் தாலும் காலனிய நாடுகளின் தொழிலாளர்களுடைய உழைப்பைச் சுரண்டி யும் தங்களுடைய தொடக்க மூலதனத்தைக் குவித்திருக்க, சோவியத் யூனியனோ மிகவும் தாமதித்து அதைச் செய்ய வேண்டியிருந்தது. ஆனால் சோவியத் பொருளாதாரம் வளர்ச்சி அடைய அடைய, குடிமக்கள் மேலும் மேலும் தேவைகளைப் பெருக்கிக்கொள்ளும் மனிதர்களாக மாறுகிறார்கள். மார்க்ஸின் கூற்றின்படி சோவியத் திட்டமிடல் தனது கழுத்தைத் தானே நெறித்துக்கொள்ள மேலும்மேலும் காரணமாகிறது. சோவியத் யூனியன் மேற்கத்தியர்களை எட்டிப்பிடித்தது மட்டுமல்ல கடக்கவும் முடிந்த துறைகளும் உண்டு. அது நிலக்கரி மற்றும் இரும்பு எஃகுத் தொழில்கள். சோவியத் பொருளாதார முறைமையின் இறுதிக்காலத்தில் உயர்நுட்பத் தொழில் துறையில் மேற்கத்திய நாடுகள் ஜெயித்துவிட்டன. இரும்பு, நிலக்கரியைக் காட்டிலும் நவீன உலகைத் தீர்மானிக்கும் சக்தியாக இருப்பது உயர் தொழில்நுட்ப அறிவு.

மேற்கண்ட காரணங்களுக்காகவே குருச்சேவ், பிரஸ்நேவ், பின்னர் இறுதியாக கோர்பச்சேவ் வரை ஒரு கேள்விக்குப் பதிலளிக்க எல்லா வகையிலும் முயன்றார்கள். அக்கேள்வி நுண்நிலைப் பொருளாதார *(Microeconomics)* அடிப்படையிலெடுத்த முடிவுகளைப் பகிர்ந்தளித்தபடி விரிநிலைப் பொருளாதாரத் துறையில் *(Macroeconomics)* திட்டமிடல்களின் மையத்தைத் எவ்வாறு தொடர்ந்து பராமரிப்பது என்பதாகும். இக்கலப்புப் பொருளாதாரம் கோட்பாட்டளவில் உகந்ததுதான், ஆனால் எதார்த்த மென்று வரும்போது மோதலைத் தவிர்க்க முடிவதில்லை. "செயல் முறையில், நுண்மத் தீர்மானங்களைப் பிரதிநிதித்துவப்படுத்துவதும், பெருந் துறைகளில் மட்டுமே கண்காணிப்பென்பதும் சாத்தியப்படக்கூடியதல்ல" (பக்கம் 62) என்கிறார் நோவ். இந்த இயலாமையால் நேர்ந்ததே எடுக்கப் பட்ட எல்லாச் சீர்திருத்தங்களின் தோல்வியும்.

அரசாங்கத் திட்டமிடல் வேறொரு பிரச்சினையோடும் முரண்படு கிறது. ஆடம் ஸ்மித் கூற்றின் பிரகாரம் உற்பத்தித் திறன், சாதக அடக்க விலை அலகு *(Economies of Scal)*, பேரளவு உற்பத்தி *(Mass production)*[2] ஆகிய மூன்றும் ஒன்றுக்கொன்று தொடர்புடையவை. பரிசீலனைக்குட் படுத்தப்பட்ட இவ்விதி உண்மையில் விவாதத்திற்குரியது. சோவியத் யூனியனும் முதலாளித்துவ நாடுகளைப் போலவே 'பாதக அடக்கவிலை அலகு' *(Diseconomy of scale)*, உற்பத்திக்கு எதிரான தொழில் நுட்ப வளர்ச்சி போன்ற பொருளியல் உண்மைகளுக்குச் சாட்சியமாக இருந்திருக்கிறது. பாரம்பரிய மார்க்ஸியத்தின் படி மூலதனத்தை ஒருமுகப்படுத்துவதும் மையப்படுத்துவதும் சமூக உடைமைநெறிக்கான வழிமுறை. ஒரு சமூக உடைமைநெறி சமுதாயம் என்னும்போது அங்கு ஒரே ஒரு நிறுவனம்தான் இருக்க முடியுமென்பது இயற்கை. மாறாக ஒரு குறிப்பிட்ட கட்டத்திற்குப் பிறகு அவ்வகையான நிறுவனத்தில் படிப்படியாகச் சிக்கல்கள் ஆரம்பிக் கின்றன. அதாவது, இலாப வீதத்தை மட்டுமே குறிவைத்து இயங்கும் முதலாளித்துவச் சமுதாயத்தைக் காட்டிலும். எனவே இம்மகாப்பெரிய நிறுவனத்தின் நிர்வாகமும் அதே விகிதத்தில் பெரிதாக இருந்திருக்க வேண்டும்.

இறுதியாகத் திட்டமிடல் கணிப்பு முறையிலும் தவறுகள் நிகழ்கின்றன. ஸ்டாலின் வாடகை இலாபக் கோட்பாட்டையும் *(Economic Rent)*, மதிப்பு விதியையும் *(Law of Value)* தூக்கியெறிந்தார். ஆனால் சமுதாய உழைப்பின் அடிப்படையில் ஒருவேலைக்குச் செலவிடும் கால அளவைக் கணக் கெடுக்க உதவும் ஒரே சாதனம் மதிப்பு விதி. சோவியத் திட்டமிடல்கள் அவற்றின் உற்பத்தி இலக்குகளை பௌதிக அளவைகளில் தெரிவித்தன – அவற்றை ரூபிள்களாக அதாவது பண அலகில் மாற்றும்பொழுது உண்மைக்குப் புறம்பாகக் கணக்கிடப்பட்டன, மொத்த உற்பத்தி, அதிகார வர்க்கம் தெரிவுசெய்திருந்த ஈவு வீதத்தால் பெருக்கி அறிவிக்கப்பட்டது. அதன் விளைவுகள் எப்படிப்பட்டதென்பதை புரிந்துகொள்ள முடியும். "ஒரு மின்சார நிறுவனம் திட்டமிடலை நிறைவேற்றத் தவறியது என்ற காரணத்தின் அடிப்படையில் தண்டிக்கப்பட்டது. வழக்கத்திற்கு மாறாக அவ்வருடம் குளிர் மிதமாக இருந்ததால் கணப்புச் சாதனத்தின் தேவை மிகவும் குறைந்தது" (பக்கம் 105). மாறாகத் திட்டமிடலின் நியாயத்தின்படி

நிறுவனத்தின் இயக்குநர்களை தங்கள் உற்பத்தித்திறனைக் குறைத்துமதிப் பிட்டவர்கள், முதலீட்டையும் உற்பத்தி சாதனங்களின் தேவையையும் கூடுதலாக மதிப்பிடுகிறார்கள். ஆக இத்துறையில் சரியான ஆய்வுகளும் அதன்வழி புதிய விதிமுறைகளும் தேவையாகின்றன. இத்துறையில் கடுமை யான ஆய்வுகள் ஏன் மேற்கொள்ளப்பட்டன என்பதைப் புரிந்துகொள் கிறோம். புதிய பொருளாதாரக் குறியீடுகள் நம்பகத்தன்மை மிக்கதாகவும் இன்னொருபக்கம் நிறுவனத்தின் முடிவுகளில் பங்கெடுக்க இயக்குநர் களைத் தூண்டும்வகையிலும் அமைய வேண்டும். இப்பிரச்சினையின் மையப்பொருள், நடுவண் அமைப்பு உற்பத்தித்திறனை அதிகரிக்கும் வகையில் முயற்சிகள் மேற்கொள்ளப்பட வேண்டுமென்பது. ஆனால் தமக்குக் கீழே என்ன நடக்கிறது என்பதோ சூழ்நிலைகளின் தன்மை என்ன என்பதோ அதற்குத் தெரியாது, இந்நிலையில் அதனுடைய கட்டளை கள் பெரும்பாலும் களத்தில், செயல்திறன் மிக்க மனிதர்களுடன் முரண் படுவதாகவே இருக்கின்றன *(பக்கம் 115).*

இம்முரண்கள் அனைத்திற்கும் திட்டமிடலில் உற்பத்திக்கும் கொள் வனவிற்கும் ***(Procurement)*** இடையில் இணக்கமின்மை நிலவுவதே அல்லது ஏறக்குறைய அம்மாதிரியான சூழல் நிலவுவதே அடிப்படைக் காரணம். ஆக மொத்தத்தில் நுகர்வோர்கள் இங்கே முட்டாளாக்கப்பட்டார்கள்: காலணிகளை வாங்குபவர்களில் ஆரம்பித்து உற்பத்திக் கருவிகள், மூலதனப்பொருட்கள் என வாங்குபவர்களுக்கும் இதுதான் நிலைமை. இதைத் தவிர்க்க நிறுவனங்களின் இயக்குநர்கள் என்ன செய்திருக்க வேண்டும், ஒவ்வொரு நிறுவனத்தின் இயக்குநரும் அந்நிறுவனத்தின் உற்பத்தி திட்ட மிடலை அவரது உற்பத்திப்பொருளுக்கு நுகர்வோர் தேவையின் அளவு என்னவென்பதை அறிந்து அதனடிப்படையில் உற்பத்தியில் ஈடுபட்டிருக்க வேண்டும். ஆனால் அவ்வாறு செய்வது அரசாங்கத் திட்டமிடல்களை மறுப்பதும் மீண்டும் சந்தைப் பொருளாதாரத்திற்குத் திரும்புவதும் என்றாகி விடும். ஆனால் அதிகார வகுப்பினருக்கு திட்டமிடலென்பது அவர்களு டைய அரசியல் பலத்தின் ஆதாரமான பொருளாதாரச் சக்தியாகவும், அதனை நியாயப்படுத்தும் சக்தியாகவும் இருக்கிறது, இந்நிலையில் திரும்ப வும் சந்தைமுறைக்குத் திரும்புவதென்பது கட்டாயக் கூட்டுபண்ணை முறையாலும் 1928 – 29 ஆண்டு முதல் செயல்பட்டுவரும் ஐந்தாண்டு திட்டங்களாலும் வலுப்பெற்றுள்ள அரசியல் நிர்வாகம் பொருளிழந்துவிடும். இச்சுழற்சி சிக்கலில் கொர்பச்சேவும் தப்பவில்லை, 1991வரை தவித்தார், இறுதியாகச் சமூக உடைமைநெறி பொருளாதார மாளிகை இடிந்து அவர் தலையிலேயே விழவும் செய்தது. பெரெஸ்ட்ரோயிக்கா நிறுவனத்தின் முயற்சிகளுக்கு உதவிக்கரம் நீட்டியபோதும் (உ–ம் நிர்வாகத் தலைமையைத் தொழிலாளர்களே தேர்வு செய்துகொள்ளலாம்) எந்த அதிசயமும் நிகழ்ந்து விடவில்லை, காரணம் அங்குப் பிரச்சினைகளில் சிக்குண்டவர்களுக்குக் கவர்ச்சிகரமானதாக அது இல்லை. தவிர கோர்பச்சேவின் நடவடிக்கை கள் நிலைமையை மேலும் மோசமாக்கின. அதேவேளை முதலாளித்துவ நாடுகளால் ஈர்க்கப்பட்டு, கட்டுப்பாடற்ற சீர்திருத்தவாதிகள் எனத் தங்களை அழைத்துக்கொண்ட பிரிவினரின் குரல்கள் சுதந்திரமாக ஒலிக்கத் தொடங்கின. ஒருசில ஸ்டாலினிய முதியவர்களின் செயல்பாட்டின்

காரணமாக சோவியத் யூனியனின் மரணத்திற்கு 1991ஆம் ஆண்டு கையொப்பமிடப்பட, சகாப்தம் முடிவுக்குவருகிறது.

பொருளாதார வெற்றிகளின் அடிப்படையில் பூர்ஷ்வாக்கள் ஜனநாய கத்தின் ‘முறையான சுதந்திரத்திற்கு’ *(Formal freedom)* எதிரான ‘உண்மைச் சுதந்திரத்தை’ *(Real freedom)*[3] மக்களுக்குக் கொடுக்கத் தவறிய நிர்வாக அரசியலின் உண்மையை மறைக்க அதிகாரவர்க்கத்தினருக்கு ஐம்பதுகள் மற்றும் அறுபதுகளின் ஓகோவென்று கொண்டாடப்பட்ட இருப்புநிலைக் குறிப்புகள் *(Balance sheets)* – பெருவாரியான குறிப்புகள் பொய்யானவை – அனுமதித்தன. பொருளாதாரச் செயல்முறைத் திறனை ஒப்பிடும்போது சோவியத் முறை, முதலாளித்துவ முறையைவிட மிகவும் தாழ்ந்திருந்தது. ஆகப் பிரச்சினையை ஒரு கட்டத்தில் உணரும் காலமும் வந்தது. இத் தோல்விக்கான காரணங்களென்ன? அக்டோபர் புரட்சியின் இடிபாடுகளின் மீதும் அதிற் பலியான மாவீரர்கள் பிணங்களின் மீதும் ஸ்டாலினால் கட்டியெழுப்பப்பட்ட சோவியத் திட்டமிடல் எதேச்சாதிகார அதிகார வர்க்கத்தினரின் ஸ்திரத்தன்மைக்கு உத்தரவாதமளிக்குமென நம்பப்பட்டது. நிறுவனத்தின் வல்லமையையும் நிரூபித்தாக வேண்டும். அதனூடாக ஏகதேசச் சமூக உடைமைநெறியைக் கட்டமைக்க முடியுமென்னும் நம்பிக்கையையும் வளர்த்தெடுக்க வேண்டும். ஆனாலிந்த ‘ஏகதேச சமூக உடைமை நெறி’ அல்லது ‘தேசிய சமூக உடமைநெறி’ கோட்பாட்டின் தொடக்கம், ஜெர்மன் சமூகக் குடியரசு கட்சியினரில் வலதுசாரிகள் பிரிவினருக்குச் – உதாரண மாக வொல்மார் *(Volmar)* போன்றவர்களின் சிந்தனைக்கு – சொந்தமான தாகும். இச்சிந்தனை உண்மையில் எதிர்ப்பாளர்களின் கனவு, மார்க்ஸியச் சிந்தனையின் அடிப்படையை எதிர்த்தவர்களுக்குச் சரியான புகலிடம். எனினும் நவீனத்தால் வார்க்கப்பட்டவனாகவும் வளர்ச்சியை எட்டிய வனாகவுமிருந்த தனிமனிதனை இது ஈர்க்கத்தவறியதில் வியப்பேதுமில்லை. மார்க்ஸ் கருத்தின்படி சமூக உடமைநெறியின் வெற்றி என்பது உற்பத்தி சக்தி, அறிவியல், தொழில்நுட்பம், தொழிலாளர்களின் விழிப்புணர்வு போன்றவற்றில் அடையும் மிகப்பெரிய வளர்ச்சியை அடிப்படையாகக் கொண்டது, அது சர்வதேசப் பரிமாணத்தைக் கொண்டதாகவும் இருக்க வேண்டும். இந்த அடிப்படையிலான சிந்தனையை, தனிமைப்படுத்தப் பட்டும், மிகவும் பின்தங்கியுமிருந்த சோவியத் யூனியனில் செயல்படுத்து வது சாத்தியமல்ல. அதிகாரவர்க்கத்தினர் ஏகதேசச் சமூக உடைமை நெறியையும் அரசாங்கத் திட்டமிடலையும் விரும்பினார்களெனில் அத னிடத்தில் அவர்களுடைய அதிகார அரசியலுக்கு வேண்டிய ஊட்டச் சத்தும் பலத்தைப் பிரயோகிக்கப் போதுமான ஆயுதங்களும் இருந்தன. ஆக சோவியத் யூனியன் இருபதாம் நூற்றாண்டு வரலாற்றில் மிககொடிய மிருகத்தை உற்பத்திசெய்ததோடு பாரம்பரிய மார்க்ஸியத்தோடு தனக் குள்ள முரண்பாட்டையும் உறுதிசெய்தது.

சோவியத் யூனியன் மார்க்ஸியத்திற்கு எதிரான தனது முரண்பாட்டை உறுதிசெய்திருந்தபோதும் பாரம்பரிய மார்க்ஸியம் என்பது முழுமையான சிந்தனையல்ல என்று எங்கும் அது கூறவில்லை. சோவியத் யூனியனுக்கு

நேர்ந்த சோகம் மார்க்ஸியத்திற்கு மாற்று அவர்களிடத்தில் இல்லாமற் போனது. 1924 – 1925களில் அதிகாரத்திலிருந்த போல்ஷ்விக்குகள் 'ஏகதேசச் சமூக உடைமைநெறி' என்பதன் அடிப்படையில் ஸ்டாலினுக்குத் தங்கள் ஆதரவைத் தெரிவிக்கின்றனர். அதற்குச் சரியானதொரு காரணமுமிருந்தது. ஐரோப்பாவில் புரட்சிக்கு அந்த நேரம் சாத்தியமல்ல என்பதொன்று, அடுத்து அப்படியொன்று அண்மைக் காலத்தில் நிகழலாம் என்பதற்கான அறிகுறிகளும் அங்கில்லை. சோவியத் தனிமைப்படுத்தப்படின் என்ன செய்வது? வரலாற்றில் தங்களுக்குள்ள கடமையை நிறைவேற்ற பாட்டாளி களின் தலைமையாகச் சுவீகரித்துக்கொண்டு உலகப் பாட்டாளிகளை உதவிக்கு அழைக்கலாம் (இதில் ட்ரோட்கிஸ்டுகள் தேர்ந்தவர்கள்). அதே வேளை அவர்கள் வாழ்ந்தாகவும் வேண்டும். ஏகதேசச் சமூக உடைமை நெறியைக் கட்டமைக்க இயலாதெனில் சாவியை வீட்டின் பழைய உடைமையாளர்களிடத்தில் கொடுப்பதொன்றுதான் செய்யக்கூடியது. உலகப் புரட்சியென்று ஒன்று நடவாத நிலையில் போல்ஷ்விக்குகள் உள்நாட்டிலும் வெளிநாட்டிலுமிருக்கும் ரஷ்ய முதலாளிகளை அழைத்து, "நல்லது இதற்குமேல் எங்களால் செய்ய ஒன்றுமில்லை, காரணம் ஜெர்மன், பிரான்ஸ் அல்லது பிரிட்டனின் சமூகக் குடியரசு கட்சியினரின் பின்னே செல்கிறவர்களாகத் துணிச்சலற்று எங்கள் தொழிலாளர்கள் இருக்கிறார் கள். அதிகாரத்தை நீங்கள் எடுத்துக்கொள்ளுங்கள், எங்களுக்கு எதிர்க் கட்சியினராக இருப்பது எளிது. அவ்வாறே இருந்துவிடுகிறோம்" எனக் கூறலாம். இப்பிரச்சினையின் ஆழத்தைப் புரிந்துகொள்ள இது போன்ற உரைகள் போதுமானவை. போல்ஷ்விக்குகளிடம் அதிகாரமிருந்தது; அதனை விட்டுக்கொடுக்க அவர்கள் தயாராக இல்லை, கட்டளை இடும் அதிகாரத்தி லிருந்தவர்களின் சமூக நலன்களைப் பேசினார்கள், அதாவது தொழிலாளர் வர்க்கத்தினரின் சமூக நலன்கள் முக்கியமல்ல, சமூக உடமைநெறி அரசின் அதிகாரத்தை கையில் வைத்திருக்கும் குட்டி பூர்ஷ்வா அறிவுஜீவிகளின் சமூக நலன்கள் முக்கியம். (சார் அரசாங்கத்துக்குச் சிவப்பு வண்ணம் பூசியதுபோல – என்ற லெனின் வாக்கியத்தை நினைவுகூர்தல் நல்லது) ஆக மொத்தத்தில் போகாத ஊருக்குப் பயணப்பட்டதன்மூலம் தங்கள் சவப்பெட்டிக்கான ஆணிகளை 1940ஆம் ஆண்டின் போது அனைவரும் சேர்ந்தே அடித்தனர் – ஸ்டாலினைத் தவிர.

ஏற்கனவே இதுபற்றிக் குறிப்பிட்டிருந்தோம். இக்கதையில் துன்ப வியலும் பரிமாணமும் இருக்கிறது. ட்ரோட்ஸ்கியின் ஊழ்வினை ஒரு தனிக்குறியீடு. அவர் அக்டோபர் வெற்றியின் காரணகர்த்தா. புரட்சியாளர் களை வழிநடத்தியவர் அவர். செம்படைக்கு வேண்டிய ஆட்களைத் திரட்டியதும் வாகைசூடியதும் அவர். மோஸசின் உதவியாளரான யொஷுஃவாவிற்குப் **(Joshua)** யுத்த தந்திரத்தில் தேர்ந்த முதலாவது யூதரென ஜார்ஜ் ஸ்டெய்னர் **(George Steiner)** என்ற படைப்பாளியால் குறிப்பிடப்படுபவர். லெனினின்றி அக்டோபர் புரட்சி நடந்திருக்க வாய்ப்பில்லை. அதுபோலவே ஸ்ட்ரோஸ்கி இல்லையேல் அக்டோபர் புரட்சியின் வெற்றியில்லை. ராணுவத்தில் பூர்ஷ்வாக்களில் சிறப்பான வர்களைப் பயன்படுத்திக்கொள்ள வேண்டுமென்ற யோசனையை முன்

வைத்தவர் அவர். சார் முடியாட்சியின்கீழ் ராணுவத்திலிருந்த பலர் செம்படையில் சேர்த்துக்கொள்ளப்பட்டு, அரசு ஆணையர்களின் கட்டுப் பாட்டின் கீழ் கொண்டுவரப்பட்டனர். இது போன்ற நடவடிக்கைகள் அவரது செல்வாக்கை உயர்த்த போல்ஷ்விக்குகள் அவரிடத்தில் குரோத மும் விவரிக்க இயலாத அளவிற்கு வெறுப்பும் கொண்டனர். சோவியத் அரசியலில் ஏற்பட்ட மாறுதலுக்குப் பெரிதும் காரணமாக இருந்தவர், இவரது வீழ்ச்சிக்கும் அதுவே காரணம். புதிய பொருளாதாரக் கொள்கைக் கான போராட்டத்திலிருந்து அது பயன்பாட்டிற்கு வருவதற்கு முன்பே விலகிக்கொண்டார், அது தவிர்க்க முடியாததெனவும் நினைத்தார். பின்னர் 'யுத்த பொதுவுடைமையில்' இணைந்தார். தீவிரத் தொழிற்சங்க நடவடிக்கைகள், கட்டாய உழைப்பு இன்னும் இது போன்ற பொதுவில் பலரும் வெறுக்கிற நடவடிக்கைகளை நியாயப்படுத்த தமது இலக்கிய ஞானத்தைப் பயன்படுத்திக்கொண்டார். ஸ்டாலின் அதிகாரம் ஓங்கும் நிலையில் எதிர்க்கத் துணிந்தபோது (1925இல் ஆரம்பித்து) காலம் கடந்திருந்தது என்பதோடு, இவர் தனிமரமானார். ஐசக் டெட்ஷர் (*Isac Deuscher*) என்னும் வரலாற்றாசிரியர், ட்ரோட்ஸ்கியைப் பற்றி பேசும்போது, "1917இல் ஆயுதம் தரித்த தீர்க்கதரிசியாக இருந்தவர் பின்னர் நிராயுதபாணியாக ஆனார்" என்று எழுதுகிறார்.

தொழிலாளர் மற்றும் புரட்சியாளர்களின் இயக்கச் செயல்பாடுகளில் 'சோவியத் யூனியனின் இயல்புக்கு' என்ற பொருள்குறித்து நிறைய விவாதங்கள் எழுந்தன. ஸ்டாலினிய அபிமானிகள் குருட்டுத்தனமான சாகசங்களைச்செய்து சொர்க்கத்தைக் கட்டி எழுப்பிய கதையையும் அச்சொர்க்கம் நவம்பர் 1989 பெர்லின் சுவர் இடிந்துவிழுந்தபோது, சேர்ந்தே இடிபட்டதென்ற கதையையும் சற்று ஒதுக்கிவைப்போம். இதற்கு முன்பாகவே அனார்க்கிஸ்டுகளும் பொதுவுடைமை இடதுசாரிகளும் அரசு முதலாளித்துவம் வேறு வடிவத்தை எட்டியிருப்பதாக அனுமானித் திருந்தார்கள். ட்ரோக்கிஸ்டுகளைப் (அதாவது பலவீனமடைந்திருந்த ட்ரோக்கிஸ்டு அணியில் இன்னமும் ஒட்டிக்கொண்டிருந்தவர்கள்) பொறுத்த வரை சோவியத் யூனியன், 'ஒரு தொழிலாளர் அரசு ஆனால் சீரழிந்த நிர்வாகத்தினரைக்கொண்டது.' வேறு வார்த்தைகளில் சொல்வதெனில், சமூக உறவைப் பொறுத்தவரை அக்டோபர் புரட்சிக்குப் பின்பு உருவான மாற்றத்தைத் தொடர்ந்து பராமரித்துவந்த ஓர் அரசு, அதாவது 'தொழிலாளர்' என்ற உபயோகம் அங்கே நீடிக்கிறது, காரணம் பூர்ஷ்வா முதலாளித்துவ உடமை பறிக்கப்பட்டாயிற்று. மேற்கண்ட நிலைமைக்கு மாறாக சோவியத் யூனியன் வேறொரு காட்சியையும் கண்டது. புரட்சியாளர்களுக்கு எதிரான அதிகாரவர்க்கமொன்று தொழிலாளர் வர்க்கம் ஈட்டிய வெற்றியை அபகரித்ததன்மூலம் அரசியல் அடிப்படை யிலொரு உடமைபறிப்பையும் அங்கே நடத்தியிருந்தது. 'சோவியத் இயல்புக்கு வரலாறு இன்னமும் விடைகாணவில்லை' யென, இரண்டாம் உலகப்போர் தொடங்கவிருக்கும் சமயம் ட்ரோட்ஸ்கி எழுதுகிறார். நடக்க விருந்த யுத்தம் முரண்களுக்குத் தீர்வைக் கண்டிருக்க வேண்டும். அத்தீர்வு, ஒன்று மூர்க்கமான எதிர்ப் புரட்சியொன்றின்மூலம் மீண்டும் முதலாளித் துவத்தைக் கொண்டுவருவது, இரண்டு பாட்டாளிகளின் சோவியத் யூனியன்

மறுபடியும் தனது புரட்சிகரமான நடவடிக்கைகளைக் கொண்டு அதிகார வர்க்கத்தினரை அப்புறப்படுத்துவது. அத்தகைய அரசியல் புரட்சியின் மூலம் மீண்டும் பொருளாதாரத்தின் அடிப்படைக்கூறுகளுக்கும் அரசியல் தலைமைக்குமிடையே இணைப்பை ஏற்படுத்துவது.

அரசு முதலாளித்துவமென்ற கருத்தியத்துடன் முரண்படுவதற்கு, சமூகப் பொருளாதாரத்தின் கட்டமைப்பு பற்றிய நம்முடைய எளிய அவதானிப்பே போதுமானது. அரசு முதலாளித்துவமென்பது மூலதனத்தின் தேவையற்ற ஒரு முதலாளித்துவம் மட்டுமல்ல, 'உபரி மதிப்பை' அதிக பட்சம் எவ்வளவு அடையலாம், அதற்கான வழிமுறைகளென்ன என்ற தேடல்களில்லா முதலாளித்துவமுங்கூட. மாறாக புட்டின் தலைமையி லுள்ள இன்றைய ரஷ்யா வலிமைவாய்ந்த அரசு முதலாளித்துவமாகவே தோற்றம் தருகிறது. ட்ரோட்ஸ்கி கருத்தியம் எடுபட்டதாகத் தெரியவில்லை. முன்னாள் சுரண்டல் வகுப்பினரின் உடைமையைப் பறித்தது, தொழி லாளர் அரசை ஏற்படுத்தத் தவறிவிட்டது, உற்பத்தித் திட்டமிடலில் நடந்ததுதான் அதிலும் நடந்தது. குலாக் *(Kulak)* என்றழைக்கப்பட்ட ரஷ்ய நிலப்பிரபுகளை 'ஒரு வர்க்கமாக'ப் பாவித்து அழித்ததொருபக்க மெனில் இன்னொருபக்கம் திட்டமிடல் தனது சட்டங்களைத் திணித்துக் கொண்டிருக்க அதிகார வகுப்பு தனது அரசியல் அதிகாரத்தை உறுதிப் படுத்திக்கொள்வதில் முனைந்தது. தவிர வரலாறு ட்ரோட்ஸ்கியின் தீர்க்க தரிசனத்தையெல்லாம் பொய்யாகியிருக்கிறது. யுத்தத்தின் முடிவில் முதலாளித்துவம் மீண்டும் பிறப்பெடுக்கவுமில்லை, அதிகாரவர்க்கத் தினருக்கு எதிராகப் புரட்சியும் நடக்கவில்லை. மாறாக ஒன்று மட்டும் நடந்துள்ளது – சோஷலிஸமும் அல்லாத முதலாளித்துவமுமல்லாத ஒரு சமூக அமைப்பு முறை எழுபதுகள்வரை நீடிக்க யுத்தம் காரணமாயிற்று.

அடிக்குறிப்புகள்

1. சாதக அடக்கவிலை அலகு *(Economies of Scal)* என்பது நுண்நிலைப் பொருளாதாரம் *(microeconomics)* சார்ந்தது. உற்பத்தி செலவைக் குறைத்து அதாவது உற்பத்தியில் ஈடுபடுத்தப்படும் காரணிகளுக் கான முதலீட்டைக் குறைத்துச் சாதகமான அடக்கவிலையைப் பெறுவது. இதற்கு எதிரானது பாதக அடக்கவிலை அலகு *(Diseconomy of scale)*
2. பேரளவு உற்பத்தி *(Mass production)* பெருமளவில் ஒரே மாதிரி யான பொருட்களை உற்பத்திசெய்து குவிக்கும் முறை.
3. *Formal freedom:* உரிமையின் அடிப்படையில் வருவது, *Real freedom:* திறனின் அடிப்படையில் வருவது.

சோவியத் மார்க்ஸ்சிஸம்

ஸ்டாலினிஸம் ஒரு மோசமான பித்தலாட்டமென்றும், புரட்சிகர மார்க்ஸியம் புனிதக்கோட்பாடாக நிலைத்து, உலகப் பாட்டாளிகள் அனைவருக்கும் விடுதலை வாங்கித்தரப்போகின்றதென்றும் கூறப்படு

வதைக்கேட்க நமக்கு மகிழ்ச்சியாகவுள்ளது என்பதில் ஐயமில்லை. நமக்கு ஆறுதலளிக்கும் இது போன்ற பதில்கள் சோவியத்தைப் பற்றிய ஆய்வுக்கு முன்பு தாக்கு பிடிப்பதில்லை. ஸ்டாலினிஸம் சோவியத்தில் இருந்த தென்றால் மார்க்ஸியச் சிந்தனையின் நேரடித் தாக்கத்தினாலல்ல, பாரம்பரிய மார்க்ஸியம் தாம் அளித்திருந்த வாக்குறுதிகளை வரலாற்றில் நிறைவேற்றத் தவறியதால் நேர்ந்தது. இதுபோல நடந்திருக்க வேண்டும் அல்லது அதுபோல நடந்திருக்க வேண்டுமெனக் கடந்தகாலத்திய வரலாற்றைத் திரும்ப எழுதிக்கொண்டிருப்பது வீணான வேலை, அக்டோபர் புரட்சி மட்டும் நடவாதிருந்தால், உதாரணமாக லெனின் 1917ஆம் ஆண்டு ஜூலைமாதம் இறந்திருந்தால் அல்லது அதற்கு முன்பாக ஏப்ரலில் இறந் திருந்தால் என்றெல்லாம் கேள்விகள் கேட்டு என்ன ஆகப்போகிறது? ஆனால் ஒன்று மட்டும் நிச்சயம்: இருபதாம் நூற்றாண்டின் தலை யெழுத்து, கொடூரமான சம்பவத்திற்கு அது சாட்சியாக இருந்துள்ளது. அச்சம்பவம் போல்ஷ்விக்குகளின் நேரடிப் பங்களிப்பல்ல. அதற்கு மாறானது, அதாவது ரஷ்ய வரலாற்றின் மிகக்கொடூரமான சம்பவங்க ளென்றாலும் சரி, அவர்களால் பதில்கூறிச் சமாளிக்க முடிந்த குற்றங்களா யினும் சரி, தனித்தவை அல்ல. இருபதாம் நூற்றாண்டு வரலாற்றில் சங்கிலித் தொடர்போல நேர்ந்த சம்பவங்களில் அவையும் ஓர் அங்கம். பொது வுடைமைவாதிகளின் நடவடிக்கைகளுக்குப் பதில் நடவடிக்கைகளாக அமைந்ததே நாஜிஸமும் இருபதாம் நூற்றாண்டின் மிகக்கொடூரமான சம்பவங்களுமென வரலாற்றுத் திரிபுவாதிகள் (உதாரணம் நோல்ட்டும் *(Nolte)* அவருடைய சீடர்களும்) கருதுகின்றனர். வரலாற்றுத் திரிபுவாதி களுக்கு வரலாற்றைக் குறித்த கவலைகள் கிடையாது. போல்ஷ்விக்குகள் ரஷ்யாவில் வெற்றிபெற்றார்களென்றால் அவ்வெற்றி ஐரோப்பியர்கள் தங்கள் காட்டுமிராண்டித்தனமான எதேச்சாதிகாரத்தைக்கொண்டு நிகழ்த்திய கொலைகள் மற்றும் தீ வைப்புகளின் விளைவு. கிட்டத்தட்ட பத்து மில்லியன் மக்கள் (ரஷ்யாவில் மாத்திரம் 1.7 மில்லியன்) ஐரோப்பிய யுத்தங்களால் கொல்லப்பட்டனர். அரசியல்ரீதியாகவும், உளவியல்ரீதி யாகவும் பெற்ற மேற்கண்ட அனுபவங்களின் விளைவே நாஜிஸத்தின் கோரத் தாண்டவம். நோல்ட்டுக்கும் அவருடைய சீடர்களுக்கும் கோடிக் கணக்கில் மக்கள் கொல்லப்பட்டதும், காயமுற்றதும் வரலாறு கணக் கெடுக்கக் கூடியதல்ல. காரணம் எளிதானது: தவறுகள் அனைத்திற்கும் லெனினே பொறுப்பு. போல்ஷ்விக்குகள் அதிகாரத்தைக் கைப்பற்ற முடிந்த தெனில் அவர்களால் மட்டுமே உடனடியாக அமைதியை ஏற்படுத்த முடியுமென்ற நிலையிருந்தது. பிரெஸ்டு லிட்டோவ்ஸ்க் *(Brest Litovsk)* ஒப்பந்தத்தை நடைமுறைப்படுத்தியவர்கள் அவர்கள். ஆங்கிலேயர்களுக்கும் பிரெஞ்சுக்காரர்களுக்கும் போல்ஷ்விக்குகள் மேலுள்ள கோபம், ரஷ்யர்கள் மேலும் கொல்லப்படுவதை அவர்கள் தடுத்துவிட்டார்கள் என்பதால் வருவது. வெர்ஸாய் உடன்படிக்கை *(Treaty of Versailles)*, போல்ஷ்விக்கு களுடனான யுத்தமென்று இந்நாடுகளிடையேயான நல்லுறவைப் பாழ் படுத்தியதில் பிரான்ஸ் நாட்டு அரசியல்வாதியான க்ளேமான்சோவுக்குப் *(Georges Clemenceau)* பெரும்பங்குண்டு. அதன் பின்னர் என்ன நடந்த தென அறிவோம். ஆக ஒட்டுமொத்தமாகப் பழியைப் பாரம்பரிய மார்க்ஸியத் தின் மீது சுமத்த இயலாது. இங்கே பாரம்பரிய மார்க்ஸியத்தின் தவறு

என்பது – அதாவது 1914க்கு முன்னால் – இப்படியெல்லாம் எதுவும் நடவா தென அது கொண்டிருந்த நம்பிக்கை.

எனினும் ரஷ்யப் புரட்சி ஒரு புதிய 'நிகழ்முறைக்கு' இறுதிவரை வெற்றிகரமாக நடைபெறத் தூண்டுகோலாக இருந்திருக்கிறது. இந்நிகழ்வுமுறையைப் பற்றி ஏற்கனவே சமூகக் குடியரசுகளைப் பகுப்பாய்வு செய்திருந்தபோது கண்டிருந்தோம். மார்க்ஸிய சிந்தனை சோவியத்தில் வேறுவடிவம் கண்டது, இதுகாறும் அதுபெற்றிருந்த அறிவியல் கருத்தியமென்ற அடையாளமிழந்து, தேசியப் பொருளாதாரத்தில் நம்பிக்கை கொண்டிருந்தவர்களும் நலிவுற்றிருந்த பூஷ்வாக்களின் இடத்தைப் பிடித் திருந்தவர்களுமான நிர்வாகிகள், ஏற்பாட்டாளர்களென்ற வர்க்கத்தினரின் கருத்தியமாக வடிவெடுத்தது. இவ்வாறான அதிகாரவர்க்கத்தின் எல்லை கள் முதலாளித்துவ நாடெனில் வரையறுக்கப்பட்டவை. தேசிய பிரத்தி யேகவாத பூஷ்வாக்களை அங்கே காணவியலாது, தவிர அவர்களை நாட்டின் நலனில் அக்கறைகொண்ட ஒரு வர்க்கமாக அடையாளப் படுத்துவதும் இயலாது. மார்க்ஸியச் சிந்தனை, லெனினுடைய ஏகாதிபத்திய விமர்சனம் மற்றும் தேசியச் சிந்தனையின் அணுகுமுறைக்கு உள்ளாகி முதலாளித்துவ பூர்ஷ்வாக்களுக்கு மாற்றாகக் கருதப்பட்ட சோவியத் நாட்டின் குட்டி பூர்ஷ்வாக்களுக்கு ஏற்றவகையில் திருத்தி அமைக்கப் பட்டது. மார்க்ஸியத்தின் இரு சிறப்பு குணங்கள் இம்மாற்று பூர்ஷ்வா வர்க்கத்தினருக்கு உகந்ததாகவிருந்தன. முன்னுதாரணமாக இருப்பதும், அமைப்பாளர்களின் பங்களிப்பும் அரசியல் வாழ்க்கையில் அவர்களுக் குள்ள செல்வாக்கையும் அரசாங்கமாகவே அவர்கள் செயல்பட்டதையும் நியாயப்படுத்தின. அவ்வாறே ஒருசில துறைகளில் கண்ட முன்னேற்றங் களும் அவற்றின் பிரசவ வலிகளை நியாயப்படுத்தின. உதாரணமாக நிலப்பிரபுத்துவத்தை ஒழித்தல், தேசியத்தின்பேரில் ஒன்றிணைவது, தொழில் மயமாக்கம், மக்களின் கல்விக்கும் உடல்நலனுக்கும் உத்தரவாதமளிக்க கூடிய அரசாங்கத்தை ஏற்படுத்துதல். இவற்றையெல்லாம் சமூக உடமை நெறியோ பொதுவுடமையோ தெளிவாக வற்புறுத்தியதில்லை. அங்கு ஏற்பட்ட அரசியல் ஸ்திரமற்ற தன்மைக்கும் அதுவே காரணம். முதலாளித் துவம் என்பது தனியுடமையையும் மூலதனம் தரும் உரிமையையும் சார்ந்தது. மார்க்ஸிய அதிகாரவர்க்கத்தினர் ஏறக்குறைய என்ன செய்ய வேண்டுமென எதிர்பார்க்கிறோமோ அதற்கெதிராக இயங்குபவர்களென முதலாளித்துவம் கருதுகிறது. தொழிலாளர்களுக்கு விடுதலை என்கிறது ஆனால் அவர்களிடமிருந்து அதிகபட்ச பயன்பாட்டைப் பெறும்வகையில் சுரண்டுவதில் முதலாளியத்துவத்தின் வழிமுறையையே பின்பற்றியது, சீனாவிலும் வியட்நாமிலுங்கூட நடந்தது அதுதான். பொதுவுடைமை யாளர்கள் எனத் தெரிவித்துக்கொள்ளும் இவ்அரசாங்கங்கள் இழைக்கும் கொடுமைகள் கொஞ்சநஞ்சமல்ல. ஐரோப்பிய நாடுகளிலும் உலகின் பிறநாடுகளிலும் முதலாளித்துவத்தை வளர்த்தெடுக்க சிந்தும் குருதியை ரஷ்யா அல்லது சீன மக்கள் சிந்திய இரத்தத்துடன் ஒப்பிட வேண்டும்.

இப்படிப் பொத்தாம்பொதுவில் சோஷலிஸ்டுகளை எடைபோடுவ தால் தவறுகள் நிகழலாம். அந்தந்த நாட்டிற்கும் ஒரு வரலாறு உள்ளது. சீனாவின் வரலாறு ரஷ்யாவின் வரலாற்றோடு நிறைய முரண்படுகிறது.

மாசேதுங்கின் பொதுவுடைமைக்கட்சிக்கும் குறிப்பாக லெனினுடைய மரணத்திற்குப் பின்வந்த ரஷ்யப் பொதுவுடைமைக்கட்சிக்கு – ஐயமின்றி பேதங்கள் நிறைய இருக்கின்றன, காரணம் பாரம்பரிய தொழிலாளர் இயக்கங்களுடனான உறவு அங்கே நலிந்திருந்தது, மாசேதுங்கின் கட்சி அதிகாரத்தைக் கைப்பற்றியபொழுது தொழிலாளர்வர்க்கத்தின் பங்களிப் பில்லை. கியூபாவிலும் வியட்நாமிலும் சொல்ல வேறுகதைகள் இருக்கின்றன. எனவேதான் பொதுவுடைமை என்ற முத்திரையின் கீழ் இவற்றைப் பற்றியெல்லாம் சிந்திப்பது கூடாது, தவிர மார்க்ஸியத்தை ஓர் அறிவியல் சிந்தனை என்ற அடைமொழி பொருளிலன்றி, வெறுமனே ஒரு சிந்தனை யென்ற கோணத்தில் பார்க்க வேண்டும். ஆனாலும் பிற புரட்சிகளைப் போலன்றி ரஷ்யப் புரட்சியே நாம் கனவுகாணும் தொழிலாளர் புரட்சி யுடன் இணக்கம் காணும் பண்புடனிருப்பதாலும் உலகமெங்கும் ரஷ்யப் புரட்சி ஈடுயிணையற்ற ஒருவித உற்சாகத்தை ஏற்படுத்திய காரணத்தாலும் அப்புரட்சியிலுள்ள உண்மையையும் அதன் தோல்விக்கான காரணத்தை ஆய்வதும் மிகவும் முக்கியத்துவம் பெறுகிறது.

என்ன நிலமை? – ஓர் அவசரக் கணிப்பு

இருபதாம் நூற்றாண்டின் பொதுவுடைமை வீழ்ச்சி போட்டிகளற்ற ஆதிக்கவர்க்கச் சிந்தனைகளை உலகெங்கும் விட்டுச்சென்றிருக்கிறது. அவை பூர்ஷ்வாக்களின் தாராளமயச் சிந்தனைகள், ஆனால் முகங்கள் தான் வேறு. ஃப்யுரே *(Furet)* வார்த்தைகளில் சொல்வதெனில் பொது வுடைமைக்கு உரிமைகோருகிற கட்சிக்காரர்கள் மட்டுமல்ல, பொது வுடைமையை நோக்கிப் பயணிக்கிற சமூக உடைமைநெறியாளர்களுங் கூடக் காணாமல் போயிருக்கிறார்கள். உண்மையில் சமூகம் மற்றும் அரசியல் சிந்தனையாகவிருந்த பொதுவுடைமைக் கோட்பாடு இன்றைக்குக் கடந்தகாலத்தைச்சேர்ந்ததொரு மாயை என்ற நிலைக்குத் தள்ளப்பட் டிருக்கிறது. அண்மையில் வெளிவந்துள்ள தத்துவ அகராதிகள் பலவற்றில் மார்க்ஸியமும் அதைச் சார்ந்து வெளியுலகிற்குத் தெரியவந்த தலைவர்கள் பலரின் பெயர்களும் விடுபட்டுள்ளன. இவ்வளவிற்கும் இன்றுங்கூடப் பொதுவுடைமை நாடுகளெனச் சொல்லிக்கொள்பவை இருக்கத்தான் செய்கின்றன. அந்நாடுகளின் தலைவர்கள் கடந்தகாலத்தில் மட்டுமல்ல இன்றும் தங்களை கம்யூனிஸ்டுகளென்று தொடர்ந்து கூறிக்கொள்கிறார் கள், ஆனால் மார்க்ஸின் கருத்தோடு நாம் இணங்குவோமெனில் பொது வுடமை என்று வரும்போது ‘அரசு’ என்ற ஒன்று இருக்க முடியாது. ஆக ‘அரசாங்கம்’ என்றவொன்று தமது மறைவை விரும்பாத நிலையில், சமூக மாற்றத்திற்கு உள்ளாகவிருப்பதாகவும், பொதுவுடைமையை நோக்கிப் பயணிப்பதாகவும் கூறிக்கொண்டு சமூக உடைமைநெறிநாடென தங்களைக் கூறிக்கொள்ள முடியும். ஸ்டாலினிய மற்றும் பின்ஸ்டாலினிய நிர்வாகத் தின் கொடுங்கோலாட்சிகளையெல்லாம் மறந்தோமெனில் 1914க்கு முன்பாக, தேசிய வாதம் மற்றும் பொருளியல் திட்டமிடல்களின் பிரதானப் பங்களிப்புகள், சமூகம் மற்றும் பொருளியல் வாழ்க்கைமுறையை வழி நடத்துவதில் அரசாங்கத்துக்குள்ள முக்கியத்துவம் போன்ற சோஷலிஸக் கருத்தியத்தை வெற்றிகரமாக நடைமுறைப்படுத்தும் முயற்சிகள் இருந் திருக்கின்றன. எனினும் வரலாற்றளவில் பொதுவுடைமையென்பது அது

வல்ல. இவர்களுடன் பொதுவுடைமைவாதிகள் எனக் கூறிக்கொண்டு மார்க்ஸியத்தையும் அல்லது மார்க்ஸிய லெனினியத்தைச் சுத்தமாக நிராகரித்துள்ள நாடுகளையும் சேர்த்துக்கொள்ள வேண்டும். உதாரணம் வடகொரியா: அங்கு குரு கிம் – இல் – சங்கும் *(Lim-il-Sung)* அவருடைய வாரிசுகளும் அரசாங்கத்தின் கொள்கையென உத்தியோகபூர்வமாக நடைமுறைப்படுத்திவரும் சொந்தக் கொள்கைகள் மார்க்ஸியம் – லெனினியம் என்ற எல்லைகளையெல்லாம் கடந்தவை.

மிகத் தெளிவாகச் சொல்வதெனில் இருபதாம் நூற்றாண்டு பொதுவுடைமையின் தோல்வியைத் தெரிவிக்கும் காலம், காரணம் உலகில் எந்த மூலையிலும் பொதுவுடைமையை நோக்கி ஓர் அடிகூட எடுத்து வைக்க முடியாமற்போனது. உண்மையில் இத்தோல்வி பொதுவுடைமையை நோக்கிப் பயணிப்பதாகக் கூறிக்கொண்டிருந்த சமூக உடமை நெறியென்னும் சோஷலிஸத்தின் தோல்வி.

முதலாவது தோல்வி, கௌட்ஸ்லியும், இரண்டாவது சர்வதேசமும் தோற்றுவித்துப் பின்னர் ஸ்டாலினிஸமாகப் பிறவியெடுத்த அதன் பாரம்பரிய வடிவம். அவர்கள் வாக்கியத்திலேயே நினைவுகூர்தல் நல்லது: "வர்க்கமென்பது உணர்ச்சியற்ற ஒரு கூட்டம், அமைப்புமட்டுமே அவர்களை ஆளமுடியும்" *(Kautsky: The Dictatorship of the Proletariat 1918)*[1] அனைத்தையும் தீர்மானிக்க வேண்டியவர்கள் நிர்வாகிகள் (ஸ்டாலின் உரை *4 – 5 – 1935)*

இரண்டாவது தோல்வி பொதுவுடைமைக்கும், சர்வதேசத்திற்கும் எதிரான அரசாங்கச் சிந்தனையென்ற வடிவம். அதாவது அது பாசிஸமாக உருவாகியிருந்தது. உண்மையில் இப்பாசிஸம் ஓர் எதிர்வினையான அல்லது கலகக்குரல் எழுப்பும் இயக்கமாகவே இல்லை மாறாக; பாரம்பரிய சமூக உடைமைநெறியிலிருந்து – திட்டமிடுதலில் அரசாங்கத்தின் தலையீடு, கட்சியை ஒழுங்குபடுத்துதல் போன்ற – ஒருசில அம்சங்களைக் கிரகித்துக்கொண்டு ஒரு தேசியவாத இயக்கம்போலவும் அல்லது ஓர் இனவாதப் புரட்சி இயக்கம் போலவும் அது செயல்பட்ட விதம். முசோலினிகூட தொடக்கத்தில் தன்னைச் சமூக உடைமைநெறியாளரெனக் கூறிக்கொண்டிருந்தார்.

மூன்றாவது தோல்வி பெர்ன்ஸ்டெய்ன்[2] வழியிலெடுத்திருந்த திரிபுவாத வடிவம். ஏறக்குறைய சர்வசாதாரணமாக முதலாளித்துவ தாராளமயவாதத்தில் கரைவதற்கு இவ்வடிவம் உதவியது. சமூக உடைமைநெறிக் கட்சிகள், குடியரசு கட்சிகளாக அவதாரமெடுக்க உதவியது, அதன் விளைவாக முன்னேறிய நாடுகளில் சமூக நலன்கள் இதுவரை காணாத அளவில் சீர்குலைந்துவருகின்றன.

இருக்கின்ற அமைப்புகளில் பொதுவுடைமை கோரிக்கைகளுடன் வலம்வருகின்றவர்கள் யாரென்று பார்த்தால் நேற்றைய பல்போன கட்சிகளன்றி வேறெவருமில்லை – இத்தாலி, பிரான்ஸ் எங்கும் இதுவே நிலைமை. ரஷ்யப் பொதுவுடைமைக் கட்சியினர் தங்கள் இருப்பை நிலைநிறுத்திக் கொள்ள எடுத்திருக்கும் வடிவம் விந்தையானது. அதுதவிர உலகெங்கும் தெளிவாக சொல்லமுடியாத எண்ணிக்கையில் ட்ரோட்ஸ்கிஸ்டு

அமைப்புகள் உள்ளன, உண்மையில் இவர்கள் விரல்விட்டு எண்ணக் கூடிய மனிதர்கள், இவர்களால் இன்றைய அரசியலில் பெரிய தாக்க மெதையும் ஏற்படுத்திவிட இயலாது. இன்னொருபக்கம் பொதுவுடமை ப்யூரே கூறுவதைப்போல, 'ஒரு கடந்த கால புனைவு' என்ற எண்ணத்தை யும் தோற்றுவித்துள்ளது. உண்மை இதுவாக இருந்தாலும் அளவீடற்ற முன்னேற்றமென்ற முதலாளித்துவத்தின் மாயைகளும், சந்தைப்பொரு ளாதாரத்தின் அடிப்படையில் சுயகட்டமைப்பை தீர்மானித்த சமூக அமைப்பின் மறைவும் நம் கண்முன்னே நிகழும் காட்சிகள். ஆக இந்நிலை யில் ஒன்றை ஏற்றுக்கொள்ளத்தான் வேண்டும், இதுகாறும் வரலாற்றள வில் நாம் அறிந்திருந்த பொதுவுடமை இன்றில்லை முடிந்தது அதாவது மரணித்துவிட்டது, இனி புதிதாக ஒரு பொதுவுடமையை கண்டுபிடித்தாக வேண்டும் சொல்லப்போனால் தேடியாகவேண்டும்.

அடிக்குறிப்புகள்

1. Karl Kautsky *(1854 – 1938)* இன்றைய செக் நாட்டில் பிறந்த ஒரு ஜெமன் தத்துவவாதி, அரசியல்வதியுங்கூட. தீவிர மார்க்ஸியவாதியுங் கூட. எங்கெல்ஸ் இறப்பிற்குப் பிறகு பாரம்பர்ய மார்க்ஸியத்தை நடைமுறைபடுத்த பாடுபட்டிருக்கிறார். மார்க்ஸியத்தை முன் வைத்தும் அது சார்ந்தும் பத்துக்குமேற்பட்ட நூல்களை எழுதியிருக் கிறார். இங்கே The Dictatorship of the Proletariat *(1918)* என்ற நூலிலிருந்து எடுத்தாளப்பட்டுள்ளது.

2. Eduard Bernstein *(1850 – 1932)* ஜெர்மன் நாட்டைச்சேர்ந்த சமூகக்குடியரசு வாதி, சிந்தனையாளர், SPD கட்சியில் முக்கிய பங்கினைவகித்தவர், சமூக உடமைநெறியில் திரிபுவாதத்தை (revisionism) முன்வைத்தவர்.

மூன்றாம் பாகம்

கொடுங்கனவிலிருந்து மீளல்:
மார்க்ஸின் துணையுடன் அல்லது
மார்க்ஸின்றி பொதுவுடைமை

அத்தியாயம் 11

பொதுவுடைமைக்கென்று ஒரு வரலாறும் அதற்கான காரணமும்

1989ஆம் ஆண்டில், இருபதாம் நூற்றாண்டின் வரலாற்றில் இடம்பிடித்த பொதுவுடைமையின் வீழ்ச்சியைக் கண்டோம். வீழ்ச்சி யென்றால் அது பொதுவுடைமைக்கு நேர்ந்ததல்ல; சோவியத் யூனிய னின் அதிகாரவர்க்கத்திற்கும் அதன் தளகர்த்தர்களான 'உண்மை சமூக உடைமைநெறிக்கும்', இன்னும் சொல்லப்போனால் 'நடை முறையிலிருப்பதாகச் சொல்லப்பட்ட உண்மை சமூக உடமை நெறிக்கும்' ஏற்பட்ட வீழ்ச்சி. தொடர்ந்து வந்த ஆண்டுகளில் ஜனநாயகம், சமாதானம், முற்போக்கு என்ற அடிப்படையில் புதியதோர் உலகம் கட்டுப்பாடற்ற விதிமுறைகள், சந்தைநலன் ஆகியவற்றை அடித்தளமாகக்கொண்டு உருவாகுமென்ற தனியார் மற்றும் பொதுத் துறை ஊடகங்களின் தீர்க்கதரிசனம் பொய்த் திருக்கிறது. அனைத்துத் தரப்பினரும் ஏற்கக்கூடிய உண்மையான தொரு மாற்றம் நிகழாதவரையில், பொருளாதார நெருக்கடியின் விளைவு எத்தகைய தன்மையதாயினும், இதுவே முடிவான நெருக்கடி அல்ல. தவிர எத்தகைய விலையையும் கொடுத்து நெருக்கடியிலிருந்து மீள்வதற்குரிய சக்தியும் முதலாளித்துவத்திடமுண்டு. எனவே தான் நீண்டகால செயல்பாட்டை மனதிற்கொண்டு பொதுவுடைமை இலட்சியவாதி மீண்டும் இளமைக்குத் திரும்புவது அவசியமாகிறது.

பொதுவுடைமை மார்க்ஸின் கண்டுபிடிப்பல்ல

பிளாட்டோவின் பொதுவுடைமையையும் சேர்த்து – ஆதி கிறிஸ்து வத்தில் தொடங்கி நவீன பொதுவுடைமையென்பதுவரை, ஒப்புவமை யற்ற பல வடிவங்களில் அறிமுகமாகியுள்ளப் பொதுவுடைமை உலகின் பழம்பெரு நாகரிகங்களைப் போல மிகவும் தொன்மை யானது. பொதுவுடைமையின் நீண்டகால வரலாற்றைப் புரிந்து கொள்வதென்பது ஒருவகையில் பொதுவுடைமைக்கான பொருளை விளங்கிக்கொள்வது போன்றது.

பொதுவுடைமை என்பது சமத்துவவாதமா என்றால் இல்லை. ரால்ஸ் *(Rawls)* டுவோர்க்கின் *(Dworkin)* ஆகியோரிடமிருந்து மாறு

பட்ட ரூஸ்ஸோவுடைய முற்போக்குச் சமத்துவாதம் ஒன்றுண்டு, ஆனால் அதுவுங்கூடப் பொதுவுடைமைக் கோட்பாட்டோடு துளியும் தொடர்பு டையதல்ல. அதுபோலவே பொதுவுடமை ஓர் அரசுவாதமா *(Statism)* என்றால் அதுவுமல்ல. ஏனெனில் அரசுவாதம் சமூக உடைமை நெறிக்குச் சொந்தமானது, ஆக பொதுவுடைமை சமத்துவவாதமோ அரசு வாதமோ அல்ல பதிலாக நெடுங்காலம் குறிப்பாக 1880க்கும் 1914க்குமிடையில் சமூகக் குடியரசு ஓகோவென்று கொண்டாடப்பட்ட நேரங்களில் மேற்கண்ட இருசொற்களும் பொதுவுடைமையை முன்வைத்து குழப்பிக் கொள்ளப்பட்டிருக்கின்றன. *'Doctrine du commun* (பொதுநலக் கோட்பாடு)' என்பதை முன்வைத்து *'Communism'* சொல்லின் பிறப்பியலை எளிதாகப் பொருள்கொள்ளலாம். முதலாவது பொதுவுடைமைவாதிகளான பாபுவிஸ்டு கள் சிந்தனை *(Babouvistes)*[2] சமூகச் செல்வங்களை முன்வைத்துச் சொல்லப் பட்ட சமத்துவ முறை.

பிரான்ஸ் நாட்டைச் சேர்ந்த தத்துவவாதியும் ஜெர்மன் இயலில் தேர்ந்தவருமான ழெரார்டு ரொலெ *(Gérard Raulet)* பொதுவுடைமை மார்க்ஸ் வழிமுறையை எட்டுவதற்கு முன்பிருந்த அதன் சமிக்ஞைகளை ஆராய்ந்தவர். பொதுவுடைமையின் நதிமூலத்தை பைபிளிலும் தீர்க்கதரிசி சாமுவேல் தோற்றுவித்திருந்த சமூகத்திலும் தேடுகிறார். ஆதி கிரேக்கத்தில் சமத்துவம், பொதுவுடைமை ஆகிய சிந்தனைகள் வழக்கில் இருந்ததைப் பற்றியும் குறிப்பிடத் தயங்கவில்லை. இத்தாலி நாட்டு மார்க்ஸியச் சிந்தனை யாளரான கொஸ்ட்டான்ஸோ ப்ரெவ் *(Costanzo Preve)* முதலாளித்துவத் திற்கு முன்பாக வழக்கிலிருந்த பொதுவுடைமையின் பல்வகையான வடிவங் களைப் பற்றி விரிவாக எடுத்துரைக்கிறார். மார்க்ஸ் நவீனப் பொது வுடைமை சிந்தனைக்குத் தந்தையே தவிரப் பொதுவுடைமையின் தந்தை அல்ல என்பது அவருடைய திட்டவட்டமான மறுப்பு.

முதலாளித்துவத்திற்கு முந்தைய பொதுவுடைமை ரொலே, பிரேவ் இருவருக்குமே பைபிள் மரபுக்குச் சொந்தமானது. அதிலும் பிரேவ் பொது வுடைமைக்கான சாயல் கிறிஸ்துவத்தில் இருக்கிறதென்பதில் உறுதியாக நிற்கிறார். பொதுவுடைமை கடவுளின் அவாவாக, மதப்பெரியோர்களால் முன்வைக்கப்படுகிறது. சமூகத்தில் நிலவும் அநீதிக்குச் செல்வத்தைப் பகிர்ந்து கொள்வதிலுள்ள ஏற்றத்தாழ்வுகளே காரணம். விளைவு சுரண்டிவாழும் சிறுபான்மையினரையும் தரித்திரத்தில் உழல்பவர்களாக ஒரு பெருங் கூட்டத்தையும் பார்க்கிறோம். இதற்கு மார்க்ஸ் தெரிவித்ததுபோல – பொருளுற்பத்தி நிகழ்வு முறை காரணமாகாது, அவரவர் செய்த பாவங் களால் வருவது. எல்லோரையும் சகோதரர்களாகப் பாவிப்பது, வேலையைப் பகிர்ந்துகொள்வது, ஆடம்பரமற்ற எளிமையான வாழ்க்கையைத் தேர்வு செய்வது போன்ற கடவுள் வகுத்துள்ள தெய்வீக வழிமுறையைத் தேர்வு செய்வதே மீள்வதற்கான வழிமுறை.

நாசரேத் இயேசு விவகாரத்தை எடுத்துக்கொள்வோமெனில் மீட்பு பிரசங்கத்தில் உபயோகித்துள்ள சொற்களையும் எத்தகைய வரலாற்றுச் சூழலில் அவரது செயல்பாடுகள் கொண்டுசெல்லப்பட்டன என்பதையும் இணைத்துப் பார்க்க முயன்றால் அவரது தீர்க்கதரிசனமெங்கும் பொது

வுடைமைக் கருத்துகள் ஒளிந்திருப்பதைச் சங்கடமின்றிப் புரிந்துகொள் வோம். தரித்திரர்களுக்கு இருவகைகளில் இயேசு உறுதிஅளிக்கிறார்: ஒன்று சமூக விடுதலை, மற்றொன்று அவர்கள் பட்டுள்ள கடன்களிலிருந்து மொத்தமாக விடுதலை. இவ்வாக்குறுதி ஓர் அறப் படிப்பினையோ அல்லது பொதுப்படையான ஒழுங்கு நடவடிக்கையோ அல்ல, மாறாகப் புறவயப் பட்ட அரசியல் நெறிமுறையை அடிப்படையாகக்கொண்டது. அவ்வகை யில் மீட்பு அதிகாரத்திற்குட்பட்டுத் தரித்திரர்கள் ஜெருசல தேவாலயத் திற்குப் பராமரிப்பு ஊழியம் செய்வதும் இறைவன் கருணை ஆண்டொன்றை அறிவிப்பதும் தரித்திரர்களை மீட்க உதவும். ஆக நாசரேத் இயேசுவைப் பொறுத்தவரையில் பொதுவில் நேர்ந்துள்ள அநீதிகளுக்கு மனிதர்கள் இழைத்த பாவங்களே காரணம், ஏற்றத்தாழ்வுகளை அகற்றுவதும் செல் வத்தைப் பொதுவுடைமையாக பகிர்வதென்ற புரட்சிகரமான நடவடிக்கை கள் கடவுள் விருப்பம்.[3]

இச்சமத்துவப் பொதுவுடைமையைக் கிறித்துவ வரலாறெங்கும் காணமுடிகிறது. ஜெர்மன் மெய்யியல் அறிஞரான எர்னெஸ்ட் ப்ளோக் *(Ernst Simon Bloch)* தமது *The Principle of Hope* என்ற நூலில் இதை அவதானித்திருக்கிறார். இவ்வாறான சிந்தனை கிறிஸ்துவத்தில் மட்டு மின்றி நன்கறியப்பட்ட உலகின் எல்லா மதங்களிலும் இருக்கிறது. தனி வுடைமையை மறுத்த, சமயத்தை மையப்படுத்தி நடைபெற்ற (உதாரண மாகக் கோவிலைச் சுற்றிலும்) உற்பத்திச் செயல்பாடுகள் சமத்துவப் பொதுவுடைமையின் கடந்தகால வரலாற்றில் அடிப்படை உண்மையாக இருந்திருக்கின்றன.

நாடோடிகளாகவும் போர்க்குணங்கொண்ட மக்களையும் கொண்ட இந்தோ – ஐரோப்பியச் சமூகத்தில் பிறந்த, முற்றிலும் வித்தியாசமான தொரு பொதுவுடைமையையும் பிரேவ் இனம் பிரித்துக்காட்டுகிறார். பிரான்ஸ் நாட்டு வரலாற்றாசிரியரான துமேஸிலுடைய *(Dumezil)* மூன்று செயல்களை (சமய நிர்வாகம், உடல் வலிமை, கருவுறல்) அடிப்படையாகக் கொண்ட சிந்தனையின் பின்புலத்தில் விளையும் பொதுவுடைமை உன்னத மும் மேட்டிமையும் கொண்டது. பிளாட்டோவின் சிந்தனைக்கு நன்றாகப் பொருந்திவரக்கூடியது. ஏற்றத்தாழ்வுகள் நிலவும் சூழலில், இங்குப் பொது வுடைமை என்பது ஊழல், மரணம் ஆகியவற்றிலிருந்து விடுதலை வாங்கித் தருமொரு 'விவசாயப் போராட்டம்'. இங்கு மனிதர்கள் தங்கள் 'இருப்பை' உணர்வது தீர்க்கதரிசிகளின் பிரசங்கங்களாலல்ல, தத்துவ விசாரங்களில் உயிரிகளுக்குள்ள தன்னார்வத்தின் காரணமாக. 'பொதுவுடைமை' என்ற வார்த்தை பிளாட்டோவின் சிந்தனையோடு பொருந்தக்கூடியதாவெனப் பார்க்க வேண்டும். ஏனெனில் அவருடைய சிந்தனை சமுதாயப் படிநிலையை வெகு அழுத்தமாக வற்புறுத்துவது. துமேஸ்ஸிலுடைய மூவகைப் வேலைப் பிரிவைக்கொண்ட சமூகத்தைப் பற்றிப் பேசும்போது பிளாட்டோவின் இலட்சியக் குடியரசின் முப்பிரிவை நினைவுகூர்வது தவிர்க்கவியலாது. தனியுடைமை இன்மை, குடும்ப வாழ்க்கையின்மை, சிறார்கள் சமுதாயம், பெண்களும் போர்வீரர்களாக வருவதற்கான வாய்ப்பு ஆகியவை பிளாட் டோவின் சிந்தனை பேசும் சத்ரியர் அல்லது காவலர் *(guardian)* வர்க்கம்

இயங்கிய விதம், முழுமையானதொரு பொதுவுடைமைக்குள் அது வருகிறது. காவலர்கள் நடவடிக்கைகள் அனைத்துமே பொதுநலனை முன்வைத்ததாக இருந்திருக்கின்றன. பிளாட்டோ அடித்தட்டு மக்கள் நேர்மையிலும் ஞானத்திலும் காவலர்களைப் போல ஆகமுடியாதென்கிறார். எனவே கீழ்மக்கள் அவர்களுக்கு எது சரிவருமோ அவ்வாழ்க்கை முறையைத் தேர்வு செய்து வாழ்கிறார்கள். அதாவது செல்வத்தை ஈட்டுவது சொந்த திருப்திக்காக. வேறு வார்த்தைகளில் சொல்வதெனில் செல்வத்தைக் குவிப்பது, சொத்துடைமை, வியாபாரம் ஆகியவை பற்றிய கவலைகள் கீழ்மனிதர்களுக்கானவை. சொத்துரிமை ஆசைகள் சமூகத்தின் உயர்குடி மக்களுக்கு உரியவையல்ல. பதிலாகத் தாழ்ந்த மக்களின் கனவுகள். பிளாட்டோ வடித்துள்ள சமூக அடுக்கின்படி சொத்துரிமையாளர்களும் பணம் தேடுபவர்களும் இழிந்தமக்கள். பதிலாக நவீன முதலாளித்துவத்தில் பயன்பாட்டுவிதியும் *(Utilitarianism)*, நியாயமான தன்முனைப்பும் *(Rational egoism)* பெருமைக்குரிய விடயங்கள். இத்தகு மனோபாவம் அடிமைச் சமுதாயத்திலும் நிலப்பிரபுத்துவச் சமுதாயத்திலும்கூட வழக்கிலிருந்ததை அறிவோம், காரணம் செல்வமும் சொத்துரிமையும் அச்சமுதாயங்களில் உயர்குடி தகுதியையும் தொடர்ந்து அதிகார பலத்தையும் அளித்தன. மாறாக ஏழ்மை நிலை பெருங்கேட்டிற்கான குறியீடு. சட்டங்கள் *(The Laws)* பற்றிய சிக்கலான உரையாடலில் இலட்சியக் குடியரசு விடயத்தில் ஓரளவு எதார்த்தத்துடன் இப்பிரச்சினையை அணுகியிருப்பினும் பணம் மற்றும் செல்வக் குவிப்பின் மீது தமக்குள்ள பகைமையை பிளாட்டோ மறந்தாரில்லை. இக்காரணத்தாலேயே பிளாட்டோ தான் கட்டமைத்த குடியரசை உள் நிலப்பகுதியில் வைத்துக்கொண்டார். கடலுக்கு அண்மை யில் குடியரசை அமைத்தால் வாணிகம், இலாபத்தின்மீதான மோகம் என்பனவற்றிற்குச் சாதகமாக அமைந்துவிடுமென்ற அச்சம் அவருக்கு இருந்திருக்க வேண்டும்.

காலத்தைக் கணக்கில் கொள்ளாமல் செய்யப்படும் பகுப்பாய்வுகளு முள்ளன. ‘பழமைவாதி’ பிளாட்டோ ‘முற்போக்காளர்கள்’ சொபிஸ்டுகள் *(Sophiste)*[4] எனக் கொம்பு சீவிவிடும் பகுப்பாய்வுகளுக்கெல்லாம் இங்கே இடமில்லை. கார்ல் பப்பர் பிளாட்டோவை எதேச்சாதிகாரத்தின் தந்தை யென அபத்தமாகச் சாதிப்பதில்லையா அதுபோலத்தான் இவையெல் லாம். பிளாட்டோவின் சிந்தனைகளை விவாதிக்க இங்கே நாம் வர வில்லை, குறிப்பாக அவரது மேட்டிமைவாதம் பலமுறை வலதுசாரி களுக்குரியதெனச் சொல்லப்பட்டிருக்கிறது (கிறிஸ்துவப் பொதுவுடைமையை இடதுசாரியில் நிறுத்துவதைப்போல). இவ்வாறான வேறுபாடுகளுக்குள்ள முக்கியத்துவமனைத்தும் தொலைந்துள்ள நிலையில் ஓர் புரட்சிகர பிளாட்டோவை நமது தொலைதூர சித்தாந்தத்திற்குள் அனுமதிப்பதை ஒருவரும் வேண்டாமென்று சொல்லப்போவதில்லை.

முதலாளித்துவத்திற்கு முந்தைய மூன்றாவது பொதுவுடைமையொன் றையும் பிரேவ் இனம்பிரித்திருக்கிறார். இப்பொதுவுடைமை முதலாளித் துவப் பொருளுற்பத்திமுறை நடைமுறைக்கு வருவதற்கு முன்பாக இருந் திருக்கிறது. எங்கெல்ஸும் ப்ளோக்கும் பகுப்பாய்வு செய்திருக்கும் தாமஸ் முன்ஸெரின் பதினாறாம் நூற்றாண்டின் தொடக்கத்தில் நிகழ்ந்த ஜெர்மன்

விவசாயிகள் கலகத்திலும் எதிரொலிக்கிறது. முதலாவது பூர்ஷ்வாக்களின் கலகத்திலும் பொதுவுடைமைக் குரல்கள் ஒலித்தன. *1649*இல் நடைபெற்ற உழவர்கள் போராட்டத்தில் ஆங்கிலேயர்கள் (*1640*இல் லிபரல் தரப்பின ரால் நடத்தப்பட்ட *'glorious revolution'*னே உண்மையானது) தத்தம் புறம் போக்கு நிலத்தை உழுவதற்கான உரிமையையும் அதை இயற்கை விதியின் கீழ் நடைமுறைப்படுத்த வேண்டுமெனவும் கோரிக்கை வைத்தார்கள். பழங்காலச் சமூகத்தில் நடைமுறையிலிருந்த உழுபவர்க்கே நிலம் சொந்தம், இயேசுவின் போதனையிலும் இடம்பெற்றிருக்கிறது.

அடிக்குறிப்புகள்

1. *John Bordley Rawls (1921 - 2002)* அரசியலில் அறம், நெறிமுறைகள் சார்ந்த சிந்தனைமுறையில் கவனம் செலுத்திய ஒரு முக்கியமான அமெரிக்கத் தத்துவவாதி. *Ronald Dworkin* – அமெரிக்காவைச் சேர்ந்த தத்துவவாதி. சட்டவியலில் தேர்ந்தவர், குறிப்பாக அரசியல் நிர்ணயச் சட்டத்தில் நிபுணர்.
2. *Gracchus Babeuf (1760 – 1797)*: பிரெஞ்சு புரட்சிகாலத்திய அரசியல் போராளி, இதழியலாளர். பிரெஞ்சு நிர்வாகத்தின் *Directoire (Directory)* அமைப்பின் பொருளாதார நடவடிக்கைகளைக் கடுமையாக எதிர்த்தவர். *Directoire* அமைப்பைக் கவிழ்க்க முயன்ற *(Conspiracy of the Equals)* குற்றச்சாட்டில் கைதுசெய்யப்பட்டுக் கொல்லப்பட்டவர். இவருடைய கோட்பாடு *'babouvism'*, நவீனப் பொதுவுடைமையின் தொடக்கமெனச் சொல்லப்படுகிறது.
3. *Preve, op.cit., p.26-27.*
4. *Sophiste* – ஒரு பேரறிவாளர் – பண்டைய கிரேக்கத்தில் பெரும்பாலும் உண்மைக்கு மாறான கருத்தைத் தனது பேச்சு மற்றும் விவாதத் திறனால் நியாயப்படுத்துவர். பின்னர் இது போன்ற மனிதர்களை சொபிஸ்டுகள் என அழைப்பது வழக்கிலிருந்து வருகிறது. இச்சொல் பிளாட்டோ மூலமாகப் பரவலாயிற்று. அவரது மெய்யியல் உரை யாடல்களில் சாக்ரட்டீஸ், சொபிஸ்டுகளின் நியாயமற்ற வாதத்தை எதிர்கொண்டு முறியடிப்பதாக வருகிறது.

பொதுவுடைமையின் மானுடவியலில்

பொதுவுடைமையின் பல்வேறு வடிவங்கள் மானுடத்தின் அடிப்படை விழைவுக்கு உதாரணமாக இருப்பவை. இவ்வடிப்படை விழைவு நிரந்தர மானது. இந்த எளிய காரணத்தாலேயே இருபதாம் நூற்றாண்டின் சரித்திரப் பொதுவுடைமையின் வீழ்ச்சியை அதன் முடிவென்று நாம் கொள்ளலா காது. இருபதாம் நூற்றாண்டுப் பொதுவுடைமை ஏற்படுத்திய தாக்கத்தைப் புரிந்துகொள்ள வேண்டுமெனில் – பொதுவுடைமைக்குப் பல வடிவங்கள் இருந்ததுபோலவே எதிர்வினைகளும் எண்ணிக்கையில் குறையாமலிருந்தன – முதல் உலக யுத்தத்திற்கு முன்பாகச் சமூகக் குடியரசில் ஆரம்பித்து மூன்றா வது உலகநாடுகளின் வெவ்வேறுவகையான பொதுவுடைமைகளைப் பரிசீலிப்பதோடு நிறுத்திக்கொள்ள வேண்டும், வெற்றுக் கதைகளுக்கெல்

லாம் பொருள் தேடி அலையக் கூடாது. பொதுவுடைமையின் திறன் மார்க்ஸின் சமூக அரசியல் கோட்பாடுகளுக்கோ பொதுவுடமைவாதி களின் சாதுர்யமாக செய்த பிரச்சாரங்களுக்கோ, மோலியர் படைப்பில் மருத்துவர்களின் கைகளிலிருக்கும் ஒப்பியத்தை நினைவூட்டும் சர்வா திகாரத்தைப் பற்றிய விளக்கங்களில் ஏதோவொன்றிற்கோ நிகரானதா வென்றால் இல்லை. கிட்டத்தட்ட சமயப் பரிமாணத்தைக் கொண்டிருந்த இருபதாம் நூற்றாண்டு பொதுவுடைமை மீண்டும் பழங்கால மரபை எதிரொலித்தது. கிறிஸ்துவத்திற்கு எதிரான கருத்துகளென்ற வரிசையில் இறுதியாக இடம்பிடித்திருப்பது மார்க்ஸியப் பொதுவுடைமை. எவ் வகையிலேனும் அசலைக் கவர்ச்சிகரமான எதிர்வினை சூத்திரத்திற்குள் அடைத்துவிடலாம் என்றெல்லாம் கனவு காண்பதைவிட இலட்சியச் சமுதாயத்தை (சமத்துவம், சகோதரத்துவம்) ஏற்பதும் தேவதூதன் தயவில் சங்கடங்களிலிருந்து விடுபட ஏதுவாக 'இறைவன் தயவில் மீண்டுமொரு கருணை ஆண்டுக்கு'க் காத்திருப்பதும் 'மூலதன நூலை' வாசிக்கும் காரி யத்தைக் காட்டிலும் எளிதானவை, தவிர மூலதன நூலை வாசித்தவர் களின் எண்ணிக்கையும் சொற்பம், எளிய பதிப்பாக வந்துள்ள இலட்சக் கணக்கான பிரதிகளுக்கும் அதுதானே நிலைமை.

வரலாற்றைக் கணக்கில்கொள்ளாத பொதுவுடைமைக் கூறுக்கான காரணங்களையும் தேட வேண்டும். அவ்வாறு தேடும்போது, அதற்கெதி ராக முன்வைக்கப்பட்டுள்ள கடுமையான சொல்லொன்றை உபயோகிக்க வேண்டிய அபாயமுமுள்ளது. இக்காரணங்களைத் தேடி வீணாக நாம் எங்கும் அலைய வேண்டாம். மனிதரின் இயற்கைக் குணத்தைப் புரிந்து கொண்டாலே போதும். இங்குதான் மானுடவியல் மெய்ம்மையின் பொருட்டு நமது அரிய நேரத்தைத் தியாகம் செய்ய வேண்டியவர்களாக இருக்கிறோம்.

சமூக வாழ்க்கைமுறைக்கு எதிராக ஒருவகையான மூர்க்கத்தை வெளிப் படுத்தும் குணம் மனிதரிடத்தில் இயற்கையிலேயே ஒளிந்திருப்பதைக் கடந்த காலத்திலும் சரி அண்மையிலும்சரி அறிஞர்கள் ***(Hobbes, Freud)*** உறுதிபடக் கூறிவந்திருக்கிறார்கள். இதனை அடிப்படையாகக்கொண்டே முற்போக்குச் சிந்தனையை ஆதரித்த அறிஞர்கள் நியாயமான தன்முனைப்பு என்றவொன்றை உருவாக்கி அதுவொன்றே சமூக வாழ்க்கைக்கு இன்றி யமையாத அடித்தளமென்றார்கள்; எதையும் அளந்து செய்யும் மனிதன் அடுத்தவர்களை நேசிப்பதில்லை, சட்டத்திற்கு மதிப்பளித்தல் வேண்டும் ஆனால் அது அவனுக்காக. எனவே அவனது சொந்த நலன்களில் தன்னிறைவு அடைவதற்கான சிறந்த வழி அவனது உழைப்பு அல்லது ஒரு நிறுவனத்தின் தலைவனென்ற வகையில் ஆற்றும் பணி. அவ்வாறு இருக்கும்பொழுது, சமூக வாழ்க்கையில் ஒரு மனிதனின் 'இருப்பு' என்பது ஒரு கணக்கிலிருந்து பெறும் விடை. இக்கணக்கென்பது, ஒரு முதன்மை ஒப்பந்தம், அதாவது சமூக ஒப்பந்தத்திலுள்ள எல்லாக் கோட்பாடுகளும் தெரிவிப்பதுபோல. ஆனால் காரண காரியங்களைத் தொடர்புபடுத்திப் பார்க்கும்பொழுது கிடைக்கும் பதில் வேறு. மானுடத்தின் பரிணாம வரலாற்றை நாம் அறிந்துள்ள வகையிலும், அனுபவங்கள் தரும் ஞானத்தின் அடிப்படை யிலும், இம்முடிவைத் திட்டவட்டமாக மறுக்கவும், காரணிகளின் வரிசையை நிராகரிக்கவும் தர்க்கரீதியின் அடிப்படையில் முடிவெடுக்க வேண்டியுள்ளது.

Homo sapiens என்ற சிறப்பினத்திலிருந்து அல்லது மூலாதார உயிரிலிருந்து வந்த மனிதன், அவனது முன்னோர்களும் உடன்பிறப்புகளுமான பூர்வீகக் குரங்குமனிதர்களைப் போல முதலாவதாக அவனும் ஒரு சமூக உயிரி. சுயநலமுள்ள தனிமனிதன் அல்லது சமூகத்தில் தன்னை இணைத்துக் கொள்ள மறுக்கும் மனிதன் என நாம் அறியவந்ததெல்லாம் பின்னர் நிகழ்ந்தது; தொடக்கக் காலத்தில் இவர்களெல்லாமில்லை.

இக்கருத்தை நியாயப்படுத்த பல காரணங்களுள்ளன. அரிஸ்டாட்டில் மனிதனை ஓர் 'அரசியல் விலங்கு' – *un zoon politikon* – எனச் சொல்லும் வேளையில் 'கூட்டமாக வாழும் பிறவிலங்குகளை'யும் வேறுபடுத்தியிருக் கிறார். பிறவிலங்குகள் தங்கள் துன்பத்தையோ இன்பத்தையோ வெளிப் படுத்துவதன்றி, உரையாடுவதில்லை எனக் கூறும் அரிஸ்டாட்டில் மனிதர் களுக்கு மொழியென்று ஒன்றிருப்பதால், வாழ்க்கையில், உரையாடல் களை முன்வைத்துத் தொடர்ந்து செல்லமுடிகிறது. அவனது பேச்சு எது உபயோகமானது, எது பாதகமானதென்பதை மட்டுமல்ல; நீதி அநீதி, நல்லது கெட்டது ஆகியவற்றையெல்லாங்கூடத் தீர்மானிக்க அவனுக்கு உதவுகிறது. மொழியென்பது மனிதனின் சொந்த ஆயுதமெனில் அதன் உபயோகம் ஒரு சமூக அமைப்பில் மனிதர்கள் தங்கள் இருப்பை உறுதிப் படுத்துவதைப் பொறுத்துள்ளது. விலங்குகளிடத்தில் காணாத மனிதர் களின் மொழி என்பது மனித சமூகத்தின் உற்பத்திப்பொருள் மட்டுமல்ல, அவனது இருப்புக்கு உத்தரவாதமளிப்பதுமாகும். உரையாடும் விலங்கு, பேருரை விலங்கு, அரசியல் விலங்கு ஆக இந்த மூன்றுமானவனே மனித விலங்கு. அரசியல் சமூகம் வடிவத்திலும் யாப்பிலும் பல்வகையான தன்மைகளுடன் 'இங்கே இப்பொழுதேயென்று' *(hic et nunc)* மனிதனின் உண்மையான அடிப்படை பண்பைப் பறைசாற்றிக்கொண்டிருக்கின்றன, நியாயம் என்னும் அடித்தளத்தின்மீது கட்டியெழுப்பப்பட்டவையென்ப தால் அரசியல் சமூகத்திற்கு இவை அடிப்படைப் பண்புகள். அரிஸ்டாட்டி லின் மிக உயர்ந்த சிந்தனைகளால் – நல்ல வேளை இன்னமும் நாம் மூர்ச்சை அடையவில்லை – நிகழ்காலத்தையும் எதிர்காலத்தையும் புரிந்து கொள்ளத் தொடர்ந்து முயன்றும் வருகிறோம்.

அரிஸ்டாட்டிலின் தொன்ம சிந்தனை இன்றைக்கு இனவரைவியல், பண்பியல், உளவியல் போன்ற சிந்தனைகளால் வலுவூட்டப்பட்டிருக் கிறது. மனிதனின் முதற்தேவை 'சமூகத்தை உருவாக்குவது'. தாராளமய வாதத்தினரின் சந்தை பரிவர்த்தனை இன்று உலகில் நடைபெறும் எல்லா விதமான மனிதர்கள் பரிவர்த்தனைக்கும் ஓர் உதாரணமாக இருப்பது சரக்கு பரிவர்த்தனை. ஆனால் இனைவரைவியலின்படி கொடையே முன் உதாரணமாக இருந்திருக்கிறது. கொடையைப் பற்றிக் கணக்கற்ற ஆய்வுகள் நடத்திருப்பதால் அதைக் குறித்து விரிவாகப் பேச வேண்டு மென்ற அவசியமில்லை. சரக்கு பரிவர்த்தனையின் நோக்கம் செயலில் ஈடுபட்டிருக்கும் இரு தரப்பினரின் சொந்த உபயோகங்களைக் குறிவைத்து இயங்குவதாகும், மாறாகக் கொடையின் நோக்கம் செயலில் பங்குவகிக்கும் இரு தரப்பினரிடையே இணைப்பை ஏற்படுத்துவதாகும் – பின்னர் அவ்விணைப்பு மிகவும் உபயோகமானதாகவும் மாறுகிறது. பரிவர்த்

தனையில் நடவடிக்கை முடிந்ததும் (நான் விரும்பிய பொருள் எனக்குக் கிடைத்தது, விற்றவர் அதற்குரிய பணத்தை என்னிடமிருந்து பெற்றுவிட்டார்) பரிவர்த்தனையில் ஈடுபட்டிருந்த இருவரும் தனித்த மனிதர்களாக மாறுகிறார்கள். ஒருவர் மற்றவருக்கு யாரோ. மாறாக சம்பிரதாய பரிசுப் பொருட்களின் பரிவர்த்தனை முடிந்த பிறகு அன்பளிப்பில் பங்கெடுக்கும் இருவரும் நண்பர்களாகவோ கூட்டாளிகளாகவோ கணவன் மனைவியாகவோ மாறுகிறார்கள். இவ்வாறான சம்பிரதாயங்கள் வரலாற்றின் தொடக்கக் காலத்திலிருந்தே மானிடர் வாழ்க்கையில் இடம்பெற்றிருக்கின்றன என்பதற்குச் சான்றுகள் உள்ளன. அவ்வகையில் நமது சமூக அமைப்பின் முக்கிய நடவடிக்கையாக அவை இருந்துவந்திருக்கின்றன.

பண்பியலின் படி நமது மூதாதையர்களான குரங்குகள் கூடிவாழும் வாழ்க்கை முறையைக் கொண்டிருந்ததாக அறிகிறோம். அவை கூடிவாழ்ந்த முறை நன்கு ஒழுங்குபடுத்தப்பட்டிருந்ததோடு வளர்ச்சி அடைந்திருந்தது. சிக்கலான வாழ்க்கைமுறையென்பதால் சண்டை சச்சரவுகள் பரவலாகவும் அதேநேரத்தில் இயல்பான சமூகவாழ்வைத் தேர்வு செய்து அதுவொன்றே குட்டி குரங்கு மனிதர்களைப் பாதுகாக்க உதவுமென நம்பப்பட்டது. அரிதான ஆதாரப்பொருட்களை முன்னிட்டுத் தனிமனிதர்களுக்கிடையே எழும் பகையை நியாயப்படுத்தும் வகையில் லிபரல்வாதிகள் அவ்வப் போது இயற்கைக்குப் பொருந்தாத, திரித்துகூறப்பட்ட ஒரு வகை டார்வின் கோட்பாட்டை உபயோகிப்பது வழக்கம். பரிமாண வளர்ச்சிக் கோட்பாட்டைப் பற்றிய குறைந்தபட்ச அறிவு இருந்தால்கூட மானுடம் கூடிவாழ்வதனாலும், தன்னிலும் நலிந்தோர்க்கு உதவுவதனாலும் மட்டுமே உயிர் வாழ முடியுமென்ற உண்மையைப் புரிந்துகொள்ள முடியும்.

உளவியலும் அதைத்தான் சொல்கிறது. 'நான்' என்ற வடிவம் பிறருடனான உறவில் அமைவதாகும். பிரெஞ்சு தத்துவவாதியான ஹென்றி லபோரி *(Henri Laborit)* சுருக்கமாகக் கூறுகிறார், "நாம் பிறராக இருக்கிறோம். அதாவது காலப்போக்கில் பிறராக மாறுகிறோம் – பெற்றோர், குடும்பத்திலுள்ள பிறர், நமக்குக் கல்வி போதிக்கும் ஆசிரியர்களென அனைவரும் நம்மை (நாம் விரும்பினாலும் அல்லது விரும்பாமல்போனாலும்) 'பிறராக' உருமாற்றுகிறார்கள். ஆக நாம் எப்பொழுதும் பிறருடைய பிடியிலிருக்கிறோம், நம்மை அறியாமலேயே அதை ஏற்கவும் செய்கிறோம், தவிர அவ்வாறான அமைப்புகளில் நமக்கும் பங்குண்டு. மார்க்ஸ் வார்த்தைகளில் சொல்வதெனில் தனிமனிதன் என்பவன் ஒட்டுமொத்தச் சமூக உறவுகளின் அடையாளமன்றி வேறொருவனல்ல. தவிரச் சமூகத்தில் உறவுகளின் எண்ணிக்கை அதிகரிக்கும்போது அத் தனிமனிதனின் செல்வாக்கு அதிகரிக்கிறது, பண்பாட்டு வகையிலும் அவன் வளர்ந்திருக்கிறாகிறானென்று பொருள்.

சமுதாய அரசியல் மட்டுமே மனிதன் இருப்பைத் தீர்மானிக்கிறது. அடைக்கலமளிப்பதும் வளர்ச்சிக்கு உதவுவதும், எண்ணத்தை நிறைவேற்றுவதுமென எல்லாமுமாக இருப்பது அவனுடைய சமுதாயம். அது இயற்கையுங்கூட. வரலாற்றில் மாற்றங்கள் நிகழ்கின்றன, அம்மாற்றங்கள் மனிதனின் இயல்பு குணத்துக்குப் பொருந்துவதில்லை. மனிதர்களின் அறிவுத்திறன்களால் நிகழும் முரண்களுக்கு இவனும் தன்பங்கிற்கு விபத்தை

ஏற்படுத்த வேண்டியிருக்கிறது; எனினும் அவனது இலட்சிய சமுதாயத்தைப் பற்றிய நினைவுகள் தொலைந்துவிடுவதில்லை. இப்பொருளில்தான் நாமும் பொதுவுடைமைமீதான அவா என்பது மனிதனின் இயற்கை பண்பு என்கிறோம். 'ஒருவர் தனக்காக' என்பதைக் காட்டிலும் 'ஒருவர் மற்றவருக்கு' என வாழ்வதை நாம் உயர்வாக மதிக்கிறோம்; அவ்வாறே தன் முனைப்பு, சொந்த நலன்களை முன் வைத்துச் செயல்படுவது ஆகியவற்றை அறத்தின்வழியில் மதிப்பிடும்போது பகுத்துண்டு வாழ்வதும், பிறர் பொருள் விழையாமையும் உயர்ந்தவையாகத் தோற்றம் தருகின்றன. அனைவரையும் பேதமற்றுப் பார்க்குங்குணம் இன்றைக்கு மிகவும் அரிதாக உள்ளதென்னும் போதிலும் ஏன் நாம் அதனை உயர்வாக மதிப்பிடுகிறோம் என்பதற்கான காரணம், இப்போது புரிந்திருக்கும். தவிர உலகெங்கும் அறத்தின் அடிப்படையிலான ஒரு படிநிலை இன்றளவும் நிலைத்துள்ளது. கட்டுப்பாடும் குறைகளுமற்ற சுதந்திரத்தால் இலாபம் பார்க்கும் சொஃபிஸ்டுகளும் எல்லாம் ஒழுங்கிலிருக்க வேண்டுமென நினைக்கும் முசுடு ஆசாமிகளும் முதலாளித்துவத்தின் மேலாண்மை நிர்வாகிகளும் ஆகிய இவர்கள் மட்டுமே இதற்கெதிரான நீதிகளைப் போதித்துக்கொண்டிருக்க முடியும். பண்டைய சிந்தனையாளர்கள் மட்டுமின்றி நவீன சிந்தனையாளர்களும்கூடச் சமூக வாழ்க்கையில் நட்பிற்கு அறத்தின் அடிப்படையில் உயர்ந்த இடத்தைக் கொடுத்துள்ளனர். அரிஸ்டாட்டில் மற்றும் சிசெரோன் கூற்றை நாம் ஏற்போமெனில், நண்பர்களிருவர் இயல்பாகவே பொதுவுடைமைவாதிகளாக இருக்க வேண்டும். காரணம் பழமொழியொன்றின்படி 'நண்பர்களுக்கிடையில் எல்லாம் பொது'.

உலகில் மிகப்பெரிய அரசியல் சிந்தனைகள் அனைத்துமே பொதுவில் அனைத்தையும் வைக்க வேண்டுமென்ற கருத்தியத்தை அடிப்படையாகக் கொண்டவை : சமுதாயக் கொள்கையின்படி, பொதுமக்கள் சொத்துரிமை சட்டவரைவு செய்யப்பட்டவொன்று. அதாவது அச்சமுதாயத்தைச் சேர்ந்த அனைவருக்கும் அனைத்தும் சொந்தம். பொதுச்சொத்தின் மீது உரிமையும், பலனைப் பெறவும் பொதுவில் வாய்ப்பு. அவ்வாறே அச்சமுதாயத்தைச் சேர்ந்த உறுப்பினர்கள் தங்கள் உடைமைகளென்று எவையுமிருப்பின் அவற்றைப் பரிவர்த்தனை செய்துகொள்ளவும், தங்கள் உயிரைக்கூடப் பிறருக்கென வழங்கவும் அவர்கள் தயாராகவிருந்தனர். இந்த நிறுவனத்தில் அல்லது அந்த அரசியல் நிர்வாகத்தில் 'ஒன்றுபடுதல்' அல்லது 'கூட்டமைப்பை ஏற்படுத்துதல்' எனப் பேச ஆரம்பித்தாலே தாராளமயவாதிகள் கூச்சலிடத் தொடங்குகிறார்கள். ஆனால் அவர்களுக்குச் சொந்த நாட்டைக் காப்பாற்ற உயிரைத் தர வேண்டுமென்பதற்காக 'ஒன்றுபடுதல்' எல்லா விதத்திலும் நியாயமானது. ஒரு மனித உயிர் ஒரு துண்டு நிலத்தைக் காட்டிலும் சில கட்டடங்களைக் காட்டிலும் சில எந்திரங்களைக் காட்டிலும் விலைமதிப்பற்றதென்பதால், பொதுவில் உரிமையை வைத்தல், அதற்காக ஒன்றுபடல் சமுதாயத்திற்கு நல்லது. எந்தவொன்றும் குறுக்கிடக் கூடாது. எஞ்சியிருப்பது தாராளமயத்தின் அரசியல் நிர்ணயச் சட்டங்கள். அரசு சொத்து அல்லது பொதுச் சொத்து என்று கோரிக்கை எழும்போது சொத்துரிமையில் சில எல்லைகளைத் தாராளமய அரசியல் நிர்ணயச் சட்டங்கள் முன்வைக்கின்றன.

மேற்கண்டவையெல்லாம் 'பொதுவுடைமை' இல்லைதான். ஆனாலும் சமத்துவ விதிமுறைகளாயினும் சரி, சமுதாயத்தின் அனைத்தையும் பாரபட்ச மின்றிப் பார்க்கும் அரசியலாயினும் சரி பொதுவில் நாம் ஏற்றுக்கொண் டிருக்கும் அறநெறிகளுக்கு அந்நியமானவையல்ல, நவீன ஜனநாயக அரசு களும் இதை அங்கீகரிக்கின்றன. பொதுவுடைமையை ஓர் அறவழிசார்ந்து அணுகுவதென்பது அதைப் பலவீனப்படுத்துவதாகும் என்ற குற்றச்சாட்டு எழலாம். எதார்த்தவாதிகளும், பொருள்முதல்வாதிகளும் பெருவாரியான மக்களின் அடங்காத தேவைகளையும் தணியாத பண ஆசையையும் கணக்கிற்கொள்ள வேண்டியிருக்கிறது. ஆனால் அறநெறி என்பது அவரவர் அளவில் மதிப்பீடுகொண்டதென்பதையும் தேவையேற்படும்போது பொருள் தேவைகளைக் காட்டிலும் கூடுதலான ஆற்றலை வெளிப்படுத்தக்கூடிய தென்பதையும் மறத்தல் கூடாது, இங்கே கொச்சை மார்க்ஸியத்தின் *(vulgar Marxism)* கருத்தை – அதாவது மனிதர்கள் குறைவாக உழைக்க அல்லது அதிகம் சம்பாதிக்கப் போராடுகிறார்கள் என்பதை – பெரிதுபடுத்துதல் கூடாது. மனிதர்களின் கோரிக்கைகள் முழுமையாகப் பொருள்சார்ந்ததென் றாலும், அக்கோரிக்கைகள் அதை எழுப்புகிறவர்களின் கண்ணியத்தையும் மரியாதையையும் கருத்தில் கொண்டவையென்பதை மறுக்கவியலாது. பொருளாதாரக் கட்டமைப்பு மற்றும் பொருளாயத கோரிக்கைகளுக்காகத் தார்மீகப் பார்வை தேவை என்பதை மார்க்ஸியவாதிகளேகூட விரும்புவ தில்லை, எனினும் மார்க்ஸிய பொதுவுடைமை கணிசமான அளவிற்கு அறநெறி அனுதாபத்தை வற்புறுத்துவதும் இல்லாமலில்லை. அறநெறிக் காரணங்களின்றி உழைப்பாளர் சுரண்டலை மறுக்க வேண்டுமென வற்புறுத்த வியலுமா? அறநெறியை விலக்கினோமெனில் கூலிகளைச் சுரண்டுவதும் சமூக உறவுகளில் அடிமைமுறை தவிர்க்கவியலாததென்பதும் ஏற்கக்கூடிய தாகிறது, எனவே சமூகத்தில் சுபிட்சத்தைக் கூட்ட முடியுமென்று வாதிட லாம். இறுதியாகச் சமூக உடைமைநெறியும் சரி, வரலாறுபடைத்த பொது வுடமைநெறியும் சரி முதலாளித்துவத்திற்கெதிராக தொழிலாளர்கள் காட்டிய எதிர்ப்பால் ஏற்பட்ட ஒரு விளைவென்பதை அனைவரும் அறிவோம். அத்துடன் நெறிமுறைகளுக்கு எதிராக அறிவுஜீவிகள் எழுப்பிய கலகக்குரல் களால் பிறந்ததென்றும், பூர்ஷ்வாக்கள் அல்லது பிரபுக்கள் வழிவந்த அறிவு ஜீவிகள் தங்கள் தத்துவ உணர்வுடனும் பண்பாட்டுடனும் இணக்கமற் றிருந்த முதலாளித்துவத்தின் மீது கொண்டிருந்த வெறுப்பின் விளைவென் றும்கூட அதைச் சொல்வதுண்டு.

ஆக ஒரு விவாதமென்று எடுத்துக்கொண்டால் நெறிமுறையை மட்டும் அடிப்படையாகக் கொண்டதொரு பொதுவுடைமையால் பெரிய அளவில் பயன்களிருக்க முடியாது. ஆக அதுகுறித்து விவாதிப்பதாலும் பலனில்லை. நல்லது அப்படியே இருக்கட்டும். இப்போது நம்மிடத்தில் ஒரு கேள்வி இருக்கிறது. இந்நெறிமுறையை வேண்டாமென்று நாளையே பொதுவுடைமை ஒதுக்குமென்று வைத்துக்கொண்டால் எல்லாம் முடிந்தது. அரசியலில் தனது நியாயமான இடத்தையே அது இழக்க வேண்டியிருக்கும். தெள்ளத் தெளிவாக விடயத்திற்கு வருவோம். இவ்வளவு கதையும் ஏதோ பொதுவுடை மையின் அரசியல் பண்பைக் களைந்துவிட்டு அவ்விடத்தில் நீதிநெறியைக் கொண்டுவர அல்ல. ஏனெனில் அது நாளை சர்வாதிகாரத்தில் முடியக்கூடும். மாறாகப் பொதுவானதொரு நீதியையும் வாழ்க்கைமுறையையும் தரவல்ல

கருத்தியத்தை வரையறுத்தலாகும். அக்கருத்தியம் ஒரு நகரத்தின் பொது வாழ்க்கைமுறை சார்ந்தது: தன்முனைப்பு கொண்டமனிதர்களின் நலன் களை முன்வைத்த பொதுச்சொத்து. வளத்தை அனைவரும் சமமாகப் பகிர்ந்துகொள்ளல், கூட்டுப்பொறுப்புணர்வு ஒற்றை வார்த்தையில் சொல்வ தெனில் நமது சமூக அமைப்பை நன்முறையில் செலுத்தத் தக்க எல்லா நெறிகளும் அதிலடக்கம்.

புதியதொரு பொதுவுடைமையை நினைத்து

மனிதர் உறவைக் கருத்தில்கொண்டதொரு பொதுச் சிந்தனையின் தேவையின்று எதனால் எழுகிறது? வரலாற்றில் ஏற்பட்டுள்ள மாற்றங்களே அதற்கான தேவையை நமக்கு நினைவூட்டுகிறது. நெருக்கடிகளை முதலாளித்துவத்தின் *memento mori* என்றார் மார்க்ஸ்: "மறந்திடாதே நீ இறந்தாக வேண்டியவன்!" இதுவரை வரலாற்றில் இந்த சாபத்தால் ஏதாவது பெரிதாக ஏதும் விளைந்ததாவென்றால் இல்லை. சமூகக் கொள்கை கள் அனைத்தும் என்றாவதொரு நாள் அழியக்கூடியவையெனில் முதலாளித் துவத்திற்கு மட்டுமென்ன விதிவிலக்கா? போய்ச்சேர வேண்டியதுதான். ஆனால் கேய்ன்ஸ் *(Keynes)* கூறுவதுபோல "நமது மரணத்தின் நிகழ்வு நீண்டகாலத்திற்குரியது". நமக்கிருக்கிற சிக்கலோ உடனடியாகக் கவனிக்கப் பட வேண்டியது. மனித நாகரிகமே அனைத்திற்கும் காரணமெனக் கூறிக் கொண்டு முதலாளித்துவம் இன்னும் நீண்டகாலம் உயிர்வாழக்கூடும். நாஜிஸம் தடாலடியாக பிரச்சினைகளைக் கிளறும்வகையில் நடந்துகொண் டதே அதன் முடிவிற்குக் காரணமாயிற்று, நவீன முதலாளித்துவமோ அதே காரியத்தைச் சந்தடியின்றி மெல்ல ஆற்றும் திறன்படைத்தது. மரபணுவியலின் வெற்றி, அதாவது இச்சிந்தனையின்படி ஒவ்வொரு மனிதனுக்கும் ஒரு மரபணு எண்ணைக்கொடுத்து மனிதர்களை உற்பத்தி செய்வதென்ற நோக்கத்தைக்கொண்ட தொழில்நிறுவனத்தை அமைப்பதற் கான முயற்சிகள் நடக்கின்றன. *Big business* தயவால் சரக்குகள் நமது பொதுவாழ்வின்மீது ஆபாசப் படையெடுப்புகளை நடத்தும் ஆயத்தங்களைச் செய்கின்றன. அதன் விளைவாகப் பொதுவாழ்வின் எல்லாவிதமான நெறிமுறைகளும் மதிப்பீடுகளும் அழிக்கப்பட்டு வருகின்றன. இன்றுள்ள கல்விநிறுவனங்களுக்குச் சென்றுவந்தாலே உண்மைநிலை என்னவென்று புரிந்துகொள்ள முடியும். வலதுசாரியோ இடதுசாரியோ எந்த அரசாங்க மாயினும் இன்று கல்விமுறையை எதார்த்தத்திற்கொப்ப அமைத்துக்கொண் டால் போதுமானதென நினைக்கிறார்கள். இளைஞர்களுக்கு 'வேலைவாங்கப் படுவதிற்குரிய' கல்வியைக் கொடுத்தாலே போதுமென்ற நினைப்பு. நகரத் துடன் ஒட்ட ஒழுகுதலைப்போதித்த *paideia* என்ற கிரேக்க கல்விமுறையில் ஆரம்பித்து மானுடவாத காலம் மற்றும் அறிவொளிகாலம் வரை போதிக்க பட்ட சிந்தனைகள் அனைத்தையும் முடிந்த அளவிற்கு சீரழித்தாயிற்று.

இடையில் எத்தனைவிதமான வடிவங்களை எடுத்திருந்த போதிலும் முதலாளியத்தின் முழுமையானதொரு வெற்றி, எதிர்கால மானுடத்தின் அழிவிற்கான அடையாளம். எதிர்காலம் எனச் சொல்லவருவது எதனா லெனில் இன்றுவரை நமதுலகம் முதலாளித்துவத்திடம் முழுமையாக தம்மை ஒப்படைத்துக்கொள்ளவில்லை என்ற நம்பிக்கையால் குறிப்பிடப்

பட்டது. கடந்த முப்பது ஆண்டுகளில் மிக மோசமான பின்னடைவை நமது சமூக அமைப்புகள் அடைந்திருப்பது உண்மையேயாயினும், முதலாளித்துவப் பொருளுற்பத்தி முறையின் ஆபத்திலிருந்து தப்பியவை இன்னமும் நிறைய உள்ளன. குடும்ப அமைப்பு அதிகப் பாதிப்பிற்கு உள்ளாகவில்லை. பக்கத்து மனிதர்களிடம் பரஸ்பர ஒற்றுமை பேணுதல், பரோபகாரம், ஒருவர் மற்றவர்க்கு உதவிசெய்தல் போன்றவை இன்னமும் மிஞ்சியுள்ளன. பரிவர்த்தனை மதிப்பைக்காட்டிலும் உபயோக மதிப்பைப் பெரிதாகக் கருதும் உழைப்புகளும் இல்லாமலில்லை. ஆனால் இவை யெல்லாம் மிகவும் பலவீன நிலையிலுள்ளன. முதலாளித்துவமற்ற சமூக உறவுகளெல்லாங்கூட இன்று முதலாளித்துவ வழிமுறையைப் பின்பற்றத் தொடங்கியுள்ளன. மனிதநேயத்தை அடிப்படையாகக்கொண்ட சேவைகள் கூட இன்று வர்த்தகமாக மாற்றம்பெற்று, சந்தை விதிமுறைகளைப் பின் பற்றி இலாப நட்ட கணக்குகள் பார்க்க ஆரம்பித்தாயிற்று, உத்தியோக பூர்வமாக அவையும் பொருளுற்பத்தி நிகழ்முறையின் உபரி – மதிப்பைக் கையாளவில்லை என்பதொன்றுதான் குறை.

முதலாளித்துவமற்ற சமூக அமைப்புகள் எடுத்த வடிவங்கள் அனைத் துமே ஒன்றின் பின்னொன்றாகத் தங்கள் தடுப்புவேலிகளையெல்லாம் இழந்து நின்றதைக் கண்டோம். காரணம் அங்கே அரசியலிலும் பொரு ளாதாரத்திலும் ஆதிக்கம் செலுத்தியவர்கள் பிளாட்டோவின் கற்பனையி லுதித்த காலிக்ளே *(Callicles)* அல்லது நீட்சேவின் ப்லாண்டு விலங்கு *(blond beast)*[1] வழிவந்தவர்கள். நல்லது கெட்டது என்ற விதிமுறைகளை யெல்லாம் கடந்தவர்கள்.

இந்த அச்சுறுத்தலிருந்து விடுபட வேண்டுமெனில் ஒரு புதிய பொது வுடைமை சிந்தனை நமக்குத் தேவைப்படுகிறது. அது நவீன அல்லது அதிநவீன எதேச்சாதிகாரங்களுடன் சமரசம் செய்துகொள்ளாதது போலவே 'பாட்டாளிகளின் சர்வாதிகாரத்திற்கும்' பணிந்துபோகாத பொதுவுடைமை யாக இருக்க வேண்டும். தவிர அப்பொதுவுடைமை மீண்டும் மானுட நலனை மட்டுமே அடிப்படையாகக்கொண்ட சமூகத்தை, ஒரு பெரு நகரத்தை, சொல்லப்போனால் பன்முகத்தன்மைகொண்ட ஒரு பெரு நகரத்தை, அங்கு எதிர்காலமென்பது முதலாளித்துவம் தொழில்நுட்ப அறிவியல் முதலான அச்சங்களைத் தவிர்த்த எதிர்காலத்தை வேறுவகை யில் வரவேற்கும் முகாந்திரத்துடன் அமைய வேண்டும்.

1. பிளாட்டோவின் கற்பனையில் உதித்த *Callicles* ஒரு கற்பனை ஆசாமி. சாக்ரடீஸுடன் முரண்படுகிறவன். எண்ணற்ற பலவீனங் களைக்கொண்ட சாக்ரடீஸ் போதிக்கும் அறநெறி அவனுக்குப் போலியானது. வலுவற்றவர்கள் பலசாலிகளிடம் அஞ்சுவதால் தங்களைத் தற்காத்துக்கொள்ள சட்டங்களை இயற்றுகிறார்கள் என்பது அவன் வாதம். நீட்சேவின் கருத்தும் இதற்கு ஒத்ததாக இருக்கிறது. ஜனநாயக சமத்துவத்தில் ஆற்றல்வாய்ந்த மனிதர்களுக் கெதிராக நலிந்த மக்களுக்குள்ள கசப்பினை மொழியும் நீட்சே சாக்ரட்டீசுக்கு எதிர்க்களத்தில் தம்மை நிறுத்திக்கொள்கிறார். உண்மையான ஆற்றலென்பது பெருந்திரளான மக்களிலிருந்து விடுபட்டு அவர்கள்மீது ஆதிக்கம் செய்வது.

அத்தியாயம் 12

யுத்தோப்பியன் கனவுகளில்லாப் பொதுவுடைமை.

பொதுவுடைமை ஓர் இலட்சிய கனவல்ல என்பதன் ஊடாக மார்க்ஸ் சொல்லவருவது அது தன்னார்வமிக்கச் சமூகத் தொழில் நுட்பவியலாளர்களின் செயல்பாடுகளால் அடைந்தாக வேண்டிய தென்ற பொருளில். அந்நடவடிக்கை உண்மையான இயக்கமாக நம்கண்முன்னே நடக்க வேண்டும் அல்லது நடந்தாக வேண்டும். பலனாக இருக்கும் சமூக ஒழுங்கமைப்பு முடிவுக்கு வர வேண்டும்.

ஏற்கனவே நாம் பொதுவுடைமைக் கனவு கொடுங்கனவாக ஆனதற்கு எவையெல்லாம் காரணங்கள் எனக் கூறியிருந்தோம். எனினும் இவ்வாறானதொரு யுத்தோப்பியனை அடைவதற்கு முதலாளித்துவக் கருத்துமுதல்வாதிகளின் வாக்குறுதிகளின் வகை மையில் இதற்கும் தரப்பட்டன என்பதை நாம் அவதானிக்க வேண்டும். முதலாளித்துவத்தின் அணுகுமுறை வேறு. அது பொதுவுடைமையைக் காட்டிலும் சாதுர்யமான கருவிகள், அறிவியல் சாதனங்களைக்கொண்டு அக்கொடுங்கனவைத் தயார் செய்கிறது. ஆனால் உண்மையான பொதுவுடைமையின் பிறப்பு என்பது யுத்தோப்பியன் கனவிலிருந்து விழிப்பதில்தானுள்ளது. அதற்கு அறநெறிகள் மற்றும் அரசியல் உந்து தலின் பலத்த ஆதரவுடன் அணுகுமுறை கருத்துகளை முன் மொழிய வேண்டும், அவ்வகையிலுள்ள எதிர்பார்ப்பு யுத்தோப்பியன் கனவி லிருந்து மூன்று கருதுகோள்களை விலக்கிவைத்தல்:

1. எதிர்காலத்தில் சமூக முரண்களை இல்லாதொழிப்பதால் அரசையும் இல்லாதொழிந்துவிட முடியுமென ஊகத்தின் அடிப்படையில் சொல்லப்பட்டதைச் செயல்படுத்துவதற்கு சாத்தியங்களில்லை. எனவே மோதலும் அரசும் இல்லாத உலகைப் பற்றிய யுத்தோப்பியன் கனவிலிருந்து மீளுதல் முதலாவது.

2. அரிதான மூலாதாரங்களைப் பகிர்ந்தளிப்பது குறித்து கேள்விகள் எழுப்ப வேண்டிய அவசியமில்லாத வகையில் உற்பத்தி சக்திகளைத் தங்குதடையின்றி அதிகரிக்க வேண்டுமென்ற யுத்தோப்பியன் கனவிலிருந்து மீள்வது இரண்டாவது.

3. மீண்டும் ஈடன் தோட்டத்திற்குத் திரும்புதலே பொதுவுடைமை யென்ற யுத்தோப்பியன் கனவிலிருந்து மீள்வது மூன்றாவது. உழைப்பு என்பது ஓர் அத்தியாவசியம், அதைத் தவிர்க்கவே இயலாது, ஆனால் அதற்குரிய நியாயமான சூழல்களை அமைத்துதர வேண்டுமென முயலலாம். உண்மையான சுதந்திரமென்பது உழைப்பிலிருந்து வருவது.

இந்த எதிர்மறை விளக்கங்களை ஒன்றன்பின்னொன்றாக பரிசீலிப்போம். மனிதச் சமுதாயத்திற்குகந்த பொதுவுடைமை, யுத்தோப்பியன் கனவற்ற பொதுவுடைமை ஆகிய கூற்றுகளை எப்படி உள்வாங்கிக்கொண்டிருக்கிறோம் என்பதைத் தீர்மானிக்க இப்பரிசோதனை நமக்கு உதவக் கூடும்.

நலிவுறும் அரசா அல்லது குடியரசா?

மார்க்ஸியச் சிந்தனையைக் கேள்வியின்றி ஏற்றுக்கொண்டிருக்கிற அபிமானிகளும் மார்க்ஸியச் சிந்தனையை விவாதத்திற்குட்படுத்தும் சிந்தனையாளர்களும் மனிதர் நிர்வாகத்தின் கருவியாகச் செயல்படும் அரசை மெதுமெதுவாக இல்லாதொழிப்பதென்ற திட்டத்தை முன்வைத்து பொதுவுடைமையை இயங்கச்செய்ய வேண்டுமென்ற விடயத்தில் ஒன்றுசேருகிறார்கள். இவ்விடயத்தில் அனர்க்கிஸ்டுகளும் முழுமையாக உடன்படுகிறார்கள். மார்க்ஸும் எங்கெல்ஸும் "மனிதர்கள் ஆட்சி என்ற கட்டத்திலிருந்து பொருள்களின் ஆளுகையின் கீழ்க் கொண்டுவருவது" என்னும் சேன் சிமோன் கூற்றைத் தங்கள் பங்கிற்கு எடுத்தாள்கின்றனர். இக்கணிப்பு "ஒரு வர்க்கம் மற்றொரு வர்க்கத்தின்மீது ஆதிக்கம் செலுத்த உதவும் கருவியாகச் செயல்படுவதொன்றே ஆட்சியின் பணியென்ற நிலைவரும்போது அரசு தனது செயல்பாடுகள் அனைத்தையும் இழக்கு"மென்ற அரசு பற்றிய மார்க்ஸியக் கோட்பாட்டிலிருந்து பிறப்பது. ஆனால் இக்கோட்பாடு ஒரே நேரத்தில் போலியாகவும், நடைமுறைச் சாத்தியமற்றதாகவும் இருக்கிறது. போலியென்பது எதனாலெனில் அரசு ஒருபோதும் ஒரு வர்க்கம் மற்றொரு வர்க்கத்தின்மீது ஆதிக்கம் செலுத்தக் கருவியாகத் தம்மைச் சிறுமைப்படுத்திக்கொள்ளாது. காரணம் அடிமைப் பட்டுக்கிடக்கும் வர்க்கத்திற்கும் அதைப் பயன்படுத்திக்கொள்ளும் வர்க்கத்திற்குமுள்ள பகையுணர்வு மறைந்துபோகும் என வைத்துக்கொண்டாலும், சமூகம் இனி ஒற்றைத் தன்மைகொண்டதொரு வர்க்கமாக மாறுமென்றோ, அங்கு மாறுபட்ட நலன்களை அடிப்படையாகக்கொண்ட சமூகக் குழுக்களுக்கு இடமில்லையென்றோ கூறுவதற்கு எவ்வித உறுதிப்பாடுமில்லை.

ஓர் அரசாங்கம் அதிகக் காலம் நிலைத்திருக்க வேண்டுமெனில் சமூகத்தினரின் எத்தரப்பிற்கும் நன்மை தரக்கூடிய பணிகளைச் செய்ய வேண்டும். அரசு கையாளும் 'பெருவாரியான மக்களின் விருப்பம்', 'பொதுப் பொருள்' என்பது போன்ற சுரண்டல்கூட்டத்திற்கு இசைவான கருத்துகளை முற்றிலும் 'புரளி'யாகவோ, அவற்றில் ஓரளவிற்குத்தான் உண்மையுள்ளதென்றோ கருதி ஒதுக்கிவிட முடியாது. எல்லா அரசாங்கங்களுமே பொதுச் சுகாதாரம், கல்வி, உள் நாட்டு பாதுகாப்பு, நாட்டை அந்நியரிடமிருந்து

பாதுகாத்தல் முதலிய பிரச்சினைகளில் விசேடக் கவனம் செலுத்துகின்றன. ஒரு நாட்டின் குடிமகன் வெளிநாடுகளில் பயணிக்கும்போது அங்கும் அவனைப் பாதுகாக்கும் பொறுப்பும் அரசுக்கு உள்ளது. இது போன்ற அரசின் நடவடிக்கைகள் சுரண்டும் வர்க்கத்திற்குங்கூட உதவுகின்றன என்பது வெளிப்படை. தாம் கல்வி அறிவுடன் இருப்பது தொழிலாளர்களுக்கு மிகவும் நல்லது. அதேபோன்று கல்வி அறிவுகொண்ட தொழிலாளர்களை வைத்திருப்பது முதலாளித்துவத்திற்கும் நல்லது. சிற்சில சமயங்களில் தமது விருப்பத்திற்கு மாறாக ஆதிக்க வர்க்கத்திற்கு உபயோகமாக அரசு நடந்துகொள்ள வேண்டியிருக்கிறது. முதன் முதலாகச் சமூக நலனைக் கருத்திற்கொண்டு கொண்டுவரப்பட்ட சட்டங்கள் (வேலைநாள் வரையறை, சிறுவர்கள் வேலைகளை ஒழுங்குபடுத்துதல் ஆகியவை) முதலாளித்துவத்திற்கு எதிரானவையென்றபோதிலும் பணிசெய்வதற்கான உடற்தகுதியை நிர்ணயிக்க கொண்டுவரப்பட்ட சட்டங்களென்பதால் மறைமுகமாக அதற்கு உதவின. காவல் துறையினரின் பணியை வேலை நிறுத்தம், எதிர்ப்பு ஊர்வலத்திற்கு மட்டும் பயன்படுத்திக்கொள்வதெனச் சுருக்கிவிட முடியாது. சொந்தப் பாதுகாவலர்கள் மெய்க்காப்பாளர்களென வாழும் பணக்காரர்களைப் போலவே ஏழைகளுக்கும் குற்றவாளிகளிடமிருந்து பாதுகாப்புத் தேவைப்படுகிறது. குடிமக்கள் எல்லோரும் எல்லாக் காலங்களிலும் நேர்மையாக இருக்க முடியாதென்ற உண்மை உள்ளவரை, எத்தகைய சூழல்களிலும் அறத்தின் முடிவே இறுதியானதென்ற நிலை உருவாகாதவரை, மனிதரின் இயற்கையான பற்றார்வமும் பிறர்மீதான வன்முறையும் அதே அறத்தின்பேரால் முற்றாக ஒழிக்கப்படாத வரை குடிமக்களுக்கு நம்பிக்கையை ஊட்டியும் அச்சுறுத்தியும் பொதுவில் அனைத்தையும் வைத்து வாழ்முறைக்கு நாம் உத்தரவாதமளிக்க வேண்டும். அவ்வாறு செய்வதால் குடியியல் சமூகத்திற்கும் அரசாங்கத்திற்குமுள்ள பிரிவினைகள் மறையக்கூடும், இத்தகைய சூழலில், அரசாங்கமென்ற ஒன்றை இல்லாதொழிப்பதற்குள்ள ஒரே வழிமுறை, ஒவ்வொரு குடிமகனையும் அடுத்தவரை கண்காணிக்கச்செய்யும் வகையில் அரசாங்கத்தில் மாற்றத்தைக் கொண்டுவருவது. அரசைப் பொதுமைப்படுத்தும் நடவடிக்கைகள் அதாவது ஒவ்வொரு குடிமகனையும் ஒரு காவலராக மாற்றுவது, சமூகத்தின் இண்டு இடுக்களிலெல்லாம் அரசு நுழைந்துவருவது போன்றவை அரசாங்கத்தின் வீழ்ச்சிக்கு உட்பட்டவையே. ஸ்டாலினிய சோவியத் யூனியன் அரசும், 'உண்மை சமூக உடமைநெறி அரசுகள்' எனக் கூறிக் கொள்ளும் பிற நாடுகளின் அரசாங்கங்களும் இவ்வாறான வீழ்ச்சி வகைமைக்குப் பொருந்துபவையே.

தவிர ஒரு சமுதாயத்தில் முரண்கள் கொண்ட'சுயநல போட்டிகள்' *(conflict of interest)* இருக்கக்கூடும், அவை தவிர்க்க முடியாதவை. உற்பத்தி சக்தியைத் தீர்மானிக்கும் முக்கியக் காரணியாக மார்க்ஸ் வற்புறுத்தும் கூட்டுறவு இருக்கும்வரை உழைப்பின் வழிப்பட்ட பிரிவினையை நீக்குதல் கடினம். அதற்கு உற்பத்திச் சக்திகளில் கணிசமான பின்னடைவை ஏற்றுக்கொள்ள வேண்டிவரும். உழைப்பின் வழிபட்ட பிரிவினையில் பாதகங்களைக் குறைக்கவும் முயலலாம். உதாரணமாக, பிரிக்கப்பட்ட பணிகளைச் சுழற்சி முறையில் செய்வதற்குத் தொழிற்பட்டறையில் ஏற்பாடு

செய்தல், போர்டு அல்லது டெய்லர் முறையைப் பின்பற்றாத முறைமைகளில் உற்பத்தியைத் தொடருதல், முடிந்தபோதெல்லாம் செய்யும் பணியை மாற்றிக்கொள்ள வகைசெய்தல் போன்றவை அதற்குதவும். ஆனால் இவ்விடயத்தில் அவரவர் துறையில் தேர்ச்சி பெறுவதே அனைவருக்கும் நல்லது. மருத்துவர்களெனில் அவர்கள் நிபுணத்துவத்தை மருத்துவத்தில் அடைதல் வேண்டும், அதை விடுத்து அவர்களுடைய உழைப்பு வருடத்தில் ஒரு பகுதியை விவசாயத்தில் செலவிட வேண்டுமெனக் கலாச்சாரப் புரட்சிகாலத்தில் செய்ததுபோல நிர்ப்பந்திக்கக் கூடாது. அவ்வாறு செய்வதனால் பலன் விவசாயத்திற்குமில்லை, மருத்துவத்திற்குமில்லை. ஆக உழைப்பின் வழிபட்ட பிரிவினை இருக்கவே செய்கிறது. சமூகத்தில் குழுக்களும் இருக்கும். குழுக்களின் எண்ணிக்கைக்கேற்ப சார்புநிலைகளும் இருக்கவே செய்யும். இந்நிலையில் அனைத்துக் குழுக்களையும் கருத்திற் கொண்டு பொதுநலனைத் தீர்மானிக்கும் சர்வாதிகாரத்திடம் பொறுப்பை ஒப்படைக்க வேண்டியிருக்கிறது.

இறுதியாக முதலாளித்துவமில்லாத பொருளாதாரத்திலும் அதாவது திட்டமிடலை அடிப்படையாகக்கொண்ட முதலாளித்துவமில்லாத பொருளாதாரத்திலுங்கூட உற்பத்தியாளர்களுக்கும் நுகர்வோர்களுக்குமிடையே பகைமை இருக்கிறது. உற்பத்தியாளர்கள் தாங்கள் உற்பத்தியாளர்களென்ற வகையில் தங்களைப் பாதுகாத்துக்கொள்ள வேண்டியிருக்கிறது – அதாவது உழைக்கத் தேவையான சூழல்கள், தராதரம், ஊதியம் ஆகியவற்றில் தங்களைக் காத்துக்கொள்ள வேண்டும் – பதிலாக நுகர்வோர்களுக்குத் தங்கள் பொருட்கள் தரமாகவும் இருக்க வேண்டும், மலிவாகவும் இருக்க வேண்டுமென்னும் கவலைகள். உற்பத்தியாளர்கள் வேறு நுகர்வோர்கள் வேறு என்றெல்லாமில்லை, இருவரும் ஒருவர்தான் எனச் சொல்லக் கேட்கிறோம். ஓரளவிற்கு அக்கூற்றில் உண்மையுமிருக்கிறது. உற்பத்தியாளர்கள் அனைவரும் நுகர்வோர்கள் என்பதில் மாற்றுக் கருத்துக்கு இடமில்லை. ஆனால் நுகர்வோர்கள் அனைவரும் உற்பத்தியாளர்களாவென்றால் இல்லை. தனிமனிதரென்ற வகையில் நுகர்வோரும் உற்பத்தியாளரும் இணங்கிப் போகமாட்டார்கள். ஆக மீண்டும் முரண்கள் இருக்கின்றன ஆனால் அம்முரண்கள் சமூகக் கட்டமைப்பில் இப்பகுதியைச் சார்ந்தது அல்லது அவ்விடத்தில் நிகழ்வதென்று சொல்லவியலாது. சமுதாய உயிர்வாழ்க்கையின் நெருக்கடியால் நிகழக்கூடிய அதைச் சமூகத்தின் இயற்கையான நிகழ்வென்று கருதலாம்.

அரசாங்கத்தை இல்லாதொழித்தல் என்னும் யுத்தோப்பியன் கனவு மார்க்ஸிய அனர்க்கிஸ்டுகளின் வழிவந்தது. உலகத்தின் மிக மோசமான கொடுங்கோன்மையைப் புரிந்துகொள்ளவும், அதனுடன் களத்தில் மோதவும் மார்க்ஸியம் தவறியமைக்கு அரசாங்கத்தின் வீழ்ச்சியைப் பற்றிய இந்த யுத்தோப்பியன் கனவே காரணம். அதேவேளை அரசுவாதம் (மார்க்சிய யுத்தோப்பியனிலிருந்து பிறந்து வந்ததாக இருக்கட்டும் அல்லது லிபரல் அரசாங்கத்தை நீட்டித்ததால் வந்ததாக இருக்கட்டும்; இரண்டுமே ஒன்றுதான்) என்பது தொடர்ந்து நிலைத்திருக்கும் ஓர் ஆபத்து. அதுகுறித்த எச்சரிக்கையை மறக்காமல் தர நாம் கடமைப்பட்டிருக்கிறோம். உண்மை

யில் இருபதாம் நூற்றாண்டு மார்க்ஸியத்தின் தோற்றம் நம்மை ஆச்சரியத்தில் மூழ்கடிக்கிறது – அராஜக அரசாங்கம் ஒருபுறம், சமூக உடைமைநெறி அரசாங்கம் மறுபுறமென்று இங்குமங்குமாக ஊசலாடும் மார்க்ஸியத்தைப் பார்க்கிறோம். நமக்குள்ள குழப்பம் இதுதான். உண்மையில் ஒரு அரசாங்கம் தான் சொல்லிக்கொள்வதுபோல இருக்கிறதா? அதாவது சமூகத்தின் ஒரு பிரிவினர் மற்றொரு பிரிவினர்மேல் ஆதிக்கம்செலுத்த உதவும் கருவியாக இல்லாமல் உண்மையில் பெரும்பாலான மக்களின் விருப்பப்படி நடந்துகொள்கிறதா? மார்க்ஸியவாதிகள் மற்றும் அனர்க்கிஸ்டுகளின் அரசாங்கத்தைப் பற்றிய விமர்சனங்களில் ரூஸ்ஸோவின் வழக்கப்படி தெளிவுபடுத்தியிருந்த கூற்றையும் காண முடிகிறது. ஒரு மனிதன் மற்றொரு மனிதனுக்குக் கீழ்ப்படிவதை எவ்விதத்திலும் நியாயப்படுத்த முடியாது. அக்கீழ்ப்படிதல் முடிந்த செயல்பாட்டை அடிப்படையாகக் கொண்டிருக்கலாமே தவிர நியாயமான காரணங்களை அடிப்படையாகக் கொண்டிருக்காது. சுதந்திர மனிதனென்பவன் அவனால் ஏற்படுத்தப்பட்ட சட்டங்களுக்குக் கீழ்ப்படிபவன், பிற எல்லாவிதமான கீழ்ப்படிதலும் அடிமைத்தனம். மாறாக அரசாங்கமென்பது கீழ்ப்படிதலை ஆதாரமாகக் கொண்டது. வெகு அரிதாகவே உடன்பாடுடையதாகவும் அறிவுபூர்வமாகவும் இருக்கும். தவிர அச்சமே கீழ்ப்படிதலுக்குக் காரணம். அந்த அச்சங்கூட சொந்த உயிர்வாழ்க்கை சார்ந்ததாகவே இருக்கும். சட்டப்படியான 'வன்முறையைப் பிரயோகிப்பதில் அரசுடன் வேறு அமைப்புகளெவையும் போட்டியில்லையென', எனும் மாக்ஸ் வெபெர், 'சட்டப்படியான வன்முறையைப் பிரயோகிக்கிறோம்' என்ற சொற்பதத்திலுள்ள முரணையும் அரசு உணர்ந்திருக்கிறதென்கிறார். அரசியல் தத்துவத்திலுள்ள இந்நெருக்கடிக்கு ரூஸ்ஸோ புதிர்போலப் பதிலொன்றைத் தருகிறார். "பொதுஅமைப்பிலுள்ள மக்கள், அவர்கள் உடைமைகளென இரு தரப்பையும் பாதுகாக்கும் வகையில் ஓர் அமைப்பை ஏற்படுத்தி அனைவரும் ஒன்றாய் வாழ்ந்தபோதும், மனிதன் தனக்கு மட்டுமே கீழ்ப்படிந்து முன்புபோல தொடர்ந்து சுதந்திரமாக இருப்பது" (சமூக ஒப்பந்தம்,1,VI). இது போன்ற அமைப்புகளில் இணையும் ஒவ்வொருவரும் சுதந்திரமானவர்கள். மார்க்ஸுடைய பொதுவுடைமை துல்லியமாக இதைப் பின்பற்றுகிறது.

இச்சிக்கலுக்கு விடைகாண வேண்டுமெனில், முதலாவதாக நாம் செய்ய வேண்டியது 'பாட்டாளிகள் சர்வாதிகாரத்திற்கு' முற்றுப்புள்ளி வைக்க வேண்டும். பாரம்பரிய மார்க்ஸியவாதிகள் மேற்கத்திய பொதுவுடைமைவாதிகளைக் குற்றம் சொல்வது பாட்டாளிகள் சர்வாதிகாரத்தை அவர்களுடைய 'யூரோ கம்யூனிசத்தில்' மறுத்திருந்த காரணத்திற்காக. ஐரோப்பியர்கள் எழுபதுகளில் பாட்டாளி வர்க்க சர்வாதிகாரத்தை நிராகரித்திருந்தனர். ஆதிக்க வர்க்கத்தினருக்கு, எங்களால் உங்களுக்கு எந்த ஆபத்துமில்லை என்ற உத்தரவாதத்தைத் தருவதற்காக எடுக்கப்பட்ட நடவடிக்கையென இதைக் கருத வேண்டியிருந்தது. இவ் உத்தரவாதம் முதலாளித்துவத்திற்கு நம்பிக்கைக்குரிய கணக்காளர்களாக அவர்களை மாற்றிக்கொள்ளவும், இத்தாலி மற்றும் பிரான்ஸ் நாட்டு பொதுவுடைமைவாதிகளின் பிற்கால நடவடிக்கைகளுக்குத் தொடக்கமாகவும் அது அமைந்தது. குறிப்பாக இத்தாலி நாட்டுப் பொதுவுடைமைவாதிகள், பொதுவுடைமையை

மறுத்ததோடு பின்னர் இடதுசாரி என்ற சொல்லையும் விலக்கி, குடியரசு வாதிகள் எனத் தங்களை அழைத்துக்கொள்ள மேற்கண்ட சம்பவம் ஆரம்பம். ஆனால் இந்த வரலாற்றை மீண்டும் நினைவு கூர்வது வரலாற் றளவில் பூகம்பத்தை ஏற்படுத்திய புனிதப்பொருளின் மீது இரக்கப்பட்டு அதைக் கட்டிக்காக்க வேண்டுமென்றோ அல்லது அதனுடைய அர்த்தத்தை அனர்த்தப்படுத்துவதற்கோ அல்ல. மார்க்ஸ் பாட்டாளிகளின் சர்வாதிகாரம் என்று பேசியபொழுது, அவருக்கு அது 'தொழிலாளர் இயக்கத்திற்கு' அளிக்கப்பட்ட குறுகியகால இடைமாறுபாட்ட படிநிலை. அக்கட்டத்தில் தொழிலாளர் இயக்கம் முன்னாள் ஆதிக்க வர்க்கத்தின் எதிர்ப்பை முறியடிக்க பிரத்தியேக வழிமுறைகளில் இறங்க வேண்டும் – இவ் வுதாரணம் பிரெஞ்சுப் புரட்சியிலிருக்கிறது. ஆனால் ஒன்றை இதில் அவதானிக்க வேண்டும். அதிகாரத்தைக் கைப்பற்றுவதென்னும் உத்தியின் ஆற்றலைப் பற்றிய இக்கணிப்பு மூலதன நூலிலுள்ள எதிர்காலத்தைப் பற்றிய விவரணையுடன் பொருந்தத் தவறிவிட்டது. மூலதன நூலில் சமூகப் புரட்சியென்பது மூலதன ஆதிக்கத்தின் இடத்தை உற்பத்தியாளர்கள் கூட்டணி கைப்பற்றுவது ஆகும். உண்மையில் 'உற்பத்தியாளர்கள் கூட்டணி' என்பது உற்பத்தி நிகழ்முறையில் அங்கம் வகிக்கிற அனைவரையும் குறிக்கும். அவர்கள் பாட்டாளி வர்க்கம் மட்டுமல்ல. மேலே நாம் சுட்டிக்காட்டியது போல, வர்க்கம் என்பது எளிமைப்படுத்தப்படுகின்ற நிலையில் பாட் டாளிகள், உற்பத்தியாளர்கள் என்ற இரண்டு சொற்களுக்குமிடையேயுள்ள பேதங்கள் அகன்றுவிடுமென மார்க்ஸ் நினைத்தார். ஆனால் வரலாற்று அனுபவங்களிலிருந்து நாம் தெரிந்துகொண்டதனைத்துமே அவ்வாறு எதுவும் நடப்பதில்லை என்னும் உண்மை. உற்பத்தியாளர் கூட்டுறவு என்று சொன்னால் பல வர்க்கத்தினரும் அல்லது பல சமூகக் குழுக்களும் சேர்ந்து உருவான கூட்டமைப்பு என்றாகிறது, இந்தக் கூட்டமைப்பிற்குப் 'பாட்டாளிகள் சர்வாதிகாரத்தில்' உரிமைகோர எவ்வித முகாந்திரமு மில்லை. உரோமானியக் குடியரசும் இதே பொருளில் வரலாற்றைப் பதிவுசெய்திருக்கிறது. ஆனால் அவர்கள் கொடுங்கோன்மை சர்வாதிகாரத் திற்கும் ஜூலியஸ் சீசரின் சின்சினாட்டுச் சர்வாதிகாரத்திற்குமான பேதத்தைத் துல்லியமாக வேறுபடுத்திப் பார்க்கக் கற்றிருந்தனர்.

இந்நிலையில் வரலாற்றில் பிரச்சினைக்குரிய இச்சூத்திரம் சந்தித் துள்ள ஊழ்வினையை முன்வைத்து அதனிடமிருந்து விலகிக்கொள்வதல்ல நமது நோக்கம். மாறாக அனுபவங்கள் கற்றுத் தந்த பாடங்கள், நடை முறை உண்மை ஆகியவற்றின் அடிப்படையில் ஒரு சமூக மாற்றத்தைக் கணிப்பதென்ற நோக்கத்தை அது முதன்மையாகக் கொண்டது. இங்கே நடைமுறை உண்மை என்பது பாட்டாளி வர்க்கம் ஒருபோதும் ஆதிக்க வர்க்கமாக மாறுவது கடினம் – அவர்கள் அதற்கானவர்களல்ல என்பதை யும் எல்லா வர்க்கத்தினரையும் பிரதிநிதித்துவப்படுத்தும் இடைநிலை வர்க்கத்தினர் பாட்டாளிகள் என்னும் இத்தாலியச் சிந்தனையாளர்களின் கருத்தையும் ஏற்றுக்கொண்டதாகும்.

யுத்தோப்பியன் கனவிற்குகந்த குறைபாடற்ற ஒரு செவ்விய அரசாங்கத்தைத் தேடிக்கொண்டிருப்பதற்கு முன்பு ஸ்பினோஸாவைப் போல *(Spinoza)* நல்ல அரசாங்கத்தைப் பற்றிய கேள்வியை நாமும் எழுப்ப

லாம். எல்லாவித அரசியல் சூத்திரங்களையும் கண்டுபிடித்தாயிற்று. புதிதாய்ச் சொல்ல ஒன்றுமில்லை. மனிதர்கள் எவ்வாறு இருக்க வேண்டுமென்ற எதிர்பார்ப்புகளைக் கடந்து, எவ்வாறு இருக்கிறார்கள் என்பதைக் கருத்தில் கொண்டு, நிலையானதொரு சூழலில் எந்த அரசாங்கம் சிறந்ததாக இருக்குமெனப் பார்த்து மனநிறைவு கொள்ள வேண்டியவர்களாக இன்று நாம் இருக்கிறோம். அரசாங்கம் என்பது எப்போதும் அரசாங்கம் தான், வேறொரு குணத்தை அதனிடம் எதிர்பார்க்க முடியாது. அதிகாரத்தை அதனிடத்தில் ஒப்படைக்கும்பொழுது இயல்பாகவே அதனிடத்தில் அபாயத்தையும் எதிர்பார்த்தே ஆக வேண்டும். ஒழுங்காக உண்மையைச் சொல்ல வேண்டுமெனில் 'பொதுவுடைமை அரசாங்கமென்று' (மார்க்ஸுக்கு நாம் விசுவாசிகளாக இருக்கும் பட்சத்தில்) எதுவுமில்லை, ஆனாலும் பொதுவுடைமைவாதிகள் வக்காலத்து வாங்குவதற்கென்று சில அரசாங்கங்கள் ஓரளவுக்குச் சாதகமான குணங்களைக்கொண்ட சமுதாயங்களுடன் இருந்துமிருக்கின்றன.

இந்த அடிப்படையில் தொடர்ந்தோமெனில் பொதுவுடைமைசொல்கிற சமத்துவத்திற்கு முரணாக இருக்கும் பல்வேறு வடிவங்களைக்கொண்ட படிநிலை அரசாங்கங்களை நமது பட்டியலிலிருந்து நீக்கிவிடலாம். வெகு காலமாகவே – ஏன் இன்றைக்குங்கூட – பொதுவுடைமை இடதுசாரிகள், பொதுவுடைமை அனார்க்கிஸ்டுகள் ஆகியோரின் ஒருசில பிரிவினரிடத்தில் பொதுவுடைமையை, ஜனநாயக அவையென்ற பின்புலத்துடன் பார்க்கிறோம். ஜனநாயக அவையென்பவை தொடர்ச்சியாய்ப் பல கீழ் நிலை அவையைக்கொண்ட வலை அமைப்பு ஆகும், பின்னர் அவை கூட்டிணைந்து ஓர் அமைப்பாக உருவெடுக்கிறது 1905லும் 1917லும் சோவியத் வரலாற்றில் நாம் கண்டிருந்த உதாரணத்தைப்போல. இது போன்ற அமைப்புகளெல்லாமே இறுதியில் உருவான வேகத்தில் பெருங்குழப்பத்தில் முடிந்திருக்கின்றன அல்லது 'நேரடி ஜனநாயக'மென்ற பெயரில் சர்வாதிகாரத்தை ஒரு சிறுபான்மை கூட்டத்திடம் ஒப்படைக்கும் வகையில் பிரமீடுவகை அதிகாரவர்க்கத்தைக் கட்டமைக்கக் காரணமாக இருந்திருக்கின்றன. 'நேரடி ஜனநாயகமென்'ற சொல்லைத் தவிர்த்தோமெனில் சோவியத் யூனியனின் அதிகார மயமாக்கத்திற்குத் தரும் விளக்கம் சொத்தையாகிப் போகும். மாறாக இந்த நேரடி ஜனநாயகம் அவர்களுடைய சொல்விளையாட்டிற்கு உதவியிருக்கிறது. 'அதிகாரமனைத்தும் சோவியத்துகளுக்கு' என்பது 'அதிகாரமனைத்தும் கட்சிக்கு' என்றானது. பின்னர் அது 'அதிகாரமனைத்தும் நிர்வாக அமைப்பிற்கு' என்றாகி, பின்னர் 'அதிகாரமனைத்தும் பொதுச்செயலாளருக்கு' என்று முடிந்தது. காரணத்தைச் சற்று சுருக்கமாகவே காண்போம். பாரம்பரிய அனார்க்கிஸ்டுகளின் கருத்தில், அடித்தள அவை அல்லது கொம்யூன்கள் சிறிதும் பிடிப்பற்று ஒன்றிணைந்தவை எனினும், அரசு அமைப்பென்று எதுவுமில்லாததால் அவை சுதந்திரமாக இயங்கின. நாம் அரசு என்றவொன்றை ஏற்றுக்கொள்வோமெனில் அது பாட்டாளிகளின் சர்வாதிகார அரசாக இருந்தாலுங்கூட கீழ்மட்டக் குழுக்களிடை (உதாரணம், ரஷ்ய சோவியத்துகள்) ஒருங்கிணைப்பும் மையகப்படுத்துதலும் நடந்திருக்க வேண்டும். தொழிற்சாலைகள் அல்லது வட்டாரங்களின் அவை, நகர

அவையின் உறுப்பினர்களை தேர்வுசெய்தன. அவர்கள் மாகாண அவையின் உறுப்பினர்களைத் தேர்வுசெய்தனர். பின்னர் அவர்கள் தங்கள் பங்கிற் கெனத் தொடர இறுதியாக ‘மத்திய சோவியத் பேரவை’ என்று முடிகிறது. அதாவது நேரடி ஜனநாயகம் என்பது நான்கு ஐந்து படிநிலைகளைக் கொண்ட வாக்குரிமை. தவிர இம்முறையில் நேர்மையுண்டா என்றால் இல்லை. கட்சி அமைப்பைக் கைக்குள் போட்டுக்கொள்கிறவர்களே தேர்வுசெய்யப்பட்டனர். ஆக நேரடி ஜனநாயகமென்பது கட்சி ஜனநாயகம் என்றானது, அதாவது அதிகாரம் ஒருமித்த கருத்தைக் கொண்டிருந்த கட்சி காரர்களுக்கு என்ற பொருளில். இப்பிரச்சினையை ஒருங்கிணைப்பு என்னும் பெயரில் இயங்கும் சின்னஞ்சிறு அமைப்புகளிலுங்கூடக் காணலாம்.

படிநிலை அரசாங்கங்களையும் அதனுடன் சேர்த்து நேரடி ஜனநாயகம் (உண்மையில் அப்படியொன்றுமில்லை) என்பதையும் தவிர்த்தோமெனில் மிஞ்சியிருப்பது குடியரசு அரசாங்கம் அதாவது மரபான குடியரசுகள் வழிவந்த அரசாங்கம் – தனிமனிதர் சுதந்திரத்திற்கும் ஆதிக்க சக்திக்கும் எதிரான பாதுகாப்பிற்கும் உத்தரவாதமளிக்கும் மரபான குடியரசு அரசாங்கம்.

சமூகத்தின் வர்க்கங்களுக்கிடையிலும் சமூகக் குழுக்களிடையிலும் தனிமனிதர்களுக்கிடையிலுமுள்ள முரண்களையும் மோதல்களையும் இல்லா தொழிப்பதென்பது எதார்த்தத்தில் நடவாதது. கற்பனைக்குக்கூடச் சாத்திய மற்றதென்ற நிலையில் தனிமனிதர்களை, மிகப் பலவீனமானவர்களை பலசாலிகளின் ஆதிக்கத்திலிருந்து காப்பாற்றும் வல்லமைகொண்ட அரசியல் நிறுவனங்களைப் பற்றி யோசித்தாக வேண்டும். பொதுநலன், பொதுச்சொத்து என அனைத்திற்கும் தாம் காவலன் எனக்கூறிக்கொள்ளும், வெகுசன வாக்கெடுப்பில் தேர்வுசெய்யப்படும் ஓர் அரசிடமிருந்தும் தனிமனிதன் தன்னைக் காப்பாற்றிக்கொள்ள வகை செய்யப்பட வேண்டும். கூட்டுறவு உற்பத்தி நிறுவனமெனில் தொழிலாளர்கள் சுதந்திரமான தங்கள் தொழிற் சங்கங்கள் ஊடாக நிர்வாகத்திடமிருந்து தங்களைப் பாதுகாத்துக்கொள்ள வேண்டும். அவ்வாறே ஜனநாயகத்தை அடிப்படையாகக்கொண்ட ஓர் அரசு பணத்தின் வலிமைக்கு உட்படாமல் சுதந்திரமாக இயங்க வேண்டும். அத்தகைய அரசாங்கத்தில் குடிமகன் பெரும்பான்மை வர்க்கத்தின் ஆதிக்கத் திற்கு எதிராகத் தன்னைக் காப்பாற்றிக்கொள்ளவும் சாத்தியங்கள் வேண்டும்.

ஒருபுறம் சட்டமியற்றும் உரிமை, மறுபுறம் அதைப் பிரயோகிக்கும் உரிமை இரண்டையும் கொண்ட மார்க்ஸியக் கோட்பாட்டின் வழிவந்த தொழிலாளர்களின் அரசாங்கத்திற்கு மாறாகக் குடியரசுவாதிகளின் அதிகாரப் பகிர்வுக் கொள்கை அரசைப் பலவீனப்படுத்தக்கூடியதென்றபோதிலும், நமக்கு நம்பிக்கை தரக்கூடிய ஒரே உத்தரவாதமென்ற வகையில் அதை ஆதரிக்கவும் மிக நுணுக்கமாகப் புரிந்துகொள்ளவும் வேண்டியிருக்கிறது. குடியரசுக்கான யாப்பில் ‘அரசு’க்கு எதிராக அனர்க்கிஸ்டுகள் கொண் டிருந்த அவ நம்பிக்கைகள், அச்சங்கள் ஆகியவற்றிலுள்ள ஆழமான உண்மை களையும் கணக்கிலெடுத்துக்கொள்ள வேண்டும். தீவிர அரசியல் சிந்தனை யாக அறியப்பட்டுள்ள குடியரசு இயலில் எங்ஙனம் அரசியல் மற்றும் நவீனச் சிந்தனை மரபிலுள்ள சிறந்த அம்சங்களை உள்வாங்கிக் கொள்ள லாம் என்பது குறித்தும் நமக்கு வேண்டிய புதிய பொதுவுடைமையை மீண்டும் கண்டெடுப்பது குறித்தும் இறுதி அத்தியாயத்தில் பார்க்கலாம்.

உற்பத்தி சக்திகளின் கட்டுப்பாடற்ற வளர்ச்சிபற்றிய யுத்தோப்பிய கனவு

புதியதொரு பொதுவுடைமை என்பது நமது விருப்பமெனில், உற்பத்திச் சக்திகளில் கட்டுப்பாடற்ற வளர்ச்சி மற்றும் செல்வம் மிகுந்த சமூகம் என்பதுபோன்ற யுத்தியோப்பியன் கனவுகளைத் துண்டித்திட வேண்டும். செல்வத்தை 'ஒவ்வொருவருக்கும் அவரவர் தேவையின் அளவிற்கு' என்ற விதியின்படி பகிர்ந்தளிக்க இயலாதவரை, 'சரிசம உரிமை முறை'யைக் கட்டிக்காப்பது அவசியமென்கிறார் மார்க்ஸ். அதாவது 'ஒவ்வொருவருக்கும் அவரவர் வேலைக்கேற்ப' என்னும் இவ்விதிமுறை பூர்ஷ்வாக்களின் விதிமுறை சாராம்சத்தைக் கொண்டது. அதனால்தான் முதலாளித்துவ உற்பத்தி உறவுகளால் பாதிக்கப்பட்டுள்ள இன்றைய உற்புத்திசக்திகளில் அபரிதமான வளர்ச்சி வேண்டுமென்கிறார் மார்க்ஸ். அதுவொன்றே அவருக்கு எக்காலத்திலும் பொதுவுடைமை பயணத்தை அதனுடைய – முதலாளித்துவத்திலிருந்து விடுவித்துகொள்வதென்ற – முதற்கட்டத்திலிருந்து 'ஒவ்வொருவருக்கும் அவரது தகுநிலைக்கேற்ப, ஒவ்வொருவருக்கும் அவரது தேவைக்கேற்ப' என்ற பதாகை தாங்கிய இரண்டாம் கட்ட உண்மையான பொதுவுடைமைக்கு அழைத்துச் செல்லுமென்பது அவரது தீர்மானம்.

இதிலுள்ள பிரச்சினையென்னவெனில் 'செல்வம்' என்ற சொல் தரும் புரிதல் 'தேவை', 'ஆற்றல்' போன்ற சொற்களைப் போலவே, வரையறைக்கு உட்பட்டதல்ல. அதாவது தீர்மானமாக அளவிட முடியாததொரு புரிதலைக் கொண்டது.

ஒரு மனிதன் சிரமங்களின்றித் தனது தேவையைப் பூர்த்தி செய்து கொள்வதற்குரிய சாத்தியத்தை வழங்குவது 'செல்வம்' என்றும் அதற்கு விளக்கம் கொடுக்கலாம். அது பொருட்கள் மிகுந்துள்ள ஒரு நாடு. மொத்தத்தில் முதலாளித்துவச் சமூக – பொருளாதார வழிமுறையில் செல்வம் என்பது பெரும் எண்ணிக்கையிருக்கும் ஏழைகளுக்கு மறுக்கப்பட்டு விரல்விட்டு எண்ணக்கூடிய சிறப்புச் சலுகைகொண்ட சிறுபான்மையினரிடம் ஒப்படைக்கப்பட்டிருப்பது. மேலும் வரம்புக்குட்படுத்தப்பட்ட சந்தைக்கு, எப்போதும் கூடுதலாகவே உற்பத்திசெய்து பழக்கப்பட்ட முதலாளித்துவம் காலங்கள்தோறும் நெருக்கடிகளைச் சந்திக்கிறது. அந்நெருக்கடிகள் ஒரு சமூகத்தின் வளத்தையும் பெரிதும் பாதிக்கின்றன. விளைவாக எளிய பொருளாதார நெருக்கடி என்பதிலிருந்து கடுமையான பொருளாதார நெருக்கடி என்ற நிலைக்குக் தள்ளப்படுகிறோம். சுருங்கக் கூறின் இங்குச் சமூக உபரியால் *(social surplus)* பாதிக்கப்படும் உடைமை பறிப்பு, செல்வம் எல்லோருக்கும் சாத்தியமல்ல என்பதை விளக்கப் பாரம்பரிய மார்க்ஸியத்திற்கு உதவியிருக்கிறது. அதே வேளை முதலாளித்துவப் பொருளுற்பத்தி நிகழ்முறை அறிவியலையும் தொழில்நுட்பத்தையும் வளர்த்துக்கொண்டு எல்லாம் இலவசமென்னும் ஒரு சமுதாயத்தைச் சாத்தியப்படுத்தும் முயற்சியையும் காண்கிறோம். அதாவது, மனிதர்கள் தங்கள் தேவைகள் அனைத்தையும் சிரமமின்றி அடைவதற்குரிய வழிமுறை. இணைய தளங்களில் இலவசமாகக் கிடைக்கின்ற தகவல்களும் உடமைகளும் எதிர்கால உண்மைகளுக்கான சான்றுகள். உற்பத்தி சக்திகள் வரைமுறையற்ற வளர்ச்சியைக்

கொண்டுள்ள சமூகத்தில் ஆற்றல்மிக்கத் தொழில்நுட்பம் மற்றும் அறிவியலின் தயவால் கிடைக்கும் பொருட்களின் பயன்களைத் 'தேவைகளால் சூழப்பட்ட செல்வந்தன்' அதிகபட்சம் சுகிப்பதற்கு வாய்ப்பைத் தர முடியும். ஆனால் நல்லதற்கோ அல்லது கெட்டதற்கோ அவ்வாறான தொலைநோக்கு ஒரு யுத்தோப்பியன் கனவாகவே இருக்க முடியும். யுத்தோப்பியன் கனவென்று சித்தரிப்பது எதனால்? யோசித்துப் பாருங்கள், இயற்கை ஆதாரங்கள் என்பவை வரைமுறைக்குட்பட்டவை, அவற்றைச் சிக்கனமாக (பொருளாதாரமென்பதே சிக்கனத்தோடு தொடர்புடையதென்பதை மறந்துவிடக் கூடாது) உபயோகிக்க வேண்டியவர்களாக இருக்கிறோமென 'மூலதனம்' நூலில் எங்கெல்ஸால் ஒழுங்குபடுத்தப்பட்ட மூன்றாம் பாகத்தில் இறுதியாகச் சொல்லப்பட்டிருக்கிறது. உதாரணமாக எண்ணெய் கிணறுகள் ஒரு நாள் வற்றத்தான் வேண்டும். வேறு மூலாதாரங்களை – அவை எவையென்றே தெரியாத நிலையில் – கொண்டுவரக் கடுமையான உழைப்பைச் செலவிட வேண்டியிருக்கும். போதாதற்கு இயற்கைக்கிழைக்கவிருக்கும் கேடுகள் நிறையயிருக்கின்றன. பொதுவாக மூலதனத் திரட்டலில் வரைமுறைகளை வகுத்துக்கொள்வதுங்கூட இறுதியிலொரு பொதுவுடைமை வழிமுறையென ஏற்கனவே கூறியிருந்தோம். இதுவரை எந்தத் தேவைக்கும் பொருத்தமான, குறிக்கோளைத் தெளிவாக நினைவூட்டும் விளக்கமென்று ஏதுமில்லாததால் சிரமமின்றி எளிதாகத் தேவைகளனைத்தையும் பூர்த்திசெய்துகொள்ள முடியுமென நினைப்பது அடிப்படையில் பொருளற்றது. காரணம் மனிதத் தேவைகளின் வெளிப்பாடென்பது உயிரியல் நோக்கினாலான வெளிப்பாடல்ல, விருப்பத்தின் வெளிப்பாடு. 'மனத்தின் பசி' என்கிறார் ஸ்பினோஸா *(Spinoza)* எனவே அதன் குறிக்கோளைக் கற்பனையில் நிறுத்துகிறது. எனவே 'பரிசுத்தமான' விருப்பங்கள் (குறிக்கோள்களுடன் முடிவெடுத்த 'உண்மையான தேவைகள்') எவை; 'வீணான' விருப்பங்கள் (உண்மையில் நமது விருப்பத்தை ஒரு போதும் பூர்த்திசெய்ய இயலாத அல்லது கூடுதலாக எவ்வித திருப்தியையும் கொண்டுவராத தேவைகள்) எவையென்பதை வேறுபடுத்திப் பார்க்கும் ஆற்றல் நமக்குத் தேவையாகிறது. அவ்வாறான முயற்சி எளிதல்ல என்னும்போது 'ஒவ்வொருவருக்கும் அவரது தேவைக்கேற்ப' என்பது 'தேவையின் பொருட்டுச் சர்வாதிகாரம்' என்று சொல் விளையாட்டுக்கு உதவியிருக்கிறது.

'செல்வம்' என்ற சொல்லுக்கு வேறொரு விளக்கமும் தருவதுண்டு. தங்கள் தேவைகளுக்குச் சுயகட்டுப்பாட்டை விதித்துக்கொள்ளும் நலிந்த மக்களைக்கொண்ட சமுதாயம் அரிதாகவே உழைக்கும். அச்சமூகமும் அமெரிக்க மானிடவியல் அறிஞர் மார்ஷல் சாலன்ஸைப் *(Stone Age Economics – 1974, Marshall Sahlins)* பொறுத்தவரை வளமானதொரு சமூகம். அதற்காகத் தேவைகளே அவசியமற்றதெனக் கூறிக்கொண்டு கற்காலத்திற்கெல்லாம் திரும்ப வேண்டிய கட்டாயம் நமக்கில்லை. ஆனால் பிரான்ஸ் நாட்டு பொருளாதார அறிஞரான செர்ழ் லத்தூஷ் *(Serge Latouche)* மற்றும் அவரைச் சார்ந்தவர்களின் 'பொருளாதார இறக்கம்' *(Degrowth)* கருத்துருவத்தின்படி இயற்கை ஆதாரங்களைக் குறைத்து உபயோகித்து, வளத்தை விரைவாக அடைய முடியும். பிரச்சினையிலிருந்து தள்ளிநின்று பழக்கப்

பட்டவர்களுக்குப் பூமியின் வளமும் மனிதர் உழைப்பின்வழி உற்பத்தி செய்யப்பட்ட பொருட்களும் உடனுக்குடன் தேவைகளைப் பூர்த்திசெய்வதற் காகவும் முதலாளித்துவ பொருளாதார எந்திரத்தின் சுழற்சியின் பொருட்டும் குவிக்கப்பட்டு முட்டாள்தனமாக விரயமாக்கப்படுபவை. ஆக லத்தூஷ் மற்றும் அவருடைய நண்பர்களின் கருத்தை – அதாவது வளர்ச்சியில் இறக்கமென்பது பேரழிவல்ல மாறாகச் சமூகத்தின் அடித்தளத்தை மாற்றி யமைப்பதற்கான வாய்ப்பென்பதை – நாம் ஏற்றுக்கொள்ளவே வேண்டும். தவிர செர்ழ் லத்தூஷ் சிந்தனைகள் பெரும்பாலும் நியாயமானவை: 'வளர்ச்சி' பற்றிய கருத்து எளிதானது. ஒவ்வொருவருக்கும் போதிய பங்கு வேண்டுமெனில் அப்பங்கின் கனத்தைக் கூட்ட வேண்டும். அடுத்து ஒரு சிலருக்குத் தங்கள் பங்கில் இம்மியளவும் குறைக்கக் கூடாது. ஒருவகையில் நியாயமான கோரிக்கைதான் எனினும் இடதுசாரிகள் பலரும் இக்கேள் வியை எழுப்பி அரை நூற்றாண்டு கடந்துவிட்டது. சமூகக் குடியரசுவாதி கள் கடும் முயற்சியில் இறங்கினார்கள், வளர்ச்சிக்காக உண்மையான தொரு அரசியலை முன்வைத்து, பெரும் பணக்காரர்கள் உட்பட அனை வருக்கும் உதவுமென்று கூறினார்கள். அதன் வடிவம் முற்றிலும் புதியது. முதலாளித்துவத்தின் மிக இறுகலான வடிவம் : ஒவ்வொருவரும் அவரவர் சுயநலத்தில் கவனம் செலுத்தியவாறு அனைவருக்குமுகந்த மிகப்பெரிய பொதுநலனுக்குப் பங்களிப்பதெனும் அரசியல்.

வற்றாத மேம்பாடு ***(Sustainable development)*** அல்லது நியாயமான மேம்பாடு அல்லது இன்னும் இது போன்ற கவர்ச்சிகரமான வாசகங்க ளெல்லாம் பழைய பல்லவிகள்தான். இது போன்ற நல்லெண்ண நட வடிக்கைகள் எதிர்கொள்ளக்கூடிய விடைகாண முடியாத முரண்கள் எவையென்பதை லத்தூஷ் வெகு எளிதாக விவரிக்கிறார். வளர்ச்சியென் பது அவருக்கு மேலும் மேலும் இயற்கைச் செல்வங்களைப் பாழ்படுத்தும் செயல். பொருட்களை வரைமுறையற்றுக் குவிப்பதால் எவ்விதப் பலனு மில்லை. கூடுதலாக ஒருவருக்கு வேலைவாய்ப்பைத் தர வேண்டுமெனில் நன்றாக உழைத்துக்கொண்டிருக்கும் மோட்டார் வாகனங்களையோ அல்லது வீட்டு உபயோக எந்திரங்களையோ எறிந்துவிட்டுப் பதிலுக்கு புதியவற்றை வாங்க வேண்டும். அதிலும் கட்டுபாடற்ற வளர்ச்சி சாத்தியமல்ல என்னும் போது சமூகத்திற்கு எங்கே நன்மை? சராசரி சீனன் ஒருவன் சராசரி அமெரிக்கனைக் காட்டிலும் கூடுதலாக எரிஎண்ணெயை உபயோகிக்கவும் அதே அளவிற்கு கரியமிலவாயுவை வெளியேற்றவும் வேண்டியிருக்கும் போது தண்ணீரைக் காட்டிலும் பிராணவாயு அரிதாகிப்போகலாம். ஆக லத்தூஷுக்கு, பொருளாதார ஆதிக்கத்திற்கு விடைகொடுத்தனுப்பி விட்டு, கவனத்தை உற்பத்தியையும் நுகர்வையும் குறைத்த 'பொருளாதார இறக்கத்தை' அடிப்படையாகக்கொண்ட சமூகத்தின்பக்கம் திருப்ப வேண்டு மென்கிறார். கூடிவாழ்தலுக்கு இடமளிக்கும் சமூகம் நுகர்வின் அளவை வெகுவாகக் குறைத்து, தரத்தின் விடயத்தில் கூடுதல் கவனம் செலுத்த வேண்டுமென்கிறார். "சமூகத்தில் உண்மையான வளமென்பது மனிதர் உறவுகளில் இருக்கக்கூடும். தவிர அச்சமூகத்தில் தனி மனிதர்களின் சுபிட் சமும் உண்மையான வளமும் பரிசுத்தமான உலகில், சிக்கனம் மற்றும் எளிமையான நடவடிக்கைகளால் ஈட்டப்படுபவை. அதாவது நுகர்வுப்

பொருட்களில் ஓரளவு ஆடம்பரத்தைத் தவிர்ப்பதன் மூலம் பெறப்படு பவை." லத்தூஷ் இது துறவு வாழ்க்கையல்ல என்றும் தெளிவுபடுத்திவிடு கிறார். காரணம் அவருக்கு, "நவீன நுகர்வுலகம் உடலின்பத்தில் போதிய அளவிற்கு ஆர்வம் காட்டுவதில்லை, அவ்வாறே புலன்சார்ந்த அனுபங் களிலும் அது அக்கறைகொண்டதல்ல, மாறாகப் புலன் மற்றும் பாலிச்சை சார்ந்த உபகாரங்களை முற்றாக நீக்கிய பொருட் குவியலால் ஆட்டி வைக்கப்படுவதோடு மனிதர்களையும் அதற்கு அடிமைப்படுத்திவிடுகிறது."[1]

லத்தூஷ் சிந்தனைகளில் யுத்தோப்பியன் சமூக உடமை நெறியும் மார்க்ஸால் பின்னர் 'பொதுவுடைமை அறிக்கையில்' கணக்குத் தீர்த்துக் கொள்ளப்பட்ட எதிர்வினை சமூக உடமைநெறியும் கலந்தே வெளிப்படு கின்றன. ஆக மார்க்ஸியச் சிந்தனையோடு பரிச்சயமானவர்களுக்கு லத்தூஷ் கவர்ச்சிகரமான ஆசாமி. ஆனால் நமது பிரச்சினையை எதிர்கொள்வதற்கு இது சரியான வழிமுறையல்ல. காரணம், இச்சிந்தனைகள் முதலாளித்துவப் பொருளுற்பத்தி முறையைக் கடுமையாக விமர்சிப்பதோடு, சட்ட முறைமை சிக்கல்களோடு, பொருளுற்பத்தி முறையையும் முற்றாக மாற்றித் தொலைக்க வேண்டுமென அவை வற்புறுத்தவும் செய்கின்றன. போக்குவரத்தை எளிமைப் படுத்துதல், நாடுகடந்த உற்பத்தி, சுற்றோட்டத்தில் நெகிழ்வு, அதிவிரைவுச் சாலைகளின் பெருக்கம், சுற்றுச்சூழல் கேடு ஆகியவை அனைத்துமே பொருளாதார ஏற்றம் அல்லது வளர்ச்சியின் அடையாளங்களென்பதை விடச் சமூக உழைப்பை வீண்விரயம் செய்வதில் ஏற்பட்டுள்ள வளர்ச்சி யின் அடையாளங்களெனலாம். உலகப் பயன்பாட்டிற்குப் பொருந்தக்கூடி யதா? என்னும் வகையில் வளர்ச்சியைச் சீர்தூக்கிப்பார்க்கும்போது விளைவு கள் பேரழிவில் முடிந்திருக்கின்றன. அரசாங்கமளிக்கும் உதவித்தொகை களை நம்பியே வளர்ந்த நாடுகளில் விவசாயம் உயிர்வாழ்கிறது. விவசாயத்தின் கூடுதல் உற்பத்தியைக் கருத்திற்கொண்டு செய்யப்படும் உதவித்தொகை அதன் மொத்த உற்பத்தியைக் காட்டிலும் அதிகம். தவிர அவற்றால் ஏற்படும் சுற்றுப்புறச் சூழல் பாதிப்புகள் வேறு உள்ளன. அரசாங்கத்தின் நேரடியான உதவிகள் மட்டும் இல்லாதிருந்தால் விவசாயிகள் பலர் தங்கள் தொழிலைக் கைவிட்டிருப்பர். இதிலுள்ள சிக்கல் என்னவெனில் பல நேரங்களில் தவறான விவசாயத் தொழில்முறைக்கும் அரசாங்கத்தின் உதவித்தொகை போய்ச்சேர்வது. மாறாக இயற்கைச் சாகுபடி உற்பத்தியை அதிகரிக்க உதவும் காரணம் ஓர் உற்பத்தி அலகிற்குத் தேவையான சமூகவழிபட்ட உழைப்பை இம்முறையில் சிக்கனப்படுத்த முடியும். வேறு வார்த்தைகளில் சொல்வதெனில் பொருளாதாரக் கணக்குகளையும் அறிவியல் ஞானங்களையும் நீதிகளையும் முன்வைத்து எதிர்வினையாற்றுவதாக நீங்கள் கருதுதல் வேண்டாம், அதனினும் இங்கே செயற்கையான நிதி நிலைமை மூலம் எதார்த்ததை மூடிமறைக்க அறிவியல் முனைகிறது என்பதைத் தெளிவுபடுத்துவதே நமது நோக்கம்.

பொது நடவடிக்கைகளில் உபயோகப்படுவனவாகவும் அரசியல் தலைவர்களுக்கு ஆதாரமாகவுள்ள பொருளாதாரத்தின் வளர்ச்சிக் குறியீடுகள் மிகவும் கற்பனையானவை. உதாரணத்திற்கு இரண்டு அல்லது மூன்று விழுக்காடு தேசிய வளர்ச்சி எனக் கூறினால் அதன் பொருளைத் திட்ட வட்டமாக ஒருவரும் அறியமாட்டார்கள். குளிர்காலத்தில் கடும்குளிரில்லை

யென்றால் மின்சாரத்தின் நுகர்வு குறையும். அதாவது மின்சக்தியின் தேவை குறையும். எதிர்பாராத விதமாக பிரான்ஸ் நாட்டில் சாலை விபத்துகள் அனைத்தையும் முற்றாகத் தவிர்க்க முடியுமென்று வைத்துக் கொண்டால் வாகனத்தின் பகுதிகளை சீரமைக்கிறவர்கள், பழுதுபார்க்கிற வர்கள், வாகன விற்பனையாளர்கள், தனியார் மருத்துவமனைகள், இறுதிச் சடங்குத் தொழிலில் ஈடுபட்டுள்ள நிறுவனங்களெனப் பலருக்கு முள்ள இழப்பு கிட்டதட்ட இரண்டு சதவிகித பொருளாதார இறக்கத்திற்கு வழிவகுக்குமென ஒரு முறை கணக்கிடப்பட்டது. முதலாளித்துவப் பொருளுற்பத்தி வழிமுறையில் விளம்பரங்கள் ஒட்டுண்ணி போன்றவை. அவற்றின் நோக்கம் விற்பனைச் சந்தையில் போட்டியாளரின் பங்கை அபகரிக்க வேண்டும், நுகர்வோரின் குறிப்பாகப் பலவீனமுற்றுள்ள நுகர்வோரின் தேவைப்பசியைத் தணியாமல் பார்த்துக்கொள்ள வேண்டும். அவ்வகையில் விவசாய – உணவுப்பொருள் உற்பத்தித் துறையின் மொத்த வருவாயில் 8 சதவிகிதம் விளம்பரத்திற்காகச் செலவிடப்படுகிறது, இச் செலவில் கொழுப்புள்ள பண்டங்களை உண்ண வேண்டாமென அரசாங்கம் செலவிடும் விளம்பரத் தொகையைக் கணக்கிற்கொள்ளவில்லை. விளம்பரத் திற்கான செலவுகளைத் தவிர்த்து, அத்துறை சார்ந்தவர்களின் வேலைக்கு உத்தரவாதமும் அளித்தோமென்றால் அதனால் இலாபமெது வில்லை என்பதுபோலவே நட்டமுமில்லை.

உண்மையில் கோட்பாட்டளவில் அதிகம் விவரிக்கத் தவறிவிட்ட லத்தூஷின் கருத்துகள்; முன்னேற்றம், வரைமுறையற்ற உற்பத்திச் சக்திகளின் வளர்ச்சி என்பன போன்ற மாயைகளுக்கு இடங்கொடுக்காத மார்க்ஸியச் சிந்தனையாளர்களின் கருத்துகளில் காண நேர்பவைதான். 'வரைமுறை யற்ற உற்பத்திச் சக்திகளின் வளர்ச்சி' என்பது நலிவுற்றிருந்த முதலாளித்துவக் காலத்தில் ஒட்டுண்ணி நோயாகவும் புழுப்பிடித்தும் அதன் உடனிருந்தவை என்பதை இங்கே நினைவுகூர்தல் வேண்டும். உடைமை தரும் உரிமை பற்றிய கேள்வியின்றி பொருளாதார வளர்ச்சிக்காகப் போராடுவது அல்லது 'மற்றொரு பொருளாதார வளர்ச்சிக்காக' மல்லுக்கு நிற்பதென்பது, நமது காலத்தில் கடந்துசெல்ல முடியாதென்றிருக்கும் சமூக ஒழுங்கை உறுதி படுத்துவது. இதன் மூலம் முதலாளியின் அநிச்சையான கொள்கையை அதாவது 'உற்பத்திக்காக உற்பத்தித் துறையின் காரியபைத்திய முகவர்' அவர் என்ற மார்க்ஸின் சூத்திரத்தை ஏற்கிறோமென்று பொருள்.

அடுத்ததாக வளர்ச்சியின் திசையைப் பற்றிய கேள்வியை எழுப்பாம லிருக்க முடியாது. உலகில் பெரும்பான்மையான மக்கள் அடிப்படைத் தேவைகளின்றி இருப்பதற்கு நுகர்வோர் சமூகம் ஏதொவொருவகையில் பொறுப்பென்னும் விமர்சனங்கள் இருக்கின்றன. சமூகத்தில் பெரும் பணக்காரர்கள் நடத்தும் ஊதாரித்தனமான கூத்துகள், நுகர்வுக்கான செலவினத்தைப் பெருவாரியாகக் குறைத்துக்கொண்ட வாழ்க்கை, எங்கும் சந்திக்கிற விளம்பரங்கள், பெரிய நிறுவனங்களின் இலச்சினைகள் ஆதிக்கம், இளைஞர்கள் ஏன் பல நேரங்களில் பால்ய வயதினருக்குங்கூட உள்ள நெருக்கடிகளென நமது சமூகத்தின் பல அம்சங்கள் லத்தூஷ் மற்றும் 'பொருளாதார இறக்கம்' வழிவந்த சிந்தனையாளர்களின் கருத்துகளை நியாயமென உறுதிப்படுத்துகின்றன. வருடத்திற்கு 3 சதவிகித வளர்ச்சி –

பிரான்ஸ் நாட்டின் அதிகரித்துவரும் வேலையில்லா திண்டாட்டத்தை அறவே ஒழிப்பதற்குப் பிரெஞ்சுப் பொருளாதார அறிஞர்கள் முன்வைத்த குறைந்தபட்சத் தேவை – பிரான்ஸ் நாட்டின் தேசிய வருவாயை இருபத்து நான்கு ஆண்டிற்கு ஒருமுறை இரட்டிப்பாக்குமெனச் சொல்லப்படுகிறது. ஆனால் அது போன்ற முடிவை எட்டுவதற்கு மேல்தட்டுமக்கள் இரு மடங்கு செல்வத்தையும் பெற வேண்டும், அவர்கள் நுகர்வுப் பொருட் களின் அளவும் இரட்டிப்பாக வேண்டுமென்று சொல்லப்படுகிறது. பெரும்பாலான குடும்பங்களில் – முதலாளித்துவ நவாபுகளை மறந்துவிடு வோம் – பணக்கார நாடுகளிலுள்ள மேல்தட்டு நடுத்தர வர்க்கத்தினரை எடுத்துக்கொண்டால், வீட்டில் ஆளுக்கொரு தொலைக்காட்சிப்பெட்டி, வாகன ஓட்டுனர் உரிமத்தைப் பெற்றவுடனேயே சொந்தமாக வாகனம், வீட்டுச்செலவில் கணிசமான ஒரு பகுதியை உடலை இளைக்கச்செய்ய என்று செலவிடுகின்றனர். ஒவ்வொரு வாரமும் காலுறையை மாற்றுவது போலவும் கழுத்துப்பட்டையை மாற்றுவதுபோலவும் வாகனத்தை மாற்ற வேண்டியது அவசியமாவென யோசிக்க வேண்டும், அதன் மூலம் ஒருசிலருக்கு வேலைவாய்ப்பளிக்க முடியும். ஆனால் அதே நேரத்தில் ஏழைகள் மேலும் குறைவாக நுகர்கிறார்கள் என்பதும் உண்மை.

வளத்தின் அடிப்படை ஆதாரங்களான நிலம், உழைப்பு என்ற இரண்டையும் அழிப்பதாலேயே முதலாளித்துவப் பொருளுற்பத்திமுறை தனது வளர்ச்சியை அடைய முடியும். கார்ல் மார்க்ஸின் இம்மெய்ப்பாடு இன்றுள்ள நிலைமையை ஓரளவு துல்லியமாகவே கணித்துள்ளது. நுகர்வை அதிகரிக்க வேண்டுமென்பதற்காகவே உழைப்புத் திறனைக் கூடுதலாக்க வேண்டுமென தொடர்ந்து கோரிக்கைவைக்கும் முதலாளித்துவம் வேலை நேரத்தைப் பற்றிய எல்லாத் திட்டங்களையும் கடுமையாக எதிர்ப்பதென்ற கொள்கையையும் கொண்டிருக்கிறது – பணி ஓய்வும் இப்பிரச்சினைகளி லொன்று. அதேவேளை இன்றுவரை எந்த அளவிற்கென்று மதிப்பிட முடியாத அளவிற்கு உழுதலுக்கான நிலத்தைத் தயார் நிலையில் வைத் திருப்பதுபோல உழைப்புத் திறனையும் வைத்திருக்க மூலதனம் அறிந் துள்ளது. 'வளர்ச்சி'யைக் கருத்திற் கொண்டு ஏழை நாடுகளில் சிறுவர் சிறுமியரிடம் உழைப்பைப் பெற்றுக்கொண்டிருக்க, பணக்கார நாடுகளில் இலட்சக்கணக்கான இளைஞர்கள் பலர் வேலைக்கான வயதை அடைந்த போதிலும் வேலையின்றித் தவிக்கின்றனர். வேலைக் காலத்தை அதிகரிக்க வேண்டுமென்பது விவாதத்திற்கு உள்ளாகியிருக்க, ஐம்பது வயதை அடைந்த வேலையற்றவர்கள் வேலைக்கு உத்தரவாதமின்றி பரிதாபமாக வாழ்கின்றனர். இம்மாதிரியான நிலைமையில், இயற்கை ஆதாரங்களை மிக அதிகமாகச் சீரழித்திருக்கிறோமென்பதையும் வெகு சீக்கிரத்தில் காற்றும் நீரும் பாழ்பட்டுவிடுமென்பதையும் உணர்ந்த உலகம் எச்சரிக்கையுடனு மிருக்கிறது. உழைப்பின் வழிபட்ட வேலைப்பகிர்வு அபரிதமான போக்கு வளர்ச்சிக்கும் தொழிற்துறை வளர்ச்சியைக் காட்டிலும் கூடுதலான பொருள் பரிவர்த்தனை வளர்ச்சிக்கும் உதவியிருக்கிறது. இவ்வளர்ச்சிகளனைத்தும் உண்மையில் உற்பத்தி வழிமுறையில் பொய்யான செலவினங்களை உள்ளடக் கியது. உற்பத்திப் பகிர்வு வழிமுறையும் வீண்விரயங்களில் தேவையற்ற வளர்ச்சியைக் கொண்டுள்ளது இதைப் புரிந்துகொள்வதற்கு உணவுபொருட் கள் உற்பத்தியில் முதலாளித்துவம் எந்த அளவிற்கு உணவுப்பொருள்

ஆதாரங்களை வீணடிக்கிறது என்பதைப் பார்த்தால் போதுமானது. ஆக மார்க்ஸ் மொழியில் சொல்வதெனில் உற்பத்திச் சக்திகளின் வளர்ச்சி யென்பது, அழிவு சக்திகளின் வளர்ச்சியன்றி வேறில்லை.

வளர்ச்சியென்ற புராணம் எவ்வாறு கடந்த நூற்றாண்டில் சமூக உடைமைவாதி மற்றும் பொதுவுடைமைவாதியின் எல்லாவிதமான சிந்தனைகளையும் விடமாக்கியதென்பதை நமக்குப் புரியவைத்த செர்ழ் லத்தூஷ் போன்றவர்களுக்கு நாம் நன்றிக்கடன் பட்டுள்ளோம். பொது வுடைமைவாதிகள் எனக் கூறிக்கொண்ட அரசாங்கங்கள் பொருளாதார வளர்ச்சியென்ற பெயரிலும் உற்பத்திச் சக்திகளில் முன்னேற்றம் என்ற பெயரிலும் தங்கள் மக்களைக் கடுமையானதொரு விலைகொடுக்க நிர்ப்பந்தம் செய்தார்கள்.

சகித்துக்கொள்ளக்கூடிய பொருளாதார இறக்கத்தின் பிரச்சினை சமுதாயத்தின் நம்பிக்கையோடும் பொதுப்பண்போடும் இணங்கிப்போகும் அதன் குணம். 'பொருளாதார இறக்கத்திற்கு' தனிமனிதர்கள் தங்கள் தேவை களுக்குச் சுயகட்டுப்பாடுகளை விதித்துகொள்ள வேண்டுமென்றும் அதனை சமயம் மட்டுமே தலையிட்டுச் செய்ய முடியுமென லத்தூஷ் நம்புவதற்கும் அதுவே காரணம். அவர் தனிப்பட்டவகையில் ஒரு நாத்திகவாதியாக இருப்பினும் பொருளாதார வளர்ச்சியின்மையின் சாத்தியம் அது மறு மலர்ச்சியுடனும் அறிவொளியுடனும் உறவை முற்றாகத் துண்டித்துக் கொண்டு முழுமையானதொரு 'புதிய மீஇறையியலோடு'[2] தம்மை ஒப்படைத்துக்கொள்ள வேண்டுமென்கிறார். அவ்வகையில் லத்தூஷ் மற்றும் அவரது 'பொருளாதார இறக்கம்' என்னும் கோட்பாட்டின் உதவியுடன் பொதுவுடைமையைத் திருத்தி அமைப்பதை நியாயமான வகையில் பொருள் கொள்வதெனில் மீண்டும் பொதுவுடைமை எதிர்வினையாளர்களின் பாதையைத் தேர்வுசெய்வதாகும். அவ்வகையில் ஒரு முரண்படுமெய்ம்மை யாக இதை எதிர்கொள்ள வேண்டியிருக்கிறது: மார்க்ஸ் கூறும் குருட்டுத் தனமான பரிவர்த்தனைச் சக்திக்குத் தண்டனிடும் பழக்கத்தை விடுத்து ஒருதரப்பில் மனிதர்கள் ஒவ்வொருவரும் தங்கள் எதிர்காலத்தைத் தாங்களே தீர்மானிக்கும் திறனுடையவர்களாக இருக்க வேண்டுமென எதிர்பார்ப் பது ஒரு பக்கம், பிறகு இறுதியாக அறிவொளிகால உயர்சிந்தனைகளிலிருந் தும் தன்னாளுமை உயர்சிந்தனையிடத்திலிருந்தும் 'சிறுபான்மைக் கூட்டத் தில் தமது சொந்தத் தவறுகளால் உழலும் போக்கிலிருந்து விலக்கிக்கொள்ளக் கூடிய திறனிலிருந்தும்' மனிதர்கள் விடுவித்துக்கொள்ள வேண்டுமென எதிர்பார்ப்பது மற்றொருபக்கம்.[3] முடிவற்றுத் தொடரும் நுகர்வுக்காக வளர்ச்சி மற்றும் வளர்ச்சிக்காக நுகர்வு என்ற பந்தயம் உண்மையில் சிறுபிள்ளைத்தனமானது; இது போன்ற குணங்கள் இளங்கன்று பயமறி யாது என்பதுபோல வந்தவை. பெரியவர்களாகும்போது புரிந்துகொண்டு அவற்றை விலக்கிவைப்பதுதான் முறை. ஆனால் அது நடவாதென்கிறார் லத்தூஷ். ஜனநாயகத்தைச் சந்தேகிக்கும் லத்தூஷ் மனிதன் ஒருபோதும் முதிர்ச்சி அடைய முடியாதென நினைக்கிறார் – அதாவது ஜனநாயகத் தின் முடிவுக்குவராத விவாதங்களின் அடிப்படையில் தன்னுடைய எதிர்காலத்தை தானே தீர்மானித்துக்கொள்ள மனிதனால் இயலாது – எனவே அவனே அவனைப் புரிந்துகொள்வதென்பதிலிருந்து விடுவித்துக்

கொள்ள வேண்டும். இங்கே லத்தூஷ் ஜெர்மனியில் பிறந்த தத்துவவாதியும் சுற்றுப்புறச் சூழலில் ஆர்வங்கொண்டவருமான ஹன்ஸ் ஜோனாஸ்சுடன் *(Hans Jonas)* உடன்படுகிறார். பின்னவருக்கு எதேச்சாதிகார அரசாங்கத்தின்மீது பிடிப்புள்ளது, அதனை ஒளிப்பதில்லை. சர்வாதிகார அரசாங்கம் மட்டுமே அளவீடற்ற ஆசைகளுக்குக் கடிவாளமிடக்கூடும், காரணம் ஜொனாஸைப் பொறுத்தவரை அச்சுறுத்தும் சுற்றுச்சூழல் சீரழிவைத் தவிர்க்கும் நன்னடத்தை யென்பது மனிதர்களைக் குழந்தைகளைப் போல நடத்துவதாகும்.[4]

லத்தூஷின் மானுடவாதக் குரல் அவநம்பிக்கையுடனேயே ஒலிக்கிறது. அவ்வாதத்தில் மனிதர்கள் அடிப்படையில் நெறிமுறை முன்னேற்றத்திற்கு ஆதரவானவர்களல்ல – இதற்கு மாறாக வேறுவகையாக முயன்றதற்கும் சாட்சியங்களிருக்கின்றன – என்பதன்றி வேறு கருத்துகளில்லை. நெறிமுறை முன்னேற்றம் என்ற பிரச்சினையை அதுவொரு விடை காண முடியாத புதிரென்ற வகையிலல்லாது வெகுகாலத்திற்கு முன்பே தீர்வு கண்டிருக்க வேண்டும். எனினும் இன்றுள்ள நீதிபோதகர்கள் சாக்ரட்டீஸ், அரிஸ்டாட்டில் போன்றவர்களுக்கு இணையானவர்களல்ல என்பதை ஒப்புக்கொண்டு பொதுவாக இன்றுள்ள சமுதாயங்கள் அனைத்திலும் மனிதருக்கிடையே பாகுபாடுகள், ஒருசில வகுப்பினருக்கு இழைக்கப்படும் தீங்கு, மனித உரிமை களுக்கு எதிரான நடவடிக்கைகள் ஆகியவற்றுக்கு எதிராகக் கொந்தளிக் கும் போக்குக் கொண்டவர்களென்பதையும் ஏற்க வேண்டும். ஆக மொத்தத்தில் இன்றுள்ள மனிதர்களுக்கு அரசியல் நடவடிக்கைகள் மூலம் போதிக்கலாம், சொந்த ஞானமும் அவர்களுக்கு நிறைய உண்டு, பெரும்பா லான மனிதர்கள் அத்தகைய அரசியல் நடவடிக்கைகளுக்கு மாற்று வகையில் சிந்திப்பவர்களாக இருந்தாலுங்கூட.

அடுத்து ஏற்கனவே கூறியதுபோல உற்பத்திச் சக்தியைத் தங்குதடை யின்றி அதிகரிப்பதென்ற கொள்கையை மறுப்பதால் நாம் கற்காலத்திற்குத் திரும்புவதாகப் பொருளில்லை. மாறாக அனைவரும் கூடி அறிவுபூர்வமாக நேரத்தையும் உழைப்பையும் தருவது, அதனுடன் எவ்விதப் பச்சாதாபமு மின்றி அனைத்துவிதமான ஊதாரித்தனத்தையும் ஒழித்தாக வேண்டும். காரணம் நம்முடைய ஊதாரித்தனம் முதலில் சமூக வழிப்பட்ட வேலையை விரயம் செய்கிறது, இதுதான் உண்மையான விரயம், விளைவுகளும் கொஞ்ச நஞ்சமல்ல, மனிதர் வியர்வையை வீணாகச் சிந்துகிறோம். இன்று நன்கு வளர்ச்சி அடைந்துள்ள நவீன ஜனநாயகத்திற்கு எதிரானதாகவும் இதைக் கருதுதல் கூடாது, உண்மையில் அதற்குரிய உண்மையான பொருளைக் காண்பதுதான் நமது நோக்கம். ஏதாவதொரு அரசியல் கொள்கையினிடத்தில் பொறுப்பை ஒப்படைத்துவிட்டு அதன் மூலமே தீர்வு கண்டுவிடலாமென ஆண்டுகள் கணக்கில் காத்திருப்பதுமல்ல, பதிலாக ஒட்டுமொத்த மனிதர்களின் ஊழ்வினைகளை அன்றன்றைக்குக் கையி லெடுத்துக்கொண்டு தீர்வு காண்பது. நியாயமான தேர்வுகளை நடை முறைப் படுத்தக்கூடியவர்களாகவும், அதேவேளை பெருவாரியான மக்களின் விருப்பங்களுக்கு உகந்தமுறையில் அவற்றைச் செயல்படுத்தக் கூடியவர்க ளாகவும் இருக்க வேண்டும். இதற்கு ஓரளவு பகுத்தறிவுள்ள குடிமகன்கள் தேவை, மூடநம்பிக்கைகளை வளர்ப்பதன்மூலம் அவர்களிடத்தில் சுய

கட்டுப்பாட்டைக் கொண்டுவந்துவிடலாமென்றால் அத்தகைய குடிமகன்கள் தேவையில்லை.

அடுத்துப் 'பொருளாதார இறக்கம்' என்ற சொல்லையும் கவனமாகக் கையாள வேண்டும், அது 'பொருளாதார ஏற்றம்' என்ற மாயையின் எதிர்ப்பதமென்பதால் அதைச் சார்ந்திருக்க வேண்டிய நிர்ப்பந்தம் அதற்குள்ளது. குப்பைப் பொருட்களின் உற்பத்தியில் இறக்கம் என்பதற்கு உண்மையான பொருள் ஆண்டுதோறும் நீடித்துழைக்கும் பொருட்களின் உற்பத்தியை இருமடங்காக அதிகரிக்க வேண்டுமென்ற பொருளில் பார்க்க வேண்டுமே தவிர வேறுமாதிரியாக அல்லது அப்படியே பொருள்கொள்ளக் கூடாது. அச்சு விளம்பரங்கள், விளம்பரத் திரைப்படங்கள் இது போன்ற வேறு குப்பைகளில் ஏற்படும் பொருளாதார இறக்கம், உண்மையான கலாச்சார படைப்புகளின் பொருளாதார ஏற்றத்திற்கு உதவக்கூடும். அவ்வாறே எவ்விதப் பொருளுமற்ற விவசாய உற்பத்தித் தொழில்களில் நிகழும் பொருளாதார இறக்கம் அதற்கு இணையாக அறிவியல் சோதனைகளை மேற்கொண்டு செய்யப்படும் இயற்கை விவசாயத்தின் பொருளாதார ஏற்றத்திற்குத் துணைசெய்யும் – இங்கே இயற்கை விவசாயமென்பது உயர்தொழில்நுட்பத்தின் உதவியுடன் இயற்கைக்குகந்த உயிரியல் வகைமைகளை உற்பத்திசெய்வது.

மேற்கண்டவற்றிலிருந்து நாம் புரிந்து கொள்வதென்னவெனில் 'ஒவ்வொருவருக்கும் அவரவர் தேவைக்கு' என்னும் மனப்பாங்கைக் கொண்ட சமுதாயமொன்றிலுள்ள தனிமனிதனிடம் சுயமாகத் தனது எதிர்காலத்தைத் தீர்மானிக்கச் செய்வது மிகவும் அரிதான காரியம்.

அடிக்குறிப்புகள்

1. *Revue du MAUSS N20 Serge Latouche "D'autres mondes sont possible pas une autre mondialisation"*
2. பார்க்க: *Décoloniser l'imaginaire : La Pensée crÙative contre l'économie de l'absurde (Parangon, 2003).*
3. *Answering the Question: What Is Enlightenment? – Kant*
4. பார்க்க: ஹொன்ஸ் ஜொனாஸைப் பற்றிய நம்முடைய விமர்சனம்: *http://denis-collin.viabloga.com/news/hans-jonas-le principe-responsabilitÙ.*

ஈடன் தோட்டத்திற்குத் திரும்புவதெல்லாம் சாத்தியமல்ல

ஒளிவுமறைவற்ற உலகின் மூன்றாவது யுத்தோப்பியன் கனவு வேலை நிர்ப்பந்தத்தைக் களைவது. ஈடன் சமூகம்பற்றிய யுத்தோப்பியன் கனவைக் குறித்து மார்க்ஸ் நன்கு புரிந்துகொண்டிருக்கிறார். உழைப்பைக்கொண்டு நமது தேவைகளைப் பூர்த்திசெய்துகொள்கிறோம், அதன் விளைவாகப் புதிய தேவைகள் உருவாகின்றன, அதன் விளைவாக வரலாற்றிற்குப் புறம்பானதொரு வேலைக்கான அவசியத்தைத் தோற்றுவிக்கிறது, அதாவது அவ்வேலை சுதந்திரமான செயல்பாடு என்பதற்குப் பதிலாக நிர்ப்பந்த

செயல்பாடு என்றாகிறது. ஆக இந்த வேலையுலகத்திற்கு அப்பாற்பட்ட சூழலில்தான் மனிதனுக்கு உண்மையான சுதந்திரம் பிறக்க முடியும். அது இயற்கையின் உத்தரவுப்படி வரும்போது, வேலை நிர்ப்பந்தமென்று வரும்போது, வேலை நேரம் என்பது ஒரு முக்கியப் பிரச்சினை. உற்பத்தியில் மாற்றமில்லாதவரை வேலைநேரம் கணிசமாக இரண்டு விதிகளின் கீழ் குறைய நேரிடும்:

1. வேலைசெய்யவிரும்புவர்கள், வேலை செய்ய முடிந்தவர்கள் என்ற இருதரப்பினரின் அடிப்படையில் வேலைப் பிரச்சினையை மீண்டும் அணுகுதல் – தொழில்துறைமயமாக்கப்பட்ட நாடுகள் அனைத்திலும் இன்னுங்கூடப் பத்திலிருந்து பதினைந்து சதவிகித செயல்பாடுடைய மக்கள் எப்போதும் 'தொழிற்சாலை வைப்பு ராணுவம்' என்னும் பெயரில், அதாவது வேலையற்றோர் ராணுவத்தில் தயார் நிலையில் வைக்கப்பட்டுள்ளனர். இக்காத்திருப்பு தொழிலாளர்களால் ஊதியம் மற்றும் வேலைச் சூழல்களில் ஒருவித நெருக்கடியை ஏற்படுத்த முடிகிறது. வேறுவகையில் சொல்ல வேண்டுமெனில் நமது சமூக அமைப்பின் குறிக்கோள் சிறுபான்மையினராகவுள்ள ஒரு கூட்டம் இலாபத்தைக் குவிப்பதல்லவெனில், உடனடியாகக் கிழமை வேலை நேரத்தைக் குறைக்கும் சாத்தியத்தைக் கணக்கில் கொள்வது. தற்போது பிரான்ஸ் நாட்டிலும் பிற வளர்ந்த நாடுகளிலும் ஒரு வாரத்திற்கு 41 மணிநேரமென்றிருந்த உண்மையான வேலை நேரம் 35 மணி நேரமாக குறைக்கப்பட்டிருக்கிறது – எனினும் இன்று ஏற்பட்டுள்ள நெருக்கடிக்கு வாரத்திற்கு 35 மணி நேர வேலை நேரத்தைப் பலி கடாவாக ஆக்கும் முயற்சிகள் நடைபெறுகின்றன.

2. உற்பத்தித் துறையின் ஒட்டுண்ணிகளாக இருக்கும் மிகக் கணிசமான உபயோகமற்ற வேலைகளுக்கு முடிவு கட்ட வேண்டும். எல்லா அமைப்புகளும் அரசு வாதத்தை ஏற்றுக்கொண்டிருக்கும் நாடுகளிலுங்கூட நிர்வாகப் பளுவில் பொருளாதாரம் பாதிக்கப்படுவதைப் பார்க்கிறோம். பொருளின்றி நடைபெறும் பெரும்பாலான வேலைகளுக்கு மூலதனத் திரட்டலின் தாகவிடாயே அடிப்படைக் காரணம். பங்குச்சந்தை விவகாரத்தில் கவனம் செலுத்தினால் என்ன நடக்கிறதென நமக்குப் புரியவரும்.

மேற்குறிப்பிட்ட எளிய நியாயமான காரணங்களிரண்டும் நமது சமூக உறவில் தீவிர மாற்றத்தைக் கொண்டுவரக் கூடுமென நம்பலாம். அவ்வாறு நடைபெறுமானால் பொருளாதாரம் என்பது இலாபத்தை அடிப்படையாகக் கொண்ட பரிவர்த்தனை மதிப்பீடு சார்ந்ததல்ல, உபயோக மதிப்பு சார்ந்தது என ஏற்றுக்கொள்ளப்பட்டுப் பொருளாதாரமும் அதன் பெயருக்கேற்ற மரியாதையைப் பெறும். இந்நிலையில் உடனடியாக வேறு வகையான உற்பத்தி இலாபங்களிலும் இறங்க முடியும்; இன்றுள்ள தொழிலாளர்கள் உற்பத்தி நிகழ்முறையில் எவ்விதச் சீரமைப்பும் ஏற்பட்டுவிடாமலிருக்க அதிகபட்சமாக என்ன செய்ய முடியுமோ அதைச் செய்துகொண்டிருக்கிறார்கள், உழைப்புத் திறனை மேம்படுத்துவதற்கான யோசனைகள் கைவசமிருந்தும் அதை வெளிக்காட்டுவதில்லை. காரணம்

இன்றைய தொழிலாளிக்கு நாளைக்கு என்ன நடக்கக்கூடுமென நன்றாகத் தெரியும். உற்பத்தியில் ஏற்படும் எல்லாவிதமான முன்னேற்றமும் நேரடியாகவோ அல்லது மறைமுகமாகவோ அவருக்குப் பாதகமாக முடியலாம். வேலை வாய்ப்பு பறிபோகலாம் அல்லது கூடுதலாக உழைக்க வேண்டியிருக்கும். இப்படி நிறையப் பிரச்சினைகளிருக்கின்றன. எப்பொழுது ஒரு தொழிலாளி பொருளாதார நடவடிக்கைகளுக்கு அவர் எஜமானர் என்ற நிலைப்பாடு வருகிறதோ அன்றுதான் அவர் அச்சமின்றி இருக்க முடியும். தவிர முதலாளித்துவ இயல்பின்படி சாத்தியமற்ற கூட்டுறவுமுறை போன்றவற்றின் துணைகொண்டு தொழிலாளிகள் சாதிக்க இதுவரை பயன்படுத்தாத உற்பத்தித்துறைகள் ஏராளமாக உள்ளன.

மார்க்ஸ் அவ்வகையில் ஒரு பொதுவுடைமை சமுதாயத்தைத் தொலைநோக்கில் காண்கிறார், அதன்படி கூட்டு உற்பத்தியாளர்கள் – சமூக வயப்பட்ட மனிதன் குருட்டுப்பலம்வாய்ந்த பரிவர்த்தனையின் ஆதிக்கத்திற்கு எதிராக அறிவுபூர்வமானதொரு உழைப்பு பரிவர்த்தனையை இயற்கையோடு செய்துகொள்கிறார். பின்னர் அவற்றைத் தமது ஆதிக்கத்திற்கும் உட்படுத்துகிறார். இச்செயல்பாட்டிற்கு அவர் செலவிடும் சக்தியும் குறைவு, பணிக்கான சூழல்களும் மரியாதைக்குரியவை, அதாவது மனிதர் இயல்புக்கு ஏற்றவகையில். அச்சமூகம் வேலைக்குரிய சுமைகளையெல்லாம் களைந்ததொரு சமூகமல்ல. தவிர மார்க்ஸைப் பொறுத்தவரை உண்மையான சுதந்திரமென்பது தேவையின் நிர்பந்தத்தத்தால் செய்யும் வேலை உலகத்திற்கு அப்பாற்பட்டது, வெளிக் காரணங்களால் உருவாவது அதாவது அறிவார்ந்த படைப்புலகத்துடன் தொடர்புடையது.

மாறாகப் பாரம்பரிய பொதுவுடைமைவாதிகளின் உத்தியோப்பியன் கனவு எதிர்பார்ப்புகளைத் தலையெழுத்தென்று பிரெஞ்சு தத்துவவாதியும், யுத்தோப்பியனுமான ஷார்ல் ஃபூரியேவின் *(Charles Fourrier)* கடல்நீரை எலுமிச்சை நீராக கண்ட கதையோடு சேர்க்க வேண்டியதுதான்.

சங்கமும் சுதந்திரமும்

யுத்தோப்பியன் கனவுகளே வேண்டாமென்னும்போது யுத்தோப்பியன் கனவுகளற்ற பொதுவுடைமை எப்படியிருக்குமென்று விளக்கிக்கொண்டிருக்க அவசியமில்லை. அது போன்ற சித்தரிப்பு சிறிய அளவிலென்றாலுங்கூட இன்னுமொரு யுத்தோப்பியன் கனவில் முடிந்துவிடலாம், அவ்வாறான யுத்தோப்பியன் கனவு எளிமையானதென்றாலுங்கூடத் தேவையற்றதுதான், இந்நிலையில் பொதுவுடைமைக்கெனச் சிற்சில மனிதாபிமான வரைமுறைகளை – மார்க்ஸ் மேல் நமக்குள்ள நம்பிக்கைக்குக் குறையின்றி – தெளிவுபடுத்தலாம். நமது கருத்துருவத்தைச் சுதந்திரமென்ற சொல்லிலிருந்தே தொடங்கலாம் அதுவொன்றே புரட்சிகரமான பல முனேற்றங்களுக்கு உந்துசக்தியாக இருந்து வந்திருக்கிறது. முதலாவதாக ஐரோப்பிய நாடுகளில் பிறகு உலகெங்கும், ஏறக்குறைய ஆயிரம் ஆண்டுகளாக அதாவது கொம்யூன்களில் வர்த்தகர்களும் கைவினைஞர்களும் நிலப்பிரபுத்துவத்தையும் அதில் ஆதிக்கம் செலுத்திவந்த கணக்காயர்களின் செல்வாக்கையும் ஆட்டங்காணச் செய்ததில் தொடங்கியது. இந்தப் பாரிய விடுதலை இயக்கமே முதலாளித்துவத்தின் வளர்ச்சிக்கு வழிமுறை அமைத்துக்

கொடுத்தது. அதற்குச் சேவகம் செய்யவென்று கூலிகள் ஏற்படுத்தப் பட்டனர். இன்றையச் சூழலில் நமது உயிர் வாழ்க்கையின் பெரும் பகுதியை வேலைக்கென செலவிடுகிறோம், இன்னொரு கணிசமான பகுதி மறுநாள் வேலைக்கு ஓய்வெடுக்கத் தேவைப்படுகிறது. இதில் இன்றியமையாதது, செயல் திறனுள்ள ஒரு மனிதன் தனது உள்ளியல்பை வெளிப்படுத்தும் பொழுது, ஊதியம்பெறும் ஊழியனாகவுள்ள சூழலில் வேலையில் தான் அயன்மைப் படுவதாக உணருகிறான்.

வேலையில் அந்நியப்படுதல் அல்லது அயன்மைப்படுதல் என்றா லென்ன? முதலாவதாக வேலை ஒரு பாட்டாளிக்கு வெளியே நடைபெறும் செயல்பாடு, அதாவது வேலையென்பது மனிதனுடைய உள்ளியல்பு சார்ந்தது அல்ல, எனவே வேலையை ஏற்பதில்லை என அவன் மறுக்கிறான், மன உளைச்சல் கொள்கிறான், துர்பாக்கியசாலியான அவன் தமது கைகால் களையோ மூளையையோ உபயோகித்துச் சுதந்திரமாக பணியாற்றுவ தில்லை. மாறாக அவனது உடல் வருந்த உள்ளம் நோக வேலையில் தேய் கிறான். விளைவாக பாட்டாளி, வேலைநேரத்தைத் தவிர்த்த பிறநேரங் களிலேயே தமக்கு அண்மையிலிருப்பதாக நினைக்கிறான், வேலை நேரத்திலோ தமக்கு வெளியே இருப்பதான உணர்வு. வேலைசெய்யாத போது வீட்டில் இருப்பதைபோலவும், வேலை செய்யும்போது வீட்டுக்கு வெளியே இருப்பதுபோலவும் உணர்கிறான். எனவே அவனுக்கு வேலை விருப்பமானதல்ல, விருப்பத்திற்கு மாறாக நிர்ப்பந்தத்தின்பேரில் செய்வது, பலவந்தப்படுத்தப்படுகிறான். ஆக அது அவனுடைய தேவையைப் பூர்த்தி செய்யும் காரணியல்ல, மாறாக அவனுடைய வேலைக்கு அப்பாற்பட்டு தேவையைப் பூர்த்திசெய்யும் வழிமுறைகளுள் அதுவுமொன்று. வேலைக் குள்ள வித்தியாசமான பண்பை ஸ்தூல வடிவில் அல்லது வேறுவகையான நிர்ப்பந்தந்தகளெவையும் இல்லையென்றானவுடனேயே, வேலை கணத்தில் மறைந்துபோகிறது. வெளிவேலை, அதாவது மனிதன் தாம் அயன்மைப்படு வதாக உணரும் வேலை, அவன் தன்னை எரித்துக்கொள்ளும் செயல், தன்னை வருத்திக்கொள்ளும் செயல். இறுதியாக வேலைசெய்யும் பாட் டாளிக்கு வெளியே நடைபெறும் செயல். அது நடைபெறும் விதத்தின் அடிப்படையில் அவனுக்கு உடைமையானதல்ல, வேறொருவனுக்கு உடைமையானது. அதுபோலவே வேலையும் அவனுக்குச் சொந்தமான தல்ல ஏனெனில் வேலையின்போது வேலைசெய்யும் பாட்டாளி தனக்குச் சொந்தமாக இருப்பதில்லை. அதாவது வேலையில் தம்மைப் பிறராக உணர்வதால். சமயங்களிலும் இது நடக்கிறது. சமய நடவடிக்கைகளில் மனிதனின் சொந்தக் கற்பனை செயல்பாடு, மனித மூளை, இதயம் ஆகிய அனைத்தும் அவனிடத்தில் அவனைச் சாராது இயங்குபவை, அதாவது ஒருவகை அந்நியத் தெய்வீக அல்லது அசுரச் சக்தியால் இயக்கப் படுவது. பாட்டாளியின் செயல்பாடும் அவனது இயல்பான செயல்பா டல்ல. தொழிலாளி செய்யும் வேலை பிறருடைய உடைமை, அவனுடைய சுயத்தின் இழப்பு.

இந்நிலையில் கிடைக்கும் விடை மனிதன் (பாட்டாளி) சுதந்திரமாகச் செயல்படும் நேரம், அவன் வீட்டிலிருந்துகொண்டு விலங்குகளினும் பார்க்க கூடுதலாக விலங்குகள் காரியத்தை ஆற்றும்போது அதாவது உண்பது,

பருகுவது, வம்சத்தை விருத்தி செய்தல் ஆகியவற்றைச் செய்யும்போது. ஆக மிருகம் மனிதனாகிறது, மனிதன் மிருகமாகிறான் *(கார்ல் மார்க்ஸ், கைப்பிரதி – 1844).*

பிறிதொரு மனிதரைச் சார்ந்தோ அல்லது அவரது ஆதிக்கத்தின் கீழோ வேலை நிமித்தமாக ஒரு மனிதன் இருக்கின்ற சூழல் சுதந்திரம் என்ற கருத்துருவத்திற்கு முற்றிலும் எதிரானது. **La Fontaine** கதையில் வரும் நாயைப்போல நாமும் கழுத்துச் சங்கிலிக்கு நன்கு பழகியிருப்ப தோடு அப்படியொன்று நம் கழுத்திலிருப்பதை மறந்தும் போனோம். காரணம் பிணைத்துள்ள சங்கிலி நமக்குப் போடும் எலும்பிற்கு உத்தர வாதமளிக்கிறது. ஆக அவ்வெலும்பின் தரத்திற்கும் பிணைத்துள்ள சங்கிலி யின் நீளத்திற்கும் பேச்சுவார்த்தை நடத்தினால் போதுமானதென்று நிறை வடைகிறோம். இது போன்ற சூழலிலிருப்பவனை அடிமைத் தொழிலாளி யென்று அழைக்கலாமா? கேட்டவர் மார்க்ஸ். மனிதரினத்தில் பெரும் எண்ணிக்கையிலானவர்கள் தங்கள் வாழ்வின் மிகப்பெரிய பகுதியை வேலையில் கழிக்கிறார்கள், வாழ்வின் இப்பகுதியிலிருக்கிறவரை காண்ட் சொற்களின்படி மனிதர்கள் பிறருடைய சாதனங்களேயன்றித் 'தாமாக' அவர்கள் ஒருபோதும் இருப்பதில்லை. அதாவது மீண்டும் காண்ட் கூற்றை மெய்யென்று எடுத்துக்கொண்டால் மனிதர்கள் அவர்கள் சுயமரியாதையை இழந்து வேலையில் ஈடுபடுகின்றனர். ஊதியதாரர்களை ஜடமாகப் பாவிக் கும் போக்கை முதலீட்டாளர்களும் ஒளிப்பதில்லை. முந்தைய காலத்தில் அவர்களிடத்தில் பணிப்பொறுப்பாளர்கள் இருந்தனர், பின்னர் அப்பத விக்கு 'மனித வள இயக்குநர்கள்' நியமிக்கப்பட்டனர். அறநெறி குறித்துக் கவலைப்படாதவர்களே இப்படியொரு வெட்கக்கேடான சொல்வழக்கை ஏற்றுக்கொள்ள முடியும். வேலைசெய்பவர்களின் இந்த ஜடவாழ்க்கை அவர்கள் வேலைநேர ஆதிக்க வாழ்க்கையிலிருந்து தப்ப முடியுமென நம்பும் வேலைநேரமற்ற 'சுதந்திர நேரத்திலுங்கூட'த் தொடர்வதுதான் இன்றைக்கு நடக்கிறது. உண்மை, தொழிலாளியின் வாழ்க்கையே முதலீட் டாளரைச் சார்ந்தது: நெருக்கடி காரணமாக இலட்சக்கணக்கான மக்கள் வீதிக்கு வரும் நிலையில், பணி ஓய்விலிருப்பவர்கள் தங்கள் 'ஓய்வூதிய நிதி' கரைவதைப் பார்த்திருக்க சகியாமல் மீண்டும் வேலை தேடும் நிலைமையில், ஒரு நாள் வேலைவாய்ப்பை நல்குமென்ற நம்பிக்கையுடன் பயிற்சி என்ற பெயரில் இளைஞர்கள் தங்கள் உழைப்பைத் தானமாக வழங்கும் சூழலில் எங்கே இருக்கிறது எல்லோரும் கொண்டாடும் சுதந்திரம்? தாராளமயவாதிகளுக்கு வேண்டுமானால் அது சுதந்திரமாகப் படலாம்.

இறுதியாகப் பண்பாட்டளவில் வளர்ந்துள்ள மனிதனுக்கு உறுதிப் படுத்தக்கூடிய மரியாதையென்று சொன்னால் இன்றுள்ள நிலமையில்: நிலவில் நடப்பான், அணுசக்தியை வீட்டு உபயோகத்திற்கும் (கிட்டதட்ட) பயன்படுத்திக்கொள்ளத் தெரிந்தவன், உலகத்தில் ஏதோவொரு மூலையி லிருக்கிற மனிதனோடு தொடர்புகொண்டு பேசுவதற்கும் எளிதாக முடியும். ஆக, இவைதான் பிரான்ஸ் நாட்டு இடதுசாரி தொழிற்சங்கத்தினரின் 'முதலீட்டார்களையும் ஊதியதாரர்களையும் இல்லாதொழிப்போம்' என்ற முழக்கத்தின் எதிரொலி. மார்க்ஸைத் தொடர்ந்து வாசித்தோமெனில், தெளிவானதொரு விளக்கமொன்று மூலதன நூலின் முதல் பாகத்தின் இறுதி அத்தியாயத்தில் காணக்கிடைக்கிறது:

"முதலாளித்துவப் பொருளுற்பத்தி நிகழ்முறையோடு இணக்கங்கொண்ட முதலாளித்துவத்தின் இவ்வுடைமைப்பறிப்பு சுதந்திர உழைப்போடும் தனிமனிதனோடும் தொடர்புடைய 'சொந்த உடமைக்கான' முதல் மறுப்பு. ஆனால் முதலாளித்துவப் பொருளுற்பத்திமுறை, பின்னர் இயற்கையாக நிகழவிருக்கும் வளர்சிதைமாற்றத்தை, துர்பாக்கியத்திற்குரிய சொந்த மறுதலிப்பால் தாமே தொடங்கிவைக்கிறது. இது மறுதலிப்பின் மறுதலிப்பு. இந்நிகழ்வு உற்பத்தியாளருக்குத் மீண்டும் 'சொந்த உடமை'யை ஏற்படுத்தித் தருவதில்லை. மாறாக முதலாளித்துவ சகாப்தத்தால் வரப்பெற்ற, நிலம் உட்பட அனைத்து உற்பத்திச் சாதனங்களையும் பொதுவில் வைத்த கூட்டுவேலையின் அடிப்படையில் வழங்கும் 'தனிமனிதர் உடைமை' (மூலதனம், முதல் பாகம் பிரிவு *VIII*, அத்தியாயம் *XXXII* – *Joseph Roy Translation*).

ஆக தொழிலாளிக்குத் 'தனிமனிதர் உடமையை' மீட்டுத்தருவது பற்றி இங்கே பேசப்படுகிறது. ஆனாலிது முதலாளித்துவ சகாப்தத்தில் ஈட்டப்பட்ட எல்லா உடைமைகளும் இல்லாதொழிக்கப்படுமென்னும் அடிப்படையைக்கொண்ட தனியுடைமையை மீட்கும் நடவடிக்கையல்ல. கூட்டுவேலையின் அடிப்படையில் தனிமனிதர் உடைமை என்பது தொழிலாளர் அனைவரின் கூட்டுடமையாகும். உலகில் பல நாடுகளிலுமுள்ள கூட்டுறவு உற்பத்தி அமைப்புகள் இவ்வகையைச் சேர்ந்தவையே. கடந்த நூற்றாண்டுச் சமூக உடைமைநெறியின் மற்றொரு வடிவமான தேசியவுடைமைவாதம் உற்பத்திச் சாதனங்களைப் பகிர்ந்தளிக்கும் செயலல்ல. தேச உடைமையாக்கப்பட்ட நிறுவனமொன்றின் ஊழியரொருவர் முதலாளித்துவத் தனிமனிதரின் ஆதிக்கத்திற்கு உட்பட்டவரென்ற போதிலும் அரசாங்கத்தால் நியமிக்கப்பட்ட இயக்குநரொருவரின் ஆதிக்கத்தின் கீழ்ப் பணியாற்ற வேண்டியுள்ளது. இங்கே ஆதிக்கவர்க்கத்திற்கு வேறு பெயர் கொடுக்கப்பட்டிருக்கிறதேயன்றி எஜமானர்கள் ஊழியர்களென்ற நிலை இருக்கவே செய்கிறது. மாறாக உற்பத்தியாளர்கள் அனைவரையும் ஒன்றிணைத்து ஏற்படுத்தப்படும் அமைப்பில் உற்பத்தியாளர்கள் நேரடியாக அந்நிறுவனத்தின் நிர்வாகத்திலும் பொருளாதார நடவடிக்கைகளிலும் பங்கேற்கிறார்கள். இந்நடவடிக்கை கிட்டத்தட்ட கலைஞர்கள், சுதந்திரமாக செயல்படும் பிற தொழிலாளர்கள் ஆகியோர் மொத்தமாகவோ அல்லது தங்கள் வேலையில் ஒரு பிரிவிலோ ஒன்றிணைவதற்கு ஈடானது. பிரான்ஸ் நாட்டில் விவசாயிகள் பலர் ஒன்றுகூடி ஏற்படுத்தியுள்ள *GAEC* கூட்டுறவு பண்ணைமுறை அமைப்பு இதற்கு நல்லதொரு உதாரணம், தவிர இவ்வமைப்பு சோவியத் யூனியனின் *Kolkhoze* அமைப்பைக் காட்டிலும் அதிகாரவர்க்கத்தின் தலையீடின்றி இயங்குவது.

உற்பத்தியாளர்கள் அனைவர்க்கும் உடமையாகக்கூடிய நிறுவனங்களை அமைக்கக்கூடிய சாத்தியங்கள் நிறையவே உள்ளன. நமக்கதில் சந்தேகம் தேவையற்றது. ஆனால் இதிலுள்ள பிரச்சினை சிறு உற்பத்தியாளர்களை ஒன்றிணைப்பதல்ல, பெரிய நிறுவனங்களை ஒன்றிணைப்பதில்தான் பிரச்சினையே. பிரான்ஸ் நாட்டில் மோன்ரகோன் கொம்யூனில் உள்ள கூட்டுறவு உற்பத்தி அமைப்பு இன்று ஆயிரக்கணக்கான கிளைகளுடன் வளர்ந்திருக்கிறது. இந்நிறுவனம் தொழில் துறை, நிதித் துறை,

உணவுப்பொருள் விநியோகமென்று பல துறைகளிலும் கால்பதித்திருக் கிறது. அரை நூற்றாண்டைக் கடந்த நிலையில் முதலாளித்துவ விதிமுறை களின்படி தொழில்முறைப் போட்டிகள், நிர்வாக விதிமுறைகள் ஆகிய வற்றைச் சந்திக்கும் திராணியின்றி அபாய நிலையிலுள்ளது. தவிர இந் நிறுவனம் உற்பத்தியாளர்களின் கூட்டுறவு நிறுவனமென்று சொல்லிக் கொண்டாலும் அதில் உண்மையில்லை. முதலாளித்துவ நிறுவனங்கள் சிலவற்றைத் தம்முடன் இணைத்துக்கொண்ட நிலையில் சரிபாதி தொழி லாளர்கள் முதலாளித்துவ நிறுவன விதிக்குட்பட்ட தொழிலாளர்கள், மற்ற பாதியினரே உற்பத்தித் தொழிலாளர்கள். எனினும் மிகப்பெரிய இந்நிறுவனத்தின் வளர்ச்சி, உற்பத்தியாளர்கள் கூட்டுறவு நிறுவனமென்பது கற்பனையானதல்ல, சாத்தியப்படக்கூடியதென்பதையும், இயற்கை விவசாயம் போன்ற சிற்சில துறைகளில் மட்டுமின்றி எல்லாத் துறைகளிலும் முடியக் கூடியதுதான் என்ற உண்மையைத் தெளிவாக உணர்த்துகிறது.

இதில் மிகவும் சிக்கலானதொரு விடயம் தேசிய அளவில், அல்லது தேசங்களளவில் இணக்கமான உறவைப் பேணுவது. பல்வேறுவகையான உற்பத்தித் துறைகளுக்கிடையே கிடைக்கும் மூலாதாரங்களை இருவகையில் பகிர்ந்தளிக்க நாம் அறிந்திருக்கிறோம் : ஒன்று திட்டவரைவு, மற்றொன்று சந்தைமுறை. நமக்குள்ள அனுபவங்களை வைத்துப் பார்க்கும்போது மத்திய திட்டவரைவுகளைப் புத்திசாலித்தனமானவை அல்லவென்பது தெளிவு. நாம் ஏற்கனவே குறிப்பிட்டதுபோன்று திட்டவரைவு தோற்றதற் கான காரனமென்று சோவியத் யூனியனின் அதிகாரவர்க்கத்தை மட்டும் குற்றம் சொல்லவியலாது. அது பொதுவில் எங்கும் காண்கிற தவறுக ளோடு, அடிப்படையிலேயே பல ஓட்டைகளைக் கொண்டிருந்தது. அப்பழுக்கற்றதென்று சொல்லபட்ட 'சமூக உடமை நெறிச் சந்தை' என்பது போட்டிகள் அடிப்படையிலான பொருளாதார அமைப்பில், முதலாளித் துவ நிறுவனங்களின் இடத்தில் கூட்டுறவு தொழிலாளர்களை இடம்பெறச் செய்வது. ஆனால் இவ்வாறான சமூகம் அவ்வளவு எளிதாக நிறைவுதரும் வகையில் அமையுமெனக் கூற முடியாது. காரணம் இச்சூழல் வேறொரு முதலாளித்துவப் பிரச்சினையை எழுப்புகிறது. அதன்படி மனிதர்கள் இயல்பிலேயே முரண்பட்டவர்கள், போட்டியாளர்கள். பிறகு நம்மிடத்தில் உற்பத்திக் காரணிகளையும் சந்தையையும் சமூகவயப்படுத்துதலை பற்றியும் பேசவென்றே பல்வேறு வகையான சமூக உடமை நெறிகளை முன்வைத்த நூல்களும் நிறைய உள்ளன.

கூட்டுறவுமுறை உற்பத்தி நிறுவனம் என்பது அதில் ஈடுபட்டுள்ள அனைத்து உற்பத்தியாளர்களின் கூட்டு சுதந்திரமேயன்றி, அங்குத் தனி மனிதர் சுதந்திரமேது என்றும் நாம் வாதிட முடியும். இவ்வகையில் ரூஸ்ஸோ அவருடைய 'சமூக ஒப்பந்த'த்தில் ஏற்கனவே தெரிவித்துள்ள கருத்துகள் நமக்கு உதவியானவை. பிறரிடமிருந்து விலகியிருப்பது மனிதர் சுபாவமென்ற சுதந்திரம் சாத்தியமற்றது, அப்பிராணித்தனமானதுங்கூட. அடுத்து கீழ்ப்படியும் தன்மைகொண்ட பெருவாரியான மக்களால் ஒரு சிலருக்கு வாய்க்கும் சுதந்திரத்தை விடுதலைவாதம் என்கின்றனர். மேற் கண்ட இரண்டிற்கும் பதிலாகப் பொது அமைப்பு என்றொன்றை நிறுவி,

அனைவரின் பொருள் மற்றும் சமயம்சார்ந்த நோக்கிற்காகத் தங்களை ஒப்படைத்துக்கொள்ளும் குடிமைச் சுதந்திரத்தை கைக்கொள்ள வேண்டிய வர்களாக நாம் இருக்கிறோம். காரணம் அதுவொன்றே விலைமதிப்பற்ற தொரு சுதந்திரம். இந்நிலையில் எது தனிமனிதனுக்கு, எது எல்லோருக்கு மானது என்ற கேள்விகள் வருகின்றன.

தனிமனிதன் சமூக உறவுகளால் கட்டமைக்கப்படுபவன் என்பது மார்க்ஸின் வாதம். அவ்வாதத்தை முரண்பாடுகள், உடன்பாடுகளென்ற இரண்டின் அடிப்படையில் நாம் ஏற்க வேண்டியவர்களாக இருக்கிறோம். ஒருபக்கம் தனிமனிதன் இருப்பென்பது சமூகத்துடன் அவனுக்குள்ள உறவுகளாலும் சமூகத்தாலும் தீர்மானிக்கப்படுவது. ஆனால் தனிமனிதச் சுந்திரமென்பது மனிதரின் இயற்கையான குணம். பண்டையச் சமூகத்தில் அதைக் காண முடிந்தது என்ற கருத்துகளெல்லாம் எதார்த்தத்தோடு ஒட்டா தவை. மற்றொரு பக்கம் சமூகத்தோடு நமக்குள்ள நெருக்கம் கூடக்கூடச் சிக்கல்களும் பெருகுகிறது. சமூக உறவுகள் என்கிற பெருவளத்திற்கு உடமையாளனாக மாறும்போது தனது சுதந்திரத்திற்கு உரிமை கோரு கிறான். பிறரது ஆதிக்கத்தை மறுக்கிறான். வேறு சொற்களில் விளக்குவ தெனில், அவன் சமூகம்சார்ந்த மனிதனென்னும் கூடுதற் பண்பை அடையும் பொழுது, பிற மனிதர்களுடன் அவனுடைய சிக்கலான உறவுமுறையும் அதிகரிக்கிறது. இது போன்ற சூழலில் தற்கால மனிதன் சமூக மரபின் முடிவுகளிலிருந்து மாறுபடுகிறான். அது பாலியல் பிரச்சினையாக இருக்க லாம். தொழில் சார்ந்தததாக இருக்கலாம், நம்பிக்கையை அடிப்படை யாகக் கொண்டதாக இருக்கலாம் ஆக இது போன்றவற்றில் தமது உரிமை நிலைநாட்டப்பட வேண்டுமென்பதில் அவன் உறுதியாக இருக் கிறான். இருபதாம் நூற்றாண்டின் ‘சரித்திரப் பொதுவுடைமை’, அரசியல் அடிப்படையில் பார்க்கும்போது செயல்படுத்த முடியாதது. காரணம் அதற்குத் தொழிலாளர் சமுதாயமென்பது தனிமனிதர்கள் எழமுடியாமல் கரைந்து போகுமொரு சமுதாயம். அச்சமுதாயத்தில் தனிமனிதர் சுதந்திரம் குட்டி பூர்ஷ்வாக்களுக்கானவை. எனவே நிராகரிக்கப்பட வேண்டியவை. பிடிவாதக்காரர்களான பாரம்பரிய மார்க்ஸியவாதிகள் மார்க்ஸை வாசிக்காதவர்கள்போலப் பொதுவுடைமையின்படி தனிமனிதன் மகிழ்ச்சி யாக இருக்க வேண்டுமெனில் சமுதாயம் மகிழ்ச்சியாக இருக்க வேண்டுமென் றார்கள். ஆனால் உண்மை நேரெதிரானது. சமுதாயம் மகிழ்ச்சியாக இருக்க வேண்டுமெனில் தனிமனிதன் மகிழ்ச்சியாக இருக்க வேண்டும். பிரான்ஸ் நாட்டு பொதுவுடைமைக்கட்சியின் மத்திய அவை உறுப்பினரும் சிந்தனையாளருமான லூசியன் ஸ்டீவ் தனது நூலில் கடந்தகாலக் கிழக்கு ஜெர்மன் எழுத்தாளரை ஆதரித்து “மார்க்ஸியத்தின் சிந்தனை நன்கறியப்பட்டிருக்கிறது. அதன்படி தனிமனித சுதந்திரத்தில் வளர்ச்சியை அடைய வேண்டுமெனில் அவனைச் சுற்றியுள்ள எல்லோரும் சுதந்திர மான வளர்ச்சியை எட்ட வேண்டும்” என்கிறார். ஆனால் பொதுவுடைமைக் கட்சியின் அறிக்கையில் இருப்பது வேறு: வர்க்கங்களும் வர்க்க பகைமை களுங்கொண்ட பழைய பூர்ஷ்வா சமூகத்திற்கு மாற்றாக ஒரு புதிய கூட்டமைப்பு உருவாகும்; அக்கூட்டமைப்பில் தனிமனிதனுடைய சுதந்திர

வளர்ச்சியை முன்வைத்து, அமைப்பிலுள்ள அனைவருக்கும் சுதந்திர வளர்ச்சி உருவாக வேண்டுமென்பது விதியாக இருக்குமென்கிறது. தனிமனிதச் சுதந்திரம் மற்றும் அதன் முன்னேற்றம் மார்க்ஸியச் சிந்தனையில் மையப்பொருளாக உள்ளது. அந்த அடிப்படையிலேயே 'பிறரைச் சார்ந்திருந்த' தனிமனிதன் காலத்தை நோக்கிய பின்னோக்கியப் பயணமாகப் பொதுவுடைமை அமைந்திடக் கூடாதென மார்க்ஸ் கருதினார். மாறாகப் பண்டைய முழுமையியல் ***(holism)*** மற்றும் ஒழுங்கமைவியல்களுடன் ***(Organism)*** உறவுகளைத் தயவு தாட்சண்யமின்றி துண்டித்துக் கொண்ட முதலாளியத்தை மார்க்ஸ் கொண்டாடுகிறார்.

தனிமனிதச் சுதந்திரத்திற்கு மதிப்பளிக்கக்கூடிய ஒரு சமூக அமைப்பைத் தோற்றுவிப்பதென்பது சாத்தியமா? அல்லது வேறு வகையில் இக்கேள்வியை எழுப்புவோம்: தனிமனிதனுக்கும் சமுதாயத்திற்கும் இடையிலுள்ள பகைமையைத் தவிர்க்க முடியுமா? இவைதான் புரட்சியாளர்கள் அனைவரும் இறுதியாக எதிர்கொள்ளும் கேள்விகள். அனார்க்கிஸம், ஒரு தனிமனிதன் பிறரை எவ்விதத்திலும் நிர்ப்பந்திக்கக் கூடாது, பிறர் நிர்ப்பந்தத்திற்கு ஆளாகவும் கூடாதென்னும் சாத்தியமற்ற பதிலைத் தருகிறது. கூட்டமைப்பு எனப்படும் பொதுவுடைமை சகித்துக்கொள்ள வியலாததும் ஏற்றுக்கொள்ள முடியாததுமான தீர்வொன்றை நீண்டகால அடிப்படையில் வழங்கியிருக்கிறது. ஒரு தனிமனிதனும் சமுதாயமும் வரம்புடன் பரஸ்பர முரண்களை இருவரும் ஒப்புக்கொள்ள வேண்டும். பொதுவுடைமை நிறுவனங்களின் முன்னேற்றம் – அதாவது ஒருபடித்தான சமுதாய வாழ்க்கையைத் தேர்வுசெய்யும் சுதந்திரத்துடன் கூடியது – எப்போது சாத்தியமெனில் ஒரு மனிதன் அடக்குமுறை அதிகாரங்கொண்ட கூட்டத்திடமிருந்து தன்னைப் பாதுகாக்கவும் அவனுக்கெனச் சட்டத்தின் பாதுகாப்புடன் ஓர் அந்தரங்க செயலெல்லையை அமைத்துக்கொள்ளவும் வாய்ப்பு வேண்டும். இச்செயலெல்லை என்பது மரபான தனிமனிதச் சுதந்திரங்களுடன் (மனசாட்சியின் விடுதலை, பேச்சு சுதந்திரம்...) அவனது தனிமனித உடைமையை அங்கீகரிப்பது தொடர்பானது. இங்கே தனிமனித உடைமை என்னும்போது ஒரு பக்கம் அவனது வசிப்பிடம் மற்றும் அவனது சொத்துகள்; பிறிதொரு பக்கம் அவனது உற்பத்திச் சாதனங்கள் என நாம் பிரித்தறிய வேண்டியிருக்கிறது. இரண்டாவதாக வருவது, பொருள் மீதான உரிமை அல்ல, மாறாகச் சமூகத்துடனான உறவில் வருவது. முதலாவது தனிமனிதன் பொதுவில் பிறருடன் வசிக்கும் உலகில் அவனுக்குள்ள உரிமையை வற்புறுத்துகிறது, இரண்டாவது அவனது ஆதிக்கமாக நம்பப்படுவது.

பொதுவாகப் பொதுவுடைமையை ஏற்றுக்கொண்ட சமுதாயமொன்றில் அதிகாரம் ஓரிடத்தில் குவிக்கப்படுவதைத் தவிர்த்தல் வேண்டும், அவரவர் அவருக்கான வாழ்க்கையைத் தேர்வு செய்யும் உரிமையும் வேண்டும். லெனின் கீழ் சோவியத் புரட்சி தொடங்கியபொழுது, அனார்க்கிஸ்டுகளால் அவர்களுடைய சிந்தனைகளை முன்வைக்க முடிந்ததென விக்தொர் செர்ழ் தனது அறிக்கையில் தெரிவித்திருந்தார். நிர்ப்பந்தங்கள் நிறைந்த சமூகத்திற்கு மாற்றாகச் சுதந்திரமாகத் தேர்வு

செய்யப்பட்ட சமுதாயத்தை எவ்வளவு வேண்டுமானாலும் முன்வைக்கலாம். இக்காரணத்தாலேயே ஒரு பொதுவுடைமைச் சமூகம் கலை, பண்பாட்டுத் துறையில் சுதந்திரமாக இயங்கும் சிறு ரக உற்பத்தியாளர்கள் துறையை ஏற்றுக்கொள்ள முடியும். கூட்டுறவு விதிமுறைகளை ஏற்காத ஒருவர் அதற்குப் பாதமின்றிச் சுயமாக உற்பத்தியில் ஈடுபட விரும்பினால் அனுமதிக்கப்பட வேண்டும். அதுபோலவே கூட்டுறவுத் துறை அமைப்புகளுக்கும் தங்கள் வழிமுறை தனிமனிதர் முயற்சிகளைக் காட்டிலும் மிகவும் உயர்ந்ததென்பதை நிரூபிக்க வேண்டிய கடமை இருக்கிறது.

அவ்வகையில் யுத்தோப்பியன் கனவற்ற பொதுவுடைமை சர்வதேச அளவில் செயல்பட முடியும். ஆனால் அது தேசங்களின் இருப்பை ஏற்றுக் கொள்வதில்தானுள்ளது. சர்வதேசமென்பது 'காண்ட்' மற்றும் 'ரால்ஸ்' (John Rawls) கருத்தின்படி உலகமக்களிடையே ஒற்றுமை, நிரந்தர அமைதிக்கு வழிகாண்பது. ஆனால் அதற்குச் சர்வதேசக் குடியர சென்றோ, ஓர் உலக அரசு என்றோ பொருள்கொள்ள முடியாது. அப்படியொரு கொடுமை கற்பனையில்கூட வேண்டாம். ஆக மீண்டும் அதிகாரமின்மை யென்பது சுதந்திரத்திற்கான உத்தரவாதம். மாறாக வரலாற்றில் என்ன நடந்தது? தொழிலாளர் பேரவைகளின் உலக மையம் 'The Supreme Soviet' என்பதாக வொன்றை ஏற்படுத்தவே துணைபோயிற்று.

அத்தியாயம் 13

ஆற்றல்களும் உத்திகளும் வாய்ந்ததொரு செயல்திறன்மிக்க மாற்று அரசியலை முன்வைத்து

எதிர்காலமென்ற பாத்திரத்தில் இதற்குமேலும் கூடுதலாகச் சமைக்கக் கற்றுக்கொண்டிருக்க முடியாது. அசலாக ஏதேனும் செய்தாக வேண்டும். நாம் எங்கே செல்ல வேண்டுமென்பதைத் தீர்மானித்தாயிற்று, இந்நிலையில் அத்திசைநோக்கி அடியெடுத்து வைக்க நமக்கு உதவக்கூடிய உடனடியான நடவடிக்கைகள் எவை யென்பதை அறிவதில் நமக்குச் சங்கடங்களில்லை. முதலாளித் துவத்தை இன்னமும் எதிர்ப்பவர்கள் எனக் கூறிக்கொள்கிறவர்கள் பொருளியல் அறிவியலாளர்களின் உதவியுடன் ஏறக்குறைய நவீன வேலைத்திட்டங்களை முன்வைத்து திருப்தி அடையும்பொழுது ஒருமுறைகூட இவற்றால் ஏற்படக்கூடிய பயன்களென்னவென யோசிப்பதில்லையே என்பதுதான் இன்றைய தேதியில் நமக்குள்ள உண்மையான கவலைகள். இத்தகைய போக்கை அடிப்படையாகக் கொண்ட அமைப்புகள், அரசியலென்று வரும்போது எதிர்கொள்ள முடியாமல் சிதறுண்டதற்குச் சாட்சியங்கள் இருக்கின்றன. அரசிய லென்று வரும்போது தீர்வு அறிவியல் விற்பன்னர்களிடமில்லை அது உண்மையான ஆற்றலையும் வினைத்திறனையும் ஒருங்கிணைக்கும் விவகாரம்.

கவைக்குதவாத கற்பனைகளில் உழல்வதைத் தவிர்த்துவிட்டு, கீழ்க்கண்ட மூன்று கேள்விகளுக்கு என்ன பதில் வைத்திருக்கிறோம் என்பதை அவசியம் தெரிந்துகொள்ள வேண்டும்.

1. போதிய எண்ணிக்கையில் சமூகத் திறன்கள் உள்ளனவா? ஆமெனில் யுத்தோப்பியன் கனவுகளற்ற பொதுவுடைமை யென்னும் தொலைநோக்கை முன்வைத்துச் செயல்படத் தயாரா?
2. நுண்ம சாத்தியத்தைப் பொருளாயத சாத்தியமாக மாற்றுதற் குரிய உத்தரவாதங்கள் இன்றைய சமூகத்தில் உண்டா?
3. மீண்டும் நிர்மானிக்கவிருக்கும் இப்புதிய பொதுவுடைமையை, திறன்மிக்கதாக மாற்றவல்ல ஓர் அரசியல் உத்தியை வகுக்க இயலுமா?

இம்மூன்று கேள்விகளுக்கும் 'ஆம்' என்ற பதிலைத் தரவியலுமென்றே நினைக்கிறேன்.

பொதுவுடைமையென்பது ஓர் இலட்சிய சமுதாயமாகவும் இருக்கலாம்.

எக்காரணத்தை முன்னிட்டும் பாரம்பரிய மார்க்ஸியம் மற்றொரு ஆளும் வர்க்கத்தின் சிந்தனையாக இருக்க உதவுமேயன்றித் தங்களைத் தாங்களே ஆளும் வர்க்கமாக மாற்றிக்கொள்ளத் திராணியற்ற பாட்டாளி வர்க்கத்தின் சிந்தனையாக ஒருபோதும் மாற முடியாதென்பதை ஏற்கனவே விளக்கியிருந்தோம். பொருள் தேவைகளை மட்டுமே மனதிற்கொண்ட பாட்டாளிகள், ஊதியதாரர்கள் என்ற வகையில் அவர்களுடைய கோரிக்கைகள் ஓர் ஊதியதாரரின் நிலைமையை மேம்படுத்துவதென்ற எல்லையைத் தாண்டி வெளியில்வருவதில்லை – அவர்கள் கழுத்திலுள்ள சங்கிலியின் நீளத்துக்காகப் பேச்சுவார்த்தை நடத்திக்கொண்டு (என்றுமே சமரசம் காண முடியாததொரு பிரச்சினை) தொடர்ந்து ஆதிக்கம் – கீழ்ப்படிதல் உறவில் தங்களை இரண்டாம் நிலையில் நிறுத்திக்கொண்டு காலம் தள்ளுபவர்கள். அதேவேளை இலட்சிய பொதுவுடைமைவாதியென்பவன் எல்லா வர்க்கத்திலுமிருக்கிறான் என்றும் அது தற்செயலாக நேர்ந்ததல்ல வென்றும் குறிப்பிட்டிருந்தோம்.

'இறுதி நெருக்கடியை' ஏற்படுத்தத் தவறிய முதலாளித்துவத்திற்கு அவ்வப்போது வரும் வலிப்புகள் மானுடத்திற்கு நேரவிருக்கும் ஆபத்தை உணராது உறங்கிக்கொண்டிருக்கும் மனங்களைத் தட்டியெழுப்ப உதவிக் கொண்டிருக்கின்றன. இப்பிரச்சினையில் முதலில் பாதிக்கப்படுவது கூலிக ளென்றாலும், உழைப்பை நம்பி வாழ்க்கையை நகர்த்தும் எல்லா நடுத்தர வர்க்கங்களுக்கும் இது பொருந்தும். மேலைநாடுகளில் நடுத்தர வர்க்கங் களின் பொருளாதாரம் கடந்த பல ஆண்டுகளாவே சரிந்துகொண்டிருக்கிறது.

பொருட்தேவை, வறுமை, வேலையின்மை போன்ற காரணங்களோடு சமயமும் இன்று கைகோத்துள்ளது. காரணம் முதலாளித்துவம் மானுடச் சமுதாயத்தின் அடிப்படை பொருள்வளத்தையும் (நிலம், உழைப்பு), இனி யொன்றும் செய்வதற்கில்லை என்னும் அளவிற்குக் கலாச்சாரச் சீரழி வையும் மேற்கொள்கிறது. சுரண்டுவதிலும், கடந்த காலத்திய தேர்ந்த கலைப்படைப்புகளைக்கூடச் சரக்குகளாக்கும் திறனுங்கொண்டது முதலாளித் துவம். அதன் வெளிப்படையான மூச்சுத் திணறலைப் பார்க்கும்போது, அக்கலைப்படைப்புகளைக்கூடத் தாமே உற்பத்திசெய்யத் தொடங்கிவிட்ட தோவென எண்ணத் தோன்றுகிறது. அளவிட முடியாத தொழில் நுணுக் கத்தைக் கலைஞர்களுக்கு ஏற்பாடு செய்து விளம்பரங்களின் பின்புலத்தில் உபயோகித்துக்கொள்ள உதவும் குப்பைகளை முக்கியமாக உற்பத்தி செய் கிறார்கள். இக்கலாச்சாரம் நமது கல்விமுறைகளையும் விட்டுவைக்க வில்லை, குறிப்பாகப் பழம்பஞ்சாங்க, நியமங்களால் தகவமைக்கபட்ட பள்ளிகள், பல்கலைக்கழகங்களில் ஒரு பிரிவினரை மேற்கண்ட குறிக் கோளுக்குப் பயன்படுத்திக்கொள்கின்றனர். இன்னொருபக்கம் கல்வி நிறுவனங்களை முதலாளித்துவ தேவைக்குப் பொருந்தக்கூடிய ஊழியர்

களைத் தயாரித்துதரும் எந்திரங்களாக மாற்றியமைத்து மரபுவழிபட்ட பெருமைகளை இல்லாதொழிக்கின்றனர். இவற்றுக்கான சாட்சியங்களைக் கல்விமுறைகளில் அண்மைக்காலத்தில் ஏற்பட்டுவரும் மாற்றங்கள் தெரிவிக்கின்றன. தவிர ஒருவரும் இது போன்ற நடவடிக்கைகள் ஏற்படுத்தவிருக்கும் பேரழிவைக்குறித்துக் கவலைப்படுவதில்ல. காரணம் அப்பேரழிவுகளை உடனடியாக அவர்கள் சந்திக்கப்போவதில்லையே. ஆக, தற்போதைக்கு மானுடத்தின் கலாச்சாரத்தை அழிப்பதென்பதுதான் முக்கிய குறிக்கோள். ஆக, இப்பிரச்சினையை விரிவானதொரு தளத்தில் வைத்துப் பார்க்கும் பொழுது, அதாவது ஒட்டுமொத்த மனிதக்குலத்திற்குக் கேடு இழைக்கப் படுகிறதென்ற பொருளில் எடுத்தாளும்பொழுது, கலகக்காரர்கள் சமுதாயத்தின் எல்லா தரப்பிலிருந்தும் மாற்றத்தை வழிநடத்த ஆட்களைக் கேட்டுப் பெற முடியும்.

இறுதியாக அறம் மற்றும் ஒழுக்கம் சார்ந்த காரணங்களே தற்போதைய சூழலைத் தலைகீழாக மாற்றி அமைக்க முடியும். மார்க்ஸியவாதிகள் இதுபற்றி யோசிப்பதில்லை. அறநெறி, ஒழுக்கம் போன்ற கருத்துருவங்களின் அடிப்படையில் பொதுவுடைமை கோரிக்கையை வைக்க வேண்டுமென அவர்கள் நினைத்துப் பார்ப்பதேயில்லை. மாறாக அறிவியலடிப்படையில் பொதுவுடைமையை சாதித்துவிட முடியுமென்னும் முட்டாள்தனமான பிடிவாதம் அவர்களிடத்திலுள்ளது. அறிவியல் அடிப்படையில் ஒருபோதும் சமத்துவம், நீதி, குடிமை உறவு அடைய இயலாது.

நம்முடைய பொதுவுடைமை யுத்தத்தைச் சாத்தியப்படுத்தக்கூடிய தனிமங்கள் என்று பார்த்தால் அவை அறநெறிகளாகத்தான் இருக்க முடியுமெனத் தீர்மானமாகக் கருதலாம், ஏனெனில் புதிய பொதுவுடைமையைக் கட்டமைப்பதற்கு நாம் தேடிக்கண்ட எல்லாச் சொல்லாடல்களுமே இயற்கையில் அறநெறியை அடித்தளமாகக் கொண்டவை: பொதுவில் உடைமைகளை வைத்தல், குடிமக்களுக்கிடையே தோழமை, ஆதிக்கத்திற்கு எதிராகத் தனிமனிதர் சுதந்திரத்திரத்திற்கான பாதுகாப்பு என அனைத்துமே அறநெறிகளை எல்லைக்கற்களாகக் கொண்டவை. *Central African Democratic Rally* என்ற அமைப்பு வைரச்சுரங்கங்களின் வளத்தைக் கைக்குள் போட்டுக்கொள்ள முயன்று அதன்விளைவாக நடந்த இனப்படுகொலைகளுக்கு இங்கே யார்தான் சம்மதிக்க முடியும்? நீதியின் அடிப்படைத் தர்மத்தை ஓரளவு உள்வாங்கிக் கொண்டவர்கள்கூட உண்மை எதுவென்று அறிவார்கள்: யுத்தங்களுக்கு நிதியும் வழங்கி ஆயுதங்களையும் கையளிப்பவர்கள் கேடுகெட்ட பெரும் நிறுவனங்கள் – பங்குச்சந்தையில் தங்கள் இடத்தைத் தக்கவைத்துகொள்ள அவ்வளவையும் செய்பவர்கள், அவுஷ்விட்ஸ் முகாமில் பீத்தோவன் இசைக்கு ஏற்பாடு செய்த நாஜித் தலைவர்களின் மாற்றுப் பிரதிகள்.

பொதுவுடைமை விவாதத்திற்குரியதல்லவென்று மேம்போக்காகச் சொல்லப்பட்டாலும் இவ்வாறான எதிர்வினையைச் சந்தித்தே ஆக வேண்டும். எதிர்வினைகள் ஆரம்பக்கட்ட கிறித்துவ இயக்கக்கங்களிலும் மையப்பொருளாக இருந்திருக்கின்றன. தொழிலாளர் இயக்கம் தோன்றக்

காரணமான நவீன யுகத்தின் எந்தப் புரட்சியுமே இப்பிரச்சினையிலிருந்து தப்பியதில்லை. தன்னைத்தானே வெறுக்கும் மனோபாவத்துடன் மன அழுத்தமும் அடுத்தவர் மீதான துவேஷமும் கவலைகொள்ளவைக்கும் விடயங்கள் என்பதோடு, முதலாளித்துவக் காலம் முடிந்தது. இனி வேறு வழிமுறைகளைக் காண வேண்டுமென்ற எண்ணமும் மக்களிடம் பரவி வருகிறது. அதை அவர்கள் மறுக்கவும் மாட்டார்கள் என்பதையும் நாம் கருத்தில் கொள்ள வேண்டும்.

எதிர்க்கத் துணிந்த சக்திகளின் எண்ணிக்கை – வலம் – இடமென்ற பிரிவினை கடந்து

உள்ள நிலைமையை உறுதிப்படுத்தக் கொதிக்கும் எண்ணெயில் கையை விட வேண்டுமென்ற அவசியமெல்லாமில்லை. தொழிலாளர் அமைப்புகள் ஒருபக்கம் பிரிந்துபட்டுக்கிடக்க மார்க்ஸியத்தின் வீழ்ச்சியும் மிகப்பெரிய கவலைகளையும் அவநம்பிக்கையையும் ஏற்படுத்தியுள்ளது. இது போன்ற சூழலிலும் தாக்குப்பிடிக்கும் அமைப்புகளின் எண்ணிக்கை கணிசமான அளவில் இருக்கிறது. சிலவேளைகளில் கண்டம் தழுவிய பரிணாமத்தைக்கூட அவை பெற்றிருக்கின்றன. உதாரணம், இலத்தீன் அமெரிக்க நாடுகள். இவ்வியக்கக்கங்களின் தலைவர்கள் விரும்புவதைப் போலவே பகுப்பாய்வும் செய்யலாம், அதே வேளை கொஞ்சம் எச்சரிக்கையும் நமக்குத் தேவை – குறிப்பாக வெனிசுலா அதிபர் ஷவாஸ்ஸிடத்திலும் *(Chavez)*, மக்கள் ஆதரவுபெற்ற சர்வாதிகாரி என்ற பொருளில் இலத்தினோ அமெரிக்க நாடுகளில் உபயோகத்திலுள்ள பாரம்பரிய கவுதில்லோ *(Caudillo)* என்ற ஸ்பானிய சொல்லிடத்திலும். தவிர இவ்வாறான அரசுகளுக்குப் பக்கபலமானவை வெகுசன இயக்கங்கள், அடிப்படையில் ஓர் எதிர்வினை இயக்கத்தின் பண்பை அவை கொண்டவை. மற்றொரு உதாரணம் பொலிவியா நாட்டின் மொராலஸ் *(Morales)*. இவருக்கு இலத்தினோ அமெரிக்காவைச் சேர்ந்த செவ்விந்தியர் இயக்கம் ஆதரவாக உள்ளது. பிறகு வேறு வகையான எதிர்ப்பு இயக்கங்களும் உள்ளன. அவை பிரான்ஸ், ஆலந்து, டென்மார்க், பின்னர் ஜெர்மனென்று வளர்ந்து வரும் இயக்கங்கள். இவர்கள் பாரம்பரிய சீர்திருத்தவாத வழிவந்தவர்கள், ஒருசிலர் பத்திரிக்கைகாரர்களின் செல்லப் பிள்ளைகள் என்ற விமர்சனங்களிருப்பினும், தீவிரமாக செயல்படுகிறவர்கள். இது போன்ற இயக்கங்கங்களின் எண்ணிக்கை எத்தனைதான் இருந்தாலும் ஒரு புரட்சியாக வடிவெடுக்க அவற்றால் ஆகாது. இவ்வியங்கங்களில் நமக்கு ஏற்பட்டுள்ள அனுபவம், சிறிய அமைப்புகளின் நடவடிக்கைகளவிற்குப் பெரிய அமைப்புகளிடத்திலில்லை என்பதுதான். எனினும் இவ்வியக்கங்களில் பங்குகொள்ளும் மக்களின் மனநிலை முக்கியத்துவம் வாய்ந்தது.

அரசியல் முறைத் தீர்வு என்ற அடிப்படையில் இப்பிரச்சினையை அணுகும்போது, பெரிதாய்ச் சொல்லிக்கொள்ள ஒன்றுமில்லை. முயற்சிகள் பலவும் மேம்போக்காகவே இன்றுவரை உள்ளன. உயிர்ப்புடனும் யுத்தோப்பியன் கனவுகளற்று நம்பிக்கைக்குரியவகையிலும் முதலாளித்துவத்தை எதிர்க்க வேண்டுமென்னும் உணர்வுடனும் பொதுவுடைமைச்

சிந்தனை இல்லாதிருப்பது பெருங்குறை. மானுடச் சமுதாயத்திற்கு உகந்த வகையில் தம்மை வைத்துப் பார்க்க வேண்டுமென்னும் அதனுடைய விருப்பம் வெகுசனத்தின் வரவேற்பைப் பெற்றுத்தரத் தவறிவிட்டது. நன்கு அறியப்பட்ட இயக்கங்கள் அனைத்திற்கும் இதுதான் நிலைமை. பிரான்ஸ் நாட்டில் தீவிர வலதுசாரி கட்சியொன்றுக்கு இன்று ஆதரவாக இருப்பவர்கள், இடதுசாரிகளால் கைவிடப்பட்ட எளிய மக்கள். தீவிர இஸ்லாமிய இயக்கங்கள் (ஹெஸ்பொல்லா, லெபனான், ஹமாஸ், பாலஸ்தீனம், பிறகு எகிப்து, மொராக்கோ) என்று பார்க்கும்பொழுது, இவ்வியக்கங்களில் பங்கேற்பவர்கள் பெரும்பாலும் நமது சமூகத்தால் மறுக்கப்பட்டவர்கள். அவர்கள் மனிதநேயம், பொது மதிப்பீடுகளை பகிர்ந்துகொள்ளுதல், பிறமக்களை உடன்பிறப்புகளாகக் காணுதல் போன்ற விழுமியங்களைப் புரிந்துகொள்ள நாம் உதவவில்லை. இங்கே இஸ்லாமிய இயக்கங்களை ஏதோ இடதுசாரி இயக்கங்களுக்குச் சமமாக நான் நடத்துகிறேனென நீங்கள் பொருள்கொள்ளக்கூடாது. மாறாக அதற்கான காரணங்களைக் குறிப்பாக இங்கே நமது மேற்கத்தியர்கள் நினைப்பதுபோலத் தீவிர மத நம்பிக்கையின்பாற்பட்டதல்லவென்பதை நீங்கள் விளங்கிக் கொள்ளவேண்டுமென்பதுதான் எனது நோக்கம். ஆக மதம் இணைக்கிறது, முதலாளித்துவம் துண்டிக்கிறது. ஆனால் மதம் ஒரு மாயையானதொரு சமுதாயத்திற்காக மாயையானதொரு ஒருங்கிணைப்பை நடத்துகிறது. இத்தகைய சூழ்நிலையில் மாயைகள்மீது தொடுக்கும் தாக்குதல்களின் அடிப்படையில் சிக்கல்களுக்குத் தீர்வு கண்டுவிட முடியாது. மாறாக அம்மாயைகளுக்கான காரணங்களைப் பார்க்க வேண்டும். சமய நம்பிக்கைகளுக்கு எதிராகப் போராடும், அதை வர்க்கப்போராட்டத்திற்கு மாற்றாக நினைக்கவும் செய்யும், பகுத்தறிவுவாதிகள் ஒரு சிலரையும் முற்போக்குச் சிந்தனையாளர்களையும் மார்க்ஸிடம் அனுப்பிவைக்க வேண்டும்.

"மக்களின் உண்மையான சுபிட்சம், மாய சுபிட்சமாக மக்களிடமுள்ள மதத்தை இல்லாதொழிக்க வேண்டுமென எதிர்பார்க்கிறது. நமது சொந்த வாழ்க்கையை மாயைகளுக்கு இடங்கொடாமல் பார்த்துக்கொள்வதென்பது, மாயைகள் வேண்டுமென்ற சூழலை மறுப்பது. மதத்திற்கெதிரான விமர்சனமென்பது, மதத்தை ஒளிவட்டமாகக்கொண்ட பூவுலக நரகவாழ்க்கையை விமர்சிப்பது. விமர்சனம், சங்கிலியை மூடிமறைத்துள்ள கற்பனை மலர்களின் இதழ்களைப் பிரித்தெறிகிறது, அவ்வாறு பிரித்தெறிவது உலகாயதக் கவலைகள், உளச்சோர்வுகளென்ற சங்கிலியில் மனிதன் பிணைத்துக்கொள்ள வேண்டுமென்ற நோக்கினாலல்ல. மாறாக அச்சங்கிலியிலிருந்து விடுபட்டு உண்மையான மலர்களைப் பறிக்க வேண்டுமென்பதற்காக, மதத்தைப் பற்றிய விமர்சனம் மாயைகளிலினின்று மனிதனை விடுவிக்கிறது. அவ்வாறு விடுபடவைப்பதால் சிந்தனையாலும் செயலாலும் மாயையிலிருந்து உண்மையில் விடுவித்துக்கொண்டவனாக, நியாயவானாக உருமாறுகிறான். தன்னைத்தானே சுற்றிக்கொண்டு உண்மையான சூரியனையும் சுற்றிவருகிறான். சமயமென்பது மாய சூரியன், அது மனிதன் தன்னைத் தானே சுற்றிக்கொண்டுவர முயலாதவரை அவனைச் சுற்றிவருகிறது." *(Critique of Hegel's Philosophy of Right – K.Marx, 1843).*

நீண்டகால அடிப்படையில் ஓர் அரசியல் உத்தி

இறுதியாக உத்திபற்றிய பிரச்சினை இயல்பில் அவ்வளவு எளிதான தல்ல; உடைமைகளைப் பொதுப்படுத்த அது தயங்குகிறது. பாரம்பரிய வலது, இடது பிரிவினையின் வீர்யத்தைக் குறைக்க எத்தகைய குறிக்கோ ளுடன் செயல்படுவதென்றதொரு பெரிய விவாதம் மாற்று வழிமுறைகளை வற்புறுத்துகிறவர்களிடையே நடந்தது. ஐரோப்பா மற்றும் அமெரிக்காவில் இடதுசாரிகளென்று கூறிக்கொள்கிறவர்களில் ஒரு சிலருக்கும் வலதுசாரி தாராளமயவாதிகளுக்கும் பெரிதாய்ப் பேதங்கள் இருப்பதில்லை. ஏனெனில் அடிப்படையில் ஒருசில மதிப்பீடுகள் விஷயத்திலும் குறிக்கோள்களிலும் இருதரப்பினரிடையே ஒற்றுமை தெரிகிறது: கட்டற்ற தனிமனிதச் சுதந்திரம், சுதந்திர நிறுவனங்களுக்கு ஆதரவு, சந்தைப் பொருளாதாரம், ஐரோப்பியக் கட்டமைப்பெனப் பல்வேறு கூறுகளில் பரஸ்பரம் இரு அணிகளிடத்திலும் பேதங்களில்லை. இத்தாலி அரசியல் தத்துவவாதியான நொர்பெர்ரோ பொபியோ *(Norberro Bobbio)*, இறுதியாக வெளிவந்த நூலொன்றில் சமத்துவம் என்ற விடயத்தில் வலது இடது அணியினரிடையே நிலவும் பேதங்களைப் பற்றிக் கூறியிருந்தார். இங்கிலாந்தில் பிளேரிஸம் *(Blairism)*, பிரான்ஸ் நாட்டில் *PS* என்றழைக்கப்படும் சோஷலிஸ்டுகள், இத்தாலியில் சீர்திருத்த வாதிகள் என்று சொல்லிக்கொண்ட இடதுசாரி அணியின் கலைப்பு என நம்மிடமுள்ள சாட்சியங்கள் போபியோ கூற்றைத் தவறு என்கின்றன. இன்று அநேக இடதுசாரிகள், மனிதர்களிடையேயுள்ள ஏற்றத்தாழ்வுகளை ஏற்றுக்கொள்கின்றனர், காரணமில்லாமலில்லை. அண்மையில் பிரான்ஸ் நாட்டில் நடந்துமுடிந்த தேர்தலொன்றில் பாட்டாளி மக்களைக் காட்டிலும் வசதி படைத்த மக்களிடத்திலேயே இடதுசாரிகள் அதிக வாக்குகளைப் பெற்றிருந்தனர்.

சமூகக் குடியரசுக் கட்சியினரின் நடவடிக்கைகளில் வெறுத்துப் போன, இடதுசாரிக்கட்சிகளின் தீவிர ஆதரவாளர்களில் கணிசமான எண்ணிக்கையினர் இடதுசாரி இயக்கத்தின் மறுகட்டமைப்பிற்கு அல்லது அதைத் திரும்பக் கொண்டுவர அல்லது புனரமைக்க என்ன செய்யலா மென யோசித்துக்கொண்டிருக்கிறார்கள். இந்நடவடிக்கை மீண்டும் ஆதி மூலத்தைத் தேடும்வகையில் – பலவற்றிலும் இதுதானே நடக்கிறது – தீவிர மானதொரு சீர்திருத்த இயக்கத்தைத் தோற்றுவிப்பது அல்லது முதலாளித் துவத்திற்கு எதிரமைப்பை உருவாக்குவது அல்லது மீண்டும் தன்னிச்சை யாகச் செயல்படவல்லதொரு தொழிலாளர் இயக்கத்தை ஏற்படுத்துவது. இக்கட்டத்தில் கடந்தகாலத்தில் அரங்கேறிய தோல்விகளும் நினைவுக்கு வருகின்றன. தோற்றுவிக்கப்பட்ட இயக்கங்களின் முயற்சிகள் எவ்வளவு தான் புரிந்துகொள்ளும் வகையிலிருந்தாலும் அல்லது கவர்ச்சிகரமாகவே இருந்தாலுங்கூட, இறுதியில் அவை தோல்வியைத் தழுவின என்பதை நாம் அறிவோம். சுபிட்சமான முப்பது ஆண்டுக்காலச் சீர்திருத்தம் எழுபது களில் கண்ணை மூடியதென்பதை அறிவோம். அதன் முடிவு விரைவா கவே வந்துசேர்ந்தது. கொஞ்ச காலம் ஜீவிக்க முடிந்ததென்றால் அது பனிப்போர் சூழல் போட்ட பிச்சை. முதலீட்டாளர்கள் சில ஆதரவான

சமூக நடவடிக்கைகளை எடுத்தார்களெனில் அவை சோவியத் 'பொதுவுடைமை'யிடம் ஏற்படுத்திய அச்சம். ஐரோப்பிய இடதுசாரி கட்சிகள் என்பவை – உதாரணமாக ஜெர்மன் நாட்டின் *Die Linke* – மேற்கத்திய மக்களில் ஒருபிரிவினரின் அலட்சியப்படுத்த முடியாத உண்மையான ஏக்கத்தின் வெளிப்பாடுகள். ஆனால் அவை அதேவேளை கோட்பாட்டையும் அரசியலையும் போட்டுக் குழப்பிக்கொண்டு சரியானதொருமாற்று அரசியலை முன்வைக்கத் தவறிவிட்டன.

முதலாளித்துவத்திற்கு எதிராக இருப்பதென்பது ஒருவகையில் முதலாளித்துவத்தின்மீதுள்ள வெறுப்பைத் தெரிவிக்கும் முறை அவ்வளவுதான். ஆனாலது நீண்டகால அடிப்படையிலான அரசியல் திட்டமாகாது. ஆனால் ஒரு சில சமூக உடமைவாதிகள்போலச் சாசுவதமாக முதலாளித்துவத்தை ஆதரிப்பதென்ற நிலையிலன்றி, முதலாளிக்கு எதிரானவர்களெனத் தெரிவிப்பதும் ஒருவகையில் வரவேற்கக்கூடியதே. ஆனால் உருப்படியானதொரு முடிவைக்காண 'மறுப்பு' மட்டும் போதுமாவெனப் பார்க்க வேண்டும்: 'பச்சை' நிறத்தை வெறுப்பதற்கு இரண்டுபேர் கூடி இணங்கிப்போகலாம். ஆனால் அவர்களுக்குப் பிடித்ததென்று பார்க்கும்போது ஒருவர்க்கு நீலமும் மற்றவர்க்குச் சிவப்புமிருந்தால் என்ன நடக்கும்! முதலாளித்துவத்திற்கு எதிரான தீவிரமான இடதுசாரிகள் சமுதாயப் பிரச்சினைகளும் இஸ்லாமியத் தீவிரவாதத்தை ஆதரிப்பதும் ஒன்றல்லவென்பதை புரிந்துகொள்ள வேண்டும். அதேபோலத் தனிமனிதச் சுதந்திரத்தின் தீவிர அபிமானிகள் என்று கூறிக்கொள்கிறவர்கள் ஃபிடல் காஸ்ட்ரோவுடன் தோழமையென்றால் எப்படி? ஆக உருப்படியாக எதுவும் நடக்கவில்லை. கியூபா பொதுவுடைமையின் அவதாரமென இன்னமும் நம்பிக்கொண்டிருந்தால், பொதுவுடைமை இயக்கமென்றவொன்று தோன்ற வாய்ப்பேயில்லை. மாசேதுங், மற்றொரு கலாச்சாரப்புரட்சியென தீவிரமாக ஒலிக்கும் குரல்களையெல்லாம் கணக்கில் எடுத்துக்கொள்வதால் ஆவதொன்றுமில்லை.

இறுதியாக ஒருசில ட்ராட்க்கிஸ்டுகள் வற்புறுத்துவதுபோலச் சுதந்திரமான தொழிலாளர் இயக்கமொன்றைத் தோற்றுவிப்பதென்பது தொழிலாளர் அடையாளத்துடனான ஓர் அரசியல் கட்சியை அமைப்பதாகும். அதேவேளை இனி நிவர்த்திசெய்யமுடியாதென்னும்வகையில் தோல்வியில் முடிந்த இருபதாம் நூற்றாண்டுக் காட்சிகளும் நம் கண்முன்னே நிற்கின்றன. வழிமுறையற்ற கோட்பாடொருபுறம், பழைய மார்க்ஸியம் பிரிதொருபுறமென்று இதை நடத்திக்காட்டியவை சமூக உடமைவாத நெறியும் ஸ்டாலினியமும். 130 ஆண்டுகளுக்குப் பிறகு 'இரண்டாவது சர்வதேசத்தின்' சமூக உடமைநெறிக்கட்சிகளை உயிர்ப்பிக்க வேண்டுமென அடம்பிடிப்பது, மீண்டும் கடந்த காலத்திற்குத் திரும்புவதாகும்.

மாறாக இன்றுள்ள சூழ்நிலையை முன்வைத்து எழுகின்ற அரசியல் கோரிக்கைகளை ஒன்றுபடுத்தலாம். முதலாவதாகத் தங்கள் தலைவிதியைத் தாங்களே தீர்மானிக்கவல்லதொரு சூழமைவை மக்களுக்கு ஏற்படுத்தித் தர வேண்டும். இத்தாலிய மார்க்ஸியவாதியும் தத்துவவாதியுமான

அன்ட்டோனியொ நெக்ரி *(Antonio Negri) 'Empire'* ஒரு புரட்சிகரமான வழிமுறையென்கிறார். ஆனால் இன்றைய உலகில் ஏகாதிபத்தியத்தின் கீழ்வைத்து சமூக மாற்றங்களைக் கொண்டுவர ஒருக்காலும் சாத்திய மில்லையென்பதை உறுதிபடுத்த வேண்டியவர்களாக நாமிருக்கிறோம். அது அமெரிக்காவோ முயற்சியில் களைத்துப்போன ஐரோப்பிய ஒன்றி யமோ ஏகாதிபத்திய கனவிலிருக்கும் ரஷ்யாவோ சீனாவோ எதுவென்றாலுஞ் சரி நடவாது.

இன்றையச் குடியாட்சியின் கீழுள்ள மக்கள் அவர்கள் தரப்பில் பெரும் பணக்காரர்களின் உடமை பறிப்புகளிருந்தும் ராணுவத்தனமான நிர்வாக அதிகாரத்தின் கீழிருந்தும் தங்களைப் பாதுகாக்க முடிந்ததொரு அரசியலை வேண்டுகிறார்கள். அக்குடியரசு அமைப்பே தனது தீவிர நடவடிக்கைகளைக் கொண்டு உத்தரவாதத்தைத் தர முடியும். இப்பொது மக்களின் கோரிக்கை நிரந்த அமைதியையும் அடிப்படையாகக்கொண்டது. ஆனால் இவை வலிமைவாய்ந்த பேரரசு ஒன்றின் ஆதிக்கத்தில் எட்டுவ தில்லை, மாறாகச் சுதந்திரமாக மக்கள் ஒன்றிணைவதின் அடிப்படையில் பெறுவதாகும்.

அடுத்து எல்லாத் துறைகளிலும் மீண்டும் சமத்துவத்தைக் கொண்டு வர வேண்டும். சமத்துவமென்றால் முழுமையானதொரு சமத்துவமல்ல. பிறருடைய அழிவில், செல்வத்தை ஈட்டுவது அங்குக் கூடாது. எல்லோரும் நவாப்புகளாக வாழும் உரிமை எதையும் அது வற்புறுத்துதல் கூடாது. ஆனால் எல்லோரும் மரியாதையானதொரு வாழ்க்கையை நடத்த முடியும். மக்களனைவரும் பொதுநலத்திற்குப் பங்களிக்க வேண்டும் சர்வதேசப் பொதுவுடைமைவாதிகள் உரத்து கூறியதுபோல பேராசைகொண்டவர் களுக்கு அங்கு இடமில்லை.

சிற்சில வழிகாட்டுதல்களின் அடிப்படையில் (மக்களாட்சி, நிரந்தர அமைதி, அரசியலில் குடியாட்சி, கோட்பாட்டில் சமூக உடைமை) ஒரு புதிய அரசியல் செயல்திட்டத்தைப் பெருவாரியான மக்களே பொருளாயத சக்தி என்பதால் அவர்களுக்கு ஏற்புடையவகையில், உருவாக்கலாம். தவிர அச்சிந்தனை விளைச்சலுக்குரியதாகவும் பரவல் தன்மைகொண்ட தாகவும் இருக்க வேண்டும். அவ்வாறான சிந்தனைமீதான விரிவான விவாதம் புதியதொரு விடுதலைக்கு உறுதியளிக்க வேண்டும். ரோசா லக்ஸம்பர்க் தம்முடைய *Order Prevails in Berlin (1919)*, பிரதியில் ஜெர்மன் கவிஞர் பெர்டினன் ஃபிரெய்லிகர்த் *(Ferdinand Freiligrath)* வரிகளை எடுத்தாளுகிறார்.

நாளைக்கே புரட்சி 'பெருமுழக்கத்துடன் நிமிர்ந்தெழும்'
ஊரறிய, 'இருந்தேன், இருக்கிறேன், இருப்பேன்!'
என அறிவித்து, குலைநடுங்கவைக்கும்.

முடிக்கும் தருவாயில் இரட்சகர், மீட்பர் என்ற வலைக்குள் சிக்கு வதைத் தவிர்க்கலாம், வரலாற்றுக்கு இதுவரை நாம் பரிசீலித்த கருத்து

களின் தாத்பரியங்களை உணர்ந்து அவற்றின் அடிப்படையில் இப்பிரச்சினையில் அக்கறைகொள்ள வேண்டுமென்ற தலையெழுத்து எதுவுமில்லை. வரலாற்று அறிவியலிலுங்கூட எதிர்காலத்தைப் பற்றிய எவ்வித உத்தரவாதமுமில்லை. ஆனால் பொதுவுடைமைக்காகப் போராடுவதென்பது பஸ்காலுடைய *(Blaise Pascal)* சூதாட்டக்காரன் சிந்தனைக்கு *(Pascal's Wager)* ஒப்பானது. எனவே நாமும் ரோசா மற்றும் ஃபிரெய்லிகர்த் வாக்கியத்திற்கு நியாயத்தின் அடிப்படையில் பொருள்கொள்ள முடியும். எந்தவொரு இலட்சியச் சமுதாயமும் கண்ணிற்படவில்லை என்றாலும், இலட்சியப் பொதுவுடைமை குறித்துக் குறைவாகவே விவாதித்திருந்தாலும், இந்த யுத்தம் வீணானதல்ல. மனித சமுதாயத்தில் சுயநலமே நெறிமுறைகளுக்கெல்லாம் மேலானதென்று கருதி, மனித அறிவின் ஆற்றலனைத்தையும் ஒன்றுதிரட்டி, அடங்காத ஆசைகளையும் துர்ச்செயல்களையும் தணித்துக்கொள்வதன் மூலம் மனிதர்கள் தங்கள் இச்சைகளுக்கு அவ்வப்போது அடங்கிப்போகிறார்கள். இந்நிலையில் உடைமைகளை பொதுவில் வைப்பதும், பிறருடைய கவலைகளைப் பகிர்ந்துகொள்வதும் சமத்துவமும் சகோதரச் சமுதாயமெனச் சொல்லிக்கொள்வதும் மிகவும் உயர்ந்ததே. பொதுவுடைமையின் வயதும் மனிதரின வரலாற்றோடு இணைந்ததெனில், மனிதரின அபிலாஷைகளும் நிரந்தரமானவை. வரலாற்றில் தாராளமயவாதம் முடிவுக்கு வந்துவிடுமோவென்ற அச்சம் சூழ்ந்துள்ள நிலையில் உடைமையாளர்கள் மற்றும் ஆதிக்கச் சக்திகளின் இரவுகளை கார்ல் மார்க்ஸ் திரும்பவும் உயிர்த்தெழுந்து ஆட்டிப்படைப்பாரெனில், அது ஒருவகையில் நல்லதுங்கூட.